മനുഷ്യരുണരുമ്പോൾ

Manushyarunarumpol
Politics

Godavari Parulekhar

Tranaltion
Kaliyath Damodharan

CHINTHA PUBLISHERS
Thiruvananthapuram

Fifth Edition
July 2001

Sixth Edition
January 2023

Published
Chintha Publishers, Thiruvananthapuram

Typesetting
Star Communications, Thiruvananthapuram

Cover Design
Vinod Mangoes

ISBN : 978-93-94753-57-0

CO - 3220 / 6271

Email: chinthapublishers@gmail.com
Website: www.chinthapublishers.com

A version is available at National Libraries
Kolkata, Mumbai, Chennai and Delhi

Distribution
DESHABHIMANI BOOKHOUSE
H O Thiruvananthapuram 695035

Branch
Head Office Kunnukuzhi • Statue Thiruvananthapuram
KSRTC Bus Terminal Thampanoor • Saphalyam Complex Thiruvananthapuram
KSRTC Bus Station Alappuzha • KSRTC Bus Station Ernakulam
Machingal Lane Thrissur • IG Road Kozhikode
Mavoor Road Kozhikode • NGO Union Building Kannur
Central Bus Terminal Complex Thavakkara Kannur

മനുഷ്യരുണരുമ്പോൾ

കേന്ദ്രസാഹിത്യ അക്കാദമി അവാർഡ് നേടിയ കൃതി

ഗോദാവരി പരുലേക്കർ

പരിഭാഷ

കാളിയത്ത് ദാമോദരൻ

ചിന്ത പബ്ലിഷേഴ്സ്
തിരുവനന്തപുരം-695 035

ഗോദാവരി പരുലേക്കർ

1907 ആഗസ്ത് 14 ന് പൂനെയിൽ ജനിച്ചു. പ്രസിദ്ധ അഭിഭാഷകൻ എൽ ആർ ഗോഖൽ ആയിരുന്നു പിതാവ്. പൂനെയിലെ ഫെർഗൂസെൻ കോളേജിൽനിന്ന് സാമ്പത്തികശാസ്ത്രത്തിലും രാഷ്ട്രമീമാംസയിലും ബിരുദം നേടി. ബിരുദാനന്തരബിരുദത്തിനുശേഷം നിയമപഠനത്തിനു ചേർന്നു. ഡിസ്റ്റിങ്ഷനോടെ പാസായി. മഹാരാഷ്ട്രയിൽ ആദ്യത്തെ വനിതാ നിയമബിരുദധാരിണിയായി. 1938 ൽ കമ്യൂണിസ്റ്റ് പാർട്ടിയിലെത്തി.

1939 ൽ രണ്ടാം ലോകമഹായുദ്ധം പൊട്ടിപ്പുറപ്പെട്ടപ്പോൾ ഗോദാവരി യുദ്ധവിരുദ്ധ ക്യാമ്പയിനിൽ മുഴുകി. ടെക്സ്റ്റൈൽ തൊഴിലാളികളുടെ ആദ്യത്തെ യുദ്ധവിരുദ്ധ പണിമുടക്ക് സംഘടിപ്പിക്കുന്നതിൽ സുപ്രധാന പങ്കുവഹിച്ചു. 1950 കളുടെ മദ്ധ്യത്തിൽ താണെ ജില്ലയിൽ സംയുക്ത മഹാരാഷ്ട്ര പ്രക്ഷോഭത്തിനു നേതൃത്വം നല്കി. 1955 ൽ താണെ ജില്ലയിലെ കമ്യൂണിസ്റ്റ് പാർട്ടിയും കിസാൻസഭയും തൊട്ടടുത്തുകിടക്കുന്ന ഭാദ്ര–നാഗർഹവേലി പോർത്തുഗീസ് കോളനിവാഴ്ചയിൽനിന്ന് മോചിപ്പിക്കുന്നതിൽ ഉജ്ജ്വല പങ്കുവഹിച്ചു.

1964 ൽ സി പി ഐ (എം) രൂപംകൊണ്ടതു മുതൽ 1997 ജനുവരി വരെ മഹാരാഷ്ട്ര സംസ്ഥാന സെക്രട്ടറിയേറ്റ് അംഗമായിരുന്നു. 1966 ഏപ്രിൽ 30 ന് ഗോദാവരി സി പി ഐ (എം) കേന്ദ്രക്കമ്മിറ്റിയിലേക്ക് തിരഞ്ഞെടുക്കപ്പെട്ടു. 1986 ൽ പട്നയിൽ നടന്ന അഖിലേന്ത്യാ കിസാൻസഭയുടെ സുവർണ്ണ ജൂബിലി സമ്മേളനം പ്രസിഡന്റ് സ്ഥാനത്തേക്ക് തിരഞ്ഞെടുത്തു.

മർദ്ദിത ജനവിഭാഗങ്ങൾക്കു വേണ്ടി നിസ്വാർത്ഥമായ പൊതുജീവിതം നയിച്ചതിന്റെ പേരിൽ 1984 ൽ അവർക്ക് ലോകമാന്യതിലക് അവാർഡ് നല്കപ്പെട്ടു.

1996 ഒക്ടോബർ 8 ന് അന്തരിച്ചു.

ഉള്ളടക്കം

പ്രസാധകക്കുറിപ്പ്

വർളി ആദിവാസി കലാപത്തിന്റെ ഇതിഹാസനായികയായ ഗോദാവരി പരുലേക്കറിന്റെ അനുഭവക്കുറിപ്പുകളാണ് *മനുഷ്യരുണരുമ്പോൾ.*

സാമൂഹിക രാഷ്ട്രീയ പ്രവർത്തന രംഗത്തേക്ക് കാലെടുത്തുവെക്കുന്ന ഏതൊരാളും ആദ്യം വായിച്ചിരിക്കേണ്ട കൃതികളിലൊന്നാണിത് എന്ന് നിസ്സംശയം പറയാം. ഏറ്റവും ദുഷ്കരമായ സാഹചര്യങ്ങളിൽ, ദരിദ്രരായ ജനതയ്ക്കൊപ്പം നിന്നുകൊണ്ട് രാഷ്ട്രീയ പ്രവർത്തനം എങ്ങനെ നടത്തണം എന്ന് നമ്മെ ബോദ്ധ്യപ്പെടുത്തുന്ന ഇത്തരത്തിലൊരു കൃതി വേറെയൊന്നുണ്ടാവില്ല. ജനങ്ങളുടെ യഥാർത്ഥ ചുറ്റുപാടുകളിൽ അവർക്കൊപ്പം ജീവിച്ചുകൊണ്ട്, അവരിലൊരാളായി മാറിക്കൊണ്ടുവേണം രാഷ്ട്രീയ പ്രവർത്തകർ നിലകൊള്ളേണ്ടത് എന്ന വലിയ പാഠമാണ് *മനുഷ്യരുണരുമ്പോൾ* നമുക്ക് പകർന്നുനല്കുന്ന സന്ദേശം. കമ്യൂണിസ്റ്റ് പാർട്ടിയുടെ നേതൃത്വത്തിൽ, അടിമത്തത്തിനും ഭൂപ്രഭുത്വത്തിനുമെതിരെ ഇന്ത്യയിൽ പലഭാഗങ്ങളിലും 1940 കളിൽ പൊട്ടിപ്പുറപ്പെട്ട പ്രക്ഷോഭങ്ങളുടെ ഗണത്തിൽ വരുന്ന ഒന്നാണ് വർളി കലാപം.

ഇന്ത്യയിൽ കമ്യൂണിസ്റ്റ് പ്രസ്ഥാനം ചുവടുകളുറപ്പിക്കുന്നത് ദരിദ്രരായ മനുഷ്യരുടെ ജീവിതം മെച്ചപ്പെടുത്താനും അവരുടെ അവകാശങ്ങൾ സംരക്ഷിക്കാനും വേണ്ടി നടത്തിയ ഇത്തരം പ്രക്ഷോഭങ്ങളിലൂടെയാണ്. ഇന്ത്യയിലെ നിർദ്ധനരായ ജനതയ്ക്ക് ഇത് പകർന്നുനല്കിയ ആത്മവിശ്വാസവും ബൂർഷ്വാ ഭൂപ്രഭു ഭരണകൂടങ്ങൾക്ക് ഇതുയർത്തിയ വെല്ലുവിളികളും ഏറെ വലുതാണ്. ഗോദാവരി പരുലേക്കറിന്റെ അനുഭവങ്ങളിലൂടെ ഈ ചരിത്രത്തെ അടിത്തട്ടിൽ ചെന്ന് നിന്ന് നേരിട്ട് മനസ്സിലാക്കാൻ കേന്ദ്ര സാഹിത്യ അക്കാദമി പുരസ്കാരം നേടിയ ഈ കൃതി നമ്മെ സഹായിക്കും.

ചിന്ത പബ്ലിഷേഴ്സ്

ഗോദാവരി പരുലേക്കർ

ഇന്ത്യയിലെ ആദ്യകാല മഹിളാ കമ്യൂണിസ്റ്റ് നേതാക്കളിൽ ഏറ്റവും പ്രമുഖയായിരുന്നു ഗോദാവരി പരുലേക്കർ. മഹാരാഷ്ട്രയിലെ വർളി ആദിവാസി കലാപത്തിന്റെ ഇതിഹാസനായികയെന്ന നിലയിലാണ് അവർ ഏറെ ശ്രദ്ധേയയായത്. ആറു പതിറ്റാണ്ടോളം മഹാരാഷ്ട്ര രാഷ്ട്രീയത്തിൽ നിറഞ്ഞുനിന്ന അവർ കാൽ നൂറ്റാണ്ടിലധികം സി പി ഐ (എം) കേന്ദ്രക്കമ്മിറ്റി അംഗമായിരുന്നു. അഖിലേന്ത്യാ കിസാൻസഭയിൽ പ്രസിഡന്റ് സ്ഥാനം ഉൾപ്പെടെ പല പദവികളും അവർ വഹിച്ചിട്ടുണ്ട്.

1907 ആഗസ്ത് 14 ന് പൂനെയിൽ ജനിച്ചു. പ്രസിദ്ധ അഭിഭാഷകൻ എൽ ആർ ഗോഖൽ ആയിരുന്നു പിതാവ്. മഹാനായ സ്വാതന്ത്ര്യസമര സേനാനിയും ഇന്ത്യൻ നാഷണൽ കോൺഗ്രസ് നേതാവുമായിരുന്ന ഗോപാലകൃഷ്ണ ഗോഖലെയുടെ മച്ചുനനായിരുന്നു അദ്ദേഹം. പൂനെയിലെ ഫെർഗുസെൻ കോളേജിൽനിന്ന് സാമ്പത്തിക ശാസ്ത്രത്തിലും രാഷ്ട്രമീമാംസയിലും ബിരുദം നേടി. എസ് എം ജോഷി, എൻ ജി ഗോറെ, അച്യുത് പട്‌വർദ്ധൻ എന്നിവർ കോളേജിലെ സമകാലികർ. ബിരുദാനന്തരം നിയമപഠനത്തിനു ചേർന്നു. ഡിസ്റ്റിങ്ഷനോടെ പാസായി. മഹാരാഷ്ട്രയിൽ ആദ്യത്തെ വനിതാ നിയമബിരുദധാരിണിയായി. മകൾ തന്നോടൊപ്പം കോടതിയിൽ പ്രാക്ടീസ് ചെയ്യണമെന്നായിരുന്നു പിതാവിന്റെ ആഗ്രഹം. എന്നാൽ അതിനു വിരുദ്ധമായി അവർ സ്വാതന്ത്ര്യസമരത്തിലേക്ക് ആകർഷിക്കപ്പെട്ടു. നേരെ ചെന്നത് വ്യക്തിസത്യഗ്രഹത്തിൽ പങ്കെടുക്കാൻ. 1932 ൽ അതിന്റെ പേരിൽ കോടതി അവരെ ശിക്ഷിച്ചു. ജയിൽ മോചനത്തിനുശേഷം പിതാവ് അവരെ സ്വീകരിക്കാൻ തയ്യാറായില്ല. അതോടെ കുടുംബവുമായുള്ള ബന്ധം വിച്ഛേദിക്കപ്പെട്ടു.

അതിനുശേഷം അവർ ബോംബെയിലെത്തി സർവ്വന്റ്സ് ഓഫ് ഇന്ത്യാ സൊസൈറ്റിയിൽ സാമൂഹ്യ പ്രവർത്തനമാരംഭിച്ചു. അപ്പോൾ സൊസൈറ്റിക്കു നേതൃത്വം നല്കിയത് എൻ എം ജോഷി. അതേവരെ സ്ത്രീകൾക്ക് പ്രവേശനമില്ലാതിരുന്ന സൊസൈറ്റിയിലെ ആദ്യത്തെ വനിതാ അംഗമായിത്തീർന്നു. ബോംബെയിലെ തൊഴിലാളി വർഗ്ഗ പ്രദേശങ്ങളിൽ വൻതോതിൽ സാക്ഷരതാ പ്രചാരണമാരംഭിച്ച ആദ്യത്തെ വനിതയെന്ന സ്ഥാനത്തിനും അവർ അർഹയായി. ട്രേഡ് യൂണിയൻ പ്രവർത്തനവുമായി ബന്ധപ്പെടാൻ ഇത് അവരെ സഹായിച്ചു. പതിനായിരം വീട്ടുജോലിക്കാരുടെ പ്രകടനത്തിന് അവർ നേതൃത്വം നല്കി.

സർവന്റ്സ് ഓഫ് ഇന്ത്യാ സൊസൈറ്റിയിൽ തന്നെയാണ് തന്റെ ഭാവിവരനെ ഗോദാവരി കണ്ടെത്തിയത്—ശ്യാംറാവു പരുലേക്കർ. ഡോ. ബി ആർ അംബേദ്കർ സ്ഥാപിച്ച ഇന്റിപ്പെന്റന്റ് ലേബർ പാർട്ടി സെക്രട്ടറിയായിരുന്നു. ശ്യാംറാവുവും ഗോദാവരിയും അല്പകാലം ഐ എൽ പിയിൽ പ്രവർത്തിച്ചു. ആ പ്രവർത്തനത്തിന്റെ ഭാഗമായി താണെയിലെയും അംബർനാഥിലെയും തൊഴിലാളികളെ സംഘടിപ്പിക്കാൻ തുടങ്ങി. എങ്കിലും, ക്രമേണ സർവന്റ്സ് ഓഫ് ഇന്ത്യാ സൊസൈറ്റിയുടെയും ഇന്റിപ്പെന്റന്റ് ലേബർ പാർട്ടിയുടെയും പരിമിതികൾ തിരിച്ചറിഞ്ഞു. അതിൽ തുടർന്നു പ്രവർത്തിക്കേണ്ടതില്ലെന്നു തീരുമാനിച്ചു. 1938 ൽ ഇരുവരും കമ്യൂണിസ്റ്റ് പാർട്ടിയിലെത്തി. തുടർന്ന് 1939 ൽ, അവരുടെ വിവാഹം നടന്നു. ഇത് രാഷ്ട്രീയവും വ്യക്തിപരവുമായ ഒരു മികച്ച 'പാർട്നർഷിപ്പി'ന്റെ തുടക്കമായി.

1939 ൽ രണ്ടാം ലോകമഹായുദ്ധം പൊട്ടിപ്പുറപ്പെട്ടപ്പോൾ ഗോദാവരി യുദ്ധവിരുദ്ധ ക്യാമ്പയിനിൽ മുഴുകി. ടെക്സ്റ്റൈൽ തൊഴിലാളികളുടെ ആദ്യത്തെ യുദ്ധവിരുദ്ധ പണിമുടക്ക് സംഘടിപ്പിക്കുന്നതിൽ അവർ സുപ്രധാന പങ്കുവഹിച്ചു. ബി ടി രണദിവെ, ഡാങ്കെ, മിറാജ്കർ, ബാട്‌ലിവാല, പരുലേക്കർ ദേശ്പാണ്ഡെ തുടങ്ങിയവർ അറസ്റ്റിലായതോടെ ഗോദാവരി പണിമുടക്കു സമരത്തിന്റെ നേതൃത്വം ഏറ്റെടുത്തു. 40 ദിവസം നീണ്ടുനിന്ന പണിമുടക്കിന് വിജയപൂർവ്വം നേതൃത്വം നല്കി. പണിമുടക്ക് നയിച്ചുകൊണ്ടിരിക്കെ ബോംബെ കമീഷണർ ഗോദാവരിയെ വിളിപ്പിച്ചു അനുനയിപ്പിക്കാൻ ശ്രമിച്ചുവെങ്കിലും ഗോദാവരി വഴങ്ങിയില്ല. തുടർന്ന് അവരെ ബോംബെയിൽ നിന്ന് നാടുകടത്തി. പൂനെ മുനിസിപ്പൽ അതിർത്തിക്ക് പുറത്തുകടക്കരുതെന്ന് ഉത്തരവ് നല്കി. അവർ ആ ഉത്തരവ് ലംഘിച്ച് കല്യാണിലെത്തി തൊഴിലാളികളുടെയും കൃഷിക്കാരുടെയും വലിയൊരു യോഗത്തെ അഭിസംബോധന ചെയ്തു. വൈകാതെ അറസ്റ്റിലായി. ശിക്ഷ: ഒമ്പതുമാസത്തെ കഠിന തടവ്. 1942 ആഗസ്തിൽ മോചിപ്പിച്ചു. അടുത്ത വർഷം ബംഗാൾ ക്ഷാമദുരിതാശ്വാസഫണ്ട് പിരിക്കുന്നതിൽ മുഴുകി. ഈ ഘട്ടത്തിലാണ് ഗോദാവരിയും പരുലേക്കറും തങ്ങളുടെ പ്രവർത്തനമേഖല മാറ്റിയത്. അവർ കൃഷിക്കാരെ

സംഘടിപ്പിക്കുന്നതിലേക്ക് തിരിഞ്ഞു. ജീവിതത്തിൽ അവശേഷിച്ച കാലം മുഴുവൻ അതിനാണ് അവർ ചെലവഴിച്ചത്.

1942 ൽ ജയിൽ മോചിതയായപ്പോൾ പാർട്ടി അവരെ ഒരു ചുമതല ഏല്പിച്ചു–മഹാരാഷ്ട്രയിൽ കിസാൻസഭ സംഘടിപ്പിക്കുക. ശ്യാംറാവുവും ഗോദാവരിയും മഹാരാഷ്ട്രയിൽ കൃഷിക്കാരെ സംഘടിപ്പിക്കാൻ തീരുമാനിച്ചു. സംസ്ഥാനത്തൊട്ടാകെ സഞ്ചരിച്ചു. അപ്പോഴാണ് അവർക്ക് താണെ ജില്ലയിലെ ദഹാനു–ഉംബർഗാവ് പ്രദേശങ്ങളിലെ ആദിവാസികളുടെ അടിമസമാന ജീവിതത്തെക്കുറിച്ച് മനസ്സിലാകുന്നത്. മഹാരാഷ്ട്രാ കൃഷിക്കാരുടെ ആദ്യസമ്മേളനം 1945 ജനുവരിയിൽ താണെ ജില്ലയിലെ തിത്‌വാളിയിൽ അവർ വിളിച്ചു ചേർത്തു. സംസ്ഥാനത്തിന്റെ എല്ലാ ഭാഗത്തുനിന്നും പ്രതിനിധികൾ പങ്കെടുത്തു. അക്കൂട്ടത്തിൽ ദഹാനു–ഉംബർഗാവ് പ്രദേശങ്ങളിലെ ആദിവാസികളുമുണ്ടായിരുന്നു. തങ്ങളുടെ പരമദയനീയാവസ്ഥ ഹൃദയസ്പൃക്കായി അവർ സമ്മേളനത്തിൽ അവതരിപ്പിച്ചു. സമ്മേളനം അവരെ ആവേശംകൊള്ളിച്ചു. തങ്ങളുടെ സമരം നയിക്കാൻ അവർ പരുലേക്കർ ദമ്പതികളെ ക്ഷണിച്ചു. അവർ ആ ക്ഷണം സ്വീകരിച്ചു.

അടിമത്തത്തിനും ഭൂപ്രഭുത്വത്തിനും എതിരെ 1945 ൽ പ്രസിദ്ധമായ വർളി ആദിവാസി കലാപം ആരംഭിച്ചു. വളരെയധികം കഷ്ടപ്പെട്ട് പരുലേക്കർ ദമ്പതികൾ ആ പ്രദേശത്തെ ആദിവാസികളെ ചെങ്കൊടിക്കു കീഴിൽ സംഘടിപ്പിച്ചു. പൊലീസിന്റെ കടുത്ത അടിച്ചമർത്തലുകളെ അതിജീവിച്ച് സമരം മുമ്പോട്ടു കൊണ്ടുപോയി. അത് ഉംബർഗാവിൽ നിന്ന് ദഹാനുവിലേക്ക് മൂന്നുദിവസം നീണ്ടുനിന്ന ഒരു പ്രകടനത്തിലാണ് കലാശിച്ചത്. അടിമത്തത്തിൽനിന്ന് മോചനം നേടേണ്ടിയിരുന്ന ആയിരക്കണക്കിന് ഗിരിവർഗ്ഗക്കാർ വഴിയിൽ പ്രകടനത്തിൽ അണിചേർന്നു. ദഹാനുവിലെ താലൂക്ക് ആപ്പീസിനു മുന്നിൽ എത്തിയപ്പോഴേക്ക് പ്രകടനത്തിൽ മുപ്പതിനായിരം പേരെങ്കിലുമുണ്ടായിരുന്നു. അവർ താലൂക്ക് ആപ്പീസ് വളഞ്ഞു. ഭയചകിതനായ തഹസിൽദാർ ഓടിപ്പോയി. ഈ മുപ്പതിനായിരം ആളുകളെ സാക്ഷിനിർത്തി താലൂക്ക് ആപ്പീസിന്റെ മുമ്പിൽവെച്ച് ശ്യാംറാവുവും ഗോദാവരിയും അടിമത്തം എന്നെന്നേക്കുമായി അവസാനിപ്പിച്ചതായി പ്രഖ്യാപിച്ചു. തുടർന്ന് പ്രഖ്യാപനങ്ങളുടെ പരമ്പരതന്നെ. അവ 'ചെങ്കൊടിയുടെ നിയമങ്ങൾ' എന്ന പേരിൽ അറിയപ്പെട്ടു.

ഭൂമി, വനഭൂമി, കൂലിവേല എന്നീ മൂന്ന് പ്രശ്നങ്ങൾ മുൻനിർത്തി നീണ്ടുനിന്നതും വിട്ടുവീഴ്ചയില്ലാത്തതുമായ ഭൂസമരം സംഘടിപ്പിച്ചു. 1948–49 ൽ സംസ്ഥാനത്ത് ആദ്യത്തെ കുടിയായ്മ നിയമം പാസാക്കുന്നതിൽ അത് കലാശിച്ചു. തുടക്കത്തിൽ ആ നിയമം താണെ ജില്ലയിലെ മൂന്നു താലൂക്കുകൾക്കു മാത്രമായിരുന്നു ബാധകം. ഈ മൂന്നു താലൂക്കുകളായിരുന്നു സമരകേന്ദ്രങ്ങൾ. പിന്നീട് നിയമം സംസ്ഥാനത്തൊട്ടാകെ ബാധകമാക്കി. ആദിവാസി ഭൂമി ആദിവാസി ഇതരർക്ക്

കൈമാറുന്നത് നിയമം വിലക്കി: ഈ ഭൂസമരവും പില്ക്കാലത്ത് വനഭൂമിക്കുവേണ്ടി നടത്തിയ സമരങ്ങളും ലക്ഷക്കണക്കിനേക്കർ ഭൂമി ഇദംപ്രഥമമായി ആദിവാസി കൃഷിക്കാരുടെ പേരിൽ നിക്ഷിപ്തമാക്കി.

കൂലിക്കുവേണ്ടിയും ശക്തമായ പോരാട്ടം നടന്നു. നീണ്ടുനിന്ന പോരാട്ടത്തിനുശേഷം ഒരുഭാഗത്ത് ഭൂപ്രഭുക്കളും മറുഭാഗത്ത്, കർഷകത്തൊഴിലാളികളും ദരിദ്രകൃഷിക്കാരും തമ്മിൽ ഗവൺമെന്റ് ഡിവിഷണൽ ആപ്പീസറുടെ സാന്നിദ്ധ്യത്തിൽ ചർച്ച. പ്രശ്നം ഒത്തുതീർപ്പായി. എങ്കിലും കമ്യൂണിസ്റ്റുകാരുമായുണ്ടാക്കിയ ഒത്തുതീർപ്പ് അംഗീകരിക്കാൻ അന്നത്തെ മുഖ്യമന്ത്രി മൊറാർജിദേസായി തയ്യാറായില്ല. അദ്ദേഹം ഡിവിഷണൽ ആപ്പീസറെ കൈയോടെ സ്ഥലം മാറ്റുകയും ഭീകരവാഴ്ച അഴിച്ചുവിടുകയും ചെയ്തു. അതിനെയും ഗിരിവർഗ്ഗക്കാർ ധീരോദാത്തം ചെറുത്തു. സമരത്തിന്റെ ശക്തിയും വ്യാപ്തിയും മൂലം പൊലീസിന് അതിനെ നേരിടാൻ കഴിയാതായി. ഈ ഘട്ടത്തിൽ മൊറാർജി പട്ടാളത്തെ വിളിച്ചു. പട്ടാളം കല്യാണിൽ വന്നിറങ്ങി.

അടിയന്തരമായും പട്ടാളത്തെ പിൻവലിച്ചില്ലെങ്കിൽ തങ്ങൾ അനിശ്ചിതമായി പണിമുടക്കുന്നതാണെന്ന് കമ്യൂണിസ്റ്റ് പാർട്ടി നേതൃത്വത്തിൽ അണിനിരന്ന ബോംബെയിലെയും താണെ ജില്ലയിലെയും തൊഴിലാളിവർഗ്ഗം മുന്നറിയിപ്പ് നല്കി. ജനാധിപത്യവാദികൾ സർക്കാർ നീക്കത്തിനെതിരെ ശബ്ദമുയർത്തി. പത്രങ്ങളും ഗവൺമെന്റിനെതിരെ വിമർശനത്തിന്റെ കൂരമ്പുകൾ തൊടുത്തുവിട്ടു. അവസാനം ഗവൺമെന്റിന് പിൻവാങ്ങേണ്ടിവന്നു. വിജയകരമായ ഈ സമരം തൊഴിലാളി – കർഷക ഐക്യത്തിന്റെ പ്രാധാന്യത്തിന് അടിവരയിട്ടു. ഈ തത്ത്വം ഗോദാവരിയും ശ്യാംറാവുവും ഒരിക്കൽപ്പോലും വിസ്മരിച്ചില്ല. കൂലിവേലയ്ക്കു വേണ്ടിയുള്ള സമരം മിനിമം വേതന നിയമത്തിന്റെ മുന്നോടിയായിരുന്നു. ഈ സമരം നടന്ന പ്രദേശങ്ങൾ കിസാൻസഭയുടെയും കമ്യൂണിസ്റ്റ് പാർട്ടിയുടെയും ശക്തികേന്ദ്രങ്ങളായി മാറി. അതുകൊണ്ടാണ് 1955 ൽ അഖിലേന്ത്യാ കിസാൻസഭാ സമ്മേളനം താണെ ജില്ലയിലെ ദഹാനുവിൽ നടത്തപ്പെട്ടത്. അത് വലിയൊരു സംഭവമാക്കി മാറ്റുന്നതിൽ ശ്യാംറാവുവും ഗോദാവരിയും സുപ്രധാന പങ്കുവഹിച്ചു.

1955 ൽ താണെ ജില്ലയിലെ കമ്യൂണിസ്റ്റ് പാർട്ടിയും കിസാൻസഭയും തൊട്ടടുത്തുകിടക്കുന്ന ഭാദ്ര–നാഗർഹവേലി പോർത്തുഗീസ് കോളനി വാഴ്ചയിൽനിന്ന് മോചിപ്പിക്കുന്നതിൽ ഉജ്ജ്വല പങ്കുവഹിച്ചു. ഈ സമരം ശ്യാംറാവുവും ഗോദാവരിയും നേരിട്ടു നയിച്ചു. ഗോവ വിമോചന സമരത്തിലും അവർ പങ്കെടുത്തു. 1950 കളുടെ മദ്ധ്യത്തിൽ താണെ ജില്ലയിൽ സംയുക്ത മഹാരാഷ്ട്ര പ്രക്ഷോഭത്തിനു നേതൃത്വം നല്കി. ആദിവാസി മേഖലയിൽപ്പെട്ട ഷിർഗോണിൽ അവർ ഒരു വലിയ കൺവൻഷൻ വിളിച്ചുകൂട്ടി. ആചാര്യ ആത്രെ, സേനാപതി ബാവത്, എസ് എം ജോഷി തുടങ്ങിയ നേതാക്കൾ അതിൽ പങ്കെടുത്തു. ഭാഷാടിസ്ഥാനത്തിൽ സംസ്ഥാനങ്ങൾ പുനഃസംഘടിപ്പിക്കാൻ

രാജ്യവ്യാപകമായി. നടന്ന പ്രക്ഷോഭത്തിന്റെ ഭാഗമായിരുന്നു സംയുക്ത മഹാരാഷ്ട്രാ പ്രക്ഷോഭം. ഈ പ്രക്ഷോഭത്തിന്റെ ഫലമായിട്ടാണ് 1957 ൽ ശ്യാംറാവു പരുലേക്കർ പാർലമെന്റിലേക്ക് തിരഞ്ഞെടുക്കപ്പെട്ടത്.

1960 കളിൽ അവിഭക്ത കമ്യൂണിസ്റ്റ് പാർട്ടിക്കകത്ത് ആശയസമരം മുൻപന്തിയിൽ വന്നു. വാസ്തവത്തിൽ അതിനുമുമ്പുതന്നെ താണെ ജില്ലയിലെ പാർട്ടിയും പ്രസ്ഥാനവും റിവിഷനിസ്റ്റ് നേതൃത്വത്തിന്റെ അപ്രീതിക്ക് ഇരയായിരുന്നു. അതിനാൽ ആദിവാസി സഖാക്കളുടെ മെമ്പർഷിപ്പ് ഉള്ളതുതന്നെയാണോ എന്നു പരിശോധിക്കാൻ അവർ ഒരു കമീഷനെ നിയമിക്കുകപോലും ചെയ്തു. ഇന്ത്യാ–ചൈനാ അതിർത്തി സംഘട്ടനത്തിന്റെ പശ്ചാത്തലത്തിൽ 1962 നവംബർ 7 ന് പരുലേക്കർ ദമ്പതികളെ അറസ്റ്റുചെയ്തു. ബ്രിട്ടീഷുഭരണകാലത്തും കോൺഗ്രസ് ഭരണകാലത്തുമായി ഗോദാവരി പരുലേക്കർ ഒരു ദശകത്തിലധികം ജയിലിലോ ഒളിവിലോ കഴിഞ്ഞു.

1964 ൽ പാർട്ടി പിളർന്നപ്പോൾ ഗോദാവരിയുൾപ്പെടെ താണെ ജില്ലയിലെപ്പാർട്ടി ഏറെക്കുറെ ഒന്നടങ്കം സി പി ഐ (എം) പക്ഷത്തേക്കു നീങ്ങി. ഏഴാം പാർട്ടി കോൺഗ്രസ് നടക്കുമ്പോൾ അവർ ജയിലിലായിരുന്നു. ശ്യാംറാവുവിനെ കോൺഗ്രസ്, കേന്ദ്രകമ്മിറ്റിയിലേക്ക് തിരഞ്ഞെടുത്തു. ജയിലിൽ, 1965 ആഗസ്ത് 3 ന്, ശ്യാംറാവു ഹൃദയസ്തംഭനംമൂലം മരണമടഞ്ഞത് അതേ ജയിലിൽത്തന്നെ കഴിയുകയായിരുന്ന ഗോദാവരിക്ക് കനത്ത ആഘാതമായി. ആ ഞെട്ടലിൽനിന്ന് വിമുക്തി പ്രാപിക്കാൻ മാസങ്ങളെടുത്തു. രണ്ടുപേരും വേണ്ടെന്നുവെച്ചതുകൊണ്ട് അവർക്ക് കുട്ടികളില്ല.

അല്പകാലം പരോളിൽ പുറത്തുകഴിഞ്ഞതിനുശേഷം ഗോദാവരി ജയിലിലേക്കു മടങ്ങി. ഈ ഘട്ടത്തിലാണ് പ്രസിദ്ധമായ ആദിവാസി കലാപം എന്ന പുസ്തകം അവർ എഴുതിയത്. തന്റെ പ്രിയതമന്റെ സ്മരണയ്ക്ക് മുമ്പിൽ സമർപ്പിച്ച ആ പുസ്തകം മറാത്തിയിലാണെഴുതിയത്. ഇംഗ്ലീഷ് ഉൾപ്പെടെ അനേകം ഭാഷകളിലേക്ക് അത് വിവർത്തനം ചെയ്യപ്പെട്ടു. മലയാളത്തിൽ *മനുഷ്യരുണരുമ്പോൾ* എന്ന ശീർഷകത്തിൽ ചിന്ത പബ്ലിഷേഴ്സ് അതു പ്രസിദ്ധീകരിച്ചു. ആ കൃതിക്ക് കേന്ദ്ര സാഹിത്യ അക്കാദമി അവാർഡ് ലഭിച്ചു. ജവാഹർലാൽ നെഹ്റു അവാർഡും ആ കൃതിക്ക് ലഭിച്ചിട്ടുണ്ട്.

1966 ഏപ്രിൽ 30–ന് ജയിൽ മോചിതയായതോടെ ഗോദാവരി സി പി ഐ (എം) കേന്ദ്രക്കമ്മിറ്റിയിലേക്ക് തിരഞ്ഞെടുക്കപ്പെട്ടു. 1992 ജനുവരിയിൽ മദിരാശിയിൽ ചേർന്ന 14–ാം കോൺഗ്രസ് വരെ തൽസ്ഥാനത്ത് തുടർന്നു. പ്രായാധിക്യവും അനാരോഗ്യവുംമൂലം ആ കോൺഗ്രസിൽവെച്ച് സ്വയമേവ അവർ സി സിയിൽനിന്ന് ഒഴിഞ്ഞു.

1964 ൽ സി പി ഐ (എം) രൂപംകൊണ്ടതു മുതൽ 1997 ജനുവരി വരെ മഹാരാഷ്ട്ര സംസ്ഥാന സെക്രട്ടേറിയേറ്റ് അംഗമായിരുന്നു. 1997 ജനുവരിൽ നടന്ന സംഘടനാപ്ലീനത്തിൽവെച്ച് ആരോഗ്യപരമായ

കാരണങ്ങളാൽ സംസ്ഥാന സെക്രട്ടേറിയറ്റിൽനിന്ന് സ്വയം ഒഴിഞ്ഞു. എങ്കിലും മഹാരാഷ്ട്രയിലെ പ്രസ്ഥാനത്തിനു നല്കിയ സംഭാവനകൾ പരിഗണിച്ച് സംസ്ഥാനക്കമ്മിറ്റിയിൽ അവരെ നിലനിർത്തി.

1986 ൽ പട്നയിൽ നടന്ന അഖിലേന്ത്യാ കിസാൻസഭയുടെ സുവർണ്ണ ജൂബിലി സമ്മേളനം അവരെ പ്രസിഡന്റ് സ്ഥാനത്തേക്ക് തിരഞ്ഞെടുത്തു. നിരവധി വർഷം മഹാരാഷ്ട്ര കിസാൻസഭയുടെ പ്രസിഡന്റായും പ്രവർത്തിച്ചു. കിസാൻസഭാ പ്രവർത്തനത്തെ സഹായിക്കാൻ എൺപത്തി അഞ്ച് വയസ്സുവരെ രാജ്യത്തിന്റെ ഓരോ മുക്കിലും മൂലയിലും അവർ സഞ്ചരിച്ചു. സോഷ്യലിസ്റ്റ് രാജ്യങ്ങളിലും ധാരാളം സഞ്ചരിച്ചു. അവിടത്തെ കൃഷിക്കാരുടെ ജീവിതവും പ്രശ്നങ്ങളും പഠിക്കാൻ ആ അവസരം അവർ ഉപയോഗിച്ചു. ജീവിതകാലം മുഴുവൻ കിസാൻ നേതാവെന്ന നിലയിലുള്ള പ്രവർത്തനം തുടർന്നു. 1976–ൽ അടിയന്തരാവസ്ഥക്കാലത്തുപോലും അടിമവേലക്കാരുടെ വിജയകരമായ ഒരു സമരം അവർ നയിച്ചു. താണെ ജില്ലയിലെ വാഡ താലൂക്കിലായിരുന്നു അത്.

ഗിരിവർഗ്ഗക്കാർക്കിടയിൽ വിദ്യാഭ്യാസം പ്രചരിപ്പിക്കുന്നതിനായി ആദിവാസി പ്രഗതിമണ്ഡൽ രൂപവല്ക്കരിക്കാൻ അവർ മുൻകൈ എടുത്തു. താണെ ജില്ലയിൽ ഗിരിവർഗ്ഗ വിദ്യാർത്ഥികൾക്കുവേണ്ടി ധാരാളം സ്കൂളുകളും കോളേജുകളും ഹോസ്റ്റലുകളും നടത്തുന്നുണ്ട് ഇന്ന് ഈ സ്ഥാപനം. ഗിരിവർഗ്ഗ വികസനത്തിനായി മഹാരാഷ്ട്ര സ്വയംഭരണ കൗൺസിലിനുവേണ്ടി അവർ വാദിച്ചു; പലതരം പദ്ധതികൾ മുമ്പോട്ടുവെച്ച് പ്രക്ഷോഭം സംഘടിപ്പിച്ചു.

മർദ്ദിത ജനവിഭാഗങ്ങൾക്കു വേണ്ടി നിസ്വാർത്ഥമായ പൊതുജീവിതം നയിച്ചതിന്റെ പേരിൽ 1984 ൽ അവർക്ക് ലോകമാന്യതിലക് അവാർഡ് നല്കപ്പെട്ടു. സാമൂഹിക സമത്വത്തിനും സ്ത്രീവിമോചനത്തിനും പ്രവർത്തിച്ചതിന് 1990 ൽ സാവിത്രിബായി ഫൂലെ അവാർഡും ലഭിച്ചു. കമ്യൂണിസ്റ്റ് പാർട്ടിക്കും കിസാൻസഭയ്ക്കും രാജ്യത്തെ അദ്ധ്വാനിക്കുന്ന ഗ്രാമീണജനവിഭാഗങ്ങൾക്കും വേണ്ടി അര നൂറ്റാണ്ടിലധികം നിസ്വാർത്ഥമായി പ്രവർത്തിച്ച ഗോദാവരി പരുലേക്കർ 1996 ഒക്ടോബർ 8 ന് അന്തരിച്ചു.

സി ഭാസ്കരൻ

ഒന്നാം പതിപ്പിന്റെ മുഖവുര

"**നി**ങ്ങൾ തന്നെ ഇതിനൊരു മുഖവുര എഴുതുകയാണെങ്കിൽ വളരെ നന്നായിരിക്കും" എന്ന് മൗജ് പ്രസിദ്ധീകരണഗൃഹത്തിലെ ശ്രീ ഭാഗവത് അഭിപ്രായപ്പെട്ടത് മുതൽ എഴുതാനായി ഞാനിരുന്നിട്ടുണ്ട്. പക്ഷേ, ഓരോ തവണയും അശ്രുപ്രവാഹം തടുക്കാൻ വയ്യാതെ കടലാസ് മാറ്റിവയ്ക്കേണ്ടിവന്നു. എഴുതാനിരുന്നാലുടൻ എന്റെ പ്രിയപ്പെട്ട ഭർത്താവ് സഖാവ് ശ്യാംറാവു അവർകളുടെ സ്മരണ ഓടിയെത്തുന്നു. അസഹ്യമായ മനഃസാക്ഷിക്കുത്തുണ്ടാകുന്നു. ഹൃദയത്തിൽനിന്ന് തേങ്ങലുകളുയരുന്നു. ഞാൻ അപരാധിനിയാണെന്ന് എനിക്കു തന്നെ തോന്നിപ്പോകുന്നു.

1962 ൽ ഞങ്ങൾ ഇരുവരും ജയിലിലായിരുന്നപ്പോൾ ആദിവാസികൾക്കിടയിൽ ഞാൻ ചെയ്തിട്ടുള്ള പ്രവർത്തനങ്ങളെയും എന്റെ അനുഭവങ്ങളെയും ആധാരമാക്കി ഞാൻ എന്തെങ്കിലും എഴുതണമെന്ന് സ. ശ്യാംറാവു ആഗ്രഹം പ്രകടിപ്പിച്ചിരുന്നു. എന്തെങ്കിലും എഴുതാനുള്ള കഴിവ് എനിക്കുണ്ടെന്ന് ഒരിക്കലും ഞാൻ വിശ്വസിച്ചിരുന്നില്ല. ഞാനൊരു എഴുത്തുകാരിയല്ലെന്നതിനു പുറമേ സാധാരണ കാര്യങ്ങൾക്കായിപ്പോലും 'എഴുതുക' എന്നത് ഒരു മുഷിപ്പൻ പണിയായി തോന്നാറുള്ളതിനാൽ ഇതുപോലെ എന്തെങ്കിലും എഴുതാനുള്ള ധൈര്യം എനിക്കില്ലായിരുന്നു. എനിക്കെന്ത് ചെയ്യാൻ കഴിയും! എന്റെ എല്ലാ ശ്രമങ്ങളും നിഷ്ഫലമാവുകയേ ഉള്ളു എന്ന് എനിക്കെപ്പോഴും തോന്നിയിരുന്നു. അതിനാൽ എന്തെങ്കിലും കാരണങ്ങൾ പറഞ്ഞ് ഞാൻ ഇക്കാര്യം നീട്ടിക്കൊണ്ടുപോവുകയായിരുന്നു.

സ. ശ്യാംറാവുവിന്റെ നിർബ്ബന്ധം കൂടുതലായപ്പോൾ 1964 ൽ ഞാൻ 'വനഗഹ്വരങ്ങളിൽ വർളികളുടെ ജീവിതം', 'ഞങ്ങളുടെ നിവാസസ്ഥാനം'

എന്നീ രണ്ട് അദ്ധ്യായങ്ങൾ എഴുതി. ഇവ രണ്ടും ശ്യാംറാവുവിന് ഇഷ്ടപ്പെട്ടതിനാൽ എനിക്കും അവ നന്നായി തോന്നി. അതിനുശേഷം എഴുത്ത് തൽക്കാലം നിർത്തിവെക്കേണ്ടിവന്നു.

ഹൈക്കോടതിയിൽ ഹേബിയസ് കോർപ്പസ് ഹർജികൊടുക്കാൻ ഞങ്ങൾ തീരുമാനിച്ചിരുന്നു. ശ്യാംറാവു സ്വയം ഹർജി തയ്യാറാക്കാനും സ്വയം കോടതിയിൽ ഹാജരായി കേസു വാദിക്കാനുമാണ് തീരുമാനിച്ചത്. ഇതിനായി അദ്ദേഹത്തിന് ധാരാളം നിയമപഠനം നടത്തേണ്ടതുണ്ടായിരുന്നു. സമർത്ഥനായ ഒരു വക്കീലിനേക്കാൾ കൂടുതൽ വാക്പാടവവും കുശലതയും അദ്ദേഹം തന്റെ ഭാഗത്ത് പ്രദർശിപ്പിച്ചു. ഇതിന്റെ പേരിൽ ഹൈക്കോടതിയിലെയും സുപ്രീംകോടതിയിലെയും ന്യായാധിപന്മാരുടെ മുമ്പിൽ അദ്ദേഹം ശ്രദ്ധേയനായിട്ടുണ്ട്. ഈ നിയമപഠനം തുടങ്ങിയതുമുതൽ ഇക്കാര്യത്തിൽ എനിക്കും കുറച്ചൊക്കെ അദ്ദേഹത്തെ സഹായിക്കേണ്ടതായി വന്നു. ഇതുമൂലവും ജയിലിൽ ഇനിയും വളരെയേറെ ദിവസങ്ങൾ കഴിയേണ്ടിവരുമെന്നറിയാമെന്നതിനാലും കേസിനുവേണ്ട ഒരുക്കങ്ങൾ ചെയ്തതിനുശേഷം വീണ്ടും എഴുതാം എന്നു വിചാരിച്ചു. അങ്ങനെ ഇതെഴുതുന്ന കാര്യം നീണ്ടുപോയി. കുറച്ചു ദിവസത്തിനുശേഷം യർവാദാ ജയിലിലേക്കു മാറ്റപ്പെട്ട ശ്യാംറാവുവിന് ഹൃദ്രോഗവും രക്തസമ്മർദ്ദവും ഉണ്ടെന്നു ഡോക്ടർ പറഞ്ഞു. അദ്ദേഹത്തിനുതന്നെ ആശങ്കയുള്ളതുപോലെ തോന്നിയിരുന്നു. ഞാൻ ജയിലിൽ വച്ചുതന്നെ ഗ്രന്ഥരചന പൂർത്തിയാക്കണമെന്ന ശ്യാംറാവുവിന് ആഗ്രഹമുണ്ടായിരുന്നു. പക്ഷേ, എന്റെ അപ്പോഴത്തെ മാനസിക നില മനസ്സിലാക്കി പിന്നീടൊരിക്കലും അക്കാര്യത്തിൽ നിർബ്ബന്ധം കാണിച്ചില്ല. എഴുതിത്തീർത്ത രണ്ട് അദ്ധ്യായങ്ങൾ അങ്ങനെ തന്നെ ഇരുന്നു.

1965 നവംബറിൽ പരോൾ കഴിഞ്ഞ് ഞാൻ വീണ്ടും യർവാദാ ജയിലിൽ തിരിച്ചെത്തിയപ്പോൾ ശ്യാംറാവുവിന്റെ ആഗ്രഹം സഫലമാക്കുന്നതിനായി, എനിക്കു കഴിയുന്നതുപോലെ എഴുതാം, പിന്നെ എന്തു സംഭവിച്ചാലും തരക്കേടില്ല എന്ന തീരുമാനത്തോടെ തുടർന്നെഴുതാൻ തുടങ്ങി. 1965 നവംബറിലും 1966 ഏപ്രിലിനുമിടക്ക് ഞാനെഴുതി പൂർത്തിയാക്കി, എന്റെ കടമ നിറവേറ്റി. ജയിൽവാസക്കാലത്ത് റഫറൻസിന് ആവശ്യമായിരുന്ന സിമിങ്ടൺ റിപ്പോർട്ട്, ആദിവാസി സേവാമണ്ഡലത്തിന്റെ റിപ്പോർട്ട്, പത്രങ്ങളിൽ വന്ന പ്രസക്തമായ വിവരങ്ങൾ എന്നിവയൊന്നും എനിക്കു കിട്ടുകയുണ്ടായില്ല. അതിനാൽ ജയിലിൽ നിന്ന് പുറത്തുവന്നതിനുശേഷം 1966 ആഗസ്ത് മൂന്നിനുള്ളിൽ ഇത്തരം വിവരങ്ങൾ ശേഖരിച്ച് ഈ ഗ്രന്ഥരചന പൂർത്തിയാക്കുകയാണുണ്ടായത്. ഈ ഗ്രന്ഥം സ. ശ്യാംറാവുവിന് കാണാൻ കഴിഞ്ഞിരുന്നെങ്കിൽ അദ്ദേഹത്തിനെന്തുമാത്രം ആനന്ദം നല്കുമായിരുന്നു! അതുകൊണ്ടുതന്നെ തക്കസമയത്ത് എനിക്ക് ഇതെഴുതിത്തീർക്കാൻ കഴിഞ്ഞില്ലല്ലോ എന്നോർക്കുമ്പോൾ എന്നിൽ കുറ്റബോധം നിറഞ്ഞു

നില്ക്കുന്നു; മനസ്സു പിടയുന്നു, നയനങ്ങൾ അശ്രുപൂർണ്ണങ്ങളാകുന്നു.

ഈ ആമുഖത്തിൽ ഒരു കാര്യം പ്രത്യേകം എടുത്തുപറയണമെന്നു തോന്നുന്നു. നിരവധി ഇടത്തരക്കാരായ സ്ത്രീ–പുരുഷന്മാരിൽ നിന്ന് ആദിവാസികളുടെ ഇടയിൽ പ്രവർത്തിക്കാൻ ഞാനെങ്ങനെ പോയി? എല്ലാം ഉപേക്ഷിച്ച് വനാന്തരങ്ങളിലേക്കിറങ്ങിച്ചെല്ലാനുള്ള കാരണം എന്തായിരുന്നു? ഇതെല്ലാം ഞാനോർക്കുകയാണ്. 1942 ൽ ജയിലിൽ നിന്നു പുറത്തുവന്നതിനുശേഷം സ. ശ്യാംറാവുവും ഞാനും മഹാരാഷ്ട്രയിലെ കർഷകരുടെ ഇടയിൽ പ്രവർത്തിക്കാൻ തീരുമാനിച്ചു. സ. ശ്യാംറാവു കർഷക പ്രശ്നങ്ങളെപ്പറ്റി സവിശേഷ പഠനം നടത്തിയിരുന്നു. കർഷകർ രാഷ്ട്രീയമായി പ്രബുദ്ധരാകാതെ, അവരുടേതായ സമരസംഘടനകൾ രൂപംകൊള്ളാതെ സോഷ്യലിസം സ്ഥാപിക്കുക സാദ്ധ്യമല്ലെന്ന് അദ്ദേഹം ദൃഢമായി വിശ്വസിച്ചിരുന്നു. അതിനാൽ ഞങ്ങൾ ഇരുവരും ഠാണാജില്ലയിൽ കർഷകപ്രസ്ഥാനം കെട്ടിപ്പടുക്കാൻ തീരുമാനിച്ചു. 1945 വരെ അങ്ങനെ പ്രവർത്തിച്ച് അക്കൊല്ലം ജനുവരിയിൽ തിത്വാള എന്ന സ്ഥലത്തുവച്ച് മഹാരാഷ്ട്ര പ്രദേശ് കിസാൻസഭയുടെ ആദ്യത്തെ സമ്മേളനം നടത്തി. ഈ സമ്മേളനത്തിന്റെ പ്രചാരണം ഠാണാജില്ലയിലെ എല്ലാ താലൂക്കുകളിലും എത്തിക്കണമെന്ന് തീരുമാനിച്ചു. ഈ പ്രചാരണത്തിനുവേണ്ടി പ്രധാനമായും ആദിവാസികൾ തിങ്ങിപ്പാർത്തിരുന്ന തലാസരി, ഡഹാണു എന്നീ പ്രദേശങ്ങളിൽ ഞാൻ പോയി; അവിടെവച്ച് ആദിവാസികളുടെ കൊടുംദാരിദ്ര്യവും അസ്വാതന്ത്ര്യവും അടിമത്തവും നേരിൽ കണ്ടറിഞ്ഞതോടെ അവിടെത്തന്നെ പ്രവർത്തിക്കാൻ തീരുമാനിച്ചു. ഈ പ്രദേശങ്ങൾ എന്റെ പ്രവർത്തനരംഗമായിത്തീർന്നത് ഇങ്ങനെയാണ്.

അക്കാലങ്ങളിൽ ആ കുഗ്രാമങ്ങൾ ജമീന്ദാർമാരുടെ സാമ്രാജ്യമായിരുന്നു. പ്രതിഫലമില്ലാതെ ജോലിചെയ്യുന്ന സ്ത്രീ–പുരുഷന്മാരുടെ ഒരു ജനസഞ്ചയം. പ്രഭാതത്തിനുമുമ്പ് തുടങ്ങി മദ്ധ്യാഹ്നം വരെ പണിയെടുക്കണം. ഉച്ചയ്ക്ക് ഒരു മനുഷ്യന് കഷ്ടിച്ചു മതിയാകുന്ന അത്ര ധാന്യം അവർക്കു കൊടുക്കും. ആ ധാന്യവും കാട്ടുകിഴങ്ങുകളും വേരുകളും വേവിച്ച് അതിൽ ഇത്തിരി ഉപ്പോ വെള്ളമോ കൂട്ടി ഉണ്ടാക്കുന്ന ഭക്ഷണം കഴിക്കുമ്പോഴേക്കുവീണ്ടും പണിക്ക് ഹാജരാകാറാവും. സന്ധ്യയാകുന്നതുവരെ വീണ്ടും പണി തന്നെ. ഒരുപിടി ധാന്യമല്ലാതെ വേറെ കൂലിയില്ല. വിശ്രമസമയമില്ല, ഒഴിവു ദിനങ്ങളില്ല. മൃഗങ്ങളെപ്പോലെ നേരം വെളുത്താലുടൻ ജോലി തുടങ്ങിക്കൊള്ളണം. ഒരു പിടിച്ചോറും തിന്ന് നടുമുറിയുന്നതുവരെ അദ്ധ്വാനിക്കണം. രാത്രിയായാൽ എവിടെയെങ്കിലും ചുരുണ്ടുകിടന്നുറങ്ങുക. നേരം പുലർന്നാൽ വീണ്ടും പഴയപടി അദ്ധ്വാനം തന്നെ. ജീവിതത്തിൽ സന്തോഷമില്ല, വൈവിദ്ധ്യമില്ല, രസമില്ല, സ്വാതന്ത്ര്യമില്ല. സ്വന്തം ഗ്രാമമല്ലാതെ, തങ്ങളുടെ യജമാനനെയല്ലാതെ, മറ്റൊന്നും കണ്ടിട്ടില്ല. എത്രയോ ദിവസങ്ങളായി, വർഷങ്ങളായി ഇതായിരുന്നു ആദിവാസികളുടെ ലോകം.

ഒരു ആടിനെ ദ്രോഹിച്ചാൽ അത് പ്രതികാരം ചെയ്യാറുണ്ടോ? അതുപോലെ എല്ലാ കഷ്ടതകളും സഹിച്ച് എല്ലാ മോഹങ്ങളും അടക്കി ആദിവാസികൾ ജീവിച്ചുവരികയായിരുന്നു. ജീവൻ നഷ്ടപ്പെട്ടാൽ, പട്ടിണികിട്ടാൽ, സ്വന്തം ഭാര്യ മാനഭംഗം ചെയ്യപ്പെട്ടാൽ മൂകവേദനയോടെ എല്ലാം സഹിച്ചു ജീവിക്കാൻ അവർ വിധിക്കപ്പെട്ടവരായിരുന്നു.

ഈ പരിതഃസ്ഥിതിയിലാണ് ഞങ്ങൾ അവിടെച്ചെന്നത്. പുറമെ ശാന്തത തോന്നിയിരുന്നുവെങ്കിലും ആദിവാസികളുടെ ഉള്ളിൽ എരിഞ്ഞുകൊണ്ടിരുന്ന അസംതൃപ്തിയുടെയും അസമാധാനത്തിന്റെയും വിസ്ഫോടനം അതോടെ സംഭവിച്ചു. അവർക്കുവേണ്ട ശക്തിയും മാർഗ്ഗനിർദേശവും ഞങ്ങൾ നല്കി. ഞങ്ങളുടെ പിന്തുണയും സഹായവും ലഭിച്ചപ്പോൾ ആദിവാസികൾ മനുഷ്യരായി ഉണർന്നെഴുന്നേറ്റു, മനുഷ്യരായി ഉണരാൻ തങ്ങൾക്ക് ശക്തിയുണ്ടെന്നറിഞ്ഞ അവർ തങ്ങളുടെ ശത്രുക്കളോട് പകവീട്ടാൻ എങ്ങനെ സന്നദ്ധരായി, അവർ എത്രത്തോളം മാറി എന്നീ കാര്യങ്ങൾ പറയാൻ ഈ ഗ്രന്ഥത്തിൽ ശ്രമിച്ചിട്ടുണ്ട്.

കമ്യൂണിസ്റ്റ് പാർട്ടിയുടെ പരിപാടികളോട് പൊതുവെയും ഞങ്ങളോട് പ്രത്യേകിച്ചും ഉള്ള മുൻവിധിയോടുകൂടിയ സമീപനം മൂലം ഈ ഗ്രന്ഥത്തിൽ പ്രതിപാദിക്കപ്പെട്ട പലതും അതിശയോക്തി കലർന്നതാണെന്ന ആക്ഷേപം തീർച്ചയായും ഉണ്ടാകാനിടയുണ്ട്. ഇങ്ങനെയൊന്നുണ്ടാകരുതെന്നു കരുതി ആവശ്യമുള്ള സന്ദർഭങ്ങളിൽ, സിമിങ്ടൺ റിപ്പോർട്ട്, ആദിവാസി സേവാമണ്ഡലം ഭാരവാഹികളുടെ നിവേദനങ്ങൾ, മറ്റു റിപ്പോർട്ടുകൾ എന്നിവയിൽനിന്ന് അതേപടി ഉദ്ധരണികൾ ചേർത്തിട്ടുണ്ട്. അതിനാൽ ഇത്തരം ആക്ഷേപങ്ങൾ ഉണ്ടാവുകയില്ലെന്ന് വിശ്വസിക്കട്ടെ.

സ.ശ്യാംറാവുവിന്റെ പ്രേരണമൂലമാണ് ഈ ഗ്രന്ഥം എഴുതാൻ തുടങ്ങിയതെന്ന് മുമ്പ് പറഞ്ഞുവല്ലോ. ജയിൽവാസക്കാലത്ത് സ. അഹല്യാ രംഗനേക്കർ, സ. വിമലാ രണദിവെ, ശ്രീമതി പ്രേമാ ഓക് മുതലായവരുടെ പ്രോത്സാഹനങ്ങൾ മൂലം ജയിലിൽ വെച്ചുതന്നെ ഇതെഴുതി പൂർത്തിയാക്കാൻ കഴിഞ്ഞു. ഇതെഴുതിത്തീരുന്നതുവരെ അവർ എന്റെ അടുത്തുനിന്ന് മാറാതെ നിന്നിരുന്നു. അവരോട് നന്ദി പ്രദർശിപ്പിക്കുന്നത് അവർക്കിഷ്ടപ്പെട്ടുവെന്നു വരില്ല.

ഈ ഗ്രന്ഥത്തിന്റെ കൈയെഴുത്തുപ്രതി തയ്യാറായപ്പോൾ ഇനിയെന്തു ചെയ്യണമെന്ന പ്രശ്നം പൊന്തിവന്നു. ഇതാരെയെങ്കിലും ഏല്പിക്കാനുള്ള ആത്മവിശ്വാസം എനിക്കില്ലായിരുന്നു. ആയിടയ്ക്ക് എന്റെ കാലിൽ ഒരസുഖം ഉണ്ടായതിനെത്തുടർന്ന് എന്റെ സഹോദരനായ ശ്രീ ബാലകൃഷ്ണ ലക്ഷ്മൺ ഗോഖലെയുടെ പത്നി ഡോക്ടർ ലീലാ ഗോഖലെയുടെ ആശുപത്രിയിൽ പോകാനിടയായി. അസുഖം മുഴുവനും ഭേദമാകുന്നതുവരെ ഏതാണ്ട് രണ്ടുമാസക്കാലം അവരുടെ വീട്ടിൽ താമസിക്കേണ്ടിവന്നു. അവിടെവച്ച് ബോംബെ സേവാസംഘത്തിൽ എന്റെ അടുത്ത സഹപ്രവർത്തകയായിരുന്ന

ശ്രീമതി കമലാ വസന്ത് പാണിമംഗരൂൾ എന്റെ പുസ്തകത്തിന്റെ കൈയെഴുത്തുപ്രതി വായിച്ചുനോക്കി, ശ്രീമതി കമലയും ശ്രീ വസന്ത് പാണിമംഗളൂരും ഇതിനെപ്പറ്റി അവരുടെ മരുമകനും പ്രസിദ്ധ മറാഠി എഴുത്തുകാരനും ആയ ജ്ഞാനേശ്വർ നാദ്കർണ്ണിയുമായി സംസാരിച്ചു. ശ്രീ നാദ്കർണ്ണി താമസിയാതെ എന്നെ വന്നുകണ്ട് ഈ കയ്യെഴുത്തു പ്രതി വായിച്ചുനോക്കി. ഉടനെതന്നെ അദ്ദേഹം *മൗജ്* പ്രസിദ്ധീകരണ ശാലയിലെ ശ്രീ ഭാഗവതുമായി ടെലിഫോണിൽ സംസാരിച്ചു. കൈയെഴു ത്തുപ്രതി ഭാഗവതിനെ ഏല്പിക്കാൻ എന്നോടപേക്ഷിക്കുകയും ചെയ്തു. സംഗതി ഇത്രത്തോളമൊക്കെ ആയെങ്കിലും ഞാൻ വിശേഷി ച്ചൊന്നും ചെയ്യാതെ ഇരിക്കുകയായിരുന്നു. എന്നാൽ എന്റെ മറ്റൊരു സഹോദരനായ ശ്രീ ഗജാനൻ ലക്ഷ്മൺ ഗോഖലെ എന്നെ വളരെയേറെ നിർബ്ബന്ധിക്കുകയും അങ്ങനെ ഒരു ദിവസം സ. പി ബി രംഗനേക്ക റോടൊപ്പം ഞാൻ ശ്രീ ഭാഗവതിനെ കണ്ട് അദ്ദേഹത്തിന്റെ കൈയിൽ അറച്ചറച്ച് എന്റെ നോട്ടുപുസ്തകം ഏല്പിക്കുകയും ചെയ്തു. ഇതൊ ക്കെ വളരെ പെട്ടെന്നാണ് സംഭവിച്ചത്. ശ്രീ ഭാഗവത് ചില നിർദ്ദേശങ്ങൾ തന്നു. "പുസ്തകം അച്ചടിക്കുവാൻ ഞങ്ങൾ തീരുമാനിച്ചിരിക്കുന്നു" എന്ന് അദ്ദേഹം പറഞ്ഞപ്പോൾ മാത്രമാണ് എനിക്ക് ജീവൻ വീണു കിട്ടിയത്. ശ്രീ ഭാഗവതിന്റെ സമയോചിതങ്ങളായ നിർദ്ദേശങ്ങൾക്കും, ശ്രീ നാദ്കർണ്ണിയുടെ സഹകരണങ്ങൾക്കും ഞാൻ എന്നും കടപ്പെട്ട വളാണ്. അവരുടെ സഹകരണമില്ലായിരുന്നുവെങ്കിൽ അധഃപതിച്ചു കിടന്നിരുന്ന വർളിസമൂഹം എങ്ങനെ ഉണർന്നെഴുന്നേറ്റു, ആത്മാഭിമാനം സംരക്ഷിക്കാൻ അവരെങ്ങനെ പഠിച്ചു, അവരുടെ ആചാരവിചാരങ്ങൾ അടിമുടി എങ്ങനെ മാറിപ്പോയി എന്ന കഥ വായനക്കാരുടെ മുമ്പിൽ ഇങ്ങനെ അപൂർണ്ണമായിട്ടെങ്കിലും അവതരിപ്പിക്കാൻ എനിക്കു കഴിയു മായിരുന്നില്ല. പ്രൂഫ് തിരുത്തുന്നതിനും മുദ്രണം സംബന്ധിച്ച മറ്റനവധി കാര്യങ്ങളിലും മൗജ്പ്രിന്റിങ് ബ്യൂറോയിലെ ശ്രീ വി പി ഭാഗവതും സ. പി ബി രംഗനേക്കറും അനേകം സഹായസഹകരണങ്ങൾ നല്കിയി ട്ടുള്ള കാര്യവും ഇവിടെ സ്മരിക്കേണ്ടതുണ്ട്.

ഗോദാവരി പരുലേക്കർ

രണ്ടാം പതിപ്പിന്റെ മുഖവുര

മനുഷ്യരുണരുമ്പോൾ എന്ന ഗ്രന്ഥത്തെക്കുറിച്ച് പത്രമാസികകളിൽ വന്ന നിരൂപണങ്ങളിൽ ചില സ്നേഹിതന്മാർ ചില സംശയങ്ങൾ ഉന്നയിച്ചിട്ടുണ്ട്. ഇവയിൽ ചിലതിനെപ്പറ്റി, ഈ രണ്ടാം പതിപ്പിന്റെ മുഖവുരയിൽ പരാമർശിക്കാൻ ഉദ്ദേശിക്കുകയാണ്.

ചില നിരൂപകരുടെ അഭിപ്രായത്തിൽ ഈ ഗ്രന്ഥത്തിൽ പല പ്രശ്നങ്ങളും ഉത്തരം നല്കപ്പെടാതെ പോയിട്ടുണ്ട്. ഈ അഭിപ്രായം ഭാഗികമായി ശരിയാണ്. ഈ ഗ്രന്ഥം രചിക്കാനുള്ള മുഖ്യ പ്രേരണ ശരിക്കും മനസ്സിലാക്കുകയാണെങ്കിൽ ഇത്തരമൊരു കുറവ് ന്യായീകരിക്കത്തക്കതാണെന്ന പറയേണ്ടിവരും.

ഈ പുസ്തകം എഴുതാനുണ്ടായ മുഖ്യ പ്രേരണ, വർളികളുടെ, ആദിവാസികളുടെ, അവരെപ്പോലെയുള്ള കർഷകത്തൊഴിലാളികളുടെ ജീവിതത്തിന്റെയും ജീവിത സാഹചര്യങ്ങളുടെയും ഒരു ചിത്രം ജനങ്ങളുടെ മുമ്പിൽ അവതരിപ്പിക്കുക എന്നതായിരുന്നു. ഈ കർഷകരുടെ ഇടയിൽ ഏതുതരത്തിൽ, എത്രത്തോളം, എങ്ങനെയൊക്കെ പ്രവർത്തനങ്ങൾ സംഘടിപ്പിക്കേണ്ടതുണ്ട് എന്നതിനെപ്പറ്റി ഒരു ഏകദേശ വിവരം പ്രവർത്തകർക്ക് നല്കുക, അവരിൽ അതിനുവേണ്ട ആവേശം ജനിപ്പിക്കുക, ഉടൻ വിപ്ലവം പ്രസംഗിക്കുന്നവർക്ക് വിപ്ലവത്തിന് പശ്ചാത്തലമൊരുക്കുന്ന കാര്യത്തെപ്പറ്റി കുറച്ചെങ്കിലും ബോധമുണ്ടാക്കുക, കുറച്ചുപേരെയെങ്കിലും അതിന് സന്നദ്ധരാക്കുക — ഇത്രയും ഉദ്ദേശ്യങ്ങൾ വെച്ചുകൊണ്ടാണ് ഈ പുസ്തകമെഴുതിയത്.

ഈ ഗ്രന്ഥത്തിൽ വിവാദവിഷയങ്ങൾ ഉൾപ്പെടുത്തിയപ്പോൾ അവയിൽ മാത്രം ശ്രദ്ധ കേന്ദ്രീകരിച്ച് മുഖ്യഉദ്ദേശ്യം വിഗണിക്കപ്പെടാനുള്ള

സാദ്ധ്യത ഉണ്ടായിരുന്നു. അങ്ങനെ സംഭവിക്കരുത് എന്നു കരുതി വിവാദവിഷയങ്ങളെ ത്യാജ്യഗ്രാഹ്യവിചാരത്തോടെയും വസ്തുസ്ഥിതി നിദർശകമായും അവതരിപ്പിക്കാൻ ശ്രമിച്ചിട്ടുണ്ട്.

ശ്രീ. ജി പി പ്രധാൻ അവർകൾ മഹാരാഷ്ട്ര ടൈംസിലെ തന്റെ നിരൂപണത്തിൽ ഇങ്ങനെ പറയുന്നു:

> ഒഴുകിയത് ഗംഗ, ശേഷിച്ചത് തീർത്ഥം, എന്ന അദ്ധ്യായത്തിൽ ജമീന്ദാർ മാരുടെയും ഹുണ്ടിക കച്ചവടക്കാരുടെയും ഭാഗത്തുണ്ടായിരുന്ന ഇടത്തരക്കാർ, ജന്മികളുടെ കൈയാളുകളായിരുന്നവർ, 1953 ൽ സംയുക്ത മഹാരാഷ്ട്ര പരിഷത്തിന്റെ പ്രാരംഭകാലത്ത പവി ത്രരായിത്തീർന്നതായി അവർ പറയുന്നു. ചില ജന്മികളും ഹുണ്ടി കക്കാരും ഗോദാവരി ബായിയുടെ അഭിപ്രായത്തിൽ അവരുടെ ജീവിതവൃത്തി മാറ്റി, ആദിവാസികളുടെ പ്രക്ഷോഭ നൈപുണ്യം മനസ്സിലാക്കിയതുകൊണ്ടാണ് ഇവർ സ്വയം മാറിയതെന്ന ഗോദാവരി ബായിയുടെ നിഗമനം ശരിയാണെന്ന് തോന്നുന്നില്ല. ഡഹാണു-ഉംബർഗാവ് പ്രദേശങ്ങളിലുള്ള മറാഠി സംസാരിക്കുന്ന ജനങ്ങൾക്ക് ഒക്കെത്തന്നെ ബോംബെ ഉൾപ്പെടെയുള്ള മഹാരാഷ്ട്ര സംസ്ഥാന ത്തിനുവേണ്ടി നടത്തിയ പ്രക്ഷോഭം ഒരു ജീവന്മരണ സമരമായി രുന്നു. ഈ സമരത്തിൽ ആദിവാസികളുടെ സഹായം കൂടി ലഭിക്കുകയാണെങ്കിൽ സമരത്തിന് ആക്കം വർദ്ധിക്കും എന്ന് കരുതി മാത്രം അവിടെയുള്ള മറാഠി സംസാരിക്കുന്ന ജന്മികളും ഹുണ്ടികക്കാരും ആദിവാസികളോട് യോജിച്ച് നിന്നതായിരുന്നു—അവർ അവരുടെ വർഗ്ഗതാല്പര്യങ്ങൾ തീരെ ഉപേക്ഷിച്ചുവോ എന്ന ചോദ്യത്തിന് ഗോദാവരിബായി ഉത്തരമൊന്നും നല്കിയിട്ടില്ല. ആദിവാസികളുടെ സമരങ്ങൾമൂലം അടിമജോലി സമ്പ്രദായം റദ്ദാക്കപ്പെട്ടു. അവരുടെ നേരെയുള്ള അനീതികൾക്കറുതി വന്നു എന്നത് ശരിതന്നെ. എന്നാൽ അവരുടെ മേലുള്ള സാമ്പത്തിക ചൂഷണം തുടർന്നുകൊണ്ടേയിരിക്കുന്നു എന്ന കാര്യം ഗോദാവരി ബായിക്കു തന്നെ അറിവുള്ള വസ്തുതയാണ്. എന്നിട്ടും ഈ ഉപരിവർഗ്ഗക്കാരുമായി ഉണ്ടാക്കിയ ധാരണയെ എങ്ങനെയാ ണവർക്ക് മാനിക്കാൻ കഴിഞ്ഞത്: ഭാഷാസംസ്ഥാനത്തിനുവേണ്ടി വർഗ്ഗസമരം കുറച്ചുകാലത്തേക്ക് മാറ്റിവെക്കാമെന്ന് എന്തെങ്കിലും സിദ്ധാന്തം ഉണ്ടായിരുന്നുവോ... ഇത്തരം പ്രശ്നങ്ങൾക്ക് ഗോദാവ രിബായി മറുപടി തന്നിട്ടില്ല. ഇത് ഈ അദ്ധ്യായത്തിന്റെ മാത്രമല്ല പുസ്തകത്തിന്റെ തന്നെ ന്യൂനതയായി തോന്നുന്നു.

അത്തരം പ്രശ്നങ്ങൾ ഒരിക്കലും എന്റെ മുമ്പിൽ ഉദിച്ചിട്ടില്ല; പിന്നെ എങ്ങനെ മറുപടി പറയാൻ!

സംയുക്ത മഹാരാഷ്ട്ര എന്ന ആവശ്യം മറാഠി സംസാരിക്കുന്ന മുഴുവൻ ജനതയുടെയും പൊതു ആവശ്യമായിരുന്നു. ജന്മിവർഗ്ഗത്തെപ്പോലെ തന്നെ കർഷകത്തൊഴിലാളി വർഗ്ഗത്തിന്റെയും ആവശ്യമായിരുന്നു അത് – ഒരേ ആവശ്യത്തിനുവേണ്ടി രണ്ടുവർഗ്ഗങ്ങളെയും ഒന്നിച്ചണിനിരത്തേണ്ടി വന്നു. ഗൂഢാലോചനയുടെ ആരോപണം രണ്ടു വർഗ്ഗങ്ങളിലും ഉണ്ടാകാവുന്നതാണ്— ചിലർ ഇത്തരം ഒരു ആരോപണം ജന്മിവർഗ്ഗത്തിനുവേണ്ടി എതിരാളികളുടെ മേൽ ചുമത്തുകയും ചെയ്തിട്ടുണ്ട്.

ഈ പ്രദേശങ്ങൾ സംയുക്ത മഹാരാഷ്ട്രത്തിൽ ഉൾപ്പെട്ടില്ലെങ്കിലും വിരോധമില്ല. സംയുക്ത മഹാരാഷ്ട്ര പ്രശ്നത്തിന്റെ പേരിൽ ഒന്നിച്ചു നില്ക്കരുത്, കാരണം ആദിവാസി സമരങ്ങളുടെ ശക്തി ഇതുമൂലം സാരമായി, വർദ്ധിക്കും എന്നൊക്കെ അഭിപ്രായപ്പെട്ടിരുന്ന അനേകം ആളുകൾ അന്ന് ജന്മിവർഗ്ഗത്തിലുണ്ടായിരുന്നു. ഭാഷാ സംസ്ഥാനത്തിനുവേണ്ടിയുള്ള പ്രക്ഷോഭത്തിൽ യോജിച്ചതുകൊണ്ട് ആദിവാസികളോ ജന്മികളോ തങ്ങളുടെ വർഗ്ഗതാല്പര്യങ്ങൾ വിസ്മരിച്ചുവെന്നോ, ഭാഷാ സംസ്ഥാനത്തിനുവേണ്ടി വർഗ്ഗസമരം നിർത്തിവെച്ചുവെന്നോ, അർത്ഥമാകുന്നില്ല.

സംയുക്ത മഹാരാഷ്ട്ര പ്രക്ഷോഭത്തിൽ ബോംബെയിലെ തൊഴിലാളികൾ, മുന്നണിയിൽ തന്നെ നിന്നു എന്നതുകൊണ്ട് അവർ വർഗ്ഗസമരത്തോട് സലാം പറഞ്ഞ് പിരിഞ്ഞു എന്ന് അനുമാനിക്കുന്നത് തെറ്റല്ലേ?

ഒരു ഭാഗത്ത് ഈ പ്രക്ഷോഭം നടന്നുകൊണ്ടിരുന്ന അവസരത്തിൽ തന്നെ വർഗ്ഗശത്രുക്കൾ തമ്മിൽ ചെറുതും വലുതുമായ സമരങ്ങൾ നടത്തുന്നുണ്ടായിരുന്നു. ഇരുവർഗ്ഗങ്ങളും തങ്ങളുടെ താല്പര്യങ്ങൾ വിസ്മരിച്ചിരുന്നില്ല.

വർഗ്ഗസമരം, ഭാഷാപരമായ സമരം എന്നിങ്ങനെ ഈ പ്രശ്നത്തെ കാണുന്നതുതന്നെ തെറ്റാണ്. ഭാഷാ സംസ്ഥാനത്തിന് വേണ്ടിയുള്ള സമരം ആ പ്രശ്നത്തെ സംബന്ധിച്ചുണ്ടായ താൽക്കാലിക സമരം മാത്രമായിരുന്നു. വർഗ്ഗസമരം സമൂഹത്തിൽ ചൂഷിതരും ചൂഷകരും ഉള്ളിടത്തോളം കാലം നിലനില്ക്കുന്ന സമരമാണ്. വർഗ്ഗരഹിത സമൂഹം സൃഷ്ടിക്കപ്പെടുന്നതുവരെ വർഗ്ഗസമരം നടന്നുകൊണ്ടേയിരിക്കും. ഈ അന്തിമസമരം വിജയത്തിലെത്തിക്കുന്നതിനായി ഒരേ ആവശ്യങ്ങൾക്കായി യോജിക്കാവുന്നവരെ താൽക്കാലികാടിസ്ഥാനത്തിൽ ഒരുമിച്ച് അണിനിരത്തുക എന്നത് സന്ധി ചെയ്യലല്ല. വർഗ്ഗസമരങ്ങളെ വളർത്തി മുന്നോട്ട് നയിക്കുന്ന മാർഗ്ഗത്തിൽ ഇവ വിവിധ ഘട്ടങ്ങളാണ്. ചരിത്രത്തിൽ ഇത്തരത്തിലുള്ള നിരവധി ഉദാഹരണങ്ങൾ ലഭ്യമാണ്.

ഇതേ സന്ദർഭത്തെപ്പറ്റി തന്നെ ശ്രീ പ്രധാൻ പറയുന്നു: “ആദിവാസികളുടെ പ്രക്ഷോഭനൈപുണ്യം മനസ്സിലാക്കിയതുകൊണ്ടാണ്

ഇവർക്ക് (ജന്മികളും ഇടത്തരക്കാരും) മാറ്റം സംഭവിച്ചതെന്ന ഗോദാവരി ബായിയുടെ നിഗമനം ശരിയാണെന്നു തോന്നുന്നില്ല."

ഭാഷാപ്രക്ഷോഭത്തിന് ആക്കം വർദ്ധിപ്പിക്കാൻ ആദിവാസികളുടെ സഹായം ആവശ്യമായിരുന്നുവെന്ന് ശ്രീ പ്രധാൻ തന്നെ സമ്മതിക്കുന്നുണ്ട്. ഇതിന്റെ അർത്ഥംതന്നെ ആദിവാസികളുടെ വർഗ്ഗപരമായ ഐക്യത്തിന്റെ ശക്തിയെക്കുറിച്ച് മറ്റ് വർഗ്ഗങ്ങൾ ബോധവാന്മാരായിരുന്നു എന്നല്ലേ? ആദിവാസികളുടെ സുശക്തമായ വർഗ്ഗസംഘടന ഇല്ലാതിരുന്നിടത്തെല്ലാംതന്നെ സർവ്വസമ്മതമായ ഈ ആവശ്യം നേടിയെടുക്കുന്നതിനുള്ള സമരം പിന്നോട്ടടിച്ചുകൊണ്ടിരുന്നു എന്നത് ഏവർക്കും അറിയാവുന്ന വസ്തുതയാണ്.

സമൂഹത്തിലെ ഉല്പാദനസ്രമ്പദായത്തിൽ നിന്നുളവാകുന്ന ബന്ധങ്ങളിൽ നിന്നാണ് വർഗ്ഗങ്ങൾ ഉണ്ടാകുന്നത്. തൊഴിൽ വിഭജനത്തിന്റെ പ്രത്യക്ഷഫലങ്ങളാണ് സമൂഹത്തിലെ വർഗ്ഗങ്ങൾ. സാമാന്യമായി പറഞ്ഞാൽ അദ്ധ്വാനശക്തി വിലയ്ക്കെടുത്ത് ഉപജീവനം കഴിക്കുന്നവർ മുതലാളിവർഗ്ഗം. അദ്ധ്വാനശക്തി വിറ്റ് ജീവിക്കേണ്ടിവരുന്നവർ തൊഴിലാളി വർഗ്ഗം. അദ്ധ്വാനശക്തി വില്ക്കുന്നതിലോ വാങ്ങുന്നതിലോ മാത്രം ആശ്രയിക്കാതെ ഉപജീവനം കഴിക്കുന്നവർ ഇടത്തരക്കാർ അഥവാ മദ്ധ്യവർഗ്ഗം. ഇടത്തരക്കാരുടെ ഇടയിൽ സംഘടനാശക്തിയുടെയും വർഗ്ഗപരമായ ഐക്യത്തിന്റെയും അഭാവം അനുഭവപ്പെടാറുണ്ട്. മദ്ധ്യവർഗ്ഗം എന്ന് പറഞ്ഞാൽ പല വർണ്ണങ്ങളുടെ സമ്മിശ്രം പല പ്രവാഹങ്ങളുടെ സങ്കലനം മാത്രമാണ്.

അല്പസ്വല്പം ഭൂമിയുടെ ഉടമസ്ഥരായ ജന്മികളെ മദ്ധ്യവർഗ്ഗത്തിൽപ്പെടുത്താം. വൻകിടജന്മികളുടെ ആശ്രിതരായോ അവരുടെ കിങ്കരന്മാരായോ പ്രവർത്തിക്കുന്നവർ ഇടത്തരക്കാർ തന്നെയാകുന്നു.

പാട്ടം സംബന്ധിച്ച നിയമങ്ങൾ പ്രാബല്യത്തിൽ കൊണ്ടുവന്നതും അടിമവേല നിർത്തലാക്കിയതും ജന്മികളുടെ താല്പര്യങ്ങളിൽ ആദിവാസികൾ ഏല്പിച്ച കനത്ത ആഘാതങ്ങളായിരുന്നു. വൻകിട ജന്മിമാർക്ക് ഈ ആഘാതം സഹിക്കാൻ സാധിച്ചെങ്കിലും അവരുടെ അധികാരപ്രമത്തത കുറഞ്ഞു. ഇടത്തരക്കാരായ ജന്മിമാരുടെയും ആശ്രിതരുടെയും സ്ഥിതി ദയനീയമായിത്തീർന്നു. വൻകിട ജന്മിമാരെ അടക്കിയിരുത്താൻ പോന്ന സമർത്ഥമായ പുതിയൊരു ശക്തിയുണ്ടായിരിക്കുന്നു. ഇന്ന് ജന്മിവർഗ്ഗത്തിന്റെ ശക്തി അത്രത്തോളം സമർത്ഥമല്ലാതായി തീർന്നിട്ടുണ്ട് എന്ന് പ്രത്യക്ഷത്തിൽ കണ്ടുതുടങ്ങിയതോടെ ഇടത്തരക്കാരുടെ മുകളിലുള്ള ആഢ്യന്മാരായ ജന്മികളുടെ മർദ്ദന പരിപാടിക്ക് ശക്തികുറഞ്ഞുവന്നു. ഈ പരിതഃസ്ഥിതിയിൽ ഈ പുതിയ ശക്തിയിൽ ഇടത്തരക്കാരായ ജന്മിമാർക്ക് കൗതുകം ജനിക്കുകയും ഈ ശക്തിയെപ്പറ്റി കുടുതൽ അറിയാൻ അവർ ശ്രമിക്കുകയും ചെയ്തു. സംയുക്ത

മഹാരാഷ്ട്രപോലെ പൊതുവായ ആവശ്യങ്ങൾ നേടിയെടുക്കാനുള്ള പ്രക്ഷോഭത്തിൽ ഇതാണുണ്ടായത്. ഇതിനർത്ഥം അവരൊക്കെ ഞങ്ങളുടെ തത്വശാസ്ത്രം അപ്പാടെ അംഗീകരിച്ചു എന്നല്ല.

ബഹുജനസമരങ്ങളുടെ ആഞ്ഞടിക്കുന്ന പ്രവാഹത്തിൽപ്പെട്ട് വ്യത്യസതങ്ങളായ വർഗ്ഗതാല്പര്യങ്ങൾ ശുദ്ധീകരിക്കപ്പെട്ടേക്കാം. ഇടത്തരക്കാരെ തൊഴിലാളി വർഗ്ഗസമരങ്ങളുമായി എപ്പോൾ ബന്ധിപ്പിക്കാം എന്നത് അവിടെയുള്ള പ്രക്ഷോഭങ്ങളെ രാഷ്ട്രീയാടിസ്ഥാനത്തിൽ ആസൂത്രണം ചെയ്യുന്നവരുടെ സാമർത്ഥ്യം എന്നിവയെ ആശ്രയിച്ചിരിക്കുന്നു.

ആദിവാസികളുടെ സംഘടിത പ്രസ്ഥാനം ശക്തി പ്രാപിക്കുന്നതിനു മുമ്പ് ഈ പ്രദേശങ്ങളിൽ എന്തു ചെയ്യാനുമുള്ള അധികാരം തങ്ങളുടേതു മാത്രമാണെന്ന് ജന്മിവർഗ്ഗം വിശ്വസിച്ചിരുന്നു. ഈ വിശ്വാസം മാറിയതിനുശേഷമാണ് ഒരിക്കൽ കാട്ടുവർഗ്ഗക്കാരെന്ന നിലയിൽ ഞങ്ങളെ വീക്ഷിച്ചിരുന്നവരുടെ ചിത്തവൃത്തിയിൽ മാറ്റം സംഭവിച്ചത്. ഈ മാറ്റം പരിതഃസ്ഥിതികളുടെ സമ്മർദ്ദംമൂലം ഉണ്ടായതാണ്. ഈ അർത്ഥത്തിലാണ് ഞങ്ങളോടുള്ള ജന്മിവർഗ്ഗത്തിന്റെ സമീപനത്തിൽ മാറ്റം സംഭവിച്ചുവെന്ന് പറഞ്ഞിട്ടുള്ളത്. ഇത് വസ്തുനിഷ്ഠമാണുതാനും. വൻകിടജന്മികൾക്കൊക്കെ മനഃപരിവർത്തനം വന്നു എന്നൊന്നും എവിടെയും സൂചിപ്പിച്ചിട്ടില്ല. ചൂഷണം തീർത്തും അവസാനിച്ചു എന്നും എവിടെയും പറഞ്ഞിട്ടില്ല. എന്നെന്നേക്കുമായി അതവസാനിപ്പിക്കാൻ ഒരൊറ്റ മാർഗ്ഗമേയുള്ളു—തൊഴിലാളിവർഗ്ഗ സർവ്വാധിപത്യം സ്ഥാപിക്കൽ.

ഈ വീക്ഷണകോണിൽ കൂടി നോക്കിയാൽ സ്വീകരിക്കപ്പെട്ട സംവിധാനത്തിൽ തെറ്റൊന്നുമില്ലായിരുന്നുവെന്നും മാർക്സിസത്തിന്റെ പശ്ചാത്തലം ഉപേക്ഷിച്ചിരുന്നില്ലെന്നും മനസ്സിലാക്കാൻ സമയമധികം വേണ്ടിവരില്ല.

ശ്രീ പ്രധാൻ “ഭൂരഹിതരുടെ വർഗ്ഗസമരത്തിന്റെ പരിസമാപ്തിയിൽ ഉണ്ടാകാവുന്ന നിരവധി പ്രശ്നങ്ങൾക്ക് ഉത്തരം നല്കിയിട്ടില്ലെന്നും ചിന്താശീലയായ ഒരു ഗ്രന്ഥകർത്രിയുടെ ഈ ഗ്രന്ഥത്തിൽ ഇത്തരമൊരു കുറവുണ്ടാകാൻ പാടില്ലായിരുന്നുവെന്നും” പറയുന്നുണ്ട്. ഈ ഗ്രന്ഥത്തിന് ഇങ്ങനെയൊരു കുറവുണ്ടെന്ന് സമ്മതിക്കേണ്ടിയിരിക്കുന്നു. ഭൂരഹിതരുടെ പ്രശ്നങ്ങളെക്കുറിച്ച് വേറിട്ടൊരു പ്രബന്ധം തന്നെ എഴുതാൻ തക്കവണ്ണം ആ വിഷയം ബൃഹത്തായ ഒന്നാണ്. അത്തരമൊന്നെഴുതുന്നത് ഈ കർഷക പ്രക്ഷോഭത്തിന്റെയും സോഷ്യലിസ്റ്റ് വിപ്ലവത്തിന്റെയും ദൃഷ്ടിയിൽ ഇന്നു വളരെ ആവശ്യമായിത്തീർന്നിരിക്കുകയുമാണ്. അങ്ങനെയൊരു പ്രബന്ധം എഴുതുക എന്നത് ഈ ഗ്രന്ഥത്തിന്റെ പരിധിക്കുപുറത്തുള്ള ഒരു കാര്യമാണ്.

മൂന്നാമത്തെ പ്രധാനപ്പെട്ട സംശയം നിർമ്മാണാത്മക പ്രവർത്തന

ങ്ങളെ കുറിച്ചുള്ളതാണ്. വർഗ്ഗസമരങ്ങളിൽ നിർമ്മാണാത്മക പ്രവർത്തനങ്ങളുടെ സ്ഥാനം, അവയുടെ പോരായ്മകൾ; ഇതുതന്നെ ഒരു വിവാദവിഷയമാണ്. സ്വാതന്ത്ര്യസമരത്തിൽ, രാഷ്ട്രീയ പ്രവർത്തനങ്ങൾക്കോ സാമൂഹ്യോദ്ധാരണ പ്രവർത്തനങ്ങൾക്കോ മുൻതൂക്കം നല്കേണ്ടത് എന്നതിനെപ്പറ്റി ശ്രീ ലോകമാന്യതിലകനും ശ്രീ ആഗർക്കറും തമ്മിൽ നടന്ന തർക്കം മഹാരാഷ്ട്രയിൽ പ്രസിദ്ധമാണല്ലോ. ഇപ്പോൾ വർഗ്ഗസമരത്തിൽ നിർമാണാത്മക പ്രവർത്തനങ്ങൾക്കുള്ള സ്ഥാനം എന്ന പേരിൽ മറ്റൊരു രൂപത്തിൽ അതേ പഴയ വാദം തന്നെയാണ് പ്രത്യക്ഷപ്പെട്ടിരിക്കുന്നത്. ഈ പ്രശ്നത്തെ മാർക്സിസത്തിന്റെ കാഴ്ചപ്പാടിൽ വിശകലനം ചെയ്യേണ്ടിയിരിക്കുന്നു.

ജീവിതത്തിന്റെ പ്രാഥമികാവശ്യങ്ങൾ പോലും ജനങ്ങൾക്കു നിറവേറ്റി കൊടുക്കാൻ കഴിഞ്ഞ ഇരുപത്തഞ്ചുകൊല്ലമായി എന്തുകൊണ്ട് സർക്കാരിനു സാധിച്ചില്ല എന്നതാണ് എല്ലാ പ്രശ്നങ്ങളുടെയും മുഖ്യ ഹേതു. എങ്കിലും ശരീരത്തിൽ രക്തശുദ്ധിവരുത്തുന്നതിനുള്ള ഔഷധം ലഭിക്കുന്നതുവരെ ബാഹ്യമായി ഉണ്ടാകാവുന്ന രോഗങ്ങൾക്കു ചികിത്സയൊന്നും ചെയ്യേണ്ടതില്ല എന്നല്ല ഞാൻ പറയുന്നത്. പക്ഷേ, രോഗം നിശ്ശേഷം വേരറുത്ത് കളയുന്നതിന് ഒരിക്കലും തെറ്റാത്ത ഉപായം ഒന്നേയുള്ളു എന്ന ബോധം ഉണ്ടാകേണ്ടിയിരിക്കുന്നു എന്നത് നിസ്തർക്കമായ സംഗതിയാണ്.

മാർക്സിസം പഠിക്കുന്നതിനുമുമ്പ് സാമൂഹ്യപരിഷ്കരണ പ്രവർത്തനങ്ങളിൽ അത്യധികം ശ്രദ്ധചെലുത്തിയ സ്വപ്നാലുവായ ഒരു സാമൂഹ്യപ്രവർത്തകയായിരുന്നു ഞാൻ. സർവ്വശ്രീ ജി കെ ദേവധർ, എൻ എം ജോഷി എന്നിവരുടെ മാർഗ്ഗദർശനത്തിൽ സമൂഹോദ്ധാരണത്തിന്റെ നിർമ്മാണപരങ്ങളായ നിരവധി പ്രവർത്തനമണ്ഡലങ്ങളിൽ ഞാൻ അഹോരാത്രം ആത്മാർത്ഥതയോടെ പ്രവർത്തിച്ചിരുന്നു. ഈ പ്രവർത്തനങ്ങളിൽ ഒട്ടനവധി അനുഭവങ്ങൾ എനിക്കുണ്ടായിട്ടുണ്ട്. ഇവയിലൂടെ സമൂഹത്തിലെ ദാരിദ്ര്യത്തിലും തജ്ജന്യമായ മറ്റുപ്രശ്നങ്ങൾക്കുമുള്ള പരിഹാരം കാണുന്നതിന് മറ്റെന്തെങ്കിലും മാർഗ്ഗം അവലംബിക്കേണ്ടിവരുമെന്ന് എനിക്ക് ഉറപ്പാവുകയും അങ്ങനെ സമൂഹത്തിലെ കാതലായ പ്രശ്നങ്ങൾക്ക് പരിഹാരം കാണുന്നതിന് വെറും സാമൂഹ്യക്ഷേമ പ്രവർത്തനങ്ങളെ ആശ്രയിക്കുന്ന മാർഗ്ഗം തെറ്റാണെന്ന വിശ്വാസം എന്നിൽ രൂഢമൂലമാവുകയും ചെയ്തു.

സാമൂഹ്യക്ഷേമ പ്രവർത്തനങ്ങളെപ്പറ്റി മാർക്സിസത്തിന്റെ കാഴ്ചപ്പാടിലൂടെ അനുഭവത്തിന്റെ വെളിച്ചത്തിൽ വിശകലനം ചെയ്യണമെന്ന് എനിക്കാഗ്രഹമുണ്ട്. പക്ഷേ, എന്റെ അനുഭവങ്ങൾക്കുശേഷം ഇത് എളുപ്പം ചെയ്തുതീർക്കാവുന്ന ഒന്നായി എനിക്കു തോന്നിയിട്ടില്ല. ഇങ്ങനെയൊരു അപൂർണ്ണത ഈ ഗ്രന്ഥത്തിനുണ്ടെന്ന് ഗ്രന്ഥരചന

പൂർത്തിയാക്കിയപ്പോൾ തന്നെ എനിക്കു തോന്നിയിട്ടുണ്ടെന്ന് തുറന്നു സമ്മതിക്കേണ്ടിയിരിക്കുന്നു.

എന്റെ അനുഭവങ്ങളുടെ ഭണ്ഡാരം വായനക്കാരുടെ മുമ്പിൽ തുറന്നു കാട്ടാമെന്ന ഉദ്ദേശ്യത്തോടുകൂടി അവയെപ്പറ്റി ചെറിയൊരു വിശകലനം നടത്തിയെന്നേയുള്ളു. ഈ ഗ്രന്ഥത്തിന്റെ ഉദ്ദേശ്യംകൂടി കണക്കിലെടുക്കുമ്പോൾ അതൊരു അധികപ്പറ്റല്ലെന്നു തോന്നുന്നു.

അവസാനമായി *മനുഷ്യരുണരുമ്പോൾ* എന്ന ഈ കൃതിയെ പൂർണ്ണമനസ്സോടെ സ്വാഗതം ചെയ്യുകയും ഇതിനെക്കുറിച്ച് ഉപയോഗപ്രദങ്ങളായ ചർച്ചകൾ നടത്തുകയും ചെയ്ത മറാഠി വായനക്കാരോട് കൃതജ്ഞത പ്രകാശിപ്പിച്ചുകൊണ്ട് ഈ മുഖവുര അവസാനിപ്പിക്കുന്നു.

ഗോദാവരി പരുലേക്കർ

പശ്ചാത്തലം

ഠാണാജില്ലയിലെ പല താലൂക്കുകളിലും വനങ്ങളിൽ ജോലി ചെയ്തു ജീവിക്കുന്നവരുടെ സംഖ്യ വളരെ വലുതാണ്. ഇവരെ ആദിവാസികൾ എന്നു വിളിക്കുന്നു. ഭൂസ്വാമികളുടെയും വനരാജാക്കന്മാരുടെയും യജമാനന്മാരുടെയും കിരാതമർദ്ദനങ്ങൾക്കെതിരെ ആദിവാസികളുടെ പ്രതികാരാഗ്നി ഉയർന്നത് ഠാണാജില്ലയിലെ ഉംബർഗാവ്, ഡഹാണു, പാൽഘർ, ജവാർ താലൂക്കിലെ ചില ഭാഗങ്ങൾ എന്നിവിടങ്ങളിലായിരുന്നു. പകപോക്കലിന്റെതായ ഈ സമരത്തിൽ ആദിവാസികളിൽ വർളിവിഭാഗത്തിൽപ്പെട്ടവർ വളരെ പ്രധാനപ്പെട്ട പങ്ക് വഹിക്കുകയുണ്ടായി. ഈ പ്രദേശങ്ങളിലെ ആദിവാസികളിൽ വർളികൾ വലിയ വിഭാഗമാണ്. ആകെയുള്ള ആദിവാസികളിൽ അവർ അമ്പതുശതമാനത്തോളം വരും.

നൂറ്റാണ്ടുകൾക്കുമുമ്പ് ഈ പ്രദേശത്തെ ഭൂവുടമകൾ ആദിവാസികളായിരുന്നു. ഇവർ സ്വയം കൃഷിചെയ്ത് ജീവിച്ചുപോന്നു. ധാരാളം ധാന്യം കൃഷിചെയ്ത് വയറുനിറയെ ഭക്ഷിച്ച് പ്രകൃതിരമണീയമായ ഈ പ്രദേശങ്ങളിൽ അവർ സസുഖം ജീവിക്കുകയായിരുന്നു. ഇംഗ്ലീഷുകാരുടെ വരവോടുകൂടി അവരുടെ അനുമതി പ്രകാരം, പുറത്തുനിന്ന് ഹിന്ദുക്കളും മുസൽമാന്മാരും പാർസികളും ഇവിടങ്ങളിലെത്തിച്ചേർന്നു. വ്യാപാരികളും അഭ്യസ്തവിദ്യരും ആയിരുന്നു അവർ. പുതുതായി കടന്നുവന്ന അക്കൂട്ടർ, നിഷ്കളങ്കരും നിരക്ഷരരും ആയ ആദിവാസികളുടെ അജ്ഞതയെ ചൂഷണംചെയ്ത് അവരുടെ ഭൂമി പണയപ്പെടുത്തി സ്വന്തമാക്കിത്തുടങ്ങി. പതുക്കെപ്പതുക്കെ ആദിവാസികളുടെ ഭൂമി മുഴുവനും ഇവരുടെ കൈപ്പിടിയിലായി. ഭൂമി തട്ടിയെടുക്കുന്നതിനുവേണ്ടി ഈ കുടിയേറ്റക്കാർ വളരെ ഹീനവും പൈശാചികവുമായ മാർഗ്ഗങ്ങളാണ്

അവലംബിച്ചത്. സ്വന്തം കൃഷിഭൂമി സംരക്ഷിക്കാനുള്ള ശക്തി കൃഷിക്കാർക്കില്ലായിരുന്നു. ഭൂമി സ്വന്തമാക്കുന്നതിനുവേണ്ടി ചില കൃഷിക്കാരെ വെടിവെച്ചുകൊന്ന കഥകൾ കേട്ടിട്ടുണ്ട്. മറ്റു ചിലരെ മരത്തിൽ കെട്ടിയിട്ടടിച്ചും മറ്റു തരത്തിലുള്ള ദേഹോപദ്രവങ്ങളേല്പിച്ചും അവരുടെ ഭൂമി തട്ടിയെടുത്ത നിരവധി സംഭവങ്ങൾ ഉണ്ടായിട്ടുണ്ട്. ചില കൃഷിക്കാരോട് എന്തെങ്കിലും കള്ളത്തരങ്ങൾ പറഞ്ഞ്, കടലാസിൽ അവരുടെ വിരലടയാളം ഇടുവിച്ച് അവരുടെ ഭൂമി കൈവശപ്പെടുത്തു കയായിരുന്നു. ആദിവാസികളുടെ നിസഹായ പരിതഃസ്ഥിതികളെ ചൂഷണം ചെയ്ത് അവരുടെ ഭൂമി തട്ടിയെടുത്തത് എങ്ങനെയെന്ന് അന്ന് ബോംബെ സംസ്ഥാനത്തിന്റെ ആഭ്യന്തരമന്ത്രി ആയിരുന്ന മൊറാർജി ദേസായി 1936 സപ്തംബർ 25 ന് നിയമസഭയിൽ പാട്ടം സംബന്ധിച്ച നിയമങ്ങളെപ്പറ്റി പ്രസംഗിക്കുന്ന അവസരത്തിൽ സ്പഷ്ടമാക്കിയിട്ടുണ്ട്. അദ്ദേഹം പറഞ്ഞു. "ഖാണ്ഡേശ്ജില്ലയിലെ ഭിൽപ്രദേശങ്ങളിലെപ്പോലെ, ഈ പ്രദേശങ്ങളിലും കുറെ വർഷങ്ങൾക്കുമുമ്പ് ഭൂവുടമകൾ ഇവിടത്തു കാർതന്നെയായിരുന്നു. എന്നാൽ പിഴച്ച കാലങ്ങളിൽ, ദൗർഭിക്ഷവും ക്ഷാമവുമുണ്ടായിരുന്ന അവസരങ്ങളിൽ, ഭൂമി അവരുടെ കൈകളിൽ നിന്ന് സാവ്കർമാരുടെ (പണം കടംകൊടുക്കുന്നവർ, ഹുണ്ടികക്കാർ) കൈകളിലേക്ക് വളരെ തുച്ഛമായ വിലയ്ക്ക് കൈമാറിപ്പോയി. ഉദാഹര ണമായി അഞ്ചുറാത്തൽ ധാന്യത്തിനു വേണ്ടി കുറെ ഏക്കറുകളോളം ഭൂമി കൊടുക്കേണ്ടിവന്നിട്ടുണ്ട്. മറ്റു ചില അവസരങ്ങളിൽ ഏക്കറിന് അഞ്ച് റുപ്പികയ്ക്കും ഒരു റുപ്പികയ്ക്കും ചിലപ്പോൾ എട്ടണയ്ക്കും ഭൂമി കൈമാറ്റം ചെയ്യപ്പെട്ടിട്ടുണ്ട്."

ബോംബെയിലെ അന്നത്തെ മുഖ്യമന്ത്രിയായിരുന്ന ബി ജി ഖേർ ആദിവാസി സേവാമണ്ഡലത്തിനുവേണ്ടി 1941 നവംബർ 25 ന് സമർപ്പിച്ച നിവേദനത്തിലും മേല്പറഞ്ഞവിധം തന്നെ അഭിപ്രായപ്പെട്ടിട്ടുണ്ട്.

1945 ലെ വർളി കർഷക സമരകാലത്ത് ഒരു തുണ്ട് ഭൂമിയെങ്കിലും സ്വന്തമായുണ്ടായിരുന്ന വർളികൾ വിരലിൽ എണ്ണാവുന്നത്ര ചുരുക്ക മായിരുന്നു.

ഉപരിവർഗ്ഗക്കാരായ നാട്ടുകാർ ഭൂമി പണയത്തിൽ കുരുക്കി സ്വന്തമാക്കിയെങ്കിലും അവിടെ പണിയെടുക്കാൻ അവർക്ക് വർളികളെ ആവശ്യമായിരുന്നു. ഭൂമി നഷ്ടപ്പെട്ടതോടുകൂടി ഉദരപൂരണത്തിനുവേണ്ടി അദ്ധ്വാനിക്കേണ്ടത് ആദിവാസികളുടെയും ആവശ്യമായി. ഈ പരിതഃ സ്ഥിതിയിലാണ് ആദിവാസികൾ ഭൂദാസന്മാരായത്, അടിമകളായത്, മനുഷ്യരല്ലാതായിത്തീർന്നത്.

ഭൂമി മുഴുവനും പണയത്തില്പെടുത്തി എടുത്തതിനുശേഷം ഭൂവുട മകൾ പേരിന് ഒന്നോ രണ്ടോ തുണ്ടുമാത്രം ആദിവാസികൾക്ക് കൃഷി ചെയ്യാൻ കൊടുത്തു. ഫലഭൂയിഷ്ഠമായ ഭാഗങ്ങളൊക്കെ അവർ സ്വയം കൃഷി ചെയ്യുന്നതിനായി എടുത്തു. ആദിവാസികൾക്ക് കൃഷിചെയ്യാൻ ഭൂമി കൊടുത്തു എന്നതിന്റെ പേരിൽ സ്വന്തം കൃഷി സ്ഥലത്തെ

ജോലികളെല്ലാം കൂലിയൊന്നുമില്ലാതെ അവർ ചെയ്തു കൊള്ളണമെന്ന് ഭൂവുടമകൾ കല്പിച്ചു. ഇങ്ങനെ പ്രതിഫലമില്ലാതെ ജോലി ചെയ്യുന്ന ഏർപ്പാടിനെ 'വേഠ്' എന്നു പറയുന്നു. ഈ സമ്പ്രദായത്തെപ്പറ്റി സിമിങ്ടൺ തന്റെ റിപ്പോർട്ടിൽ പറയുന്നത് ഇത് അടിമവേലയല്ലാതെ മറ്റൊന്നുമല്ല എന്നാണ്.*

ഫലപുഷ്ടിയില്ലാത്ത ഭൂമി കൃഷിചെയ്യുന്നതിനായി ആദിവാസികൾക്കു കൊടുക്കുമ്പോൾ ഭൂവുടമകൾ അത് ഒരു കരാറിന്റെ അടിസ്ഥാനത്തിലാണ് കൊടുത്തിരുന്നത്. ഈ കരാറിനെ 'കബുളായത്' (എഗ്രിമെന്റ്, സമ്മതം) എന്നു പറയുന്നു. ഈ കരാറനുസരിച്ച് വിള വെടുക്കുമ്പോൾ വിളവിന്റെ നേർപകുതിയോ അതിലധികമോ ഭൂമിയുടെ പാട്ടം എന്ന കണക്കിൽ ഭൂവുടമകൾക്ക് കൊടുക്കേണ്ടതായി വരുന്നു. യഥാർത്ഥത്തിൽ കരാറിൽ പറഞ്ഞതിനേക്കാൾ വളരെയധികം ധാന്യം ആദിവാസികളിൽനിന്ന് വസൂൽ ചെയ്തിരുന്നു. ജന്മികളുടെ ഇഷ്ടമനുസരിച്ചുള്ള ധാന്യം കൊടുക്കാൻ സമ്മതിച്ചെങ്കിൽ മാത്രമേ ആദിവാസികൾക്ക് ഭൂമി കൃഷിചെയ്യാൻ കിട്ടിയിരുന്നുള്ളു. കൃഷിക്കാരന് ഭൂമി എന്നു പറഞ്ഞാൽ അവന്റെ എല്ലാമാണ്. ഒരു തുണ്ട് ഭൂമിയെന്നുവെച്ചാൽ അവനത് അവന്റെ കരളിന്റെ ഒരു തുണ്ടുതന്നെ. അത് പോകുമ്പോൾ സ്വന്തം ഹൃദയത്തിൽ എന്തോ കുത്തിയിറക്കിയതുപോലെ അവൻ വേദനിക്കുന്നു; ദുഃഖിക്കുന്നു. സ്വന്തം ഉദരപൂരണത്തിന് അവനാകപ്പാടെയുള്ള ഉപാധി ഈ ഭൂമി മാത്രമാണ്. അതിനുവേണ്ടി എന്തു ചെയ്യാനും അവർ തയ്യാറാണ്. കൃഷിക്കാർ ജന്മിക്ക് പാട്ടമായി കൊടുക്കേണ്ട ധാന്യത്തെ 'ഖംണ്ഡ്' അല്ലെങ്കിൽ 'മക്താ' എന്നു പറയുന്നു. ഇങ്ങനെ പാട്ടം കൊടുത്ത് ഭൂമി കൃഷിചെയ്യാൻ തയ്യാറുള്ളവനെ കുടിയാൻ എന്നും പറയുന്നു. ഭൂവുടമകൾ ആദിവാസികളെ ശരിക്കും കൊള്ളയടിക്കുകയായിരുന്നു. കൃഷിക്കാരുടെ പക്കൽനിന്ന് അവരുടെ ഭൂമി മുഴുവനും വിലകൊടുക്കാതെ കൈക്കലാക്കി; അതിലുള്ള ഉല്പന്നങ്ങൾ മുഴുവനും സ്വന്തമാക്കി; മാത്രമല്ല അവർക്ക് വിട്ടുകൊടുത്ത ഭൂമിയിൽ നിന്ന് പാട്ടവും വാങ്ങിച്ചുകൊണ്ടിരുന്നു. ചെറിയ ചെറിയ തുണ്ട് ഭൂമിയെങ്കിലും കിട്ടുവാനുള്ള ആഗ്രഹംമൂലം ആദിവാസികൾ ജന്മികളുടെ നിരവധി ജോലികൾ കൂലിയൊന്നും കൂടാതെ ചെയ്തു കൊടുത്തിരുന്നു. ഇങ്ങനെ പണിയെടുത്ത് കൊടുത്തില്ലെങ്കിൽ, പാട്ടത്തിന് കൊടുത്ത ഭൂമി ജന്മി തിരിച്ചെടുക്കും എന്നവർ ഭയപ്പെട്ടിരുന്നു. ഈ ഭയം മൂലം ആദിവാസികൾ എല്ലാ ജോലികളും വെറുതെ ചെയ്തുകൊടുത്തുകൊണ്ടിരുന്നു. ഠാണാജില്ലയുടെ ഭാഗങ്ങളിൽ ജന്മികൾ വെറും ജന്മികൾമാത്രമായിരുന്നില്ല, അവരിൽ ഹുണ്ടികക്കാരുണ്ടായിരുന്നു, മേച്ചിൽസ്ഥലങ്ങളുടെ

* ആദിവാസികളുടെ ജീവിതസാഹചര്യങ്ങളെക്കുറിച്ച് അന്വേഷിക്കുന്നതിനുവേണ്ടി സർക്കാർ നിയമിച്ച ഉദ്യോഗസ്ഥനായിരുന്നു സിമിങ്ടൺ. അദ്ദേഹം അന്വേഷണത്തിനുശേഷം *Report of the Aboriginal and Hill, 1939* എന്ന പേരിൽ തന്റെ പഠനങ്ങൾ പ്രസിദ്ധീകരിക്കുകയുണ്ടായി.

ഉടമകളുണ്ടായിരുന്നു, വനം പാട്ടത്തിനെടുത്തവരുണ്ടായിരുന്നു. ഇതു കാരണം കൃഷിക്കാർക്ക് ജന്മികളുടെ പാടങ്ങളിലെ പുല്ലുവെട്ടുക, കാടുകളിൽനിന്ന് മരംമുറിക്കുക തുടങ്ങിയ ജോലികളും പ്രതിഫലമില്ലാതെ ചെയ്യേണ്ടിവന്നു. ജന്മികൾ, പുല്പാടങ്ങളുടെ ഉടമകൾ, കാട് പാട്ടത്തിനെടുത്തവർ എന്നിവരൊക്കെ, തങ്ങളുടെ എല്ലാ ജോലികളും ഒരു പൈസ കൂലികൊടുക്കാതെ ആദിവാസികളെക്കൊണ്ട് ചെയ്യിപ്പിച്ചിരുന്നു.

1945 ൽ ഈ പ്രദേശങ്ങളിൽ പ്രവർത്തിക്കുന്നതിനുവേണ്ടി ഞാൻ പോയപ്പോൾ ഈ ആദിവാസികളുടെ ലോകം ബോംബെയിൽ നിന്ന് ഏതാണ്ട് 60 മൈലുകൾക്കുള്ളിൽ ഏകദേശം ആയിരം ചതുരശ്രമൈൽ പ്രദേശത്ത് ഒതുങ്ങുന്നതായിരുന്നു. ഉംബർഗാവ്, ഡഹാണു, പാൽഘർ എന്നീ താലൂക്കുകളിലെ കാടുകളിൽ താമസിച്ചിരുന്ന ഇവർ അർദ്ധനഗ്നരും അരപ്പട്ടിണിക്കാരുമായിരുന്നു. ബാഹ്യലോകവുമായി ഇവർക്കൊരു ബന്ധവുമുണ്ടായിരുന്നില്ല. അങ്ങനെ ഒരു ലോകമുണ്ടെന്നുപോലും ഇവർ അറിഞ്ഞിരുന്നില്ല. അക്കാലങ്ങളിൽ ഈ പ്രദേശങ്ങളിൽ റോഡുകളോ സ്കൂളുകളോ ആശുപത്രികളോ ഉണ്ടായിരുന്നില്ല. ഈ ലോകം കൊടും ദാരിദ്ര്യത്തിന്റെ, പട്ടിണിയുടെ, ദുഃഖത്തിന്റെ, രോഗങ്ങളുടെ, അജ്ഞതയുടെ, മൂർത്തിമദ്ഭാവമായിരുന്നു. മരണവും പട്ടിണിയും എങ്ങും നടമാടുകയായിരുന്നു. ആയിരക്കണക്കിന് വാർളികൾ വർണ്ണനാതീതമായ ജീവിതസാഹചര്യങ്ങളില്പെട്ട് വലയുന്നവരായിരുന്നു. ആദിവാസികളുടെ ജീവിതത്തെക്കുറിച്ചന്വേഷിക്കുന്നതിനായി സർക്കാർ മുമ്പ് പരാമർശിച്ച സിമിങ്ടൺ എന്ന ഉദ്യോഗസ്ഥനെ നിയമിക്കുകയുണ്ടായി. അദ്ദേഹം തയ്യാറാക്കിയ റിപ്പോർട്ടിൽ കൃഷിക്കാരുടെ ജീവിതത്തെക്കുറിച്ച് പറയുന്ന അവസരത്തിൽ വർളികളും മറ്റു ഗോത്രവർഗ്ഗക്കാരും വളരെ നികൃഷ്ട പരിതഃസ്ഥിതികളിലാണ് ജീവിക്കുന്നത് എന്ന് അഭിപ്രായപ്പെട്ടിട്ടുണ്ട്. അവരുടെ ജീവിതസാഹചര്യങ്ങൾ ഭരണത്തിന് കളങ്കമുണ്ടാക്കുന്നവയാണ്. അതുപോലെ 1940 ജൂലായ് 1 ന് ആദിവാസി സേവാമണ്ഡലത്തിനുവേണ്ടി പ്രസിദ്ധീകരിച്ച ഒരു രേഖയിൽ ബി ജി ഖേർ ഇങ്ങനെ പറഞ്ഞിട്ടുണ്ട്:

> ബോംബെയിൽ നിന്ന് അമ്പതു നാഴികക്കുള്ളിൽ ഇത്രയും വലിയ ഒരു മനുഷ്യസമൂഹം അടിമകളെക്കാൾ മോശമായ ജീവിതസാഹചര്യങ്ങളില്പെട്ട് നട്ടം തിരിയുമ്പോൾ, നമ്മുടെ നഗരവാസികളായ പൗരന്മാർ ഈ സ്ഥിതി അറിഞ്ഞില്ലെന്ന് നടിക്കുന്നത് തികച്ചും ലജ്ജാവഹം തന്നെയാണ്.

1945 ൽ കൃഷിക്കാരായ വർളികളുടെ ജീവിതം എത്ര വിഷമം പിടിച്ചതായിരുന്നു എന്നോ അവരുടെ സാഹചര്യങ്ങൾ എത്ര ദയനീയമായിരുന്നു എന്നോ മനസിലാക്കുവാൻ പട്ടണവാസികളായ ആളുകൾക്ക് എളുപ്പം സാധിച്ചു എന്നുവരില്ല. ആദിവാസികളുടെ നേരെയുണ്ടായിരുന്ന

ചൂഷണവും മർദ്ദനവും അസഹ്യമായിത്തീർന്നപ്പോൾ 1945 ൽ ജീവൻ തൃണവൽഗണിച്ചുകൊണ്ട് അവർ പ്രതികാരസന്നദ്ധരായിത്തീർന്നു. ഈ സമരം രണ്ടുകൊല്ലം നീണ്ടുനിന്നു. ഇന്ത്യയിലെ കർഷകജനത നടത്തിയ ഉജ്ജ്വലസമരങ്ങളുടെ പട്ടികയിൽ ഇതിന് മാന്യമായ സ്ഥാനമുണ്ട്. അഭൂതപൂർവ്വമായ ഈ സമരംവഴി അവർ ജനശ്രദ്ധ പിടിച്ചെടുത്തു.

ഈ സമരത്തെപ്പറ്റിയും അതിന്റെ കാരണങ്ങളെപ്പറ്റിയും ഉദ്ദേശ്യങ്ങളെപ്പറ്റിയും പലരും പല വാദപ്രതിവാദങ്ങളും നടത്തിയിട്ടുണ്ട്. യാഥാർത്ഥ്യങ്ങളെ വളച്ചൊടിക്കുന്നതിനും തെറ്റിദ്ധാരണകൾ പരത്തുന്നതിനുമുള്ള ശ്രമങ്ങളുണ്ടായി. സർക്കാരും പത്രങ്ങളും വർളികൾ പിന്നോക്കവിഭാഗങ്ങളും സംസ്കാരമില്ലാത്തവരും ആയിരുന്നതിനാൽ അവർ കമ്യൂണിസ്റ്റുകാരുടെ കുതന്ത്രങ്ങളിൽ പെട്ടുപോയിരിക്കുന്നുവെന്ന് പ്രചരിപ്പിച്ചതായി എനിക്കോർമ്മയുണ്ട്. 'അവർക്കു തോന്നുമ്പോഴെല്ലാം അവർ വർളികളെ പ്രേരിപ്പിച്ച് സമരത്തിനിറക്കി'യെന്ന് ആക്ഷേപമുണ്ടായി. പട്ടണങ്ങളിൽ താമസിക്കുന്ന അഭ്യസ്തവിദ്യരായ പല മാന്യന്മാരും ബോധമില്ലാത്ത ആദിവാസികളെ കലാപങ്ങൾക്കും ആക്രമണങ്ങൾക്കും മറ്റു ഹിംസാപരമായ പ്രവർത്തനങ്ങൾക്കും പ്രേരിപ്പിച്ചത് കമ്യൂണിസ്റ്റുകാരാണെന്നു പറയുന്നത് ഞാൻ കേട്ടിട്ടുണ്ട്. 1946 ജനുവരി 13 ന് കോൺഗ്രസ് ഗവൺമെന്റിന്റെ റിപ്പോർട്ട് തെറ്റായതും അസത്യ പ്രസ്താവനയടങ്ങുന്നതുമായിരുന്നു. ഈ സമരത്തെക്കുറിച്ച് അതിൽ ഇങ്ങനെ പറഞ്ഞിരിക്കുന്നു; "ഇന്ത്യയിൽ ഒരു രാഷ്ട്രീയപരിവർത്തനം ഉണ്ടാക്കുന്നതിനുവേണ്ടി, അതായത് ഇവിടെ കമ്യൂണിസ്റ്റ് ആധിപത്യം സ്ഥാപിക്കുന്നതിനുവേണ്ടി, അക്രമങ്ങളും കലാപങ്ങളും പ്രോത്സാഹിപ്പിക്കുന്നവരുടെ അനിഷ്ട കൃത്യങ്ങൾ" എന്നാണ് വിലയിരുത്തിയിട്ടുള്ളത്. ജനങ്ങളുടെ ധീരപോരാട്ടങ്ങളെ ഇങ്ങനെ ചിത്രീകരിക്കുക എന്നത് ദുർബ്ബലരും അശരണരുമായ ജനവിഭാഗങ്ങളെ സംഘടിപ്പിക്കുന്നവരെ ആക്ഷേപിക്കുന്നതിന് തുല്യമാണ്. അല്ലെങ്കിൽ ഇത്തരം ധീരസമരങ്ങളെ ഇങ്ങനെ വിശകലനം ചെയ്യാൻ ആരും ഒരുമ്പെടുകയില്ല.

ഈ സമരത്തെപ്പറ്റി *ആസ്ത്രേലിയൻ ഡെയ്‌ലി ടെലിഗ്രാഫ്* എന്ന വിദേശപത്രത്തിന്റെ ലേഖകൻ മൈക്കൽ ബ്രൗൺ ഇങ്ങനെ പറഞ്ഞു; "ബോംബെയിൽ ഠാണാജില്ലയിലെ നിബിഢവനങ്ങളിൽ ഒരു കമ്യൂണിസ്റ്റുകാരി ആദിവാസികളായ വർളികളുടെ വിപ്ലവത്തിന് നേതൃത്വം കൊടുത്തുകൊണ്ടിരിക്കുന്നു." നൂറ്റാണ്ടുകളായുള്ള അടിമത്തച്ചങ്ങല പൊട്ടിച്ചെറിഞ്ഞ ആദിവാസികളുടെ ഈ സമരം ഒരു വിപ്ലവമായിരുന്നു എന്ന കാര്യം സത്യം തന്നെയാണ്.

അശരണജനതയുടെ സുഹൃത്തും ഗാന്ധിശിഷ്യനുമായ നരഹരി പരേഖ് *ഹരിജൻ* പത്രത്തിന്റെ 1947 ജനുവരി 19 ന്റെ ലക്കത്തിൽ ആദിവാസികളായ വർളികളുടെ സമരത്തെ ശരിയായ കാഴ്ചപ്പാടിൽ വിശകലനം ചെയ്തിട്ടുണ്ട്. അദ്ദേഹം പറയുന്നു:

"ഡഹാണു താലൂക്കിലെ ആദിവാസികളുടെ (വർളികളുടെ) സമരം

നമ്മുടെ കണ്ണുതുറപ്പിക്കേണ്ടതാണ്. പൊലീസും പട്ടാളവും ഈ സമരത്തെ അടിച്ചമർത്തുമെന്നും 'സമാധാനം' പുനഃസ്ഥാപിക്കപ്പെടുമെന്നും ഉള്ള കാര്യത്തിൽ സംശയമൊന്നുമില്ല. എന്നാൽ അതിന്റെ അർത്ഥം പ്രശ്നം പരിഹരിക്കപ്പെട്ടു എന്നല്ല. രാഷ്ട്ര ശരീരത്തിലുള്ള ഒരു മഹാരോഗത്തിന്റെ ബാഹ്യലക്ഷണങ്ങൾ മാത്രമാണ് ഈ സമരം. ഈ രോഗം സമൂലം പിഴുതെറിയപ്പെടുന്നതുവരെ, ബാഹ്യലക്ഷണങ്ങൾക്കുള്ള തൊലിപ്പുറമെയുള്ള ചികിത്സകൊണ്ട് യാതൊരു ഫലവുമില്ല. ഈ കലാപകാരികൾ സ്വതവേ ശാന്തരും നിരുപദ്രവികളുമാണ്. അവരുടെ അജ്ഞതയും ദാരിദ്ര്യവും വർണ്ണനാതീതമാണ്! വർഷങ്ങളായി അതതുകാലത്തെ ഭരണകർത്താക്കളും ജന്മികളും ഹുണ്ടികക്കാരും മറ്റനേകം ഇത്തിക്കണ്ണികളും അവരെ ചൂഷണം ചെയ്തുകൊണ്ടിരിക്കുന്നു. മുമ്പ് ഭൂമിയുടെ ഉടമകൾ ഇവർ തന്നെയായിരുന്നു. എന്നാൽ അതേ ഭൂമികളിൽ അവർക്കിന്ന് അടിമകളെപ്പോലെ ജോലി ചെയ്യേണ്ടിവന്നിരിക്കുന്നു. അവരുടെ അദ്ധ്വാനഫലംകൊണ്ട് പുതിയ ജന്മികളും ഹുണ്ടികക്കാരും കൊള്ളലാഭം ഉണ്ടാക്കിയിരിക്കുന്നു. ആ ചൂഷണത്തിന്റെ പിന്നിൽ ഭയങ്കരമായ അനീതിയും അടിച്ചമർത്തലും കാണാൻ കഴിയും. ഈ ചൂഷണവും അനീതിയും അടിച്ചമർത്തലും എന്നവസാനിക്കുന്നുവോ, അന്നേ ശാശ്വതസമാധാനം പ്രതീക്ഷിക്കാനാവൂ.... നിരാശയും വ്യർത്ഥതാബോധവും കൊണ്ട് സഹികെട്ട അവർ കലാപം തുടങ്ങിയെങ്കിൽ അതിലത്ഭുതമുണ്ടോ? ചൂഷിതരും മർദ്ദിതരുമായ ഒരു ജനവിഭാഗത്തിന്റെ ആത്മാവുണർന്നു കഴിഞ്ഞിരിക്കുന്നു. അവരുടെ പരിപൂർണ്ണ മോചനത്തിന്റെ സമയവും സാഹചര്യവും വന്നെത്തിയിരിക്കുന്നു. ഈ പ്രക്രിയയെ തടഞ്ഞുനിർത്താൻ ആർക്കും സാദ്ധ്യമല്ല."

ഇതിൽനിന്ന് ആദിവാസി കർഷകജനത ഇത്തരത്തിലുള്ള ഒരു സമരത്തിന് ഉദ്യുക്തരായത് എന്തുകൊണ്ടാണെന്ന് വ്യക്തമാവുന്നുണ്ട്. തങ്ങളെ ചൂഷണം ചെയ്യുന്നവർക്കെതിരായി ഇങ്ങനെ സുധീരം പോരാടുവാനുള്ള ശക്തി, പ്രേരണ എങ്ങനെ ലഭിച്ചു? ഏതേത് പ്രതീക്ഷകളും ചിന്തകളുമാണ് അവരെ അചഞ്ചലരും ധീരരുമായ യോദ്ധാക്കളാക്കിയത്? പ്രയാസങ്ങൾ സഹിക്കാനും ത്യാഗമനുഷ്ഠിക്കാനുമുള്ള പ്രേരണ അവർക്കെങ്ങനെ ലഭിച്ചു? നിരക്ഷരരും സാധുക്കളും അസമർത്ഥരുമായിരുന്ന ഇവർ അല്പകാലത്തിനുള്ളിൽ എങ്ങനെ മാറിപ്പോയി? ഞാൻ കണ്ട യാഥാർത്ഥ്യങ്ങളുടെ, എന്റെ അനുഭവങ്ങളുടെ വെളിച്ചത്തിൽ, സഖാവ് ശ്യാംറാവു പരുലേക്കർ നല്കിയ മാർഗ്ഗ ദർശനത്തിന്റെയും പ്രോത്സാഹനത്തിന്റെയും ധൈര്യത്തിന്റെയും സഹായത്തോടെ, ഞാനും എന്റെ സഹപ്രവർത്തകരും പരുലേക്കറുംകൂടി എന്തൊക്കെ സാധിച്ചു എന്ന് എന്റെ വികലമായ ഭാഷയിൽ പറഞ്ഞൊപ്പിക്കാൻ ഇനിയുള്ള അദ്ധ്യായങ്ങളിൽ ശ്രമിച്ചിട്ടുണ്ട്.

വനഗഹ്വരങ്ങളിൽ വർളികളുടെ ജീവിതം

മഹാരാഷ്ട്ര കിസാൻസഭയുടെ ആഭിമുഖ്യത്തിൽ ആദ്യത്തെ മഹാരാഷ്ട്ര കിസാൻ പരിഷത്ത് ഠാണാജില്ലയിലെ തിത്‌വാള എന്ന സ്ഥലത്തുവച്ചാണ് നടന്നത്. ഈ പരിഷത്തിനുമുമ്പ് പരുലേക്കർ പരിഷത്തിന്റെ പ്രചാരണാർത്ഥം ഉംബർഗാവ് താലൂക്കിലെ ഡോംഗാരി ഗ്രാമത്തിൽ ഒരു പൊതുസമ്മേളനം നടത്തി. അതിൽ അദ്ദേഹം ചെയ്ത പ്രസംഗം വർളികളുടെ ഹൃദയം പിടിച്ചെടുത്ത ഒന്നായിരുന്നു. അദ്ദേഹത്തിന്റെ ആഗ്രഹമനുസരിച്ച് ചില വർളികൾ തിത്‌വാള പരിഷത്തിനും വന്നിരുന്നു. അവിടെവച്ച് 'വേഠ്ബിഗാർ റദ്ദ്കരാ' (അടിയാൻപണി അവസാനിപ്പിക്കുക) എന്ന പ്രഖ്യാപനം മുഴങ്ങുകയുണ്ടായി. ഇതിൽനിന്നും ആവേശം ഉൾക്കൊണ്ട് വർളികൾ അടിയാൻപണി നിർത്തലാക്കുന്നതിനുള്ള ദൃഢനിശ്ചയവുമായി ചെങ്കൊടി കൈയിലേന്തിക്കൊണ്ടാണ് തിരിച്ചുപോയത്. വർളികൾ അടിയാൻപണി ചെയ്യാൻ വിസമ്മതിച്ചതോടുകൂടി ജന്മികൾ മർദ്ദനങ്ങൾ അഴിച്ചുവിട്ടുതുടങ്ങി. ഇതിനെതിരെ എങ്ങനെ പ്രതികാരം ചെയ്യുമെന്ന പ്രശ്നം വർളികൾക്ക് മുന്നിൽ ഉദിച്ചുയർന്നു. അവർ ഉടനെതന്നെ എനിക്ക് ആളയച്ചു. ജന്മികളുടെ മർദ്ദനങ്ങളെ ഒറ്റക്കെട്ടായി ചെറുക്കുന്നതിനായി ഞങ്ങൾ—പരുലേക്കറും എന്റെ സഹപ്രവർത്തകരും ഞാനും—ആദിവാസികളുടെ ഒരു വമ്പിച്ച പൊതുയോഗം വിളിച്ചുകൂട്ടുവാൻ തീരുമാനിച്ചു. പരിതഃസ്ഥിതികൾ ഒട്ടാകെ ഒന്നുനേരിൽക്കണ്ടു പഠിക്കുന്നതിനുവേണ്ടി ഞാൻ ഉടൻതന്നെ ആദിവാസികളുടെ പ്രദേശത്തേക്ക് പോകുവാനൊരുങ്ങി.

ആദിവാസികളുടെ ജീവിതത്തെപ്പറ്റി എനിക്ക് വലിയ വിവരമൊന്നുമില്ലായിരുന്നു. പൊതുജീവിതത്തിന്റെ ആദ്യഘട്ടങ്ങളിൽ എന്റെ പ്രവർത്തനരംഗം ബോംബെയായിരുന്നു. ആദിവാസി പ്രദേശത്തെക്കുറിച്ച്

എനിക്ക് അല്പവിവരം പോലുമുണ്ടായിരുന്നില്ല. ആദിവാസികളുടെ സ്ഥലത്തേക്കു പോകുവാനും പുതിയ ആളുകളും ജീവിതവുമായി പരിചയപ്പെടുവാനും കഴിയും എന്ന ചിന്ത എനിക്കുത്സാഹമേകി. ആദ്യത്തെ യോഗം തലാസരി ഗ്രാമത്തിലാവാം എന്നുവെച്ച് സ. ദൾവിയും ഞാനും അങ്ങോട്ടു പുറപ്പെട്ടു. തലാസരി ഗ്രാമം അന്ന് ഇന്നത്തോളം പ്രസിദ്ധമായിരുന്നില്ല. പശ്ചിമ റെയിൽവെയിൽ സംജാൺ സ്റ്റേഷനിൽ വണ്ടിയിറങ്ങിയപ്പോൾ, ബസിൽ സ്ഥലം പിടിക്കുന്നതിനായി ജീവൻ കൈയിലെടുത്തോടുന്ന യാത്രക്കാരെയാണ് കണ്ടത്. ഒരു സ്വകാര്യ ഉടമസ്ഥന്റേതായിരുന്നു ബസ്. ഈ ബസ് തെറ്റിയാൽ പിറ്റേദിവസംവരെ വേറെ ബസുണ്ടായിരുന്നില്ല. ബസിൽ സ്ഥലമെങ്ങനെ കിട്ടും എന്ന ചിന്തയോടുകൂടി ഞങ്ങൾ അതിനുസമീപം ചെന്നു. ബസിനുള്ളിൽ മനുഷ്യരെ കുത്തിയടുക്കിയിരുന്നു. പ്രമാണികളും "മാന്യരു'മായ ആളുകൾ സീറ്റുകളിലിരുന്നിരുന്നു. ആദിവാസികളും മറ്റു പാവപ്പെട്ടവരും നടുക്കുള്ള സ്ഥലത്ത് തിക്കിത്തിരക്കി നില്ക്കുകയാണ്. അതിൽ ഞങ്ങളും കയറിക്കൂടി.

തലാസരിഗ്രാമം ഏതാണ്, എവിടെ, എങ്ങനെ ഇറങ്ങണം എന്നൊന്നും ഞങ്ങൾക്കറിഞ്ഞുകൂടാ. ഞങ്ങൾ തീരെ പുതിയ ആളുകൾ, ഇറങ്ങേണ്ടതെവിടെ, പോകേണ്ടതെവിടെ, എന്നൊക്കെ ചിന്തിച്ച് വിഷമിക്കുകയായിരുന്നു. കണ്ടക്ടർ 'തലാസേരി' എന്നുവിളിച്ച് പറയുമ്പോഴോ, യാത്രക്കാരിൽ ആരെങ്കിലും തലാസരിയിൽ ഇറങ്ങാനുണ്ടെങ്കിൽ അവരോടൊപ്പമോ ഇറങ്ങാം. ഏതെങ്കിലും കൃഷിക്കാരന്റെ വീട്ടിൽ ചെല്ലാം. പിന്നെ വരുംപോലെ നോക്കാം എന്നീ ചിന്തകളുമായി ഞങ്ങൾ കഴിച്ചുകൂട്ടി. തീരെ പുതിയ സ്ഥലമാണ് എന്നു വിചാരിക്കുമ്പോൾ കുറച്ചൊക്കെ മനഃപ്രയാസവും തോന്നാതിരുന്നില്ല. തിത്വാള പരിഷത്തിന് വന്നെത്തിയിരുന്ന ആദിവാസികളുടെ മനസ്സിൽ ആ പരിഷത്ത് വലിയ മാറ്റങ്ങൾ സൃഷ്ടിച്ചിരുന്നു. അടിച്ചമർത്തപ്പെട്ട ഒരു ജനതക്ക് ചെറിയ ആലംബം കിട്ടുമ്പോഴേക്കും അവർക്കെത്ര ഉത്സാഹം തോന്നുന്നു! തങ്ങളുടെ സഹായത്തിനെത്തുന്ന മനുഷ്യർക്കുവേണ്ടി എന്തും ചെയ്യുവാൻ അവർ തയ്യാറാണെന്ന വസ്തുത എനിക്കപ്പോൾ അറിയാൻ കഴിഞ്ഞിരുന്നില്ല. പക്ഷേ, പില്ക്കാലത്ത് പ്രക്ഷോഭത്തിന്റെ വർഷങ്ങളിൽ ഈ കാര്യം ഞാൻ അനുഭവിച്ചറിഞ്ഞു.

തലാസരിഗ്രാമത്തിൽ എത്തുന്നതിനു തൊട്ടുമുമ്പ് കൂട്ടംകൂട്ടമായി നില്ക്കുന്ന കുറെ വടവൃക്ഷങ്ങളുണ്ട്. അവയുടെ കീഴെ ധാരാളം ആദിവാസികൾ സംഘംചേർന്ന് ഞങ്ങളെയും പ്രതീക്ഷിച്ച് നില്പുണ്ട്. ചിലരുടെ കൈയിൽ ചെങ്കൊടിയുണ്ട്. 'തലാസരിയിലെത്തി' എന്ന് മനസ്സിൽ തോന്നിത്തുടങ്ങിയപ്പോഴേക്കും ആദിവാസികൾ ബസ് നിർത്തിച്ച് ഞങ്ങളെ ഇറക്കി.

യോഗത്തിനായി വർളികൾ അവരുടെ മനസ്സിൽ തോന്നിയ തരത്തിലുള്ള സജ്ജീകരണങ്ങൾ ചെയ്തിരുന്നു. ഒരു മരച്ചുവട്ടിൽ ഏതോ

പീടികക്കാരന്റെ പക്കൽനിന്നോ ഹുണ്ടികക്കാരന്റെ പക്കൽനിന്നോ കൊണ്ടുവന്ന ഒരു കിടക്ക, അതിനുമീതെ ഒരു കാർപെറ്റ്, കുടിക്കാനുള്ള വെള്ളം നിറച്ച ഒരു പാത്രം, മുന്നു നാലു കലങ്ങൾ... തുടങ്ങിയവ. പ്രഥമ യോഗത്തിന്റെ സമയത്ത് ഞങ്ങളുടെ എതിരാളികൾക്ക് ഞങ്ങളെ ശരിയായ പരിചയമില്ലാതിരുന്നതിനാലാണ് ഇത്തരം ഏർപ്പാടുകളൊക്കെ ഉണ്ടായത്. പിന്നീടൊരിക്കലും ഇത്തരം സജ്ജീകരണങ്ങളൊന്നും ഉണ്ടാ യിട്ടില്ല. പിന്നീടാരു കൊടുക്കും കിടക്ക, ആരു കൊടുക്കും കിടക്കവിരി! ഞങ്ങളിറങ്ങിയ ഉടൻ ആദിവാസികളെല്ലാം ചുറ്റിലും വന്നുനിന്നു. ഞങ്ങൾ പൊതുയോഗം നടത്തണം എന്ന അവർക്ക് ആഗ്രഹമുണ്ടായിരുന്നു.

രണ്ടാം ലോകമഹായുദ്ധം അവസാനിച്ചതേയുള്ളു. ഇടക്കാല സർക്കാരാണ് നിലവിലുണ്ടായിരുന്നത്. പൊതുസമ്മേളനങ്ങൾ നിരോ ധിക്കപ്പെട്ടിരുന്നു. യോഗം നടത്താൻ വേണ്ട അനുവാദവും ഞങ്ങൾ എടു ത്തിട്ടുണ്ടായിരുന്നില്ല. വർളികൾ ഔത്സുക്യത്തോടെ യോഗം ആരം ഭിക്കുന്നതും കാത്തിരിക്കുകയാണ്. യോഗം നടത്തിയിരുന്നുവെങ്കിൽ നിരോധനാജ്ഞ ലംഘിക്കേണ്ടിവരുമായിരുന്നു. നടത്തിയില്ലെങ്കിലോ വർളികൾ നിരാശരാകുകയും ചെയ്യും. ഞാൻ വെറുതെ അവരോട് ചോദിച്ചു: "എന്താ നമ്മുടെ, പാവപ്പെട്ടവരുടെ കൊടിക്കീഴിൽ നടത്തുന്ന യോഗത്തിന് ഇത്രയൊക്കെ ഏർപ്പാടുകൾ ചെയ്യാൻ നിങ്ങളോടാരു പറഞ്ഞു?" ഒരിക്കൽ പരേതനായ ബാലഗംഗാധർ ഖേർ അവിടെ ഒരു യോഗത്തിനായി വന്നപ്പോൾ അദ്ദേഹത്തിനുവേണ്ടി ഇങ്ങനെയൊക്കെ ചെയ്തിരുന്നുവെന്ന് ഒരാൾ പറഞ്ഞു. "കൂട്ടരെ നമ്മളെപ്പോലെയുള്ള പാവപ്പെട്ടവരുടെ യോഗത്തിന് ഇത്തരം ഏർപ്പാടുകളൊന്നും വേണ്ട എന്ന പറഞ്ഞ് അവരോട് ഒരു കുടിലിനുള്ളിലേക്കു നടക്കാൻ ഞാനാവ ശ്യപ്പെട്ടു. ഞങ്ങളെല്ലാവരും തലാസരിയിലെ കുന്നിൻചെരുവിലുള്ള ഒരു വലിയ കുടിലിനുള്ളിലേക്ക് പോയി. പ്രധാനപ്പെട്ട വ്യക്തികൾ മാറിനില്ക്കുക എന്ന് ഞങ്ങൾ പറഞ്ഞിരുന്നുവെങ്കിലും എല്ലാവരും കുടിലിനടുത്തേക്ക് നടക്കുകയാണുണ്ടായത്. കുടിലും പരിസരവും നിറഞ്ഞു. കുറേപ്പേർ പുറത്തു വരാന്തയിലും വാതിലിനടുത്തും ഒക്കെ യായി നിന്നിരുന്നു. പ്രായം ചെന്നവർ അവരുടെ വയഃക്രമമനുസരിച്ച് മുൻപിൽ ഇരുന്നു. മറ്റുള്ളവർ പിൻഭാഗത്തും ഇരുന്നു. ഞങ്ങൾക്കുവേണ്ടി വലിയ മൺകൂജയ്ക്ക് അടുത്ത ഒരു പുല്പായ ഇട്ടിരുന്നു.

യോഗം തുടങ്ങുന്നതിനുമുമ്പ് പതാക നാട്ടേണ്ടതുണ്ടായിരുന്നു. ഞങ്ങളുടെ കൈവശം മൊട്ടുസൂചിയോ അതുപോലത്തെ സാധനങ്ങളോ ഇല്ലാതിരുന്നതിനാൽ പതാക എങ്ങനെ, എവിടെ കുത്തിനിർത്തും എന്ന പ്രശ്നമായി. ഇതിനിടയ്ക്ക് ഒരാൾ നാലു മുള്ളുകൾ കൊണ്ടുവന്ന് കൊടിയുടെ നാലുമൂലകളിലും കുത്തി അത് ഒരിടത്ത് സ്ഥാപിച്ചു. ഞങ്ങളുടെ നാഗരിക മനസ്സിന് ഇത് വലിയ തമാശയായി തോന്നി. ഇനി എന്തുണ്ടാകാൻ പോകുന്നു എന്ന ജിജ്ഞാസയോടെ വർളികൾ നിശ്ശബ്ദരായി ഇരുന്നു. ഇത്രയുമായപ്പോഴേക്കും അവിടത്തെ

ഹുണ്ടികക്കാരന്റെ കൈയാളായ ഒരു ഭയ്യ* ഒരു വലിയ വടിയുമായി അവിടെയെത്തി. അയാളുടെ പിന്നിൽ ഹുണ്ടികക്കാരന്റെ ഗൃഹത്തിൽ ക്യാമ്പുചെയ്തിരുന്ന വില്ലേജ് ആപ്പീസറും ഉണ്ടായിരുന്നു. വർളികൾ അവർക്ക് സ്ഥലമുണ്ടാക്കിക്കൊടുത്തു. അവർ രണ്ടുപേരും നേരെ ഞങ്ങളുടെ സമീപം വന്നിരുന്നു. ഭയ്യ, തലയിലൊരു കെട്ടും കെട്ടി കൈയിലുള്ള വടി മുൻപിൽത്തന്നെ വെച്ച് ഒരിരിപ്പിരുന്നു. വർളികൾ പരിഭ്രമിച്ചു. അവർ ചിന്താധീനരായി കാണപ്പെട്ടു. 'കാണട്ടെ എന്തൊക്കെയാണ് നടക്കാൻ പോകുന്നത്, എന്ന ഭാവത്തോടെ ഭയ്യയും വില്ലേജാപ്പീസറും ഇരുന്നു. തലപൊക്കി അവരുടെ ഭാഗത്തേക്കു നോക്കാൻ ആർക്കും ധൈര്യമില്ല. വർളികൾ അമ്പരന്നുപോയിരുന്നു. കാരണം യോഗത്തിൽ എന്തുനടക്കുന്നു, ആരൊക്കെ വന്നിരുന്നു, ആരെല്ലാം എന്തെല്ലാം പറഞ്ഞു എന്നൊക്കെ അറിയുന്നതിനായി, യോഗാംഗങ്ങളെ ഭീഷണിപ്പെടുത്തുന്നതിനുവേണ്ടി പറഞ്ഞയക്കപ്പെട്ടവരാണ് ഈ ഭയ്യയും വില്ലേജാപ്പീസറും എന്ന് അവർക്ക് മനസ്സിലായി. നാട്ടിലെ ഒരു ഉദ്യോഗസ്ഥനായതുകൊണ്ട് സർക്കാരിന്റെ കല്പനയില്ലാതെ ഈ സ്വകാര്യസ്ഥലത്തുവച്ച് നടത്തുന്ന യോഗത്തിൽ വന്നിരിക്കരുതെന്ന് ഞാൻ വില്ലേജാപ്പീസറോട് പറഞ്ഞു. ഇതുകേട്ട വില്ലേജാപ്പീസർ ഭയ്യയുടെ മുഖത്തേക്ക് നോക്കി. സ്വകാര്യഗൃഹത്തിൽവെച്ച് നടത്തുന്ന ഒരു സ്വകാര്യയോഗത്തിൽ ഞങ്ങളുടെ അനുവാദം കൂടാതെ വന്നിരിക്കരുതെന്ന് ഭയ്യയോട് പറയേണ്ടിവന്നു. ഞാൻ തുറന്നു പറഞ്ഞു; "നിങ്ങൾ എന്തിനുവേണ്ടിയാണ് വന്നിട്ടുള്ളതെന്ന് എനിക്ക് നല്ലപോലെ അറിവാം. നിങ്ങൾ ഇവിടെ നില്ക്കരുത്. നിങ്ങൾ നിങ്ങളുടെ ജോലി നോക്കി പൊയ്ക്കോള്ളു. ഞങ്ങളുടെ ജോലി ഞങ്ങളും ചെയ്തോട്ടെ. ഈ വടി എന്താവശ്യത്തിനാണ് കൊണ്ടുവന്നത്? നിങ്ങൾക്ക് ഭയം തോന്നുന്നുണ്ടെങ്കിൽ മറ്റുള്ളവരെ പേടിപ്പിക്കണമെന്നുണ്ടോ? വടികാണിച്ച് പേടിപ്പിക്കുന്ന കാലം ഇന്നവസാനിച്ചിരിക്കുന്നു." വർളികളുടെ മുൻപിൽവെച്ച് അങ്ങനെ ആരും അയാളോടിതുവരെ സംസാരിച്ചിട്ടില്ല. പിന്നോക്കപ്രദേശങ്ങളിലെ ജന്മിമാരുടെ കിങ്കരന്മാരും പിന്നോക്കക്കാർ തന്നെ. എന്റെ സംസാരം കേട്ട് അയാൾ തെല്ലമ്പരന്നുപോയി. "വെറുതെ കേൾക്കാമല്ലോ എന്നുവെച്ച് വന്നു. നിങ്ങൾക്കിഷ്ടമില്ലെങ്കിൽ പോയേക്കാം" എന്നുപറഞ്ഞ് രണ്ടാളും എഴുന്നേറ്റു. ഭയ്യ വടിയും കൈയിലെടുത്ത് കണ്ണുരുട്ടിക്കാണിച്ച് പുറത്തേക്കിറങ്ങി. അയാളുടെ പുറകെ തലയും താഴ്ത്തി വില്ലേജാപ്പീസറും ഇറങ്ങി.

അവർ രണ്ടുപേരും പുറത്തിറങ്ങിയ ഉടനെ വായും പൂട്ടി ഇരുന്ന വർളികൾ പെട്ടെന്ന് വാചാലരായി. എല്ലാവരും ഒരുമിച്ച് സംസാരിക്കാൻ തുടങ്ങി. എല്ലാംകൂടി ബഹളമയം. ആദ്യം ഞങ്ങൾക്കൊന്നും മനസിലായില്ല. ജന്മിയുടെ ഭയ്യക്ക് അവരുടെ കൺമുന്നിൽ വച്ചുതന്നെ

---

* ഉത്തർപ്രദേശുകാരെ സാധാരണയായി ഇങ്ങനെയാണ് വിളിക്കുന്നത്.

പിന്മാറേണ്ടിവന്നത് അവരെ അത്യധികം സന്തോഷിപ്പിച്ചു. തങ്ങളെ നിയമം പഠിപ്പിക്കുകയും നിശ്ശബ്ദരാക്കി ഇരുത്തുകയും ചെയ്യുന്നവരെ യോഗത്തിൽ നിന്നിറക്കി വിട്ടപ്പോൾ ഹുണ്ടികക്കാരന്റെ സേവകർക്ക് ചിലരെയെങ്കിലും ഭയമുണ്ടെന്നവർക്ക് തോന്നിത്തുടങ്ങി. അവരുടെ ജീവിതത്തിൽ ഇതാദ്യത്തെ അനുഭവമാണ്. അവർക്ക് അളവറ്റ ആനന്ദം തന്നെ ഉണ്ടായി. യോഗത്തിന്റെ എല്ലാ ക്രമങ്ങളും തെറ്റിയിരുന്നു. പിന്നീടങ്ങോട്ട്, സ്വന്തം ദുഃഖങ്ങളുടെ കഥകൾ പറയാൻ വെമ്പിനിന്നിരുന്ന ആദിവാസികൾ ചിലർ പകുതി നിന്നും ചിലർ എഴുന്നേറ്റുനിന്നും മറ്റു ചിലർ ഇരുന്നുകൊണ്ടും ഒരുമിച്ച് സംസാരിക്കാൻ തുടങ്ങി. അവരുടെ ഉത്സാഹവും ആനന്ദവും കണ്ട് ഞങ്ങൾ അദ്ഭുതസ്തബ്ധരായി. അവർ മതിവരുന്നതുവരെ സംസാരിച്ചുകൊണ്ടിരുന്നു. അവസാനം അവരുടെ ഇടയിൽ നിന്ന് ഒരാൾ പറഞ്ഞു:

"ബായി* നമുക്കുവേണ്ടി വന്നിരിക്കുകയാണ്. ഇനി അവർ പറയുന്നത് കേൾക്കുക." പക്ഷേ, അവർ ഓരോരുത്തരായി സംസാരിക്കുവാൻ പറഞ്ഞ് ഞാൻ അതെല്ലാം കേട്ടുകൊണ്ടിരുന്നു. ജന്മി, ഹുണ്ടികക്കാരൻ, അവരുടെ സേവകന്മാർ, കങ്കാണി, പൊലീസിലെയും ഫോറസ്റ്റുവകുപ്പിലെയും വില്ലേജാപ്പീസിലെയും ചെറിയവരും വലിയവരുമായ ഉദ്യോഗസ്ഥന്മാർ തുടങ്ങിയവരോട് അവർക്ക് അതിഭയങ്കരമായ വെറുപ്പുണ്ടായിരുന്നു. കത്തിജ്വലിച്ച വിദ്വേഷമുണ്ടായിരുന്നു. അവരുടെ ജീവൻ ജ്വലിച്ചുകൊണ്ടിരുന്നു. ഈ അധികാരികളെ സ്വാധീനിച്ച് ജന്മികളും ഹുണ്ടികക്കാരും അവരെ പൈശാചികമായി മർദ്ദിക്കുകയും ആക്രമിക്കുകയും ചെയ്തിരുന്നു. അതില്പെട്ട രണ്ടുപേരെ ഞങ്ങൾ അടിച്ചിരുത്തിയത് കണ്ടപ്പോൾ ഈ പാവപ്പെട്ട മനുഷ്യരുടെ വാക്കുകൾ അണ പൊട്ടി ഒഴുകുകയായിരുന്നു. അവർ ഇവരുടെ മേൽ നടത്താറുള്ള ആക്രമണങ്ങൾ വിശദീകരിച്ചുകൊണ്ട് സംസാരിച്ചു. സഹാനുഭൂതിയോടുകൂടി കേട്ടിരിക്കാൻ ആളുകളെ കിട്ടിയപ്പോൾ ചെറിയ സംഭവങ്ങൾ പോലും വലുതാക്കിപ്പറയാൻ തുടങ്ങി.

അവരുടെ ആവേശം ഒന്ന് ശമിച്ചപ്പോൾ, കഴിഞ്ഞതു കഴിഞ്ഞു, പക്ഷേ, ബായി പോയാലുടൻ ഇതേ ഭയ്യയും വില്ലേജാപ്പീസറും കൂടി വീണ്ടും ദ്രോഹിക്കാൻ തുടങ്ങിയാലെന്തു ചെയ്യും എന്ന് അവർ ചിന്തിക്കാൻ തുടങ്ങി. ആരെങ്കിലും ദ്രോഹിക്കുകയോ കഷ്ടപ്പെടുത്തുവാൻ തുടങ്ങുകയോ ചെയ്താൽ അവരുടെ സഹായത്തിനെത്താമെന്ന് ഞങ്ങൾ ആശ്വസിപ്പിച്ചപ്പോൾ അവർക്ക് കുറച്ച് സമാധാനമായി. ഈ സംഭവങ്ങൾക്കുശേഷം, ഞാൻ വളരെ ലളിതമായ വാക്കുകളിൽ അവരോട് സംസാരിച്ചു. ചെങ്കൊടി, കമ്യൂണിസ്റ്റ് പാർട്ടി എന്നൊക്കെ പറഞ്ഞാൽ എന്തെന്ന് അവരെ പറഞ്ഞ് മനസ്സിലാക്കി.

ഈ യോഗത്തിൽവെച്ച് ആദ്യമായി 'കമ്യൂണിസ്റ്റ് പാർട്ടി' എന്ന വാക്ക്

* മഹാരാഷ്ട്രയിൽ സ്ത്രീകളെ ഇങ്ങനെയാണ് ബഹുമാനപൂർവ്വം സംബോധന ചെയ്യുന്നത്.

ആദിവാസികൾ പഠിച്ചു. അനേകം പ്രാവശ്യം ഈ വാക്ക് ഞങ്ങൾ അവരെക്കൊണ്ട് ഉച്ചരിപ്പിച്ചു. ഈ വാക്ക് അവർ പഠിക്കുകയും മറ്റനേകം പേരെ പഠിപ്പിക്കുകയും ചെയ്തു. അക്കാലത്ത് 'കമ്യൂണിസ്റ്റ് പാർട്ടി ചാ വിജയ് അസോ' (കമ്യൂണിസ്റ്റ് പാർട്ടി വിജയിക്കട്ടെ) എന്നവരെ പഠിപ്പിക്കുവാൻ പ്രയാസമായിരുന്നതിനാൽ 'കമ്യൂണിസ്റ്റ് പാർട്ടി കീ ജയ്' എന്ന മുദ്രാവാക്യം അവരെ പഠിപ്പിച്ചു. അതുകൊണ്ടുതന്നെയാണ് അക്കാലത്ത് ആ ഭാഗങ്ങൾ സന്ദർശിച്ച ആചാര്യ ആത്രെ* 'മി കമ്യൂണിസ്റ്റ് പാർട്ടി ചാ അഹെ' (ഞാൻ കമ്യൂണിസ്റ്റ് പാർട്ടിക്കാരനാണ്) എന്ന് വ്യക്തമായി പറയാൻ കഴിയുന്ന വർളികളെ കണ്ടുമുട്ടിയത്. പാവപ്പെട്ടവരുടെ സുഹൃത്തായി ലാൽ ബാവ്ടാ' (ചെങ്കൊടി)യുടെ പേരും, അവരുടെ ഹൃദയത്തിൽ പതിഞ്ഞിരുന്നു. എന്റെ പ്രസംഗത്തിൽ ഞാൻ ഭയ്യയെയും വില്ലേജാപ്പീസറെയും പറ്റി പറഞ്ഞ ഉടൻ അവർക്ക് എഴുന്നേറ്റ് പോകേണ്ടിവന്നു; ഇതുപോലെ നിയമത്തിന്റെ സഹായത്തോടെ ചെങ്കൊടി എല്ലാ ജന്മിമാരുടെയും ക്രൂരകൃത്യങ്ങൾക്ക് അറുതി വരുത്തും എന്നൊക്കെ അവർക്ക് ബോദ്ധ്യമായി. പ്രസംഗത്തിലെ ബാക്കി ഭാഗങ്ങൾ അവർക്കെത്രകണ്ട് മനസ്സിലായി എന്നു പറയാൻ പ്രയാസമുണ്ട്. പ്രസംഗം അവസാനിച്ച ഉടൻ വീണ്ടും എല്ലാവരും സംസാരിച്ചുതുടങ്ങി. 'ദിവസവും വെറുതെ ഭീഷണിപ്പെടുത്താറുണ്ട്, ഇന്ന് എങ്ങനെ മിണ്ടാതെ ഇറങ്ങിപ്പോയി' എന്നെല്ലാം. ഗ്രാമംതോറും ചുറ്റിത്തിരിഞ്ഞ്, ആളുകളെക്കണ്ട് സംസാരിച്ച്, വലിയ തോതിൽ ആളുകളെ സംഘടിപ്പിക്കാനുണ്ട്, പൊതുയോഗം നടത്തണം എന്നൊക്കെ പറഞ്ഞ് അവിടെനിന്ന് പുറപ്പെട്ടു.

ഞങ്ങളുടെ ശരിയായ പ്രവർത്തനം പ്രസംഗത്തിനുശേഷമാണുണ്ടായത്. ഔപചാരികമായി യോഗം പിരിഞ്ഞതിനുശേഷം ധാരാളം വർളികൾ ഞങ്ങളുടെ സമീപം വന്ന് അനേകം പരാതികൾ പറയാൻ തുടങ്ങി. അവർക്ക് ഞങ്ങളോട് അത്തരത്തിലുള്ള ഒരു സൗഹൃദഭാവം ഉണ്ടായിക്കഴിഞ്ഞിരുന്നു. ഞങ്ങൾ പുറപ്പെട്ടപ്പോൾ, വീണ്ടും വേഗം തിരിച്ചുവരണമെന്ന് അപേക്ഷിച്ചു. 'ഇല്ലെങ്കിൽ ബായി, ഞങ്ങളെ കൊന്നുകളയും' എന്ന് വീണ്ടും വീണ്ടും സങ്കടപ്പെട്ടു. ഞങ്ങളെ യാത്രയാക്കുന്നതിനുവേണ്ടി വർളികൾ കവലവരെ വന്നു. മറ്റു ചിലർ കൂട്ടംകൂടി നിന്ന് കാര്യങ്ങളെപ്പറ്റി സംസാരിക്കുകയായിരുന്നു. ഇതുവരെ ഒന്നിനെപ്പറ്റിയും ചിന്തിക്കാതിരുന്ന, ഉദാസീനരായിരുന്ന, അവർ ചെങ്കൊടിയെപ്പറ്റി സംസാരിക്കാൻ തുടങ്ങി. പ്രക്ഷോഭത്തിന്റെ പ്രാരംഭദശകളിൽ, പരിഷ്കൃത ജനങ്ങൾക്ക് തീരെ സാധാരണമായി തോന്നാവുന്ന ഇത്തരം സംഭവങ്ങളിലൂടെയാണ് ആദിവാസികളുടെ ശ്രദ്ധ ജനങ്ങളിൽ പതിഞ്ഞത്. തലാസരിയിലെ വർളികളുടെ ജീവിതം തൊട്ടടുത്തുവെച്ച് കണ്ടു. ഈ ജനങ്ങൾ വ്യത്യസ്തരാണ്, ഇവരുടെ ഭാഷ വ്യത്യസ്തമാണ്. ഈ പാവങ്ങൾക്കുവേണ്ടി എന്തെങ്കിലും ചെയ്യണം എന്ന ചിന്ത

---

* പരേതനായ സുപ്രസിദ്ധ മറാഠി നാടകകൃത്ത്, മറാഠാ ദിനപത്രത്തിന്റെ മുൻ പത്രാധിപർ.

യോടുകൂടി അവരുടെ വിശ്വാസം ചെറിയ തോതിലെങ്കിലും സമ്പാദിച്ചു എന്ന ആശ്വാസത്തോടുകൂടി ഞങ്ങൾ മടങ്ങി.

കാലത്ത് ബോംബെയിൽനിന്ന് പുറപ്പെട്ടപ്പോൾ ഞങ്ങൾ വെറും ചായ മാത്രമേ കഴിച്ചിരുന്നുള്ളു. ഞങ്ങൾക്ക് വിശ്രമിക്കാൻ ഒരിടം കിട്ടിയില്ല. പുതിയ ആളുകളായതുകൊണ്ട് ഞങ്ങൾ വർളികളോട് ഭക്ഷണത്തെപ്പറ്റി സൂചിപ്പിക്കുകയോ ചായ ആവശ്യപ്പെടുകയോ ചെയ്തില്ല. പിന്നീടൊരിക്കലും ഇത്തരമൊരു പരിതഃസ്ഥിതി ഉണ്ടായിട്ടില്ല. വർളികൾ വളരെ സന്തോഷത്തോടുകൂടി ഞങ്ങൾക്ക് ഭക്ഷണം, ചായ തുടങ്ങിയവ ഏർപ്പാടുചെയ്തു തന്നിരുന്നു. തലാസരിയിൽനിന്ന് പോന്ന് സംജാൺ സ്റ്റേഷനിലെത്തിയതിനുശേഷം ചായ കുടിക്കാമെന്ന് ഞങ്ങൾ തീരുമാനിച്ചു. അതിനുംപുറമേ, മടങ്ങിയെത്തി, ഇനിയത്തെ യോഗം സംഘടിപ്പിക്കുന്നതിനുവേണ്ടി പുറപ്പെടേണ്ടിയിരുന്നു. അതിനാൽ വർളികളുമായി നേരമ്പോക്ക് പറയാനുള്ള ആഗ്രഹം മാറ്റിവെച്ചുകൊണ്ട്, ഒരുതരത്തിൽ അവരെ നിരാശപ്പെടുത്തിക്കൊണ്ടുതന്നെ, ഞങ്ങൾ മടക്കയാത്ര തുടങ്ങി.

തലാസരിയിലെ കാര്യങ്ങൾ കേട്ടപ്പോൾ പരുലേക്കർ ഉംബർഗാവ് താലൂക്കിലുള്ള 'തസരി' ഗ്രാമത്തിൽവെച്ച് ഒരു വലിയ പരിഷത്ത് നടത്താൻ തീരുമാനിച്ചു. ദൾവിയും ഞാനും വീണ്ടും പ്രചാരണത്തിനായി ഉംബർഗാവ് താലൂക്കിലെ കുഗ്രാമങ്ങളിലുള്ള ആദിവാസി കേന്ദ്രങ്ങളിൽ പോകണമെന്നും തീരുമാനിച്ചു.

ദൾവിയും ഞാനും 'തസരി' പരിഷത്തിന്റെ പ്രചാരണാർത്ഥം ഉംബർഗാവ് താലൂക്കിലെ അനേകം പർവ്വതഗ്രാമങ്ങളിൽ പോവുകയുണ്ടായി. ചില സ്ഥലങ്ങളിൽ ക്യാമ്പുചെയ്തു. ചില സ്ഥലങ്ങളിൽ ചെറിയ പ്രവർത്തകയോഗങ്ങൾ നടത്തി. മറ്റു ചിലയിടങ്ങളിൽ വൻ സമ്മേളനങ്ങളും. ഡോംഗാരി ഗ്രാമം സംജാൺ സ്റ്റേഷന്റെ കിഴക്ക് മൂന്നു നാല് മൈലുകൾക്കുള്ളിലായിട്ടാണ് സ്ഥിതിചെയ്യുന്നത്. ഈ ഗ്രാമത്തിലേക്ക് പോകാൻ ഇന്നുള്ളതുപോലെ റോഡോ ബസോ ഒന്നും അന്നുണ്ടായിരുന്നില്ല. സ്റ്റേഷനിൽനിന്ന് ചായയും ഭക്ഷണവും കഴിച്ച ഞങ്ങൾ നടപ്പാതയിൽക്കൂടി ഡോംഗാരിയിലേക്ക് നടന്നു. കാലത്ത് ഏതാണ്ട് ഒമ്പത് മണിയോടുകൂടി ഡോംഗാരിയിലെ ഒരു 'പാഡ'യിൽ ഞങ്ങൾ എത്തിച്ചേർന്നു.

എട്ടോ പത്തോ, അല്ലെങ്കിൽ പത്തോ പതിനഞ്ചോ കുടിലുകളുടെ ഒരു സമൂഹത്തിന് 'പാഡ' എന്നു പറയുന്നു. ഇത്തരത്തിലുള്ള ഏഴോ, കൂടിയാൽ പത്തോ, അല്ലെങ്കിൽ പതിനഞ്ചോ 'പാഡ'കൾ ചേർന്നതാണ് ഒരു ഗ്രാമം. രണ്ട് പാഡകൾ തമ്മിലുള്ള ദൂരം അരനാഴികയോ ഒരു നാഴികയോ ചിലയിടങ്ങളിൽ രണ്ട് മൂന്നു നാഴികയോ ആയിരിക്കും. ഒരു ഗ്രാമത്തിലെ എല്ലാ 'പാഡ്'കളിലും പോകണമെങ്കിൽ അഞ്ചാറ് മൈൽ ദൂരം നടക്കേണ്ടിവരും. സാധാരണയായി ഉയർന്ന സ്ഥലങ്ങളിൽ മരങ്ങളുടെ അരികിലാണ് ഇത്തരം 'പാഡ'കൾ കെട്ടിയുണ്ടാക്കുന്നത്.

ഇങ്ങനെയുള്ള 'ഡാൽക്കർ പാഡ്' എന്ന് പേരായ ഒരു പാഡയിലാണ് ഞങ്ങളെത്തിയത്. അവടെ മുളകൊണ്ട് ഭിത്തി കെട്ടിയുണ്ടാക്കിയ ഒരു കുടിൽ ഞങ്ങളെ സ്വാഗതം ചെയ്തു. വർളികളുടെ വീടുകൾക്ക് മരം വളരെ കുറച്ചേ ഉപയോഗിക്കാറുള്ളു. ചില കുടിലുകൾ വളരെ ചെറുതായിരുന്നതിനാൽ ശരീരം മുഴുവനും വളച്ചുതന്നെ വേണം അകത്തേക്ക് കടക്കാൻ. ഞങ്ങളുടെ ഒരു പ്രവർത്തകനായിരുന്ന ശ്രീലക്ഷ്മൺ സാപ്ടയുടെ വീട് അത്തരത്തിലൊന്നാണ്. അകത്ത് കടക്കുമ്പോഴും പുറത്ത് വരുമ്പോഴും എനിക്ക് എപ്പോഴും നിലംവരെ കുനിയേണ്ടി വരുന്നു. ഭൂരിഭാഗം വീടുകൾക്കും ഒരു വാതിൽ മാത്രമേ ഉള്ളൂ. ഒരേ ഒരു വാതിൽ! എവിടെയെങ്കിലും ചുള്ളിക്കമ്പുകളോ ഭിത്തിക്കായി ഉപയോഗിക്കുന്ന അതുപോലുള്ള സാധനങ്ങളോ ഒടിച്ചുകളഞ്ഞാൽ ജനലായി. മഴക്കാലത്ത് രക്ഷക്കുവേണ്ടി ചില വീടുകൾ വയ്ക്കോൽ കൊണ്ടോ പ്ലാശിലകൊണ്ടോ മേയാറുണ്ട്. ഓടുമേഞ്ഞ വീടുകൾ വളരെ ദുർല്ലഭമായേ കാണുകയുള്ളു. വർളികളുടെ വീടുകൾക്ക് ബലം കൊടുക്കുന്ന യാതൊന്നും ഇല്ലാത്തതിനാൽ ചെറുകാറ്റടിച്ചാല്പോലും മറിഞ്ഞു പോകുമെന്ന സ്ഥിതിയിലായിരുന്നു അവ. കുടിലുകളുടെ ചുറ്റും ഏതാണ്ട് ആറ് മുതൽ ഒമ്പത് ഇഞ്ചോളം ഉയരത്തിൽ കല്ലുകൊണ്ടുണ്ടാക്കിയ തിണ്ണയുണ്ടായിരുന്നു. ഞങ്ങൾ ഒരു തിണ്ണയിൽ കയറിയിരുന്നു. ഓരോ കുടിലിന് മുമ്പിലും മുളകൊണ്ടുണ്ടാക്കിയ ചെറിയ മേശ പോലെയുള്ള ഓരോ സ്റ്റൂൾ ഉണ്ടായിരിക്കും. അതിൽ കുടിക്കാനുള്ള വെള്ളം നിറച്ച കലങ്ങളും കുടിലുകൾക്ക് പുറത്ത് ചെറിയ കുഴികൾ ഉണ്ടാക്കി അവയിൽ കോഴികൾക്ക് കുടിക്കാൻ വെള്ളം നിറച്ചുവച്ചിരുന്നു. ഞങ്ങൾ കുറച്ചുനേരം ഇരുന്നിട്ടും മനുഷ്യരുടെ അനക്കമൊന്നും കേട്ടില്ല. ആരെയും കണ്ടതുമില്ല. ഞങ്ങൾ അവിടെ എന്തിന് വന്നു എന്നറിയാനോ ഞങ്ങളോട് കുശലം അന്വേഷിക്കാനോ അവിടെ ആരെയും കണ്ടില്ല. പക്ഷികളുടെ ചിലയ്ക്കലും കോഴികളുടെ കൊക്കിപ്പാറലുമൊഴിച്ചാൽ അവിടെനിന്ന് മറ്റൊരു ശബ്ദവും കേട്ടില്ല. കുറച്ച് സമയത്തിനുശേഷം ഞങ്ങൾ എഴുന്നേറ്റ് നാലുപുറവും ഒന്നു നടന്നുനോക്കി. ഒരിടത്ത് വളരെ ദയനീയരായി കാണപ്പെട്ട ചെറിയ കുട്ടികൾ കൂട്ടമായി ഇരിക്കുന്നു. അവരെ നോക്കുന്നതിനുവേണ്ടി വീട്ടിൽ നിർത്തിയിരുന്ന രണ്ടു മൂന്ന് മുതിർന്ന കുട്ടികളുമുണ്ടായിരുന്നു. ആൺകുട്ടികളുടെ ദേഹത്തിൽ വെറും ലങ്കോട്ടി മാത്രമാണുണ്ടായിരുന്നത്. പെൺകുട്ടികൾ കാൽവരെയോ അരവാരയോ വരുന്ന ഒരു തുണിക്കഷണം ദേഹത്ത് ചുറ്റിയിരുന്നു. കുട്ടികളുടെ ശബ്ദവും നായ്ക്കളുടെ കുരയും അവിടെ മനുഷ്യവാസമുണ്ടെന്ന പ്രതീതി ഉളവാക്കി.

ഞാൻ ചില കുടിലുകളുടെ അകത്തുകയറി നോക്കി. അവിടെ കണ്ട കാഴ്ച ഒരു ഭാഗത്ത് മൂന്ന് കല്ല് ചേർത്തുവച്ചുണ്ടാക്കിയ അടുപ്പ്. അടുപ്പിനുള്ളിലും പുറത്തും കൂട്ടിയിട്ടിട്ടുള്ള ചാരം. അടുപ്പിനുമുകളിൽ സ്ഥിരമായി കയറ്റി വച്ചിട്ടുള്ള ഏതാനും അലുമിനീയപാത്രങ്ങൾ, ഒന്നു

രണ്ട് കലങ്ങൾ, ഒന്ന് രണ്ട് തവികൾ, ഒരു കലത്തിനകത്ത് നാലഞ്ച് വറ്റ് ചോറ്. 'അംബീൽ'* നിറച്ചുവച്ച മറ്റൊരുകലം. ഒരു തവിയിൽ ഒരു കഷണം മഞ്ഞൾ, ഒന്നുരണ്ട് വെളുത്തുള്ളിയുടെ പോളകൾ, ബീഡി തെറുക്കുവാൻ വേണ്ടി കൊണ്ടുവച്ചിട്ടുള്ള ചിലതരം ഇലകൾ, ഒന്നൊന്നരയടി നീളത്തിൽ ഒരു ഭാഗം അടച്ചിട്ടുള്ള മുളംകുറ്റികൾ ചുമരിലെ വിടവിൽ തിരുകി വച്ചിരിക്കുന്നു. അവയിൽ പുകയില ഉണ്ട്. കാടുകളിൽ ഭരണികളായി ഉപയോഗിക്കുന്നത് ഇത്തരം മുളംകുറ്റികളാണ്.

ഞങ്ങൾ കുടിലുകളുടെ അകത്ത് കയറുകയും ഇറങ്ങുകയുമൊക്കെ ചെയ്യുമ്പോൾ ഞങ്ങളെ ആരും തടഞ്ഞില്ല. ഞങ്ങളാരാണെന്നോ അവിടെ എന്താണ് ചെയ്യുന്നതെന്നോ ആരും ചോദിച്ചില്ല. ഗതികെട്ടുപോയ മനുഷ്യരെപ്പോലെ ആ 'പാഡ'യും ഗതികെട്ടുപോയിരുന്നു. ഈ കുടിലുകളുടെ ദയനീയാവസ്ഥയും അവിടെ നടമാടുന്ന നിത്യദാരിദ്ര്യവും പേടിപ്പെടുത്തുന്ന ചുറ്റുപാടുകളും കണ്ട് തെല്ലമ്പരന്നുപോയി. ഈ ഭയാനകമായ, മനുഷ്യരഹിതമായ 'പാഡ' ഞങ്ങളെ വിഴുങ്ങിക്കളയുമെന്ന് തോന്നി. മനസ്സ് തീരെ ഉദാസീനമായി. ഒരുതരം അസ്വസ്ഥത ഹൃദയത്തിൽ നാമ്പെടുത്തു. ഞാൻ എപ്രകാരമുള്ള പരിതഃസ്ഥിതിയിലാണ് വന്നെത്തിയിരിക്കുന്നത് എന്ന് അദ്ഭുതപ്പെടാൻ തുടങ്ങി. ഇനി എന്തു ചെയ്യണം? ഞങ്ങൾക്ക് തിരിച്ചുപോകേണ്ടിവരുമോ? ഇവിടവുമായി പൊരുത്തപ്പെടാൻ കഴിയുമോ? ഞങ്ങൾ ഏതാണ്ട് മൂന്നു മൈൽ ദൂരം കാൽനടയായിത്തന്നെ വന്നെത്തിയതാണ്. കാര്യമൊന്നും നടന്നില്ലെങ്കിൽ ഇത്രയും ദൂരം പൊരിവെയിലത്ത് തിരിച്ച് നടക്കേണ്ടി വരുമല്ലോ. എനിക്ക് ഒരു ചായ കുടിച്ചാൽ കൊള്ളാമെന്ന് തോന്നിത്തുടങ്ങിയിരുന്നു. പക്ഷേ, വീണ്ടും സംജാൺ സ്റ്റേഷൻവരെ പോയാലല്ലാതെ ചായ കിട്ടാൻ വഴിയൊന്നുമില്ല. എനിക്ക് കരച്ചിൽവന്നു. പക്ഷേ, ലക്ഷ്യബോധവും പാവപ്പെട്ടവർക്കുവേണ്ടി എന്തെങ്കിലും ചെയ്യണം എന്ന വിചാരവും എല്ലാം സഹിക്കാനുള്ള ശേഷി എനിക്കുണ്ടാക്കിത്തന്നു. ഏതെങ്കിലും വയസ്സന്മാരെയെങ്കിലും കണ്ടുമുട്ടിയാൽ പിന്നത്തെ കാര്യങ്ങൾ തീരുമാനിക്കാമായിരുന്നു എന്ന പ്രതീക്ഷയോടെ സ. ദൾവി പറിച്ചുകൊണ്ടുവന്ന ഈന്തിൻ കായകൾ ചവച്ചുകൊണ്ട് ഒരു തിണ്ണയിൽ ഇരുന്നു.

കന്നുകാലികളെ തീറ്റിക്കാൻ പോയ കുട്ടികൾക്ക് പതുക്കെ പതുക്കെ ഞങ്ങൾ അവിടെയുള്ള വിവരം കിട്ടി. കുറെ കുട്ടികൾ ഞങ്ങളെ കാണുന്നതിനായി ഞങ്ങളുടെ ചുറ്റും വന്നുകൂടി. ചിലർ കൈയിലുള്ള വടികളിൽ താടിയൂന്നിക്കൊണ്ടും, മറ്റു ചിലർ വെറുതെ നിന്നും കാതുകത്തോടുകൂടി ഞങ്ങളെ നോക്കി. വീട്ടിലുള്ള മുതിർന്നവരൊക്കെ എവിടെപ്പോയി എന്ന് ഞങ്ങൾ അവരോട് ചോദിച്ചു. അപ്പോഴാണ് അവരൊക്കെ ജന്മിമാരുടെ അടിമജോലിക്ക് പോയിരിക്കുന്നുവെന്ന് മനസ്സിലാക്കിയത്. ആ കുട്ടികൾക്കിടയിൽ ഒന്നോ രണ്ടോ പേർ

* 'നാചണാ' ധാന്യം കൊണ്ടുണ്ടാക്കുന്ന കഞ്ഞിപോലെയുള്ള ഒരു ദ്രാവകം.

പറഞ്ഞാൽ മനസിലാകുന്നവരാണെന്ന് തോന്നി. ഞങ്ങൾ അവരോട് പറഞ്ഞു: "തിത്വാള യോഗത്തിലെ ചെങ്കൊടിയുടെ ആളുകൾ വന്നിട്ടുണ്ടെന്ന് മുതിർന്നവരോട് ചെന്ന് പറയു. അവരെ ഞങ്ങൾ വിളിക്കുന്നുവെന്ന് പറയു. ചെന്ന് അവരെയൊക്കെ ഇങ്ങോട്ട് കൂട്ടിക്കൊണ്ടു വരു." എന്തൊക്കെയോ പിറുപിറുത്തുകൊണ്ട് ഓരോ വഴിക്ക് പോയി. അവർ ഞങ്ങൾ വന്നവിവരം പറയാൻ പോകയാണോ അതോ മറ്റെവിടെയെങ്കിലും പോകയാണോ എന്ന് ഞങ്ങൾക്കറിഞ്ഞുകൂടാ. ബാക്കി കുട്ടികൾ ആകെ അമ്പരന്ന് നില്ക്കുന്നതുകണ്ട് ഞങ്ങൾ അവരോട് പൊയ്ക്കൊള്ളാൻ പറഞ്ഞു. സമയം കുറേ കഴിഞ്ഞിട്ടും ആരും വരുന്ന ലക്ഷണം കണ്ടില്ല. ആ ഭയാനകാന്തരീക്ഷത്തിൽ ഓരോ സെക്കന്റും ഓരോ മണിക്കൂറായി ഞങ്ങൾക്ക് തോന്നി. പോയ കുട്ടികൾ ആരെയെങ്കിലും വിളിച്ചുകൊണ്ടുവരുമോ അതോ അങ്ങനെയങ്ങു പോകുമോ? ഒന്നുമറിയില്ല. ഇരുന്നും എണീറ്റും വീണ്ടും ഇരുന്നും ഞങ്ങളവിടെ കഴിച്ചുകൂട്ടി. ചായ കുടിക്കാത്തതുകൊണ്ടുള്ള വിഷമം കൂടിക്കൂടി വന്നു. വേറെ ഒന്നും ചെയ്യാനില്ലാതിരുന്നതിനാൽ കലശലായ വിശപ്പും ക്ഷീണവും തോന്നിത്തുടങ്ങി. എനിക്ക് തലചുറ്റുന്നതുപോലെ തോന്നി. അനുനിമിഷം പിടച്ചുകൊണ്ടിരുന്ന മനസ്സും പുതിയ വിവരമൊന്നുമില്ലെന്ന നിരാശയുമായി ഞാനും ദൾവിയും വർളികളുടെ വരവും കാത്തിരുന്നു.

വർളികൾ ഞങ്ങളുടെ ക്ഷമ ശരിക്ക് പരീക്ഷിക്കുകതന്നെ ചെയ്തു. ഇരുന്ന് മുഷിഞ്ഞ് നിരാശരായ ഞങ്ങൾ തിരിച്ചുപോകാൻ വിചാരിച്ചുകൊണ്ടിരുന്നപ്പോഴാണ്, ഞങ്ങൾ പറഞ്ഞയച്ച കുട്ടികളും അവരുടെ പിന്നിൽ രണ്ടുമൂന്ന് വർളികളും വരുന്നത് കണ്ടത്. വെറും ലങ്കോട്ടി മാത്രം ധരിച്ച നീണ്ട മുടിയുള്ള ആ വർളികൾ വരുന്നതുകണ്ടപ്പോൾ എനിക്കാശ്വാസമായി. കാര്യസ്ഥന്മാർ 'വേഠ്' (അടിമ) ജോലിയിൽനിന്ന് വിട്ടയക്കാത്തതുകൊണ്ട് അവർക്കാർക്കും നേരത്തെ വന്നെത്താൻ കഴിഞ്ഞില്ല. തിത്വാള പരിഷത്തിലെ ചെങ്കൊടിയുടെ ആളുകൾ വന്നിരിക്കുന്നുവെന്നറിഞ്ഞപ്പോൾ തന്നെ കങ്കാണിയോട് ഒരിത്തിരി വഴക്കിട്ട് അവർ വന്നിരിക്കയാണ്. അവരുടെ മുഖത്ത് ഒരു വികാരവും ഉണ്ടായിരുന്നില്ല. ഞങ്ങളെ കണ്ട ഉടൻ അവർ അവരുടെ സമ്പ്രദായമനുസരിച്ച്, അതായത് ഇടത്തേ കൈപ്പടത്തിൽ വലത്തെ കൈത്തണ്ട് വെച്ച് മൂക്കുമുട്ടെ നിലംകുനിഞ്ഞ് ഞങ്ങളെ അഭിവാദ്യം ചെയ്തു. തമ്മിൽ തമ്മിൽ കുറച്ചു സംസാരിച്ചതിനുശേഷം അവർ ഗ്രാമത്തിലെ സ്കൂളിലേക്ക്, എന്നുപറഞ്ഞാൽ നീളത്തിൽ നാലുകോണുള്ള കുടിലിലേക്ക് ഞങ്ങളെ കൊണ്ടുപോയി. അവർ ഞങ്ങളോട് യാതൊന്നും സംസാരിച്ചിരുന്നില്ല. ഞങ്ങൾ നില്ക്കുകയാണ്. ഒരാൾ ഒരു മുറി തുറന്നു. വേറൊരാൾ ഞങ്ങൾക്കുവേണ്ടി ഒരു പായ കൊണ്ടുവന്നിട്ടു. ഞാൻ വളരെ ക്ഷീണിച്ചിരുന്നു. ഞാനാ പുൽത്തടുക്കിൽ ഇരുന്നു. ഇതിനിടയ്ക്ക് വർളികൾ ഒരു മരക്കട്ടിൽ കൊണ്ടുവന്നു. കുടിലിനുപുറത്ത് മരച്ചുവട്ടിൽ

കട്ടിലിടുവാൻ ഞാൻ പറഞ്ഞു. ഗ്രാമത്തിലെ പ്രമുഖരായ വ്യക്തികളെ വിളിച്ചുകൊണ്ടുവരാനാവശ്യപ്പെട്ടു. പക്ഷേ, ഇവരെ പെട്ടെന്ന് ഒരുമിച്ചു കിട്ടുക സാദ്ധ്യമായിരുന്നില്ല. എല്ലാ വർളികളും പലയിടങ്ങളിലായി 'വേറ്' ജോലിക്കായി പോയിരിക്കുകയായിരുന്നു. അവർക്കെല്ലാം വിവരം കൊടുത്തു. എല്ലാവരും എത്തിച്ചേരുമ്പോഴേക്കും ഉച്ചതിരിയുമെന്ന് എനിക്കുറപ്പായി. അവിടെയുണ്ടായിരുന്ന പത്തുപതിനഞ്ചുപേർ ഒരിടത്ത് വന്നിരുന്നു. ഒരാൾ തീ (കത്തുന്ന ഒരു വിറകിൻ കഷണം) കൊണ്ടുവന്നു. ഒരാൾ ബീഡി തെറുക്കുവാനുള്ള ഇല എല്ലാവർക്കും കൊടുത്തു; മറ്റൊരാൾ മുളംകുറ്റികളിൽ സൂക്ഷിച്ചുവച്ചിരുന്ന പുകയില എടുത്തു കൊടുത്തു. വർളികൾ ബീഡി ഉണ്ടാക്കി. വന്നെത്തിയവർക്ക് ഇരിക്കാനും മറ്റും എങ്ങനെ സൗകര്യപ്പെടുത്തും എന്ന് ചിന്തിച്ച് ബീഡി വലിച്ചു കൊണ്ടിരുന്നു. ആളുകൾ എത്തിച്ചേരുന്നതുവരെ ഒരു പണിയും നടക്കില്ലെന്ന് അവർക്കറിയാമായിരുന്നു, ഞങ്ങളുമായി എന്ത് സംസാരിക്കണമെന്ന് അവർക്കറിയില്ല. എല്ലാവരും വരുന്നതുവരെ എങ്ങനെ സമയം തള്ളിനീക്കും എന്ന പ്രശ്നമാണ് ഞങ്ങൾക്ക്. കുറച്ചു ചായ കിട്ടാൻ വഴി വല്ലതുമുണ്ടോ എന്നറിയുന്നതിനായി ഞാനവരിൽ ഒരാളോട് ചോദിച്ചു: "ദാദു, കുറച്ചു ചായ കിട്ടുമോ? നിങ്ങൾക്ക് കള്ളുകുടിക്കണമെന്ന് തോന്നുന്നതുപോലെ എനിക്ക് ചായ കുടിക്കാഞ്ഞിട്ട് വലിയ പ്രയാസം തോന്നുന്നു. എന്തെങ്കിലും സൗകര്യമുണ്ടോ?" അവരുടെ പക്കൽ ചായ ഉണ്ടാക്കാൻ വേണ്ടത്ര യാതൊന്നും ഇല്ലായിരുന്നു. അവർ ചിന്താധീനരായി. ഒരാൾ ചോദിച്ചു; "ബായി ഭക്ഷണം കഴിക്കുന്നുവോ?" ചായ തരുന്നതിനെക്കാൾ അവർക്കെളുപ്പം ഭക്ഷണം തരാനായിരുന്നു. അവരുമായി ഒരുമിച്ചിരുന്ന് അവരുടെ ഭക്ഷണം തന്നെ കഴിച്ചുകൊള്ളാമെന്ന് ഞങ്ങൾ പറഞ്ഞു. "ബായി, ഞങ്ങൾ പാവങ്ങൾ; ഈ കാട്ടിൽ എന്തു കിട്ടാനാണ്" എന്നു പറഞ്ഞുകൊണ്ട് അവർ ജോലി തുടങ്ങി. എനിക്ക് തോന്നി, ചായ കിട്ടുന്ന വഴിയൊന്നുമില്ല. ഭക്ഷണം കിട്ടിയേക്കും. എന്നാൽ അവർ ഭക്ഷണവും ചായയും തയ്യാറാക്കാൻ തുടങ്ങിയിരുന്നു. ചായയുണ്ടാക്കുക അവർക്കൊരു പ്രശ്നം തന്നെയായിരുന്നു. അവരുടെ പക്കൽ പഞ്ചസാരയുണ്ടായിരുന്നില്ല. അവർക്ക് അതിന്റെ ആവശ്യമുണ്ടാകാറില്ല. അതിനും പുറമേ റേഷനിങ് ആയിരുന്നതുകൊണ്ട് ആവശ്യംപോലെ കിട്ടുകയുമില്ല. ചായപ്പൊടി ആരുടെ പക്കലും ഇല്ലായിരുന്നു. ഗ്രാമത്തിൽ പശുവോ എരുമയോ ഉണ്ടായിരുന്നില്ല. അതിനാൽ പാലിന്റെ കാര്യത്തിലും ബുദ്ധിമുട്ടുതന്നെ! അവർ അന്യോന്യം സംസാരിച്ചുകൊണ്ടിരുന്നു.

ഒരു വർളി : "എടാ, ചായ എങ്ങനെ ഉണ്ടാക്കും?"

രണ്ടാമൻ : "ചായപ്പൊടി എങ്ങനെയെങ്കിലും കിട്ടുമായിരിക്കും. എന്നാൽ പഞ്ചസാരക്കെന്തു ചെയ്യും?"

മൂന്നാമൻ : "നമ്മുടെ കൈയിലില്ലെങ്കിലും പാട്ടീലിന്റെ*

* ഗ്രാമത്തലവൻ

കൈവശം കുറച്ച് കല്ക്കണ്ടമെങ്കിലും കാണും.”

രണ്ടാമൻ : “പാട്ടീലിന്റെ കൈയിലുള്ളതും തീർന്നിരിക്കുന്നു. അയാളുടെ കൈയിൽനിന്ന് ശർക്കര കിട്ടിയേക്കാം.”

ഒന്നാമൻ : ‘‘ബായി, നിങ്ങൾക്ക് ശർക്കര ചേർത്ത ചായ ഇഷ്ടപ്പെടുമോ?”

ഒരു കുട്ടിയെ ശർക്കര കൊണ്ടുവരാൻ വേണ്ടി ഒരാൾ പറഞ്ഞയച്ചു. ചായപ്പൊടി എവിടെക്കിട്ടും എന്ന് കുറച്ചുനേരം സംസാരിച്ച് തീരുമാനിച്ചശേഷം, വേറൊരു കുട്ടിയെ ചായപ്പൊടി വാങ്ങുന്നതിനായി പീടികയിലേക്കയച്ചു. ഞാൻ ചോദിച്ചു; “പീടിക എത്ര ദൂരെയാണ്?” അയാൾ പറഞ്ഞു: “തൊട്ടടുത്തുതന്നെ. ചെറുക്കൻ ഒറ്റ ഓട്ടത്തിനു പോയിവരും.” പിന്നീട് ഞങ്ങൾക്ക് മനസ്സിലായി മൂന്നു മൈലിനുള്ളിൽ പീടികയൊന്നുമില്ല എന്ന്. ഞാൻ വിചാരിച്ചു, ഇവർ ‘ഒറ്റയോട്ടം’ എന്നു പറഞ്ഞാൽ ദൂരം ഏതാണ്ട് മൂന്നു മൈൽ! ചായയിലയുടെയും പഞ്ചസാരയുടെയും പ്രശ്നം അങ്ങനെ പരിഹരിക്കപ്പെട്ടപ്പോൾ അവർ പാലിനെപ്പറ്റി ഓർത്തു. പാലിന്റെ കാര്യം അവർക്കോർമ്മ വന്നു എന്നതുതന്നെ ആശ്ചര്യകരമായിരുന്നു. അവർ എപ്പോഴെങ്കിലും ചായ കഴിച്ചിരുന്നു എങ്കിൽ അത് പാലില്ലാത്ത ചായയായിരുന്നു. പാൽ കുടിക്കുക എന്നതവർക്ക് അറിഞ്ഞുകൂടാ. ഒട്ടുപേർക്കും പാൽ ചേർത്ത ചായ ഇഷ്ടവുമല്ല. ചായ ഉണ്ടാക്കി കുടിക്കണമെന്ന് അവർ സ്വപ്നത്തില്പോലും ചിന്തിച്ചിരുന്നില്ല. ചായയൊന്നും തങ്ങൾക്കുള്ളതല്ലെന്ന ദൃഢവിശ്വാസത്തിലായിരുന്നു അവർ. അതായിരുന്നു അവരുടെ സ്ഥിതി. ഞങ്ങൾക്ക് പാലില്ലാത്ത ചായ ഇഷ്ടമാണെന്ന് പറഞ്ഞുവെങ്കിലും അവർക്കത് വിശ്വാസമായില്ലെന്ന് തോന്നുന്നു. അവർ വേറൊരു കുട്ടിയെ വിളിച്ച് ആടിനെ കറക്കുവാൻ പറഞ്ഞു. ഗ്രാമത്തിലെ ആടുകളൊക്കെ മേയാൻ പോയിരിക്കുകയാണ്. “ആടിനെ കറക്കൂ” എന്നു പറഞ്ഞതിന്റെ അർത്ഥം ഏതെങ്കിലും ഒരു ആടിനെ തെരഞ്ഞുപിടിച്ച്, കറന്നുകൊണ്ടുവാ എന്നിത്രയുമായിരുന്നു! “ആടിനെ കറക്കു” എന്ന് പറഞ്ഞതുകൊണ്ട് ആ ചെറുക്കന് ഇതൊക്കെ മനസ്സിലായി. അവൻ അതിനായി പുറപ്പെട്ടു. ചായയുടെ ഏർപ്പാടൊക്കെ ചെയ്തതിനുശേഷം അവർ ഭക്ഷണം തയ്യാറാക്കുന്ന തിരക്കിലായി. ഭക്ഷണം എന്നു പറഞ്ഞാൽ അവർക്ക് എപ്പോഴും തിരക്കുപിടിച്ച ഒരു ഏർപ്പാട് തന്നെയാണ്.

എല്ലാം ശേഖരിച്ച് ചായ തയ്യാറാക്കുമ്പോഴേക്കും കുറെ സമയമെടുക്കുമെന്നറിഞ്ഞ് ഞാൻ സ്കൂളിന് പുറത്ത് മരച്ചുവട്ടിൽ ഇട്ട കട്ടിലിൽ ഇരുന്നു; ദൾവി മരച്ചുവട്ടിൽ പുൽത്തടുക്കിലും ഇരുന്നു. ഞങ്ങൾ രണ്ടുപേരും നല്ലപോലെ ക്ഷീണിച്ചിരുന്നു. മരച്ചുവട്ടിലെ തണുത്ത കാറ്റേറ്റ് വേഗമുറങ്ങിപ്പോയി.

ഒരു പ്ലാശിലയിൽ ശർക്കര, ഒന്നിൽ ചായയുടെ ചെറിയ പാക്കറ്റ്, ഒരു കലത്തിൽ നിറയെ ശുദ്ധജലം, നന്നായി കഴുകിവൃത്തിയാക്കിയ ഒരു പാത്രം, മൂന്ന് കല്ലുവെച്ചുണ്ടാക്കിയ അടുപ്പ്. ഇത്രയും സജ്ജീകര

ണങ്ങൾ ചെയ്തതിനുശേഷം ചായയുണ്ടാക്കാനായി വർളികൾ ഞങ്ങളെ ഉണർത്തി. അവരുണ്ടാക്കുന്ന ചായ ഞങ്ങൾക്കിഷ്ടപ്പെടുകയില്ലെന്നവർ കരുതി. അവരുണ്ടാക്കിയ ചായയേ ഞങ്ങൾ കുടിക്കൂ എന്നു പറഞ്ഞപ്പോൾ അവർക്ക് വളരെ സന്തോഷമായി. ഒരു പ്രമുഖനായ വർളി അടുപ്പിന്റെ മുന്നിലിരുന്നു. കുറെപ്പേർ അയാൾക്ക് ചുറ്റുമിരുന്നു. അയാൾ പാത്രത്തിൽ നിറയെ വെള്ളവുമെടുത്ത് അടുപ്പിനു മുകളിൽവെച്ചു. അവിടെ ഉണ്ടായിരുന്ന മുഴുവൻ ചായപ്പൊടിയും ശർക്കരയും അതിൽ ഇട്ടു. എന്നിട്ട് പാൽ കൊണ്ടുവരുന്നതും നോക്കിയിരിക്കുകയാണ്. ഏകദേശം അരമണിക്കുറിനുള്ളിൽ ഒരു ചെറുക്കൻ പ്ലാശിലക്കുമ്പിളിൽ ആട്ടിൻപാലുമായി വന്നു. അത് ആ പാത്രത്തിലൊഴിച്ചു. ആ മിശ്രിതം ചായയുടെ നിറം വരുന്നതുവരെ തിളപ്പിച്ചു. ആദ്യം അതിഥികൾക്ക് കൊടുക്കുക എന്നുവച്ച് രണ്ടു ചെറിയ പിത്തളപ്പാത്രത്തിൽ ചായ ഒഴിച്ചു. ഞങ്ങളോടൊപ്പം വർളികളോടും ചായ കഴിക്കാൻ പറഞ്ഞപ്പോൾ അവർ ഓരോരുത്തരും ഓരോ പ്ലാശില എടുത്തു വളച്ച് കുമ്പിൾ പോലെയാക്കി കൈയിൽവെച്ചു. ചായ ഉണ്ടാക്കിയ ആൾ ഓരോ കുമ്പിളിലും കുറേശ്ശെ ചായ ഒഴിച്ചുകൊടുത്തു. അങ്ങനെ ഒരണയുടെ സാധനസാമഗ്രികൾ കൊണ്ട് ഞങ്ങൾ പത്തുപതിനഞ്ചുപേർ വളരെ ആനന്ദത്തോടെ ഒരു തേയിലപ്പാർട്ടി നടത്തി.

ദൾവിയും ഞാനും ഇടക്കിടയ്ക്ക് ഇംഗ്ലീഷിൽ സംസാരിക്കുന്നുണ്ടായിരുന്നു. പരിഷ്കാരികളായ ഇത്തരം മാന്യരുമൊരുമിച്ചിരുന്ന് ചായ കുടിച്ചത് വർളികളുടെ ആദ്യത്തെ അനുഭവമായിരുന്നു. എല്ലാവരും ഒരുമിച്ചുതന്നെ ചായ കഴിച്ചതിൽ അവർക്കുള്ള സന്തോഷവും സമാധാനവും അവരുടെ മുഖത്ത് ദൃശ്യമായിരുന്നു. ദൾവിക്കും എനിക്കും അവർ മതിവരുവോളം ചായ തന്നു. ഇത്രയും പ്രയാസപ്പെട്ട് ഇത്രയും സ്നേഹത്തോടുകൂടി അവർ തന്നതായതുകൊണ്ട് ചായയുടെ മണം പൊങ്ങിയിരുന്നുവെങ്കിലും ആ ചായ കുടിച്ചപ്പോൾ ഞങ്ങൾക്കും വളരെ ആശ്വാസം തോന്നി. അക്കാലങ്ങളിൽ വർളികളുടെ വീടുകളിൽനിന്ന് ഇത്തരം ചായയാണ് കിട്ടിക്കൊണ്ടിരുന്നത്. ഏതെങ്കിലും ഗ്രാമത്തിലെത്തിയാൽ ഞാൻ അവരോട് ചായയുണ്ടാക്കാൻ പറഞ്ഞ് അത് തയ്യാറായി കിട്ടുന്നതുവരെ ഉറങ്ങുമായിരുന്നു. ലിപ്ടൺ അല്ലെങ്കിൽ ബ്രാൻഡന്റെ ചായ പാലും തിളപ്പിച്ച വെള്ളവും കൂട്ടി അരിച്ചെടുത്ത് കുടിച്ച് ശീലിച്ച എനിക്ക് ഈ ചായ എങ്ങനെ ഇഷ്ടപ്പെടാൻ തുടങ്ങി എന്ന് ഞാൻ ആലോചിക്കാറുണ്ടായിരുന്നു. ഉത്തരം വളരെ ലളിതമാണ്. ഏതെങ്കിലും ഒരു ആദർശത്തിൽനിന്ന് ആവേശമുൾക്കൊണ്ട് ആ ആദർശം സാക്ഷാൽക്കരിക്കുന്നതിനായി ഇറങ്ങിത്തിരിച്ചവർക്ക് വഴിയിൽ ഉണ്ടാകുന്ന ഏത് വിഷമവും സഹിക്കാൻ സാധിക്കുന്നു. അത്തരം പ്രയാസങ്ങൾ സഹിക്കുമ്പോൾ മനസ്സിന് വലിയ സമാധാനം തോന്നുന്നു.

ചായ കുടിച്ചതിനുശേഷം വർളികൾ ഭക്ഷണം തയ്യാറാക്കുന്ന ശ്രമത്തിലേർപ്പെട്ടു. അവരുടെ വീട്ടിൽനിന്ന് ഭക്ഷണം കഴിച്ച്, അവരുമായി

സമരസപ്പെട്ട് അവരുടെ കുടിലുകളിൽ അവരിൽ ഒരാളായി കഴിയുന്ന പരിഷ്കൃതരായ മാന്യന്മാരെ അതുവരെ അവർ കണ്ടിട്ടില്ല. അവരുടെ ദൃഷ്ടിയിൽ ഞങ്ങൾ ഏതോ വ്യത്യസ്ത മനുഷ്യരായിരുന്നു. അവരുടെ ഇടയിൽ ഒരാളായി കരുതി ഞാൻ അവരുടെകൂടെ ജീവിച്ചതിനാൽ അവരുടെ വിശ്വാസം നേടിയെടുക്കാൻ വളരെ എളുപ്പത്തിൽ സാധിച്ചു. സമൂഹം ഉപേക്ഷിച്ചിട്ടിരുന്ന അവർക്ക് ജീവിതത്തിൽ അഭിമാനം തോന്നി. ഞങ്ങൾക്കുവേണ്ടി കഴിയുന്നതൊക്കെ ചെയ്യാൻ അവർ ഉത്സാഹം കാണിച്ചു. വയർ നിറയെ ഭക്ഷണം കഴിക്കാൻ അവർക്ക് ഗതിയില്ല. എന്നാൽ ഞങ്ങൾക്ക് ഭക്ഷണമുണ്ടാക്കിത്തരാൻ അവർക്കെന്ത് വ്യഗ്രത! അവരുടെ ശരീരത്തിൽ ഒരു കഷണം ലങ്കോട്ടിയല്ലാതെ മറ്റൊന്നുമില്ല. എന്നിട്ടും ഞങ്ങളുടെ കാര്യങ്ങൾ ശരിയാക്കുന്നതിൽ അവരെത്രമാത്രം ശ്രദ്ധിക്കുന്നു! ഞങ്ങൾ അവിടെത്തന്നെ താമസിക്കുകയും ഭക്ഷണം കഴിക്കുകയും ചെയ്യുന്നത് അവരിൽ ആശ്ചര്യമുളവാക്കി. പക്ഷേ, അതോടൊപ്പം അവർ അത്യധികം സന്തോഷിക്കുകയും ചെയ്തു. ഞാനാലോചിക്കുകയായിരുന്നു: ഇവർക്കുവേണ്ടി ഞങ്ങളിതുവരെ ഒന്നും ചെയ്തിട്ടില്ല. എന്നിട്ടും ഇവർക്ക് ഞങ്ങളുടെ പേരിൽ എത്രമാത്രം സ്നേഹവും വിശ്വാസവും തോന്നുന്നു! മനുഷ്യത്വത്തോടുകൂടി ഇതുവരെ ആരും പെരുമാറിയിട്ടില്ലാത്ത, മനുഷ്യത്വം നിഷേധിക്കപ്പെട്ടിരിക്കുന്ന ഈ മനുഷ്യർ, മനുഷ്യത്വത്തിനും ആലംബത്തിനും വേണ്ടി എത്രമാത്രം ദാഹിക്കുന്നു!

അവർ ഭക്ഷണം തയ്യാറാക്കി കഴിഞ്ഞപ്പോൾ ഉച്ചതിരിഞ്ഞ് ഏതാണ്ട് മൂന്ന് മണിയായി. അപ്പോഴേക്കും കുറെ വർളികൾ സ്കൂളിൽ എത്തിയിരുന്നു. സ്കൂൾ നിറഞ്ഞു. അരയിൽ വെറും ലങ്കോട്ടി കെട്ടിയവർ, ചിലരുടെ ദേഹത്തിൽ കറുപ്പുനിറത്തിലുള്ള ഒരു ജാക്കറ്റ്, ചിലരുടെ തലയിൽ ഒരു ഉറുമാൽ. 'ശേങ്ങി'* കെട്ടിവെച്ച ചിലർ... അങ്ങനെ പലതരത്തിലുള്ള വർളികൾ ഒരടുക്കും ചിട്ടയുമില്ലാതെ ഇരുന്നു. കത്തിച്ച വിറകിൻകൊള്ളി ഒരാളിൽനിന്ന് മറ്റൊരാളിലേക്ക് സഞ്ചരിച്ചുകൊണ്ടിരുന്നു: അവർ ബീഡി കൊളുത്തി വലിക്കുകയാണ്.

കൊടി കൊണ്ടുവന്ന് നാട്ടിയതിനുശേഷം ദൾവി ഒരു ചെറിയ പ്രസംഗം ചെയ്തു. അതിനുശേഷം ഞാൻ സംസാരിക്കാൻ തുടങ്ങി. അടിമപ്പണി നിയമവിരുദ്ധമാണ്, 'വേറ്' ചെയ്യരുത്. മുതലായി പല കാര്യങ്ങളും അവരെ പറഞ്ഞ് മനസ്സിലാക്കി. ജന്മിമാർ ചെയ്തുകൊണ്ടിരിക്കുന്ന അന്യായങ്ങളെപ്പറ്റി വിവരിച്ചശേഷം അവയ്ക്കെല്ലാം ഒരറുതി വരുത്താൻ ചെങ്കൊടി വന്നെത്തിയിരിക്കുന്നു എന്നെല്ലാം പറഞ്ഞു. വർളികൾ എന്റെ പ്രസംഗം പൂർത്തിയാക്കാൻ സമ്മതിച്ചില്ല. ഓരോരുത്തർ എഴുന്നേറ്റുനിന്ന് അവരുടെ നിസഹായാവസ്ഥയെപ്പറ്റി സംസാരിക്കാൻ തുടങ്ങി. എത്രയെങ്കിലും പറയാം. എത്രയെങ്കിലും ചോദിക്കാം എന്ന മട്ടിലായിരുന്നു അവർ. ആകെ ഒരു ബഹളം, ഞങ്ങൾ അവിടെ

* പന്നിവാൽ പോലുള്ള പിൻകുടുമ.

ത്തന്നെ ക്യാമ്പുചെയ്യുന്നുണ്ടെന്ന് പറഞ്ഞിരുന്നു, അതിനാൽ ധൈര്യത്തോടുകൂടി അവർ സംസാരിക്കാൻ തുടങ്ങി. ബഹളത്തോട് ബഹളം തന്നെ. കുറച്ചു കഴിഞ്ഞപ്പോൾ ഒരാൾ പറഞ്ഞു: "ബായി എന്തിനു താമസിക്കണം, ഇപ്പോൾത്തന്നെ ഗ്രാമത്തിൽ വണ്ടിയുമായി ഹുണ്ടികക്കാരന്റെ കളങ്ങളിൽ അടിമപ്പണിക്കുവേണ്ടി ആളുകൾ പോയിട്ടുണ്ട്. ഹുണ്ടികക്കാരൻ അവരെ ഇങ്ങോട്ടു വിടുന്നില്ല. അതിനെന്തെങ്കിലും ചെയ്യൂ."

അടിമപ്പണിക്ക് വണ്ടികളുമായി പോയവരെ വിളിക്കാൻ തന്നെയാണ് ആളെ വിട്ടിരുന്നത്. വീടുകളിൽ അടിമജോലിക്കുള്ള വണ്ടികളായിരുന്നു അവ. ദൾവി കുറച്ചു വർളികളുമായി കളത്തിലേക്കുപോയി. അവിടെ ജമിന്ദാർ തന്നെ വണ്ടികൾ ശരിക്കുണ്ടോ എന്നു നോക്കാനും കൃഷിപ്പണിയുടെ മേൽനോട്ടത്തിനുമായി വന്നിരുന്നു. ദൾവി അയാളെ പുറത്തേക്ക് വിളിപ്പിച്ചു. അയാൾ വന്നില്ല എന്നുമാത്രമല്ല ദൾവിയോടും മറ്റുള്ളവരോടും അകത്തേക്കുവരാൻ പറയുകയും ചെയ്തു. എന്നാൽ മുമ്പേ തന്നെ വർളികൾ മുന്നറിയിപ്പ് കൊടുത്തിരുന്നതിനാലും അകത്ത് കടന്നാൽ അടി കിട്ടുമോ എന്ന ഭയം വർളികൾക്ക് ഉണ്ടായിരുന്നതിനാലും ദൾവി അകത്തേക്ക് പോകാൻ വിസമ്മതിച്ചു. ഹുണ്ടികക്കാരൻ എന്തു ചെയ്തിട്ടും പുറത്തു വന്നതുമില്ല.

വർളികൾ കൂലിയൊന്നുമില്ലാതെ വെട്ടിക്കീറിയിട്ടിരുന്ന വിറക് വണ്ടികളിൽ നിറച്ചിരുന്നു. വണ്ടിക്കാർ എന്താണുണ്ടാകുന്നതെന്ന് നോക്കിയിരുന്നു. അവർക്ക് ആ വണ്ടികൾ ഏകദേശം അഞ്ചാറുമൈൽ ദൂരെ ഖത്തൽവാഡ് എന്ന ഗ്രാമത്തിലുള്ള ജമിന്ദാരുടെ വസതിയിൽ കൊണ്ടുചെന്ന് വിറകെല്ലാം അവിടെ അടുക്കിവച്ച് തിരിച്ചുപോരേണ്ടിയിരുന്നു. ഈ പണി മുഴുവനും കൂലിയില്ലാതെ ചെയ്തുകൊടുക്കണം. ദൾവി പറഞ്ഞപ്പോൾ അവർ വണ്ടി തെളിക്കാതെ അവിടെ നിന്നു. ജന്മി പുറത്തുവരുന്ന ലക്ഷണമൊന്നും കാണാതിരുന്നപ്പോൾ "വണ്ടികൾക്ക് കൂലികൊടുത്താൽ അവ 'ഖത്തൽവാഡ്'യിൽ പോകും ഇല്ലെങ്കിൽ പോവുകയില്ല" എന്ന് ദൾവി അയാളെ അറിയിച്ചു. "കൂലിയൊന്നും കിട്ടുകയില്ല" എന്നറിഞ്ഞതോടെ വണ്ടികളിലുള്ള വിറകൊക്കെ കളത്തിലിട്ട് വണ്ടികളുമായി വീടുകളിലേക്ക് പോകാൻ ദൾവി വണ്ടിക്കാരോട് പറഞ്ഞു. ദൾവി കൂടെപ്പോയിരുന്ന വർളികളുമായി സ്കൂളിൽ തിരിച്ചെത്തി. ഒന്ന് രണ്ട് വണ്ടിക്കാർ വണ്ടികളുമായി വീടുകളിലേക്ക് മടങ്ങി. ബാക്കിയുള്ളവർ ഇനി എന്തുണ്ടാകുന്നുവെന്നറിയാൻ സ്കൂളിലെത്തി. അവർ ഉള്ളിന്റെ ഉള്ളിൽ പരിഭ്രമിച്ചുപോയിരുന്നു. ജന്മിയുടെ അടിമപ്പണി നിരാകരിക്കുന്നത് അവരുടെ ജീവിതത്തിലിത് ആദ്യത്തെ സംഭവം. ഇതവർക്കൊരു പുതിയ അനുഭവമായിരുന്നു. ഞങ്ങൾ അവിടെത്തന്നെ താമസിക്കുന്നു എന്നതുകൊണ്ടുമാത്രം അവർക്ക് ഇത്തിരി ആശ്വാസം തോന്നി.

ദൾവി കളത്തിൽനിന്നും തിരിച്ചുവന്നതോടെ വർളികൾ ബഹളം തുടങ്ങി. ദൾവി നടന്ന കാര്യങ്ങൾ അവരോട് പറഞ്ഞു. എല്ലാവർക്കും

കേൾക്കാൻ എന്ത് ഔത്സുക്യം. ഇതിനിടയ്ക്ക് ഒരു പയ്യൻ ഓടിവന്ന് സ്കൂളിനടുത്തേക്ക് 'ടോംഗ' (കുതിരവണ്ടി)യിൽ ജന്മി വരുന്നു എന്ന വിവരം അറിയിച്ചു. പരിഭ്രാന്തരായ ചില വർളികൾ ഭീതിയോടെ ഇരുന്നിടത്തുനിന്ന് എഴുന്നേറ്റുപോയി. അവർക്ക് ധൈര്യം നല്കി അവരെയൊക്കെ വീണ്ടും ഇരുത്താൻ ഞങ്ങൾ ശ്രമിച്ചുകൊണ്ടിരുന്നു. അപ്പോൾ ജമീന്ദാരുടെ കുതിരവണ്ടി സ്കൂളും കടന്ന് വീണ്ടും മുന്നോട്ടുപോകുന്നതായി ചില വർളികൾ കണ്ടു. ഹുണ്ടികക്കാരന്റെ ജോലി ചെയ്യാൻ വിസമ്മതിച്ചതുമൂലം എന്തെങ്കിലും കുഴപ്പം ഉണ്ടാകും. സാധാരണ പോലെ അയാൾ തങ്ങളെ അടിക്കുകയും മർദ്ദിക്കുകയും ചെയ്യും എന്നൊക്കെയായിരുന്നു വർളികൾ കരുതിയിരുന്നത്. ഞങ്ങൾ ഹുണ്ടികക്കാരന്റെ മുന്നിൽ ധീരത കാണിക്കുമോ എന്നവർക്ക് കണ്ടറിയേണ്ടിവന്നു. അവർ ഭയപ്പെട്ടതുപോലെ ഒന്നും സംഭവിച്ചില്ല. നേരെമറിച്ച് ഹുണ്ടികക്കാരൻ നിശ്ശബ്ദം മടങ്ങിപ്പോയതാണ് പിന്നീട് അവർ കണ്ടത്. അവർ ആനന്ദപുളകിതരായി. ചെറുപ്പക്കാരും കുട്ടികളും സ്കൂളിന് പുറത്തുവന്ന് അക്ഷരാർത്ഥത്തിൽ തന്നെ നൃത്തംവെക്കുകയും ചൂളമടിക്കുകയും ചെയ്തു. ഹുണ്ടികക്കാരന്റെ ജോലി ചെയ്യാൻ വിസമ്മതിച്ചിട്ടും അയാൾ ഒരക്ഷരം മിണ്ടാതെ മടങ്ങിപ്പോയത് അവരുടെ ജീവിതത്തിൽ ആദ്യത്തെ അനുഭവമായിരുന്നു. ഹുണ്ടികക്കാരന്റെ വണ്ടി മടങ്ങിപ്പോയപ്പോൾ എന്താണ് സംഭവിച്ചതെന്ന് വിശ്വസിക്കാൻപോലും കഴിയാതെ ചിലർ സ്തബ്ധരായി ഇരുന്നുപോയി. കുറച്ചുസമയത്തിനു ശേഷം പ്രായംചെന്ന ചില വർളികൾ ദൃഷ്ടി ഉയർത്തി ഞങ്ങളെ നോക്കാൻ തുടങ്ങി. അവരുടെ നയനങ്ങൾ ചിരിക്കുന്നതുപോലെ തോന്നി. അസാധാരണമായ ഒരു പ്രകാശം അവിടെ കാണാമായിരുന്നു.

വർളികളുടെ താൽക്കാലിക വിഭ്രാന്തി ഒന്ന് ശമിച്ചപ്പോൾ ഞങ്ങൾക്ക് പറയാനുള്ള കാര്യങ്ങൾ പറയാൻ പറ്റിയ സന്ദർഭം ഇതുതന്നെ ആയതിനാൽ അവരുടെ അനുഭവങ്ങളെ ഉദാഹരിച്ചുകൊണ്ട് അടിമവേല നിയമവിരുദ്ധമാണെന്നും അത് ചെയ്യേണ്ടതില്ലെന്നും വളരെ ലളിതമായ ഭാഷയിൽ പറഞ്ഞു മനസ്സിലാക്കി. ഒരു വലിയ പ്രസംഗം ചെയ്യാൻ ഉള്ള അന്തരീക്ഷം അവിടെമില്ല. വർളികൾക്ക് ധാരാളം പറയാനുണ്ടായിരുന്നു. അവർ സന്തോഷംകൊണ്ട് മതിമറന്നപോലെ. ഒരാൾ പറഞ്ഞു: "ഈ ഹുണ്ടികക്കാരൻ എന്നും എത്ര ധിക്കാരം കാണിക്കാറുള്ളതാണ്. ഇന്ന് ഒരക്ഷരം മിണ്ടാതെ പോയി." മറ്റൊരാൾ പറഞ്ഞു; "ഇന്ന് അയാളുടെ മർദ്ദനങ്ങളൊന്നുമുണ്ടായില്ല. തോറ്റോടിയിരിക്കുന്നു." വീണ്ടും എല്ലാവരും സംസാരിക്കാനും പൊട്ടിച്ചിരിക്കാനും ഹുണ്ടികക്കാരനെ ശകാരിക്കാനും തുടങ്ങി. ഞങ്ങളും അവരുടെ സന്തോഷത്തിൽ പങ്കുകൊണ്ടു.

വാസ്തവത്തിൽ ഇത് വളരെ സാധാരണമായ സംഭവം മാത്രമാണ്. പക്ഷേ, ഹുണ്ടികക്കാരനെ പിന്തിരിപ്പിച്ചോടിക്കാൻ ആരുമില്ല എന്ന് ഇതുവരെ വിശ്വസിച്ചുപോന്ന വർളികളിൽ ഒരു വലിയ പരിവർത്തനത്തിന്റെ തുടക്കം കുറിച്ചു ഈ നിസാരസംഭവം. ഈ ബായിയുടെ

കൈയിൽ എന്തോ ചില നിയമങ്ങളൊക്കെയുണ്ട് എന്നവർക്ക് തോന്നി. നിയമങ്ങൾ സർക്കാരുണ്ടാക്കുന്നവയാണെന്ന് അവർക്കറിഞ്ഞുകൂടാ. അക്കാലങ്ങളിൽ അത് അവരെ പറഞ്ഞ് മനസ്സിലാക്കുക എളുപ്പമല്ല. അങ്ങനെയൊരു അനുഭവം അവർക്കിതുവരെ ഉണ്ടായിട്ടില്ല. ഹുണ്ടിക ക്കാരനെ ഓടിച്ചു വിടാനും അയാളെ നിയമം പഠിപ്പിക്കാനുമുള്ള ശക്തി ചെങ്കൊടിക്കുണ്ടെന്ന് മാത്രം അവർക്ക് മനസ്സിലായി. അന്ന് അവരുടെ ആവശ്യവും അതുമാത്രമായിരുന്നു. നിയമങ്ങളുടെയും മറ്റും ഉപയോഗം അറിയാൻ അവർ തയ്യാറല്ലായിരുന്നു. അതിന്റെ ആവശ്യവും പ്രത്യ ക്ഷത്തിൽ ഉണ്ടായിരുന്നില്ല. ഹുണ്ടികക്കാരന്റെ പരാജയത്തെക്കുറിച്ച് വീണ്ടും വീണ്ടും സംസാരിച്ചു. അവർ കുറച്ച് ശാന്തരായപ്പോൾ സന്ധ്യ യായതിനാൽ ഭക്ഷണത്തിനായി ഞങ്ങൾ എഴുന്നേറ്റു.

വലിയ ചുവന്ന അരികൊണ്ടുണ്ടാക്കിയ ചോറ്, ചുവന്ന മുളക്, ഉപ്പ്, ഒരുതരം ചട്ണി ഇത്രയും പദാർത്ഥങ്ങൾ ഒരു പ്ലാശിലയിൽ വിളമ്പി വെച്ചിരുന്നു. ഞങ്ങൾ അതിഥികളായിരുന്നതിനാൽ ഞങ്ങൾക്കിരിക്കാൻ രണ്ട് പീഠങ്ങൾ — എന്ന് പറഞ്ഞാൽ രണ്ട് മരക്കഷണങ്ങൾ —തന്നു. അവിടെയുള്ള വർളികൾ ഞങ്ങൾക്കുവേണ്ടി എന്തൊക്കെ ചെയ്യണ മെന്നറിയാതെ കുഴങ്ങുകയായിരുന്നു. ചിലർ ഞങ്ങൾക്ക് കൈ കഴുകാൻ വെള്ളവുമായി വന്നപ്പോൾ മറ്റുചിലർ ഞങ്ങൾക്ക് ഇരിക്കാനുള്ള മരക്കഷണങ്ങൾ തുടച്ച് വൃത്തിയാക്കിക്കൊണ്ടിരുന്നു. ചിലർ ചോറ്, ചട്ണി എന്നിവ വീണ്ടും വേണോ എന്നന്വേഷിച്ചുകൊണ്ടിരുന്നു. മറ്റുള്ളവർ അടുപ്പത്ത് തിളപ്പിച്ചിരുന്ന പരിപ്പ് എടുത്ത് വിളമ്പിത്തുടങ്ങി. ഞങ്ങൾ കാലത്ത് പുറപ്പെടുന്ന സമയം സ്റ്റേഷനിൽ നിന്ന് കുറച്ചെന്തോ കഴിച്ചതാണ്. അതിനുശേഷം ഉത്സാഹത്തിന്റെയും ആനന്ദത്തിന്റെയും അന്തരീക്ഷമായിരുന്നു ചുറ്റിലും. ഞങ്ങളുടെ പ്രവർത്തനം വിജയി ച്ചിരിക്കയാണല്ലോ. ഞങ്ങൾ വയറുനിറയെ ഭക്ഷണം കഴിച്ചു. ഇന്നും ഞാൻ ആ ഭക്ഷണത്തിന്റെ സ്വാദ് മറന്നിട്ടില്ല. അതിന് ഒരു പ്രത്യേക മാധുര്യമുള്ളതായി എനിക്ക് തോന്നി.

കുറച്ച് സമയത്തിനുള്ളിൽ ഞങ്ങളുടെ മുന്നിൽവച്ചുതന്നെ വർളികൾ ബാക്കിയുണ്ടായിരുന്ന ഭക്ഷണം കുറേശ്ശേ കഴിച്ചെഴുന്നേറ്റു. ഞങ്ങൾ കുടിലിന് പുറത്ത് കട്ടിൽ പിടിച്ചിട്ട അതിൽ ഇരുന്നു. പതുക്കെ പതുക്കെ എല്ലാവരും വീണ്ടും ഒരുമിച്ചുകൂടി. ഞങ്ങളോട് വളരെയേറെ ചോദ്യങ്ങൾ അവർ ചോദിച്ചു. ഞങ്ങൾ ഉള്ളുതുറന്ന് പരസ്പരം തീരെ അനൗപചാരികമായ അന്തരീക്ഷത്തിൽ സംസാരിച്ചുകൊണ്ടിരുന്നു. ഔപചാരിക സമ്മേളനങ്ങളെക്കാൾ ഇപ്രകാരമുള്ള സുഹൃദ്സമ്മേള നങ്ങളാണ് കുടുതൽ ഉപയോഗപ്രദം. രാത്രിയിൽ ഇങ്ങനെ സൊള്ളി ക്കൊണ്ട് ഇരുന്നപ്പോഴും ആരുടെയും ഒരു തരത്തിലുള്ള പ്രവൃത്തികളും വർളികൾ പ്രതിഫലം കിട്ടാതെ ചെയ്യരുതെന്ന് ഞാൻ വീണ്ടും ഓർമ്മി പ്പിച്ചു. എത്ര വലിയ ഹുണ്ടികക്കാരനായാലും ഇങ്ങോട്ടടിച്ചാൽ അയാളുടെ കൈ കയറിപ്പിടിക്കണം. ആത്മരക്ഷാർത്ഥം പ്രഹരിക്കുന്ന

വന്റെ കരങ്ങൾ കയറിപ്പിടിക്കാൻ ഓരോ വ്യക്തിക്കും അവകാശമുണ്ട്. അയാളുടെ കൈപിടിച്ച് അയാളെ പൊലീസ് സ്റ്റേഷനിലെത്തിക്കണം. ഞങ്ങൾക്ക് വിവരമെത്തിക്കുക. അതിൽ നിയമവിരുദ്ധമായി ഒന്നുമില്ല. 'ത്സരി' സമ്മേളനം ഒരു വൻ പ്രകടനമാക്കുന്നതിനായി എല്ലാവരും വന്നെത്തുക. ബായി പോയിക്കഴിഞ്ഞാൽ തങ്ങൾക്കെന്ത് സംഭവിക്കുമെന്നതിനെപ്പറ്റി അവർക്ക് ആശങ്കയുണ്ടായിരുന്നു. ഹുണ്ടികക്കാരൻ വന്ന് മർദ്ദിക്കുകയും മറ്റും ചെയ്താലെന്തുചെയ്യും? തല്ലുന്നവന്റെ കൈ കയറിപ്പിടിക്കാൻ പറഞ്ഞതുമൂലം അവർക്ക് കുറച്ചാശ്വാസം തോന്നി. എന്നാൽ നിസഹായരും മർദ്ദിതരും ആയിരുന്ന അവർക്ക് അവരിൽത്തന്നെ വിശ്വാസമില്ലായിരുന്നു. ഞങ്ങൾ കുറെ ദിവസങ്ങളോളം അടുത്ത ഗ്രാമങ്ങളിൽത്തന്നെ ഉണ്ടായിരിക്കുമെന്ന് പറഞ്ഞപ്പോൾ അവർക്ക് കുറച്ച് ധൈര്യം വന്നു. അവർ പറഞ്ഞു: "ബായി, ഇത്രത്തോളം നിങ്ങൾ സഹായിക്കുകയാണെങ്കിൽ, ഞങ്ങൾ ധീരത കാണിക്കാം. അടിയാൻപണി തുത്തെറിയാം!"

ഞങ്ങൾ ഉറങ്ങിയിട്ടും വർളികൾ വളരെനേരം സംസാരിച്ചു കൊണ്ടിരുന്നു. പിറ്റേന്ന് രാവിലെ രണ്ടുപേർ ഞങ്ങളെ അടുത്ത ക്യാമ്പിലെത്തിക്കുന്നതിനായി ഞങ്ങളോടൊപ്പം വന്നു. ബാക്കിയുള്ളവർ ഞങ്ങൾ ദൃഷ്ടിയിൽനിന്ന് മറയുവോളം നോക്കി നില്ക്കുന്നുണ്ടായിരുന്നു.

ഡോംഗാരിയിലെ ക്യാമ്പിനുശേഷം ദൾവിയും ഞാനും മറ്റാരെയും കൂടെ കൊണ്ടുപോകാതെ തന്നെ ചുറ്റിനടക്കാൻ തുടങ്ങി. കാരണം, ഡോംഗാരിയിൽ നടന്ന കാര്യങ്ങളും ഞങ്ങൾ ആ ഭാഗങ്ങളിൽ ചുറ്റി സഞ്ചരിക്കുന്നുണ്ടെന്ന വാർത്തയും വായുവേഗത്തിൽ അവിടങ്ങളിൽ പ്രചരിച്ചിരുന്നു. വഴിയിൽ കണ്ടുമുട്ടുന്ന വർളികൾ ഞങ്ങളെ ഏറക്കുറെ തിരിച്ചറിഞ്ഞിരുന്നു. ഞങ്ങൾ ആരാണെന്നു പറഞ്ഞാൽ അവർ വളരെ നന്നായറിയുകയും ചെയ്തിരുന്നു. കാലത്ത് വളരെ നേരത്തെ എഴുന്നേറ്റോ, വൈകുന്നേരങ്ങളിലോ ഞങ്ങൾ യാത്ര ചെയ്യുമായിരുന്നു. അതിരാവിലെ എഴുന്നേറ്റ് യാത്ര തുടങ്ങിയാൽ ഏതെങ്കിലും ഒരു ഗ്രാമത്തിലെത്തി ആളുകളെ ശേഖരിച്ചു യോഗങ്ങൾ നടത്തി വൈകുന്നേരത്തേക്ക് മറ്റൊരു ക്യാമ്പിലെത്തുവാൻ സാധിച്ചിരുന്നു. എന്നാൽ എപ്പോഴെങ്കിലും ഗ്രാമത്തിലെത്താൻ താമസിച്ചുപോയാൽ എല്ലാവരും ജോലിക്കായി പലയിടത്തും പോയിക്കഴിഞ്ഞിരിക്കും.

ഭയാനകവും വിജനവുമായ പർവ്വതപ്രാന്തങ്ങളിൽ മനുഷ്യർ എത്തിച്ചേരുന്നതുവരെ ഈച്ചകളെയും ആട്ടി വെറുതെ ഇരിക്കുക എന്നത് വളരെ പ്രയാസമുള്ള സംഗതിയായിരുന്നു. പട്ടണങ്ങളിലെ വീടുകളിൽ ആരെയും കണ്ടിട്ടില്ലെങ്കിൽത്തന്നെ അവരെ പ്രതീക്ഷിച്ചിരുന്നവർക്ക് മുഷിപ്പു തോന്നാതിരിക്കാൻ പത്രങ്ങൾ, മാസികകൾ, റേഡിയോ, അലമാരയിൽ ഒരുക്കിവച്ചിരിക്കുന്ന പ്രദർശനവസ്തുക്കൾ എന്നിവയൊക്കെ കാണുമല്ലോ. എന്നാൽ ഈ കുടിലുകളിൽനിന്ന് ഒരു കടലാസിന്റെ കഷണമോ പെൻസിലോ കണികാണാൻപോലും

കിട്ടുകയില്ല. മറ്റു സാധനങ്ങളെക്കുറിച്ച് ചിന്തിക്കുകപോലും വയ്യ. മദ്ധ്യാഹ്നത്തിൽ വെയിൽ മൂത്തുകഴിഞ്ഞാൽ പുറത്തിറങ്ങാൻ തന്നെ തോന്നുകയില്ല. ആ കുടിലുകൾക്കു സമീപം, ആ ദയനീയമായ ജീവിതത്തെക്കുറിച്ചോർത്ത് മണിക്കൂറുകളോളം ഇരിക്കേണ്ടിവരും. നേരം പോവുകയേ ഇല്ല. മനസ്സിന് വലിയ പ്രയാസം തോന്നും.

രാവിലെയോ വൈകുന്നേരമോ ഗ്രാമങ്ങളിൽ എത്തിച്ചേർന്നാൽ ഈ ബുദ്ധിമുട്ടുണ്ടാവില്ല. ഈ യാത്രയിൽ പ്രകൃതിസൗന്ദര്യം ഞങ്ങളെ സ്വാഗതം ചെയ്യുന്നതിനായി പ്രദർശിപ്പിച്ചിരിക്കയാണോ എന്ന് തോന്നിപ്പോയിട്ടുണ്ട്. വായിക്കാൻ വർത്തമാനപ്രതങ്ങളോ പുസ്തകങ്ങളോ കൂടെക്കൊണ്ടുപോയിക്കൂടെ എന്ന ചോദ്യം സ്വാഭാവികമായും ഉണ്ടാകാം. എന്നാൽ ഒരു കപ്പ് ചായയും കഴിച്ച് വഴിയിലുള്ള പൊടിയിൽ അഭിഷിക്തരായി ആറും ഏഴും നാഴിക നടന്ന് ഒരിടത്ത് എത്തിച്ചേരുമ്പോൾ, എന്തെങ്കിലും വായിക്കാനുള്ള താല്പര്യം തന്നെ ഉണ്ടാവില്ല. വർത്തമാനപ്പത്രങ്ങൾ കൈയിലെടുത്താൽ ആ ദിവസത്തെ മുഴുവൻ ജോലിയും തകരാറിലാവും. പുസ്തകങ്ങൾ കൂടെ കൊണ്ടുപോകാനും എളുപ്പമായിരുന്നില്ല. ആദ്യകാലങ്ങളിൽ ആറേഴു നാഴിക നടക്കാനുള്ള പരിചയമില്ലായിരുന്നു. വെയിൽ മൂത്തു കഴിഞ്ഞാൽ ആ പൊരിവെയിലത്ത് നടന്ന് വിശ്രമസ്ഥാനത്തെത്തുമ്പോഴേക്കും നന്നേ തളർന്നിരുന്നു. ഞങ്ങളുടെ സാമാനങ്ങൾ ഞങ്ങൾതന്നെ ചുമക്കുകയായിരുന്നു പതിവ്. ദൾവിയുടെ പക്കൽ ഒരു സഞ്ചി, എന്റെ കൈയിൽ ഒരു ചെറിയ ബാഗ്, ഇത്രയും സാധനങ്ങളാണുണ്ടായിരുന്നത്. ഞങ്ങളുടെ സാധനങ്ങൾ ചുമക്കുന്നതിന് വർളികളെ ഏർപ്പെടുത്തിയിരുന്നില്ല. അവരെ അതിന് ഉപയോഗിച്ചിരുന്നുവെങ്കിൽ ബായിയും അടിമപ്പണി ചെയ്യിക്കുന്നു. അടിമകളായതിനാൽ സാമാനം എടുപ്പിക്കുന്നതിനായി കൂടെ കൊണ്ടുപോകുന്നു എന്ന് അവർ തെറ്റിദ്ധരിക്കുമോ എന്ന് ഞങ്ങൾ ഭയപ്പെട്ടിരുന്നു. വളരെ അത്യാവശ്യമുള്ള, ആറേഴുനാഴികദൂരം സ്വയം ചുമക്കാൻ കഴിയുന്നത്ര സാമാനങ്ങളേ ഞാൻ എടുക്കാറുള്ളൂ. ചിലപ്പോൾ വെയിൽ ശക്തിയായി ഉദിച്ചിരുന്ന അവസരങ്ങളിൽ എന്റെ ആ ബാഗുതന്നെ ഞാൻ തലയിൽ വച്ച് നടക്കാറുണ്ട്. ഈ പരിതഃസ്ഥിതികളിൽ പുസ്തകങ്ങളോ മറ്റു കുടുതൽ സാധനങ്ങളോ കൂടെ കൊണ്ടുപോവുക പ്രയാസമുള്ള കാര്യമായിരുന്നു. ഏറ്റവും പരിമിതമായ സാധനങ്ങളേ ഞാൻ എടുത്തിരുന്നുള്ളൂ.

ഞങ്ങൾ കാജ്ളി എന്ന ഗ്രാമത്തിലേക്കു പുറപ്പെട്ടപ്പോൾ നേരം അല്പം വൈകിപ്പോയിരുന്നു. വെയിലിന് ചൂടു കൂടിയിട്ടുണ്ട്. അതിനിടയിൽ വഴിതെറ്റിയതുമൂലം വളരെയേറെ ദൂരം ചുറ്റിത്തിരിയേണ്ടതായും വന്നു. നടക്കുന്നതിനിടയിൽ വഴിക്കൊരിടത്ത് ഒരു വലിയ ബംഗ്ലാവ് കാണാനിടയായി. അതൊരു സാവ്കറുടെ (ഹുണ്ടികക്കാരന്റെ) കളമാണെന്ന് അന്വേഷണത്തിൽ മനസ്സിലായി. കുറച്ച് അടുത്തുചെന്ന് നോക്കിയപ്പോൾ അവിടെ എല്ലാ വേലക്കാരും അവരവരുടെ ജോലികളിൽ

വ്യാപൃതരായിക്കണ്ടു. ജന്മി അപ്പോൾ കളത്തിലില്ല. ഞങ്ങൾ കളത്തിനുള്ളിൽ ചെന്നിരുന്നു. വർളികൾ ഞങ്ങൾക്ക് കുടിക്കാൻ വെള്ളവും കുറച്ചു സമയത്തിനുള്ളിൽ പാലില്ലാത്ത ചായയും വളരെ സ്നേഹത്തോടെ കൊണ്ടുവന്നു തന്നു. ഞങ്ങളാരാണെന്ന് അവർക്ക് മനസ്സിലായിരുന്നു. എങ്കിലും അവർ അങ്ങനെ അറിഞ്ഞതായി നടിച്ചില്ല. ഭയംകൊണ്ട് യാതൊന്നും സംസാരിച്ചതുമില്ല. ചായ കിട്ടിയപ്പോൾ ഞങ്ങൾക്ക് വളരെ ഉന്മേഷം തോന്നി. ഞങ്ങളുടെ നടത്തത്തിന്റെ വേഗതകൂടി. വളരെ വേഗം കാജ്ളി ഗ്രാമത്തിലെത്തിച്ചേർന്നു.

എനിക്ക് ദേഹം ശുചിയാക്കുന്ന കാര്യത്തിൽ പലപ്പോഴും അസൗകര്യം നേരിട്ടിട്ടുണ്ട്. ചിലപ്പോൾ രണ്ടും മൂന്നും ദിവസങ്ങളോളം ദേഹത്തോ തലമുടിയിലോ ജലസ്പർശം ഉണ്ടാകാതിരുന്നിട്ടുണ്ട്? വല്ലാത്ത വൃത്തികേട് തോന്നുമ്പോൾ, ഒരു ചെറിയ തമലയിൽ കിട്ടുന്ന വെള്ളംകൊണ്ട് കൈകാലുകൾ കഴുകി എന്നുമാത്രം. രണ്ട് മൂന്ന് ദിവസം കാട്ടിൽ അലഞ്ഞുതിരിഞ്ഞതുമൂലം വേഷവും ശരീരവും പട്ടണവാസികളായ പരിഷ്കൃതജനങ്ങളുടെ അടുത്തുനില്ക്കാൻ ലജ്ജതോന്നിപ്പിക്കുംവിധം അത്രയ്ക്ക് വൃത്തികേടായി. കുളിക്കാനും തലമുടി നന്നാക്കാനും തരപ്പെടാറില്ല. രണ്ട് മൂന്ന് നാഴിക നടക്കുമ്പോഴേക്കും ശരീരം അഴുക്കാകും. കാറ്റിൽ വഴിയിലുള്ള പൊടി മുഴുവനും ദേഹത്ത് പുരണ്ടിരിക്കും. തലമുടി മുഴുവനും മണ്ണിൽ കുളിച്ചിരിക്കും. കാജ്ളിയിലേക്ക് വരുമ്പോൾ വഴി തെറ്റി വളരെദൂരം നടക്കേണ്ടി വന്നതിനാൽ അവിടെ എത്തിച്ചേർന്ന ഉടൻ ദേഹം ശുചിയാക്കാൻ തീരുമാനിച്ചു. ആ കുളി ഇന്നും കൺമുമ്പിൽ തെളിഞ്ഞുനില്ക്കുന്നു.

സുമാർ പതിനൊന്നരമണിക്ക് ഞാൻ 'പാഡ'യിൽ എത്തി. ശരീരം വിയർപ്പിൽ കുളിച്ചിരുന്നു. ദേഹത്ത് വെറുതെ തൊട്ടാല്പോലും കൈയിൽ ചെളിപറ്റും. ശരീരത്തിലുള്ള വസ്ത്രങ്ങളിൽ നിന്ന് വിയർപ്പിന്റെ ഗന്ധം പുറപ്പെട്ടിരുന്നു. പൊടി കാരണം വസ്ത്രത്തിൽ ഊക്കിൽ തട്ടിക്കളഞ്ഞാല്പോലും പോകാത്ത അത്ര അഴുക്കും. കാലുകൾ നടന്ന് തളർന്നിരുന്നു. മനസ്സ് മുട്ടിപ്പോയി. പുരയിൽനിന്ന് ഏതെങ്കിലും സ്ത്രീ വരുന്നതും കാത്തിരുന്നു. സ്ത്രീ വന്നയുടൻ ദേഹം വൃത്തിയാക്കാൻ കുറച്ച് വെള്ളം തരു, എന്നുപറഞ്ഞു. അടുത്തുതന്നെയുണ്ട് വെള്ളം. അങ്ങോട്ടു പോകാമല്ലോ എന്ന് സ്ത്രീ പറഞ്ഞു. വെള്ളമുള്ളിടത്തുചെന്നാൽ ധാരാളം വെള്ളം കിട്ടുമല്ലോ എന്നവർക്ക് തോന്നിയിരിക്കണം. ഉടൻ തന്നെ കഴുകി വൃത്തിയാക്കിയ വസ്ത്രങ്ങളും സോപ്പ് മുതലായവയുമെടുത്ത് ആ സ്ത്രീ മുമ്പിലും ഞാൻ പിന്നിലുമായി സംസാരിച്ചുകൊണ്ട് രണ്ട് മൂന്ന് ഫർലോങ് നടന്ന് ഉണ്ടെന്ന് പറയപ്പെട്ട വെള്ളത്തിനടുത്തെത്തി. അവിടെയെത്തിയപ്പോൾ കണ്ടതോ! കെട്ടിനിന്ന് പച്ചനിറത്തിലായ കുറച്ചു വെള്ളമുള്ള ഒരു കുഴി! നല്ല വെള്ളത്തിൽ സുഖമായി ഒന്ന് കുളിക്കാമെന്ന് മോഹിച്ച് രണ്ട് മൂന്ന് ഫർലോങ് ദുരം നടന്ന എനിക്ക് പായൽ മൂടിക്കിടക്കുന്ന ഈ വെള്ളം കണ്ടപ്പോൾ കരച്ചിൽ വന്നു! ഞാൻ ചോദിച്ചു;

ഈ വെള്ളത്തിലാണോ കുളിക്കേണ്ടത്? അവൾ തലയാട്ടി. വെള്ളത്തിന് മീതെയുണ്ടായിരുന്ന പച്ചനിറത്തിലുള്ള പായൽ ഒരു വടിയെടുത്ത് ഒരു ഭാഗത്തേക്ക് നീക്കാൻ തുടങ്ങി. അടിയിലുള്ള വെള്ളം നല്ലതാണെന്ന നാട്യത്തിൽ അതിൽനിന്ന് കുടം നിറയെ വെള്ളമെടുത്തു. എന്റെ ശരീരം മുഴുവൻ പൊട്ടിത്തരിച്ചു. ആ വെള്ളംകൊണ്ട് കുളിക്കാൻ മനസ്സ് സമ്മതിക്കുന്നില്ല. വീട്ടിൽ വൃത്തിയുള്ള വെള്ളം ഇഷ്ടമുള്ളത്ര എടുത്ത് മനസ്സിന് ഇണങ്ങിയവിധം കുളിച്ചിരുന്ന എനിക്ക് അവിടെ കുളിക്കുക എന്നത് വളരെയേറെ പ്രയാസം തന്നെയായിരുന്നു. ആ സ്ത്രീക്ക് അത് മനസ്സിലായി. വെള്ളം കെട്ടിനിന്നതിന്റെ താഴെ ഒരിടത്ത് ഒരു കുഴിയുണ്ടായിരുന്നു. മുകളിലുള്ള മണ്ണിനടിയിലൂടെ വെള്ളം ഒലിച്ചിറങ്ങി അതിൽ കുറേശ്ശെയായി ശേഖരിക്കപ്പെട്ടിരുന്നു. ആ സ്ത്രീ വെള്ളം മുക്കിയെടുക്കാൻ പോയി. കുടം നിറഞ്ഞുകിട്ടുന്നതിന് കുറച്ച് സമയമെടുത്തു. ഞങ്ങൾ സംസാരിച്ചുകൊണ്ടിരുന്നു. അതിനിടയിൽ ആ സ്ത്രീ കുടം നിറയ്ക്കുന്നതിനുവേണ്ടി പല ശ്രമങ്ങളും ചെയ്തു. ഞാനൊരു കല്ലിൽ കുനിഞ്ഞിരുന്ന് കുറച്ച് വെള്ളമെടുത്ത് ദേഹത്തിൽ സോപ്പുതേച്ചു. എന്നിട്ട് ഞാൻ പാതി എഴുന്നേറ്റുനിന്നു; ആ സ്ത്രീ കുടത്തിൽനിന്ന് കുറേശെ കുറേശെയായി വെള്ളം ദേഹത്തൊഴിച്ചുതന്നു.

രണ്ട് മൂന്ന് ദിവസത്തിനുശേഷം ഞാൻ ഒരു കുടം വെള്ളത്തിൽ കുളിച്ച് വൃത്തിയുള്ള വസ്ത്രം ധരിച്ചു. കുറച്ച് ഉന്മേഷം തോന്നി. ഞങ്ങൾ മടങ്ങുന്നതിനുമുമ്പ് കെട്ടിനിന്ന പായൽ ഒരു ഭാഗത്തേക്ക് നീക്കി ആ കുഴിയിൽനിന്ന് ആ സ്ത്രീ കുടം നിറയെ വെള്ളമെടുത്തു. എന്റെ ദേഹം മുഴുവൻ പൊട്ടിത്തരിച്ചുപോയി. പക്ഷേ, എന്തുചെയ്യാൻ കഴിയും? 'പാഡ്'ക്കടുത്ത് വെള്ളം കിട്ടാൻ മറ്റ് സൗകര്യമൊന്നുമില്ല. എല്ലാവരും വർഷങ്ങളായി കുടിക്കാനൊഴികെ മറ്റെല്ലാ ആവശ്യങ്ങൾക്കും ഈ വെള്ളമാണ് ഉപയോഗിക്കുന്നത്. കുടിക്കാൻ മാത്രം താഴെ കുഴിയിലുള്ള വെള്ളം എടുക്കുന്നു.

ഞാൻ കുളികഴിഞ്ഞ് തിരിച്ചെത്തിയപ്പോഴേക്കും ഉച്ചയായിക്കഴിഞ്ഞു. ചില വർളികൾ വീടുകളിൽ എത്തിയിട്ടുണ്ട്. ആഹാരം തയ്യാറാക്കാൻ സമയം വേണ്ടിവരുമെന്ന് എനിക്കറിയാം. ഭക്ഷണം തയ്യാറാക്കുക എന്ന് പറഞ്ഞാൽ നെല്ലുകുത്തി അരിയാക്കുന്നത് മുതൽ തുടങ്ങണം! നെല്ലില്ലെങ്കിൽ മറ്റ് വല്ലയിടത്തുനിന്നും യാചിച്ചു കൊണ്ടുവരണം. ഇങ്ങനെ തയ്യാറാക്കാൻ സമയം ധാരാളം വേണമല്ലോ. ഞാൻ കുടിലിനുള്ളിൽ കയറി നോക്കിയപ്പോൾ കുറെ കുട്ടികൾ അംബീൽ (വെളുത്ത കഞ്ഞിപോലെയുള്ള ഒരു പദാർത്ഥം) ഒരു ചട്ടിയിൽനിന്ന് തവികൊണ്ട് മുക്കിക്കുടിക്കുന്നതാണ് കണ്ടത്. അവരുടെ മദ്ധ്യാഹ്ന ഭക്ഷണമാണതെന്ന് അന്വേഷിച്ചപ്പോൾ മനസ്സിലായി. ചോറ്, നാരങ്ങ, നെയ്യ്, രണ്ടുതരം കറികൾ, പൂരി, പഞ്ചസാര, പിന്നെയും ചില വിഭവങ്ങൾ, അവസാനം തൈരൊഴിച്ച് ചോറ് മുതലായവ നിത്യവും ഇല്ലെങ്കിൽ ഭക്ഷണം കഴിച്ചതായി തോന്നാറില്ലാത്ത, അത്തരം സാഹച

രൃങ്ങളിൽ നിന്നുവന്ന എനിക്ക് ഇവരുടെ ഭക്ഷണത്തെ ഭക്ഷണമെന്ന് പറയാമോ എന്നുപോലും അറിഞ്ഞുകൂടാ. ആ കുട്ടികളുടെ അത്തരത്തിലുള്ള ഭക്ഷണം കണ്ട് ഞാൻ അന്തംവിട്ടിരുന്നുപോയി.

നാച്ണാ ധാന്യം കൊണ്ടാണ് സാധാരണയായി 'അംബീൽ' ഉണ്ടാക്കുന്നത്. രാത്രി ധാന്യമാവ് വെള്ളത്തിലിട്ടുവെക്കുന്നു. പിറ്റേന്നു രാവിലെ മാവു പുളിക്കും. അതിൽ പിന്നെയും വെള്ളമൊഴിച്ച് നേർപ്പിച്ചതിനുശേഷം നന്നായി തിളപ്പിച്ച് കലം അടച്ചുവയ്ക്കുന്നു. ജോലി കഴിഞ്ഞ് തിരിച്ചെത്തിയാൽ ഗൃഹനായിക ഈ കലത്തിലെ അംബീൽ ചിരട്ടത്തവികൊണ്ട് എടുത്ത് അടുത്തടുത്തിരിക്കുന്ന പുരുഷന്മാർക്കും കുട്ടികൾക്കും ചട്ടികളിൽ വിളമ്പിക്കൊടുക്കും. അവരുടെയെല്ലാം മദ്ധ്യാഹ്ന ഭക്ഷണം ഇതു മാത്രമാണ്. അംബീൽ വിളമ്പിയ ചട്ടി ആർത്തിയോടെ നക്കിത്തുടയ്ക്കുന്ന ധാരാളം കുട്ടികളെ അനേകം കുടിലുകളിൽ ഞാൻ കണ്ടിട്ടുണ്ട്. പലതരത്തിൽ ലാളിക്കപ്പെട്ട് പാൽക്കുപ്പികളും ടോണിക്കുകളും ആയി കഴിയുന്ന കുട്ടികളെ കണ്ടിട്ടുള്ള എനിക്ക് ഈ ദൈന്യജീവിതം കണ്ടപ്പോൾ അത്യധികം മനോവേദന തോന്നി. കണ്ണുകൾ താനേ അടഞ്ഞു. ആ ദാരിദ്ര്യം കണ്ട് മനസ്സ് മരവിച്ചുപോയി.

ഞാൻ ഒരു ചട്ടിയിലെ കുറച്ച് അംബീൽ എടുത്ത് നോക്കി. എന്നിട്ട് അവരോടു ചോദിച്ചു;

"ഇത്രയുംകൊണ്ട് നിങ്ങളുടെ വയർ നിറയുമോ."

"ബായി, നിറയുന്നില്ലെന്ന് പറഞ്ഞിട്ടെന്താണ് പ്രയോജനം? ഞങ്ങൾക്ക് ചിലപ്പോൾ ഇത്രയുംപോലും ഭക്ഷണം കിട്ടാറില്ല. അപ്പോൾ ചെടികളുടെ ഇലയും കാട്ടുകിഴങ്ങുമൊക്കെയാവും ഭക്ഷണം."

"എന്ത്, നിങ്ങൾ ഇല തിന്നാറുണ്ടെന്നോ?"

"അതെ ബായി, അംബാഡി മുതലായ ചെടികളുടെ ഇല, മാങ്ങയുണ്ടാവുന്ന കാലങ്ങളിൽ പച്ചമാങ്ങ, മറ്റവസരങ്ങളിൽ ഉരുളക്കിഴങ്ങ്, കാട്ടുവേരുകൾ എന്നിവയൊക്കെ തിന്ന് ഞങ്ങൾക്ക് വിശപ്പടക്കേണ്ടിവരും.

വേനൽക്കാലത്ത് വിശപ്പടക്കാനുള്ള പദാർത്ഥങ്ങൾ കയ്പുരസമുള്ള കാട്ടുകിഴങ്ങുകളാണ്. ഇത്തരം കിഴങ്ങുകൾ മലകളിലാണ് വളരുന്നത്. വർളികൾ ഇവയുടെ വള്ളികൾ തേടിനടക്കും. വള്ളിയുടെ ഉദ്ഭവസ്ഥാനം കണ്ടെത്തി മധുരക്കിഴങ്ങ് പോലെയുള്ള ഈ കിഴങ്ങുകൾ കുഴിച്ചെടുക്കുന്നു. ചില കിഴങ്ങുകൾ നല്ല വലുപ്പമുള്ളവയാണ്; പക്ഷേ, സ്വാദ് കയ്പാണെന്ന് മാത്രം. വർളികൾ ഈ കിഴങ്ങ് ചെറുതായി മുറിച്ച് ഒരു പഴന്തുണിയിൽ പൊതിഞ്ഞുകെട്ടി, ആ പൊതി തോട്ടുവക്കത്തോ പുഴവക്കത്തോ ഒരു കല്ലിനടിയിൽ വയ്ക്കുന്നു. ഇങ്ങനെ ചെയ്യുന്നതുകൊണ്ട് കയ്പുരസം കുറയും. അതിനുശേഷം ഈ കഷണങ്ങളിൽ വെണ്ണീറ് കൂട്ടിത്തിരുമ്മി നല്ലപോലെകഴുകി വെള്ളത്തിലിട്ട് തിളപ്പിക്കുന്നു. കയ്പുള്ള വെള്ളം ഒഴിച്ചുകളഞ്ഞ് നല്ലപോലെ വേവിച്ചെടുത്തശേഷം

ഭക്ഷിക്കുന്നു. മിക്ക വർളികളുടെയും വീടുകളിൽ കയ്പുള്ള ഈ കിഴങ്ങുണ്ടാവും.

മഴക്കാലം കഴിഞ്ഞാൽ വർളികളുടെ 'പാഡ'കളിൽ ധാരാളം ഉരുളക്കിഴങ്ങ് ചെടികൾ കാണാം. അവയുടെ വീതിയേറിയ ഇലകൾ കണ്ട് നഗരവാസികളായ ആളുകൾ മോഹിതരാകാറുണ്ട്. 'ആലുവട'*യുടെ സ്വാദോർത്ത് അവരുടെ വായിൽ വെള്ളമൂറും. എന്നോടൊപ്പം ചിലപ്പോഴൊക്കെ അവിടങ്ങളിൽ വന്നിട്ടുള്ള ചില നഗരവാസികൾ ആ ഉരുളക്കിഴങ്ങ് ചെടികൾ കണ്ട് പറയാറുണ്ട്. "എത്ര നല്ല ഉരുളക്കിഴങ്ങ്! ഞങ്ങൾ പോകുമ്പോൾ കുറച്ചു കൊണ്ടുപോകട്ടെ? ഞങ്ങൾ പൈസ തരാം!" അവരുടെ പ്രശംസകേട്ട് വർളികൾ അഭിമാനം കൊള്ളും. പക്ഷേ, 'പൈസ തരാം' എന്ന ഘോഷണം കേൾക്കുമ്പോൾ തങ്ങളെ അപമാനിക്കുന്നതായിട്ടാണ് വർളികൾക്ക് തോന്നിയിരുന്നത്. അവരുടെ അന്തമില്ലാത്ത ദാരിദ്ര്യം ഇവരുടെ രണ്ടുനാലണകൊണ്ട് തീരുന്നതാണോ? തങ്ങളുടെ അടുക്കൽ വന്നിട്ടുള്ള വിരുന്നുകാരിൽ നിന്ന് രണ്ടോ നാലോ അണ വാങ്ങാൻ മാത്രം അവരുടെ മനസ്സ് സങ്കുചിതമായിരുന്നില്ല. 'ഞങ്ങൾ പൈസ തരാം' എന്നുപറഞ്ഞ് വലുപ്പം കാണിക്കുന്ന ആ വലിയവരോട് എനിക്ക് അവജ്ഞ തോന്നാറുണ്ട്.

വർളികൾ ഉരുളക്കിഴങ്ങ് ചെടിയുടെ ഇലയോ മറ്റ് ഭാഗങ്ങളോ ഒരിക്കലും ഉപയോഗിച്ചിരുന്നില്ല. അവർക്കതറിഞ്ഞുകുട. ഉരുളക്കിഴങ്ങു വടയോ മറ്റു പലഹാരങ്ങളോ ഉണ്ടാക്കാൻ വേണ്ട സാധനങ്ങളൊക്കെ അവർക്കെവിടെ കിട്ടും? അവരുടെ വീടുകളിൽ എണ്ണ എന്ന സാധനം ഒരിക്കലും എത്തിയിട്ടില്ല. എപ്പോഴെങ്കിലും ഞങ്ങൾക്കുവേണ്ടി 'ഡാൾ' ഉണ്ടാക്കുമ്പോൾ അതിൽ എവിടെ നിന്നെങ്കിലും കൊണ്ടുവന്ന കുറച്ച് മഞ്ഞളും ഉപ്പും മുളകുണ്ടെങ്കിൽ അതും ഇടും. എണ്ണയുടെ ഉപയോഗം തന്നെ അവർക്ക് അപരിചിതമായിരുന്നു. വേണ്ട സാധനങ്ങളൊന്നുമില്ലാതെ ഉരുളക്കിഴങ്ങു ചെടിയുടെ ഇലകൊണ്ട് അവരെന്തു ചെയ്യാനാണ്? അവർ ഇല വലിച്ചെറിഞ്ഞ് വെറും കിഴങ്ങുമാത്രം ഭക്ഷിക്കുന്നു. ഇതിനുവേണ്ടിയാണ് അവർ ഉരുളക്കിഴങ്ങ് നട്ടുണ്ടാക്കുന്നത്. നഗരത്തിൽ നിന്നുവരുന്നവർ ആരെങ്കിലും ആവശ്യപ്പെട്ടാൽ ഒരു മടിയുംകൂടാതെ അവർ ഇലകൾ വെട്ടിക്കൊടുക്കും. അവരുടെ ജീവിതത്തെപ്പറ്റി അറിവില്ലാത്തവർ നഗരജീവിതത്തിന്റെ അന്തസ്സോടെ പറയും: "ഇവരെന്ത് വിവരംകെട്ടവർ, സ്വർണ്ണം പോലത്തെ ഉരുളക്കിഴങ്ങില വലിച്ചെറിയുന്നു." ഉള്ളിലെ വിവരങ്ങൾ അവർക്കെങ്ങനെ അറിയാൻ കഴിയും? അവരുടെ ഇടയിലേക്ക് കടന്നുചെല്ലു, അപ്പോൾ മനസ്സിലാകും.

വർളികളുടെ പട്ടിണിയെക്കുറിച്ചും കിഴങ്ങുകളും വേരുകളും കൊണ്ടുള്ള അവരുടെ ഭക്ഷണത്തെക്കുറിച്ചും 'ജ്ഹരി' പരിഷത്തിനെക്കുറിച്ചും സംസാരിച്ചുകൊണ്ട് ഞങ്ങൾ ആഹാരം കഴിക്കാനിരുന്നു.

---

* ഉരുളക്കിഴങ്ങുകൊണ്ടുണ്ടാക്കുന്ന വട. മഹാരാഷ്ട്രയിലെ ഒരു സാധാരണ പലഹാരം.

ഞങ്ങൾക്കായി പ്രത്യേകം വിഭവങ്ങൾ തയ്യാറാക്കപ്പെട്ടിരുന്നു. അവരുണ്ടാക്കിയിരുന്ന ഭാക്രി* എനിക്ക് നന്നേ ഇഷ്ടപ്പെട്ടു. ഇതിന്റെ കൂടെ ഒരിത്തിരി നെയ്യോ മറ്റോ കിട്ടിയിരുന്നെങ്കിൽ എത്ര നന്നായിരുന്നു എന്നെനിക്ക് തോന്നി. പക്ഷേ, ഇപ്പറഞ്ഞ സാധനം മരുന്നിനെങ്കിലും കിട്ടാനില്ലാത്ത സ്ഥലം! ചുവന്ന മുളകരച്ചുണ്ടാക്കിയ ചട്ണി കൂട്ടി 'ഭാക്രി' തിന്നതിനുശേഷം ഞങ്ങൾ അടുത്ത ക്യാമ്പിലേക്ക് പുറപ്പെട്ടു.

അന്ന് 'സാവായി'യിൽ താമസിക്കാൻ ഞങ്ങൾക്കുദ്ദേശ്യമില്ലായിരുന്നു. പക്ഷേ, ഞങ്ങൾ അവിടെ എത്തിയപ്പോഴേക്കും സന്ധ്യമയങ്ങിക്കഴിഞ്ഞിരുന്നു. വളരെദൂരം നടന്നതുകൊണ്ട് ക്ഷീണിക്കുകയും ചെയ്തു. കുടെയുണ്ടായിരുന്ന വർളികൾ പറഞ്ഞു: "ഈ ഇരുട്ടിൽ ഒരടി മുന്നോട്ട് പോകരുത്." ഞങ്ങൾ അവരുടെ പരിചയത്തില്പെട്ട ഒരു വർളിയുടെ വീട്ടിൽ അന്ന് തങ്ങാൻ തീരുമാനിച്ചു. ഒരു മുന്നറിയിപ്പുമില്ലാതെ ആയിരുന്നു ഞങ്ങളവിടെ ചെന്നത്. ഗൃഹനാഥൻ വീട്ടിലില്ല. ഞങ്ങൾ കുടിലിനുപുറത്ത് മുറ്റത്ത് പുൽത്തടുക്കിട്ട് ഇരുന്നു. കുറച്ച് സമയത്തിനുള്ളിൽ ഗൃഹനാഥനും കൂടെയുണ്ടായിരുന്ന ഒരു വർളിയും കൂടി ഭക്ഷണം തയ്യാറാക്കാൻ തുടങ്ങി. വേറൊരാൾ ഞങ്ങൾ സാവായിയിൽ എത്തിയിട്ടുണ്ടെന്ന വിവരം അറിയിക്കുന്നതിനായി ഗ്രാമത്തിലേക്ക് പോയി.

ഞങ്ങൾ ചെന്നെത്തിയ കുടിൽ വളരെ ചെറിയതായിരുന്നു. ദേഹം കുനിച്ചല്ലാതെ അതിനകത്തേക്ക് കയറാൻ കഴിഞ്ഞിരുന്നില്ല. വർളികളുമായി കുറച്ചുനേരം സംസാരിച്ചിരുന്നതിനുശേഷം വീട്ടിൽ ആരൊക്കെയാണുള്ളത്, അവിടെ എന്തുനടക്കുന്നു എന്നൊക്കെ അറിയാൻ ഞാൻ കുടിലിന്റെ മുൻഭാഗത്തുള്ള മുറിയിൽ കയറിനോക്കി. വൃത്തിയുള്ള ഒരു പാത്രത്തിൽ ഞങ്ങൾക്കുള്ള ചോറ് തിളച്ചുകിടന്നിരുന്നു. ഗൃഹനാഥൻ സമീപത്തുതന്നെ ഒരു ബീഡിയും പുകച്ചിരുന്നു. അടുത്ത മുറിയിലേക്ക് കാലെടുത്തുവച്ചപ്പോൾ കണ്ടകാഴ്ച എന്നെ പരവശയാക്കി. അവിടെ ഗൃഹനാഥയും അവരുടെ ചുറ്റും വലിയ വയറുള്ള കുറെ കുട്ടികളും. അവളുടെ സമീപത്തുതന്നെ കുറച്ച് അരിയും മൂന്നുനാല് കാട്ടുകിഴങ്ങിന്റെ കഷണങ്ങളും അതിൽ നിറയെ വെള്ളവുമൊഴിച്ച് തിളപ്പിച്ചെടുത്ത ഒരു മിശ്രിതം ഒരു കലത്തിൽ വെച്ചിട്ടുണ്ട്: ആ സ്ത്രീ ചിരട്ടകൊണ്ടുണ്ടാക്കിയ തവി ഉപയോഗിച്ച് ആ മിശ്രിതം കുട്ടികളുടെ മുമ്പിലുള്ള പാത്രങ്ങളിൽ വിളമ്പിക്കൊടുക്കുകയായിരുന്നു. പാത്രത്തിലേത് കഴിഞ്ഞാൽ വീണ്ടും ഒഴിച്ചുകൊടുക്കും. കുട്ടികൾ ആ വെള്ളം ഊതി ഊതി കുടിക്കുന്നു. അടിയിലുള്ള കുറച്ചു വറ്റോ കിഴങ്ങിൻകഷണങ്ങളോ കുട്ടികൾ വാരിത്തിന്നുന്നു. വെള്ളം കുടിച്ച് വയർ നിറയുമ്പോൾ അവിടെത്തന്നെ കിടന്നുറങ്ങുന്നു. ഞാനവിടെ ഉണ്ടായിരുന്നതിനാൽ ആ സ്ത്രീ മാത്രം അവിടെ ഇരുന്നു. ഞാൻ ചോദിച്ചു:

---

* ബജ്റ കൊണ്ടുണ്ടാക്കുന്ന ഒരുതരം ചപ്പാത്തി.

"കുട്ടികൾ വയറ് നിറഞ്ഞിട്ടാണോ ഉറങ്ങിയത്?"

"അരവയറുമായി ഉറങ്ങേണ്ടി വരുന്നു, എന്തു ചെയ്യാം" ആ സ്ത്രീ പറഞ്ഞു.

"ഇപ്പോൾ ഇങ്ങനെ കഴിഞ്ഞു. ഇനി നാളെ എന്തുചെയ്യാൻ പോകുന്നു? മറ്റൊന്നും കാണുന്നുമില്ല."

തവിടുണ്ട്. രാവിലെ ഉണ്ടാക്കിയ ഭാക്രിയുണ്ട്. നാളെ കാലത്ത് വീണ്ടും ഉണ്ടാക്കും.

തവിട് കൊണ്ടുണ്ടാക്കിയ ഭാക്രിയുടെ ഒരു കഷണം എടുത്ത് ഞാൻ പുറത്തുവന്നു. അക്കാലങ്ങളിൽ ആ പ്രദേശങ്ങളിൽ ചുറ്റി നടക്കുമ്പോൾ പലപ്പോഴും ധാരാളം കുട്ടികൾ ഉച്ചയ്ക്ക് തവിട് ഭാക്രിയും ഉപ്പും കൂട്ടി തിന്നുന്നത് ഞാൻ കണ്ടിട്ടുണ്ട്.

ഈ ദൃശ്യം കണ്ട് എന്റെ കണ്ണുകളിൽ അശ്രു പൊടിഞ്ഞു. എന്റെ കുട്ടിക്കാലത്ത് ചോക്ലേറ്റുകളും ബിസ്കറ്റു ഡബ്ബകളുമായി കഴിഞ്ഞകാലം എനിക്കോർമ വന്നു. എന്റെ മനസ്സിൽ പലതരം ചിന്തകൾ ഉദിച്ചു. ഈ ലോകം എത്ര വ്യത്യസ്തമാണ്. നമ്മുടെ തന്നെ നാട്! നമ്മുടെ തന്നെ ആളുകൾ! പക്ഷേ, എത്രമാത്രം വ്യത്യാസം! എന്റെ കണ്ണുനീർ പുറത്തു കാണാതിരിക്കാൻ ഞാൻ പുറത്തൊരിടത്തേക്ക് മാറിനിന്നു.

കുറെ സമയത്തിനുശേഷം ദൾവിയും ഞാനും ഭക്ഷണം കഴിക്കാനിരുന്നു. ഗൃഹനാഥൻ ഞങ്ങൾക്കൊപ്പമിരുന്നില്ല. ഞങ്ങൾക്കൊപ്പം വന്ന വർളികളും അയാളും അവസാനം ഭക്ഷണം കഴിക്കാനായിരുന്നു പരിപാടി. ഞങ്ങൾക്ക് മതിയാവോളം ഭക്ഷണം തന്നുകഴിഞ്ഞതിനു ശേഷം ബാക്കിവരുന്നതുകൊണ്ട് എല്ലാവരും ഭക്ഷിച്ച് വിശപ്പടങ്ങിയതായി ഭാവിച്ച് എഴുന്നേല്ക്കുക അവർ പതിവാക്കിയിരുന്നു. ഇത് ഞങ്ങൾ പിന്നീടൊരവസരത്തിൽ മനസ്സിലാകുകയും ചെയ്തു. വളരെ കുറച്ച് അരികൊണ്ടുണ്ടാക്കിയ ചോറോ കുറച്ച് ഭാക്രിയോ മാത്രം ഭക്ഷണത്തിനായി കിട്ടുന്ന ഇവരിൽ വയർ നിറച്ച് ആഹാരം കഴിക്കുന്നവരെ കണ്ടുമുട്ടുക പ്രയാസമാണ്. ഉള്ളതനുസരിച്ച്, ബാക്കിയുണ്ടാവുന്നതനുസരിച്ച്, എന്തെങ്കിലും കഴിച്ച് അവർ എഴുന്നേറ്റുപോകും. ഉള്ളതുമാത്രം ഭക്ഷിച്ച് ജീവിക്കുക എന്നത് അവർക്ക് ഒരു ജിവിതവേദാന്തമായിത്തീർന്നിരുന്നു. വയറുനിറച്ച് ആഹാരം കഴിക്കാൻ തങ്ങൾക്കവകാശമുണ്ടെന്നുകൂടി അവർക്ക് തോന്നിയിരുന്നില്ല. പ്രക്ഷോഭത്തിന്റെ പ്രാരംഭദശകളിൽ ആറേഴുപേർക്ക് ഒരിടത്തുനിന്നും ഭക്ഷണം കഴിക്കേണ്ടിവന്നപ്പോഴൊക്കെ ഇക്കാര്യം ഞങ്ങൾ ശ്രദ്ധിക്കാറുണ്ടായിരുന്നു. ഞങ്ങൾ ആദ്യം ഭക്ഷിക്കണമെന്ന് അവർക്ക് ആഗ്രഹമുള്ളതായി ഞങ്ങൾക്കറിയാം. അവരെ പ്രയാസപ്പെടുത്താതിരിക്കാൻ വേണ്ടി ഒരുമിച്ചേ ആഹാരം കഴിക്കൂ എന്ന് ഞങ്ങൾ നിർബ്ബന്ധം കാണിച്ചില്ല.

ആഹാരസമയത്ത് തവിടുകൊണ്ടുണ്ടാക്കിയ ഭാക്രി തിന്നു നോക്കാം എന്ന് കരുതി ഞാൻ വാങ്ങിവെച്ചു. പക്ഷേ, അത് തിന്നാൻ എനിക്കു വലിയ പ്രയാസം തന്നെയായിരുന്നു. എന്തൊക്കെ പറഞ്ഞാലും

എനിക്കതെങ്ങനെ രുചിക്കും? എങ്ങനെയെങ്കിലും തിന്നാൻ തന്നെ തീരുമാനിച്ചു. തവിടുഭാക്രിയിൽ ചിലപ്പോൾ ഉമി അങ്ങനെതന്നെ ഉണ്ടാകും. അത് വായിൽ തടയും. പെട്ടെന്ന് വിഴുങ്ങിയിട്ടില്ലെങ്കിൽ കീഴോട്ടിറങ്ങിപ്പോവില്ല. ഇത് അകത്തുചെന്നാൽ എന്തെങ്കിലും സംഭവിച്ചാലോ എന്ന് തോന്നാതിരുന്നില്ല. ഉടനെതന്നെ ഇങ്ങനെയും തോന്നി. ചെറിയ കുട്ടികൾ കൂടി തിന്നുന്നു. അവർക്കൊന്നും വരുന്നില്ലല്ലോ പിന്നെ എനിക്കെന്താണുണ്ടാവുക? എന്ത് സംഭവിച്ചാലും തിന്നുകതന്നെ എന്ന ദൃഢനിശ്ചയത്തോടെ ഞാൻ ആ ഭാക്രി തിന്നുതീർത്തു. ഞങ്ങൾ വളരെ കുറച്ചേ ഭക്ഷിച്ചുള്ളൂ. ആ അർദ്ധപട്ടിണിക്കാരെ, പ്രത്യേകിച്ച് കുട്ടികളെ, കണ്ടതിനുശേഷം ആ ഭക്ഷണം ഞങ്ങളുടെ തൊണ്ടയ്ക്കുതാഴെ എങ്ങനെ ഇറങ്ങാനാണ്? ഞങ്ങൾ ഒന്നും കഴിച്ചില്ലെങ്കിൽ വർളികൾക്ക് വിഷമം തോന്നുമായിരുന്നു. ചോറും കറികളും അവർ സംജാൺ സ്റ്റേഷനടുത്ത് എവിടെയോ പോയി വാങ്ങിക്കൊണ്ടുവന്നതായിരുന്നു, ഇത്രയും ബുദ്ധിമുട്ടി തങ്ങൾ കൊണ്ടുവന്ന ഭക്ഷണം അതിഥികൾക്ക് ഇഷ്ടപ്പെട്ടില്ലല്ലോ എന്നുകരുതി അവർ ദുഃഖിക്കുമായിരുന്നു. ഞങ്ങളൊന്നും കഴിച്ചില്ലെങ്കിൽ ഭക്ഷണം വെറുതെ പോയല്ലോ എന്ന് അവർ കുണ്ഠിതപ്പെടും. "ഞങ്ങൾ പണിയൊന്നും എടുക്കാത്തവരല്ലേ. ഞങ്ങൾക്ക് കുറച്ചേ ആഹാരം വേണ്ടൂ. വയർ നിറഞ്ഞിരിക്കുന്നു" എന്ന് പറഞ്ഞ് ഞങ്ങൾ ഭക്ഷണം കുറച്ചുമാത്രം കഴിച്ചു.

ഞാൻ തവിടുഭാക്രി തിന്നുന്നു എന്നു കേട്ടപ്പോൾ ചില ആദിവാസികൾ നേരിട്ടുകാണുന്നതിനായി കുടിലിനകത്തേക്ക് വന്നു. ഞാനത് തിന്നുന്നത് കണ്ട ചിലർ പെട്ടെന്ന് മുഖം തിരിച്ച് മടങ്ങിപ്പോയി. ഒരാൾ പറഞ്ഞു: "ഞങ്ങൾക്കുവേണ്ടി എന്തിനീ തവിടുഭാക്രി തിന്നുന്നു. നിങ്ങളെന്തിനീ കാട്ടിൽ ജീവിക്കുന്നു!" തങ്ങളുടെ വീടുകളിൽവന്ന് തവിടുഭാക്രി തിന്നാൻപോലും ഇവർക്ക് മടിയില്ല. ഇവർ ശരിക്കും നമ്മുടെ ആളുകൾ തന്നെ എന്നവർക്ക് തോന്നി. ഈ വികാരം അവരുടെ വാക്കുകളിൽ നിഴലിച്ചിരുന്നു. തവിടുഭാക്രി തിന്നുന്ന എന്നെക്കണ്ട് ഒരു വയസനായ വർളി ദീർഘനിശ്വാസം ചെയ്തു. അയാൾ താഴോട്ടു നോക്കി തലകുനിച്ചുനിന്നു. ചിലരുടെ കണ്ണുകൾ നനഞ്ഞു. ദിവസവും തവിടുഭാക്രി ഭക്ഷിക്കുന്ന വർളികളുടെ ഈ ദൃശ വികാരപ്രകടനങ്ങൾ മനസ്സുരുക്കുന്നവയായിരുന്നു. എന്തുപറയണമെന്നറിയാതെ ഞാൻ വിഷമിച്ചു.

രാത്രി വളരെ വൈകുവോളം കുടിലിന് പുറത്തുള്ള സ്ഥലത്ത് സംസാരിച്ചിരുന്നതിനുശേഷം ഓരോരുത്തരായി അവിടെത്തന്നെ കിടന്നുറങ്ങാൻ തുടങ്ങി. ഞാനും ഉറങ്ങാൻ കിടന്നു. പക്ഷേ, എനിക്കുറക്കം വന്നില്ല. അഹോരാത്രം അദ്ധ്വാനിച്ച് മണ്ണിനെ പൊന്നാക്കി മാറ്റുന്ന ആ കർഷകരുടെ, അരിയുടെ മണം മാത്രമുള്ള വെള്ളം മോന്തിക്കുടിച്ചു കഴിയുന്ന ആ കുട്ടികളുടെ, ചിത്രം കൺമുമ്പിൽ നിന്ന് മാഞ്ഞു പോകുന്നില്ല. ഞങ്ങളുടെ പ്രവർത്തനങ്ങൾമൂലം ഇതിനെന്തെ

ങ്കിലും മാറ്റം വരുത്താൻ കഴിയുമോ? മാറ്റം സംഭവിച്ചുകാണാൻ ഞങ്ങൾക്ക് യോഗമുണ്ടാവുമോ? ഈ ദൃശ്യങ്ങളൊക്കെ ഇന്നലെ കണ്ടപോലെ കൺമുമ്പിൽ നിരന്നു നില്ക്കുന്നു. പരിതഃസ്ഥിതികളിൽ കുറച്ചൊരു മാറ്റം വന്നിട്ടുണ്ടെന്ന് ഇന്ന് ചെറിയ തോതിലെങ്കിലും സമാധാനിക്കാം. ഈ കാടുകളുടെ രാജാക്കന്മാർ ഉണർന്നുകഴിഞ്ഞു എന്നതാണ് ഏറ്റവും മുഖ്യമായ സംഗതി.

ഡഹാണുഗ്രാമത്തിന്റെ കിഴക്കുഭാഗത്തുള്ള കുന്നിൻചെരിവിലൂടെ ഞാൻ ഒറ്റയ്ക്ക് കാൽനടയായി പോവുകയായിരുന്നു. ഒരു ബാലൻ പിൻവശത്തുള്ള കുന്നുകയറി പോകാനുള്ള വഴി കാണിച്ചുതന്നു. ഞാൻ കൈയിലൊരു വടിയുമേന്തി കുന്നുകയറിയിറങ്ങി നാട്ടുവഴിയിലെത്തിയപ്പോൾ നേരം സന്ധ്യയോടടുത്തിരുന്നു. വഴിയിൽ പത്തുപതിമൂന്ന് വയസുള്ള ഒരു ബാലനെ കണ്ടുമുട്ടി. ഞാൻ നിന്നിടത്തുനിന്ന് വളരെ അടുത്തുതന്നെയായിരുന്നു അവന്റെ ഗ്രാമവും വീടും. അവനോടൊപ്പം പോയി അവന്റെ വീട്ടിൽ അന്നുകൂടാമെന്ന് തീരുമാനിച്ച് അങ്ങോട്ടു പുറപ്പെട്ടു. കുന്നിറങ്ങി അവന്റെ വീടിന് സമീപം എത്താറായപ്പോഴേക്കും ഇരുട്ട് പരന്നു. വീടുകളിൽ നിന്ന് വിറകു കൂട്ടിയിട്ടു കത്തിക്കുന്നതിന്റെ വെളിച്ചം കണ്ടു. ആ കുട്ടിയുടെ പേർ 'വിഠു കർബട്' എന്നായിരുന്നു. വളരെ സ്നേഹത്തോടെ അവൻ എന്നെ അവന്റെ വീട്ടിലേക്ക് കൊണ്ടുപോയി. അവന്റെ അച്ഛൻ പുറത്തെവിടെയോ പോയിരിക്കുകയായിരുന്നു. അമ്മ വീട്ടിൽത്തന്നെ ഉണ്ടായിരുന്നു. വിഠു എനിക്കുവേണ്ടി ഒരു പീഠം കൊണ്ടുവരാൻ ഓടിപ്പോയി. ഒരു കുട്ടി വിഠുവിന്റെ അച്ഛനെ വിളിക്കാൻ പോയി. കുറച്ചു സമയത്തിനുള്ളിൽ വിഠു ഒരു പീഠവുമായെത്തി. ഞാനതിൽ ഇരുന്നു. ഇതിനിടക്ക് വിഠുവിന്റെ അച്ഛൻ വന്നെത്തി. എല്ലാവരും ഭക്ഷണത്തിന്റെ കാര്യത്തെക്കുറിച്ച് ആലോചന തുടങ്ങി. നേരം ഇരുട്ടിക്കഴിഞ്ഞിരുന്നു. ഭക്ഷണത്തിനുവേണ്ടി അവരെന്തു ചെയ്യും! അച്ഛനും അമ്മയും മക്കളുമൊക്കെ അതേക്കുറിച്ച് പതുക്കെ സംസാരിച്ചുകൊണ്ടിരുന്നു. "നിങ്ങളുടെ വീട്ടിൽ നിങ്ങൾക്കായുണ്ടാക്കിയ ഭക്ഷണമുണ്ടെങ്കിൽ അതിൽനിന്ന് എനിക്കും തന്നാൽ മതി. ഞാൻ വേറൊരു ഭക്ഷണവും കഴിക്കുകയില്ല എന്ന് ഞാൻ പറഞ്ഞപ്പോൾ അവർക്ക് മുമ്പിലുണ്ടായിരുന്ന വിഷമംപിടിച്ച പ്രശ്നം അങ്ങനെ പരിഹൃതമായി. ആ സ്ത്രീ വീടിനുള്ളിലേക്ക് പോയി.

ഞാനും വിഠുവും സംസാരിച്ചുകൊണ്ടിരുന്നു. അക്കാലങ്ങളിൽ എഴുതാനും വായിക്കാനും അറിയാവുന്ന കുട്ടികളെ വിരളമായേ അവിടങ്ങളിൽ കാണാൻ കഴിയുമായിരുന്നുള്ളു. വിഠുവും അവന്റെ അച്ഛനും പറഞ്ഞു: "ഇന്ന് നിങ്ങൾ ഞങ്ങളുടെ വീട്ടിൽ വന്നുവല്ലോ. സാക്ഷാൽ ദൈവം വന്നതുപോലെയാണ് ഞങ്ങൾക്ക് തോന്നുന്നത്. ദൈവം തന്നെയാണ് നിങ്ങളെ കൊണ്ടുവന്നത്." എനിക്ക് അവർ പറയുന്നത് വിശ്വസിക്കാൻ കഴിഞ്ഞില്ല. ഞാനാദ്യം കരുതി, "നിങ്ങൾ ദേവതുല്യയാണ്. ഇന്ന് നിങ്ങളെപ്പോലുള്ളവരുടെ പാദസ്പർശം

ഞങ്ങളുടെ വീട്ടിലുണ്ടായി.' എന്നൊക്കെ പറയുന്നത് ഇവിടങ്ങളിലെ ഒരു സമ്പ്രദായമായിരിക്കുമെന്ന്. എന്നാൽ ഇപ്പോൾ ഇവർ പറയുന്നത് അപ്രകാരമായിരുന്നില്ല. വില്ലേജ് ഉദ്യോഗസ്ഥൻ അവരെ ദ്രോഹിക്കുന്നുണ്ടായിരുന്നു. അതിനൊരു പരിഹാരം എന്റെ കൈകൊണ്ടുണ്ടാകുമെന്ന് അവർ വിശ്വസിച്ചിരുന്നു. വിഠുവിന്റെ അച്ഛൻ ജന്മിക്ക് പാട്ടം കൊടുക്കാനുണ്ടായിരുന്നു. ജന്മി അയാളുടെ കണക്കനുസരിച്ച് പാട്ടബാക്കിയുണ്ടെന്ന് പറഞ്ഞതായിരുന്നു. എന്നാൽ വിഠുവിന്റെ അച്ഛനാകട്ടെ, മുഴുവൻ പാട്ടവും കൊടുത്തു കഴിഞ്ഞതിനാൽ ബാക്കിയുണ്ടെന്ന് പറയുന്നത് കളവാണെന്ന് വാദിച്ചു. ഞാൻ അവിടെ എത്തിയ ദിവസം തന്നെ പകൽ വില്ലേജ് ഉദ്യോഗസ്ഥൻ വന്ന് വിഠുവിന്റെ വീട്ടിൽക്കയറി. ഉണ്ടായിരുന്ന ധാന്യം മുഴുവനും പാട്ടബാക്കിയാണെന്നും പറഞ്ഞ് എടുത്തുകൊണ്ടു പോയി. എന്നിട്ടും പാട്ടബാക്കി തീർന്നിട്ടില്ലത്രേ! ഇനിയും കൊടുത്തില്ലെങ്കിൽ വീട്ടിലുള്ള സകലതും—ചട്ടി, കലം, കലപ്പ തുടങ്ങിയവയൊക്കെ– ജപ്തി ചെയ്തുകൊണ്ട് പോകുമെന്ന് അയാൾ ഭീഷണിപ്പെടുത്തുകയും ചെയ്തു. വിഠുവിന്റെ വീട്ടുകാർക്ക് ആകെ പരിഭ്രമം. ഞാൻ അവിടെ ചെന്നപ്പോൾ വിഠുവിന്റെ അച്ഛൻ ഈ കാര്യത്തെപ്പറ്റി നാലുപേരുമായി സംസാരിക്കാൻ ഇറങ്ങിയിരുന്നു. യഥാർത്ഥത്തിൽ നിയമമനുസരിച്ച് ഇത്തരം ജപ്തി നടത്താനൊന്നും കഴിയുകയില്ല. എന്നാൽ എല്ലാ നിയമങ്ങളും ജന്മികളും സർക്കാർ ഉദ്യോഗസ്ഥന്മാരും കൂടി വളച്ചൊടിക്കുകയായിരുന്നു. കയ്യൂക്കുള്ളവന്റെ രാജ്യമാണല്ലോ. ജന്മി പറഞ്ഞാൽ അതുതന്നെ നിയമം. അതുതന്നെ ന്യായം.

ഇത്തരമൊരവസരത്തിൽ ഞാനിവിടെ എത്തിച്ചേർന്നത് അവർക്ക് വലിയ സഹായകമായിത്തോന്നി. വിഠുവിന് എഴുതാനും വായിക്കാനും അറിയാം. അവർ കണക്കെഴുതി വച്ചിട്ടുണ്ട്. പക്ഷേ, അതുകൊണ്ടെന്തു പ്രയോജനം! വില്ലേജ് അധികാരി, പൊലീസ്, ജന്മി എന്നിവരുടെ വാക്കുകളല്ലാതെ ഇവന്റെ കണക്കുകളാരു കേൾക്കാൻ! പാവപ്പെട്ടവർക്ക് വിദ്യാഭ്യാസമുണ്ടായാലും ജന്മികളുടെ രാജ്യത്തിൽ അതുകൊണ്ട് ഒരു ഉപയോഗവുമില്ല. എല്ലാം ചോദിച്ചറിഞ്ഞപ്പോൾ ന്യായം കൃഷിക്കാരന്റെ ഭാഗത്താണെന്ന് എനിക്ക് വിശ്വാസമായി. അപ്പോൾത്തന്നെ വില്ലേജാപ്പീസർക്ക് ഒരു കത്തെഴുതിക്കൊടുക്കുകയും ചെയ്തു. അയാൾ വന്ന് ബഹളമുണ്ടാക്കുകയാണെങ്കിൽ പത്തുപ്രന്തണ്ടുപേർ ചേർന്ന് "നിങ്ങൾ പറയുന്നത് അന്യായമാണ്, അതുകൊണ്ട് കുടിലിൽ കൈവെക്കാൻ ഞങ്ങൾ സമ്മതിക്കില്ല" എന്ന് പറയണമെന്ന് വിഠുവിന്റെ ആളുകളോട് പറഞ്ഞേല്പിച്ചു, എന്നിട്ടും പോകുന്നില്ലെങ്കിൽ ഞാൻ അടുത്തുതന്നെ ഉണ്ടാകും. എന്നെ വിവരം അറിയിക്കുക എന്നുപറഞ്ഞ് അവർക്ക് ധൈര്യം കൊടുത്തു. ഇതിനിടയ്ക്ക് വേറെയും കുറേ ആളുകൾ അവിടെ എത്തിച്ചേർന്നു. അവരെയൊക്കെ കാര്യങ്ങൾ പറഞ്ഞു മനസിലാക്കി. വില്ലേജുദ്യോഗസ്ഥനെ ചെറുത്തുനില്ക്കാൻ പോകുന്നത് ആദ്യമാകയാൽ

അവർക്ക് ധൈര്യം തോന്നിയില്ല. അന്യോന്യം ഇതേപ്പറ്റി സംസാരിച്ചുകൊണ്ട് അവർ ചിന്താക്രാന്തരായി കഴിയുകയായിരുന്നു.

ഭക്ഷണം തയ്യാറായെന്ന് വിവരം കിട്ടിയപ്പോൾ വിഠുവും ഞാനും കുടിലിനുള്ളിലേക്ക് പോയി. കൂടിൽ വളരെ ചെറുതാണ്. അടുപ്പിൽ തീ കത്തുന്നുണ്ടായിരുന്നു. വലിയ ഉഷ്ണം ആയതിനാൽ പുറത്തിരുന്നുതന്നെ ഭക്ഷണം കഴിക്കാമെന്നുവച്ചു. ഒരു തട്ടിൽ ചോറും അംബാഡിച്ചെടിയുടെ ഇലകൊണ്ടുണ്ടാക്കിയ ഒരു കറിയും എന്റെ മുമ്പിൽ വച്ചുതന്നു. ഈ കൂട്ടാൻ എരിവും പുളിയും കാരണം വായിൽവെക്കാൻ തന്നെ പ്രയാസം. ഉപ്പും മുളകും വെള്ളവും ചേർത്ത് ഉണ്ടാക്കിയതായിരുന്നു അത്. ഭക്ഷണം കഴിക്കുകയല്ലാതെ മറ്റു മാർഗ്ഗമൊന്നുമില്ലല്ലോ. നിറഞ്ഞ കണ്ണുകളോടെ "ഇത് നിങ്ങൾ ക്കിഷ്ടപ്പെട്ടില്ലേ" എന്ന് വർളികൾ ചോദിച്ചു. നിവൃത്തികേടുമൂലം നല്ലതൊന്നും തരാൻ കഴിയുന്നില്ല എന്നോർത്ത് അവർ നന്നേ വിഷമിച്ചു. ചോറു വിളമ്പിയ കിണ്ണം പുറത്തേക്കു കൊണ്ടുവന്നപ്പോൾ തന്നെ ഒരു പുളിച്ച നാറ്റം വന്നു. ഞാൻ കുറെ ചോറ് മടക്കിക്കൊടുത്തു. കറിയുടെ പുളിച്ച വെള്ളം ചോറിൽ നിറയെ പരന്നിരുന്നു. കുറച്ചുചോറും കറിയും കൂട്ടി എങ്ങനെയോ വാരി വിഴുങ്ങി കൈകഴുകാനെഴുന്നേറ്റു. എന്നിട്ടും കറിയുടെ പുളിച്ച വാസന കൈയിൽനിന്ന് പോയില്ല. ഞാൻ ആഹാരം കഴിച്ചതിൽ എല്ലാവർക്കും വലിയ സന്തോഷമായി.

ഞാൻ ഭക്ഷണം കഴിക്കുന്നതിന് ഇടയ്ക്ക് വളരെനേരത്തെ ആലോചനയ്ക്കുശേഷം എന്റെ എഴുത്ത് വില്ലേജാപ്പീസർക്ക് കൊടുക്കാൻ തന്നെ അവർ തീരുമാനിച്ചു. അങ്ങുമിങ്ങുമായുള്ള സംസാരം നിന്നതിനുശേഷം ഞാൻ കട്ടിലിൽ കിടന്നു. വർളികൾ മുറ്റത്തുതന്നെ അവിടവിടെയായി കിടന്നുറങ്ങി.

അക്കാലങ്ങളിൽ ഏതെങ്കിലും വീടുകളിൽ വിളക്കുകണ്ടെത്താൻ വിഷമമായിരുന്നു. മെഴുകുതിരിപോലും ഉണ്ടാവില്ല. അപൂർവ്വം ചിലയിടങ്ങളിൽ തകരം കൊണ്ടുള്ള ചിമ്മിനികൾ കണ്ടേക്കും. അല്ലെങ്കിൽ കുപ്പിയിൽ നാടയിറക്കിയുണ്ടാക്കിയ ചിമ്മിനികൾ ഉണ്ടാകും. വർളികൾ മിക്കവാറും അവരുടെ കാര്യങ്ങൾ അടുപ്പിന്റെ വെളിച്ചത്തിലോ വിറക് കൂട്ടിയിട്ട് കത്തിച്ചോ ആണ് നടത്തുക. തണുപ്പുകാലങ്ങളിൽ ഇങ്ങനെ വിറകു കത്തിച്ചാണ് കിടന്നുറങ്ങുക. കുടിലിനുള്ളിൽ എന്തെങ്കിലും വെളിച്ചം വേണ്ടിവരുകയാണെങ്കിൽ കത്തുന്ന ഒരു വിറകുകൊള്ളിയെടുത്ത് അകത്തുകൊണ്ടു പോകയാണ് പതിവ്. കത്തിക്കാനുള്ള വിറകിന് ക്ഷാമമില്ല. കാട്ടിൽനിന്ന് വേണ്ടുവോളം കിട്ടുമല്ലോ.

രാത്രി ഒരിക്കൽ ഉണർന്നുനോക്കിയപ്പോൾ ഞാൻ കിടന്നുറങ്ങുന്ന ബഞ്ചിന്റെ തൊട്ടുപിന്നിൽ വിഠുവിന്റെ അമ്മയും കിടക്കുന്നു. അവർ ഉടുത്തിരുന്ന സാരി വളരെ വീതികുറഞ്ഞതാണ്. ഞാൻ കണ്ടിട്ടുള്ള എല്ലാ വർളിസ്ത്രീകളുടെയും ചേല വീതി കുറഞ്ഞതാണ്. അന്വേഷിച്ചപ്പോൾ ഒരു സ്ത്രീ പറഞ്ഞു. അവളുടെ ചേല നാലുവാരയുടേ

താണെന്ന്. മറ്റൊരുവൾ പറഞ്ഞത് അവളുടെ ചേല അഞ്ചുവാരയാണെന്ന്. എനിക്കൊന്നും മനസ്സിലായില്ല. മറാഠി സ്ത്രീകൾ ഉടുക്കുന്ന ചേല ഒമ്പതുവാര നീളമുള്ളതാണെന്നുമാത്രം എനിക്കറിയാം. ഒരു ദിവസം സന്ധ്യക്ക് ഖത്തവാഡ് ഗ്രാമത്തിലെ ബജാറിൽ നടക്കുമ്പോൾ ഒരു കച്ചവടക്കാരനോട് ഞാൻ ഇതേപ്പറ്റി ചോദിച്ചു. അയാൾ പറഞ്ഞതിങ്ങനെയാണ്: "വീതിയുള്ള ഒമ്പതുവാര ചേല മിക്ക വർളികളും ഇഷ്ടപ്പെടുന്നില്ല. ഞങ്ങൾ രണ്ടു വശങ്ങളിലും കരയുള്ള ചേലത്തുണി ഒരുമിച്ചു വാങ്ങുന്നു. വർളികളുടെ ആവശ്യാനുസരണം അതിൽനിന്ന് മുറിച്ചു കൊടുക്കുന്നു." വിറുവിന്റെ അമ്മയെ കണ്ടപ്പോൾ എനിക്ക് ഇക്കാര്യം ഓർമ്മവന്നു.

ഡഹാണു സ്റ്റേഷനിലെ തീവണ്ടിയുടെ ശബ്ദം കേട്ടാണ് ഞാനുണർന്നത്. ഒരു വശത്ത് മരങ്ങൾ തിങ്ങി നിൽക്കുന്ന മലകൾ. ദൂരെനിന്ന് തീവണ്ടിയുടെ ചൂളംവിളി കേൾക്കാം. എല്ലാ വർളികളും മുറ്റത്ത് തലങ്ങും വിലങ്ങുമായി കിടന്നുറങ്ങുകയാണ്. തിരിഞ്ഞും മറിഞ്ഞും കിടന്ന ആ മനുഷ്യരെയും കുട്ടികളെയും കണ്ടപ്പോൾ തോന്നി എന്താണ് ഇവരുടെ സ്ഥിതി! മനുഷ്യൻ മനുഷ്യനെ എപ്രകാരമുള്ള അധോഗതിയിലാണ് കൊണ്ടെത്തിച്ചിരിക്കുന്നത്! എല്ലായിടത്തും നിശ്ശബ്ദശാന്തത. എനിക്ക് വേഗത്തിൽ ഉറക്കം വന്നില്ല. ഈ സ്ഥിതിയിൽ നിന്ന് എന്ത് മാറ്റമാണുണ്ടാവുക. ആർക്കൊക്കെയാണ് സങ്കടമുക്തിയുണ്ടാവുക? ദരിദ്രരും നിഷ്കളങ്കരുമായ ഇവരുടെ പരിതഃസ്ഥിതികൾ മെച്ചപ്പെടുമോ? ഇവയും ഇതുപോലുള്ള മറ്റനേകം പ്രശ്നങ്ങളും എന്നെ എന്നും അലട്ടാറുണ്ട്. വിവിധ അനുഭവങ്ങൾകൊണ്ട് സമ്പന്നമാവുന്ന എന്റെ ജീവിതത്തെപ്പറ്റി എനിക്കാനന്ദം തോന്നി.

ഈ യാത്രകളിലെ അനുഭവകഥകൾ പരുലേക്കറോട് പറയുമ്പോൾ അദ്ദേഹത്തിന് എന്തുതോന്നും എന്ന് ചിന്തിച്ചുകൊണ്ട് കിടന്നു. തണുത്ത കാറ്റ് വീശിത്തുടങ്ങിയിരുന്നു. പതുക്കെ പതുക്കെ ഉറക്കം എന്നെ തഴുകി.

രാവിലെ എഴുന്നേറ്റ് മുഖം കഴുകി ഞാൻ മറ്റൊരു ഗ്രാമത്തിലേക്ക് പുറപ്പെട്ടു. "ബായി, എന്തെങ്കിലും ആവശ്യം വരുകയാണെങ്കിൽ നിങ്ങൾ വരണം" എന്ന് വീണ്ടും വീണ്ടും അപേക്ഷിച്ച് വർളികൾ എന്നെ യാത്രയയക്കുന്നതിനായി കുറെ ദൂരംവരെ വന്നു. എന്റെ എഴുത്ത് കണ്ട വില്ലേജാപ്പീസർ ഒരക്ഷരം ശബ്ദിക്കാതെ തിരിച്ചുപോയതായി രണ്ട് ദിവസത്തിനുശേഷം ഞാനറിഞ്ഞു. യാതൊന്നും സംഭവിച്ചില്ല. ഈ വാർത്ത വായുവേഗത്തിൽ ആ പ്രദേശങ്ങളിൽ പ്രചരിച്ചു. വർളികൾ ഞങ്ങളെ കൂടുതൽ കൂടുതൽ ശ്രദ്ധിച്ചു തുടങ്ങി.

പുളിങ്കുരുവും പുല്ലരിച്ചോറും തവിടുഭാക്രിയും പുളിയിലക്കറിയും കാട്ടുകിഴങ്ങുകളും ഭക്ഷിച്ച് പട്ടിണിയും പരിവട്ടവുമായി ഉടുതുണിക്ക് മറുതുണിയില്ലാതെ കാടുകളിലെ ഭീതിജനകമായ സാഹചര്യങ്ങളിൽ ജനിച്ചുമരിക്കുന്ന വർളികളുടെ ജീവിതം ഞങ്ങൾ പ്രത്യക്ഷത്തിൽ കണ്ടു കഴിഞ്ഞു. നിസഹായരും പാവപ്പെട്ടവരുമായ ഈ കൃഷിക്കാരുമായി

പരിചയപ്പെട്ടു. അവരുടെ ദയനീയസ്ഥിതി കണ്ട് ഹൃദയം പിടഞ്ഞു. മനസ്സാ വിഷണ്ണയായി. വർളികളുടെ നാട്ടിലേക്ക് പോകുന്നതിനുമുമ്പ് ഭാരതത്തിലെ കർഷകജനത പൊതുവെ ദരിദ്രരാണെന്നും സാംസ്കാരികമായി പിന്നോക്കം നില്ക്കുന്നവരാണെന്നും ഞാൻ വായിച്ചറിഞ്ഞിരുന്നു. കർഷകപ്രശ്നങ്ങളെക്കുറിച്ച് പരുലേക്കർ സവിസ്തരം പഠിച്ചിരുന്നതുകൊണ്ട്. അദ്ദേഹവും പല വിവരങ്ങളും പറഞ്ഞു തന്നിരുന്നു. അങ്ങനെ അസ്പഷ്ടമായ ചില ധാരണകൾ എനിക്കുണ്ടായിരുന്നു. എന്നാൽ ഈ ഭാഗങ്ങളിൽവന്ന് ഈ ദൈന്യജീവിതം നേരിൽ കണ്ടപ്പോൾ എനിക്ക് എന്നെക്കുറിച്ചുതന്നെ ലജ്ജ തോന്നിപ്പോയി. ഈ നാട്ടിലെതന്നെ ജനത! നമ്മുടെ തന്നെ ബന്ധുക്കൾ! ബോംബെയിൽനിന്ന് വെറും മൂന്ന് മണിക്കൂർ യാത്രചെയ്താൽ എത്തിച്ചേരാവുന്ന സ്ഥലത്തെ ഈ പരിതഃസ്ഥിതി? മനുഷ്യത്വത്തിനുതന്നെ ഒരു അപമാനമായിത്തീർന്നിരിക്കുന്ന ഇവരുടെ കദനകഥകൾ നമ്മുടെ കാതുകളിൽ ഇതുവരെ വന്നെത്താത്തതെന്തേ? എന്നൊക്കെ ചിന്തിച്ചപ്പോൾ ലജ്ജകൊണ്ട് എന്റെ തല കുനിഞ്ഞുപോയി. ഈ കൃഷിക്കാരെ വരിഞ്ഞു കെട്ടിയിരിക്കുന്ന അടിമത്തച്ചങ്ങല പൊട്ടിച്ചെറിഞ്ഞ് അവരെ ഈ നരകജീവിതത്തിൽനിന്ന് സ്വതന്ത്രരാക്കാനും ഈ മനുഷ്യരെ ഉണർത്തിയെടുക്കാനും അഹോരാത്രം പ്രവർത്തിക്കുമെന്ന് ഞാനും എന്റെ ഭർത്താവ് പരുലേക്കറും പ്രതിജ്ഞയെടുത്തു. ആയിരക്കണക്കിനാളുകളുടെ സഹായസഹകരണങ്ങളിലൂടെ, അചഞ്ചലമായ നിഷ്ഠയിലൂടെ പ്രതിജ്ഞ നിറവേറ്റുകയും ചെയ്തു.

ജന്മികളുടെ പ്രതാപം

ഭക്ഷണത്തിന് കൊതിക്കുന്ന, ആവശ്യത്തിന് വസ്ത്രങ്ങളും മരുന്നുകളുമില്ലാത്ത, വിദ്യാഭ്യാസം തൊട്ടുതീണ്ടാത്ത മർദ്ദിച്ചാലും കൊന്നാലും പകരം ചോദിക്കാത്ത ആയിരമായിരം വർളികൾ ഒരു ഭാഗത്ത്, മറുഭാഗത്തോ തങ്ങളുടെ പ്രൗഢിയുടെയും ഗാംഭീര്യത്തിന്റെയും നിഴലിൽ സുഖജീവിതം നയിക്കുന്ന ഒരുപറ്റം ജന്മികൾ.

ആദ്യകാലങ്ങളിലൊന്നും ഈ ശ്രീമാന്മാരുടെ വീടുകളിൽ പോയി അവരുടെ ജീവിതം അടുത്തുനിന്ന് കാണാൻ എനിക്ക് അവസരം ലഭിച്ചിരുന്നില്ല. കമ്യൂണിസ്റ്റുകാരായതിനാൽ ഞങ്ങളോടുള്ള അവരുടെ പെരുമാറ്റം ആദ്യംമുതലേ മുൻവിധിയോടുകൂടിയതായിരുന്നു. 1945 മുതൽ 1947 വരെ നടന്ന സമരകാലത്ത് ജന്മികളുടെ ജീവിതത്തെക്കുറിച്ച് ഏറെ അറിയാൻ സാധിച്ചു.

ജന്മികൾക്ക് താമസിക്കാൻ രണ്ട് സ്ഥലമുണ്ട്. പശ്ചിമ റെയിൽവെയുടെ പശ്ചിമഭാഗത്ത് റെയിൽവെസ്റ്റേഷന്റെ വളരെയടുത്തായി പ്രമുഖ ജന്മികളും സാവ്കർമാരും (ഹുണ്ടികക്കാർ) നിവസിക്കുന്ന സംജാൺ, ഖത്തർവാഡ്, ഉംബർഗാവ്, ഭിലാഡ്, ശീർഗാവ്, ഗോൽവഡ്, ഡഹാണു, വാൻഗാവ്, പാൽഘർ, ഭൊയിസർ, ചിംചണി, താരാപൂർ തുടങ്ങിയ ഗ്രാമങ്ങൾ സ്ഥിതിചെയ്യുന്നു. ഈ ഗ്രാമങ്ങളിൽ ഇവരുടെ സ്ഥിരം വസതികളായ കൂറ്റൻ ബംഗ്ലാവുകളും തോട്ടങ്ങളുമുണ്ട്. ഇതിനുപുറമേ, റെയിൽവെയുടെ കിഴക്കുഭാഗത്ത് കാടുകളിൽ ഈ ജന്മിമാർക്ക് കൃഷിസ്ഥലങ്ങളുമുണ്ട്. അവിടെ കൃഷിപ്പണികൾ നടത്തിക്കുന്നതിനായി പോകുമ്പോൾ താമസിക്കാൻ ഉണ്ടാക്കിയ പ്രത്യേകം വീടുകളുമുണ്ട്. ചിലർക്ക് ചെറിയ കുടിലുകളും മറ്റു ചിലർക്ക് വലിയ വലിയ ബംഗ്ലാവുകളുമുണ്ട്, ഇക്കൂട്ടത്തിൽ. കൃഷിയിടങ്ങളിൽ ഈ കളപ്പുരകൾ ഉള്ളതിനാൽ ജന്മി

മാരുടെ കണ്ണും കാതും വർളികളുടെ കുടിലുകൾവരെ എത്തിയിരുന്നു. വർളികളെ ഞെക്കിപ്പിഴിയാൻ അവർക്ക് സാധിച്ചിരുന്നു. ജന്മികളുടെ ഇത്തരം കളപ്പുരകൾ പാവപ്പെട്ട വർളികളെ മർദ്ദിക്കുകയും മറ്റുതരത്തിലവരെ ദ്രോഹിക്കുകയും ചെയ്യാനുള്ള കോട്ടകൾ തന്നെയായിരുന്നു.

1945 ഒക്ടോബറിലൊരുദിവസം ഒരു വലിയ ജന്മിയുടെ വീട്ടിൽ ആദ്യമായി കാലുകുത്താനിടയായി. ആദിവാസികൾ പണിമുടക്കിയിരിക്കുകയായിരുന്നു. വെടിവെപ്പുവരെ സംഗതികൾ എത്തിയിരുന്നു. ആ അവസരത്തിൽ കുലി കൂട്ടുന്ന പ്രശ്നത്തെപ്പറ്റി ചർച്ച ചെയ്യുന്നതിനുവേണ്ടി അന്നത്തെ ജില്ലാ അധികാരിയായ ബേഡേകർ എന്റെ ഭർത്താവ് പരുലേക്കറെയും എന്നെയും ഹോമി ദവിയർവാലാ എന്ന ജന്മിയുടെ സംജാണിലുള്ള ബംഗ്ലാവിലേക്ക് ക്ഷണിച്ചുവരുത്തിയതായിരുന്നു.

ബംഗ്ലാവിൽ നിന്ന് ഏതാണ്ട് കാൽ ഫർലോങ് അകലെയാണ് ഗേറ്റ് അവിടം മുതൽ ബംഗ്ലാവുവരെയുള്ള വഴി മുഴുവനും വെള്ള മണൽ വിരിച്ചിരുന്നു. ബംഗ്ലാവിന് ചുറ്റും പുക്കളുണ്ടാകുന്ന മരങ്ങളും വൃക്ഷങ്ങളും നിറഞ്ഞ ഒരു തോട്ടം. ഇത് ഒരിരുനില കെട്ടിടമായിരുന്നു. ഒതുക്കുപടവുകൾ കയറിച്ചെല്ലുന്നത് ഒരു വലിയ വരാന്തയിലേക്കാണ്. അകത്ത് വലിയ ഒരു ഹാളുണ്ട്. മുകളിലേക്ക് പോകുന്നതിനായി കാർപ്പെറ്റ് വിരിച്ച വൃത്തിയുള്ള സ്റ്റെയർകെയ്സ്. മുകളിലത്തെ നിലയിൽ പാശ്ചാത്യ പരിഷ്കാരമനുസരിച്ച് തയ്യാറാക്കപ്പെട്ട ഒരു ഊൺമേശ, പഴങ്ങളും കുടിക്കാനുള്ള വസ്തുക്കളും ഒരുക്കിവെച്ചിട്ടുള്ള ഒരു സൈഡ് ബോർഡ് എന്നിവ കാണപ്പെട്ടു. ബംഗ്ലാവ് മുഴുവനും നടന്നുനോക്കാൻ കഴിഞ്ഞില്ലെങ്കിലും അതെങ്ങനെയിരിക്കുമെന്ന് ഏതാണ്ടൊക്കെ ഊഹിക്കാൻ കഴിഞ്ഞു.

ഈ ജന്മി ഇംഗ്ലണ്ടിൽ നിന്ന് ബാരിസ്റ്റർ പരീക്ഷ പാസായി വന്ന ആളാണ്. ഉംബർഗാവിലെ കോടതിയിൽ ഓണററി മജിസ്ത്രേട്ട് ആയിരുന്നു. ബിലാത്തിയിൽ പോയിവന്നെങ്കിലും അയാളുടെ വീക്ഷണത്തിനോ സംസ്കാരത്തിനോ മാറ്റമൊന്നും വന്നിട്ടില്ല. അയാളുടെ ബാഹ്യമായ അധികാരപ്രമത്തതയ്ക്ക് ചില വ്യത്യാസങ്ങളുണ്ട്. ഈ ജന്മിയുടെ രണ്ടാമത്തെ ബംഗ്ലാവ് അയാളുടെ കൃഷിയിടങ്ങളുള്ള വങ്കാസ് ഗ്രാമത്തിലാണ്. വങ്കാസ് വെറും കുഗ്രാമമാണ്. അവിടെ അക്കാലത്ത് ഒരു പീടികയെങ്കിലുമുണ്ടായിരുന്നതായി എനിക്കിപ്പോൾ ഓർമ്മയില്ല. സംജാൺ–തലാസരി റോഡിൽ കവാഡ് ഗ്രാമത്തിനടുത്തെത്തുമ്പോൾ വങ്കാസ് ഗ്രാമത്തിലേക്ക് പോകുന്ന വഴി കാണാം. ഇത് സേഠിന്റെ വീട്ടിലേക്ക് പോകുന്നതിനായി അയാൾതന്നെ ഉണ്ടാക്കിയ വഴിയാണ്. ഈ ബംഗ്ലാവ് ഒരു ഉയർന്ന സ്ഥലത്താണ്. ഒരു വലിയ ഹാൾ. അകത്തിരുവശവും മുറികൾ. മുൻവശത്തും പിൻവശത്തും വരാന്തകൾ അന്നത്തെ രീതിയിൽ പണികഴിപ്പിച്ച ബംഗ്ലാവ്. ബംഗ്ലാവിലേക്ക്

കയറിയാൽ അകത്ത് പിൻഭാഗത്തായി അടുക്കള, ഊൺതളം എന്നിവയൊക്കെ ഉണ്ട്. ബംഗ്ലാവിനുള്ളിൽ പൈപ്പുവഴി വെള്ളം എത്തിച്ചിരുന്നു. എല്ലാവിധ സജ്ജീകരണങ്ങളും സുഖഭോഗവസ്തുക്കളും അതിനകത്തുണ്ട്. മണ്ണെണ്ണ ഒഴിച്ച് കത്തിക്കുന്നവയും വളരെ ശോഭയുള്ളവയുമായ ധാരാളം വിളക്കുകൾ. ബംഗ്ലാവിനടുത്തുതന്നെ വിവിധതരത്തില്പെട്ട പൂച്ചെടികളും ഫലവൃക്ഷങ്ങളും നിറഞ്ഞ ഒരു തോട്ടവുമുണ്ട്.

ബംഗ്ലാവിന്റെ ഒരുവശത്ത് ഏതാണ്ട് മുപ്പത്-മുപ്പത്തഞ്ചടി വീതിയിലും ഏകദേശം ഇരുന്നൂറ്റി അമ്പതടി നീളത്തിലും മുറികളുള്ള നല്ല ഉറപ്പോടെ കെട്ടിയ ഒരു ഷെഡ്ഡുണ്ടായിരുന്നു. അതിന് മുമ്പിൽ നല്ല വീതിയുള്ള ഒരു വരാന്ത. ഈ ഷെഡ്ഡ് ഏതെങ്കിലും പാവപ്പെട്ടവർക്ക് താമസിക്കാനായി കെട്ടിയതല്ല. സേഠിന്റെ ധാന്യസൂക്ഷിപ്പുശാലയായിരുന്നു അത്. എനിക്കിപ്പോൾ കൃത്യമായി പറയാൻ കഴിയില്ലെങ്കിലും ഏതാണ്ട് ഒരു ലക്ഷം മന്ന് ധാന്യം തീർച്ചയായും ഈ പത്തായങ്ങളിൽ സൂക്ഷിക്കാൻ സാധിക്കും.

ബംഗ്ലാവ് ഉയർന്ന സ്ഥലത്താണെന്ന് പറഞ്ഞുവല്ലോ. പിൻഭാഗത്തേക്ക് നോക്കിയാൽ സേഠിന്റെ ആയിരക്കണക്കിനേക്കർ വരുന്ന കൃഷിയിടങ്ങളും തോട്ടങ്ങളും കാണാം. അതോടൊപ്പം ഈ വൈഭവങ്ങളുടെ കേളീരംഗങ്ങളിൽ നിന്ന് താഴോട്ടൊന്ന് കണ്ണയച്ചാൽ ദരിദ്രരായ നൂറുകണക്കിന് വർളികളുടെ കുടിലുകളിൽ കത്തിയെരിയുന്ന തീയിന്റെ വെളിച്ചം മിന്നിമറയുന്നതുകാണാം. സേഠിന്റെ വയലുകളിൽ അടിമപ്പണി ചെയ്യുന്നവരുടേതാണ് ഈ കുടിലുകൾ. കുബേരന്മാരുടെ സമ്പദ്സമൃദ്ധിയും പട്ടിണിപ്പാവങ്ങളുടെ പഞ്ചദാരിദ്ര്യവും അടുത്തടുത്ത് സഹവസിക്കുന്നു എന്നെനിക്ക് തോന്നി. ജന്മിയുടെ വീട്ടിൽ വിരുന്നുണ്ണാൻ ചെല്ലുന്ന നഗരവാസികൾ നിസർഗ്ഗ രമ്യമായ ആ ഗ്രാമത്തിൽ അയാളുടെ വിത്തപ്രതാപംകണ്ട് കുക്ഷിനിറയുവോളം ഭക്ഷിച്ച് മുക്കറ്റം കുടിച്ച് അയാളുടെ വലുപ്പത്തെയും പ്രൗഢിയെയും പറ്റി സ്തുതിഗീതങ്ങൾ പാടി തിരിച്ചുപോകുന്നു. മദോന്മത്തരായി അവർ പറയും: "ഇവിടെ ഒരു ഗ്രാമത്തിന്റെ ആനന്ദമുണ്ട്, ഒരു പട്ടണത്തിന്റെ സുഖസൗകര്യങ്ങളും. ചുറ്റുപാടുമുള്ള അടിമകൾ ഇതെല്ലാം തലതാഴ്ത്തിനിന്ന് കേൾക്കാറുമുണ്ട്.

റെയിൽവെ സ്റ്റേഷന്റെ തൊട്ടടുത്തല്ലെങ്കിലും ബസിൽ ചെന്നെത്താവുന്ന ദൂരത്തിൽ കാടുകളിൽ സ്ഥിതിചെയ്യുന്ന അഷ്ടാ, രായ്പൂർ തുടങ്ങിയ ഗ്രാമങ്ങളുടെ സമീപ്രപദേശങ്ങളിലും ജന്മികൾ ബംഗ്ലാവുകൾ കെട്ടിയുയർത്തിയിട്ടുണ്ട്. അവിടെ താമസിച്ചുകൊണ്ടുതന്നെ അവർ പാവങ്ങളെ തങ്ങളുടെ വരുതിയിൽ നിർത്തുന്നു.

നഗർഹവേലിയുടെ അതിർത്തിക്ക് സമീപമാണ് കോച്ചായിഗ്രാമം. അവിടെ ആ ഗ്രാമത്തിലെ ജന്മിയായ മനേക്ജി കോച്ചായിവാല എന്ന ആളുടെ വക ഒരു കൂറ്റൻ ബംഗ്ലാവുണ്ട്. ബംഗ്ലാവിൽ നിന്ന് ഗ്രാമത്തിലേക്ക് പോകുന്ന വഴിയിൽ ഒരു വലിയ തോടും. മഴക്കാലത്ത് തോടിറങ്ങി

പോകേണ്ടതുള്ളതിനാൽ തന്റെ സ്വന്തം സൗകര്യാർത്ഥം ഈ ജന്മി ഒരു പാലം കെട്ടിച്ചിട്ടുണ്ട്. ഈ പാലത്തിന്റെ ഗേറ്റ് മനേക്ജിയുടെ അനുവാദം കൂടാതെ തുറക്കാൻ സാദ്ധ്യമല്ല. അനുവാദമില്ലാതെ ആ പാലത്തിൽ കൂടി ആർക്കും നടന്നുകൂടാ. നഗർഹവേലിയുടെ വിമോചനസമരകാലത്ത് കനത്ത മഴയുണ്ടായിരുന്നു. തോടു നിറഞ്ഞൊഴുകുന്ന സമയം. അക്കാലത്ത് ഒരിക്കൽ വർളികൾ ആരോടും പറയാതെ എന്നെ ഈ പാലം കടത്തിക്കൊണ്ടുവന്ന് ബംഗ്ലാവിന്റെ സമീപമുള്ള വഴിയിൽ എത്തിച്ചുവെന്ന കാരണത്താൽ അവർക്ക് പല കഷ്ടതകളും സഹിക്കേണ്ടിവന്നിട്ടുണ്ട്. കൊന്നില്ലെന്നു മാത്രമേയുള്ളു. ബിലാത്തിയിലെ കാറ്റേറ്റിട്ടില്ലാത്ത മനേക്ജിയുടെ ഗാംഭീര്യവും പ്രതാപവുമൊക്കെ തനി നാടന്മട്ടിലുള്ളവയായിരുന്നു. വീട്ടിൽ ധാരാളം ധാന്യം, ധാരാളം ഫലവർഗ്ഗങ്ങൾ, ധാരാളം കോഴിമുട്ട, പഴയ പാർസികളുടെ സമ്പ്രദായത്തിലുള്ള പപ്പടം, അച്ചാർ, റവ കൊണ്ടുണ്ടാക്കുന്ന 'പൊഹാ' (ഉപ്പുമാവ്) എന്ന പലഹാരം എന്നിവയൊക്കെയുണ്ടാകും. തലാസരി-വാപി റോഡിൽ നിന്ന് ബംഗ്ലാവിലേക്ക് പോകാൻ പ്രത്യേകം റോഡ് വെട്ടിയിട്ടുണ്ട്. ആ വഴിയിലൂടെ നടന്നുപോകുമ്പോൾ ഇരുവശങ്ങളിലും പരന്നുകിടക്കുന്ന മനേക്ജിയുടെ വയലുകൾ കണ്ടാൽത്തന്നെ അയാളുടെ സമ്പദ്സമൃദ്ധിയുടെ ഒരു ഏകദേശരൂപം കിട്ടും. ഇയാളുടെ കാര്യസ്ഥൻ ഒരു പഠാണിയായിരുന്നു. അയാൾ ആദിവാസികളെ കണക്കറ്റു ദ്രോഹിച്ചു. പ്രക്ഷോഭകാലത്ത് അയാൾ കൊല്ലപ്പെടുകയുണ്ടായി. മനേക്ജിയുടെ ബംഗ്ലാവിനു ചുറ്റും താമസിക്കുന്ന വർളികളുടെ കുടിലുകളിൽ നിന്നുയരുന്ന ദീനരോദനങ്ങളും അടിയുടെ ശബ്ദവും ആരുടെയും ചെവിയിലെത്താറില്ല.

കോച്ചായി, വങ്കാസ് തുടങ്ങിയ അനേകം ഗ്രാമങ്ങളിൽ ജന്മികളെന്നു പറഞ്ഞാൽ വിലാസജീവിതം നയിക്കുന്ന, കിരീടം വെക്കാത്ത കൊച്ചു കൊച്ചു ചക്രവർത്തിമാർ തന്നെയായിരുന്നു. സ്റ്റേഷനു സമീപമുള്ള ഗ്രാമങ്ങളിൽ ഹിന്ദുക്കളും മുസ്ലിങ്ങളുമായ ജന്മികളുടെയും ഹുണ്ടികവ്യാപാരികളുടെയും പടുകൂറ്റൻ തോട്ടങ്ങളുണ്ട്. ഈ തോട്ടത്തിൽ അവരുടെ കുടുംബങ്ങളും കുതിരകളും വണ്ടികളും പത്തായങ്ങളുമൊക്കെയുണ്ട്. അവിടെ തേനും പാലും ധനവും ധാന്യങ്ങളുമൊക്കെ സുലഭമാണ്. ഹിന്ദു ജന്മിമാർ ശ്രീഖണ്ട്* ജിലേബി തുടങ്ങിയ മധുരപദാർത്ഥങ്ങൾ എന്നും ഉണ്ടാക്കി ഭക്ഷിക്കുന്നു. അടിമപ്പണി ചെയ്യുന്ന വർളികൾ അപ്പോഴൊക്കെ തൊട്ടടുത്തുതന്നെ കഠിനാദ്ധ്വാനം ചെയ്യുകയായിരിക്കും. ഈ ജന്മികളുടെയൊക്കെ ജീവിതം പഴഞ്ചൻ മട്ടിലുള്ളതായിരുന്നു. സ്വർണ്ണാഭരണങ്ങളിലും വെള്ളിപ്പാത്രങ്ങളിലും പത്തായങ്ങളിലുമൊക്കെ അവർ ജീവിതാനന്ദം കണ്ടെത്തി. പാർസികളും ഇറാണികളുമായ ജന്മികൾ പുറമേക്കുപോലും പരിഷ്കൃതരായിരുന്നില്ല. പാരമ്പര്യങ്ങളിലുറച്ചു വിശ്വസിച്ചുപോന്ന അവർക്ക് ലോകകാര്യങ്ങളെപ്പറ്റി ഒരു വിവരവുമില്ല.

* കട്ടിയായ തൈരിൽ പഞ്ചസാര ചേർത്തുണ്ടാക്കുന്ന ഒരുതരം മധുര പലഹാരം.

അത്യന്തം സങ്കുചിതമായ, തങ്ങളിലേക്കുതന്നെ ഒതുങ്ങിക്കൂടിയ ജീവിതമായിരുന്നു അവരുടേത്.

മിക്കവാറും എല്ലാ ജന്മികളും ഉടുവസ്ത്രം മാറ്റുന്നത്ര ലാഘവത്തോടെ ആദിവാസി സ്ത്രീകളെ വെറുതെ കിട്ടുന്ന പ്രകൃതിവിഭവങ്ങളെപ്പോലെ തങ്ങളുടെ ആഗ്രഹനിവൃത്തിക്കായി ഉപയോഗിച്ചിരുന്നു! അവരുടെ നീതിബോധം അറുപഴഞ്ചനും അത്യധികം അധഃപതിച്ചതുമായിരുന്നു.

ഒരിക്കൽ ഒരു ജന്മിയുടെ വീട്ടിൽ താമസിച്ച സംഭവം എനിക്കൊരിക്കലും മറക്കാൻ കഴിയില്ല. ദൾവിയും ഞാനും സംജാൺ സ്റ്റേഷനടുത്തുള്ള ഒരു റേഷൻ കടയിൽ നടക്കുന്ന ഉന്തും തള്ളും തിക്കും തിരക്കും നോക്കി അടുത്തുതന്നെ നില്ക്കുകയാണ്. രാത്രി താമസിക്കാൻ ഞങ്ങൾക്കൊരു സ്ഥലമില്ല. സ്റ്റേഷനിലെ വിശ്രമമുറിയിൽക്കൂടി, രാവിലെ ഗ്രാമത്തിലേക്കു പോകാനായിരുന്നു പരിപാടി. കുറച്ചു സമയത്തിനുള്ളിൽ ഞങ്ങൾ നിന്ന സ്ഥലത്തേക്ക് കാഴ്ചയിൽ ജമീന്ദാരെന്നു തോന്നിക്കുന്ന ഒരാൾ കടന്നുവന്നു. എന്റെ അച്ഛൻ ലക്ഷ്മൺ രഘുനാഥ് ഗോഖലെയുമായി എന്തോ ചില കാര്യങ്ങൾ സംബന്ധിച്ച് അദ്ദേഹം പരിചയപ്പെട്ടിരുന്നു. അയാൾക്കെന്നെ മനസ്സിലായി. എന്നെ നല്ലപോലെയൊന്ന് ഉപദേശിക്കാനും ഞാൻ ചെയ്തുകൊണ്ടിരുന്ന പ്രവൃത്തിയിൽ നിന്ന് കഴിയുമെങ്കിൽ പിന്തിരിപ്പിക്കാനും വേണ്ടിയാവണം അയാൾ ആ രാത്രി തന്റെ വീട്ടിലേക്ക് ഞങ്ങളെ ക്ഷണിച്ചു. ഞങ്ങൾക്കാണെങ്കിൽ തങ്ങാനൊരിടവുമുണ്ടായിരുന്നില്ല. അതിനാൽ ഞങ്ങൾപോയി. ചായകുടിയൊക്കെ കഴിഞ്ഞശേഷം ആദിവാസികളുടെ പിന്നോക്കാവസ്ഥയെപ്പറ്റി വിസ്തരിച്ചു പ്രതിപാദിച്ച് അവർക്കുവേണ്ടി സ്കൂൾ, ആശുപ്രതി മുതലായവ നിർമ്മിക്കേണ്ടതിന്റെ ആവശ്യകതയെപ്പറ്റി അദ്ദേഹം സുദീർഘമായി സംസാരിച്ചു. ഞങ്ങൾ എല്ലാം കേട്ടുകൊണ്ടിരുന്നു. സമയമൊരേഴര എട്ടുമണിയായപ്പോൾ അയാൾ എഴുന്നേറ്റു. എന്നിട്ട് ചിരിച്ചുകൊണ്ട് പറഞ്ഞു. ‘‘ഞാൻ ഇപ്പോൾ മഹാത്മാഗാന്ധിയെ പ്രാർത്ഥിക്കാൻ പോകയാണ്.” എനിക്കതുകേട്ട് അദ്ഭുതം തോന്നി. പിന്നീടാണ് മനസ്സിലായത്, അയാൾ പറഞ്ഞതിന്റെ അർത്ഥം, ‘ഞാൻ മദ്യം സേവിക്കാൻ പോകുന്നു’ എന്നാണെന്ന്! മദ്യപാനികളുടെ വീട്ടിൽ ഞാനൊരിക്കലും താമസിച്ചിട്ടില്ല. ആ അന്തരീക്ഷം എനിക്ക് തീരെ അപരിചിതമായിരുന്നു. ഉള്ളിൽ പേടിതോന്നി. ഞാനും ദൾവിയും സംസാരിച്ചുകൊണ്ടുതന്നെ രാത്രി കഴിച്ചുകൂട്ടി. ഇയാളുടെ വീട്ടിൽ എന്തിനുവന്നു എന്നോർത്ത് ഞാൻ പരിതപിച്ചു.

രാവിലെ പുറപ്പെടുന്നതിനുമുമ്പ് ഞങ്ങൾ ചായ കുടിക്കാനിരുന്നു. മധുരമുള്ള ‘ശിരാ’ എന്ന പലഹാരവും ചായയുമായിരുന്നു പ്രാതൽ. ചായത്തട്ടുമായി ഒരു ആദിവാസി സ്ത്രീ വന്നു. അവളുടെ കുട്ടി സേഠിന്റെ അടുത്തുതന്നെ കളിക്കുന്നുണ്ടായിരുന്നു. ഞാൻ വെറുതെ ചോദിച്ചു; “ശിരാ ആരാണുണ്ടാക്കിയത്?” അപ്പോൾ ആ സ്ത്രീയെ ചൂണ്ടിക്കാണിച്ച്

പുഞ്ചിരിച്ചുകൊണ്ട് അയാൾ പറഞ്ഞു; “ഇതാ എന്റെ കാര്യസ്ഥ തന്നെ.” കാര്യസ്ഥ പെട്ടെന്ന് അവിടെ നിന്ന് അപ്രത്യക്ഷയായി. സേഠിന് ആ സ്ത്രീയുമായുള്ള ബന്ധവും അവളുടെ മൂകമായ വാചാലതയും ആ ജീവിതവും കണ്ടപ്പോൾ എന്റെ മനസ്സ് വളരെ വേദനിച്ചു. ജന്മി വർഗ്ഗത്തോടൊട്ടാകെ വൈരവും തോന്നി.

വളരെ ചെറിയ ഗ്രാമങ്ങളിൽ ജന്മികളുടെ സുസജ്ജങ്ങളായ പടുകൂറ്റൻ ബംഗ്ലാവുകൾ, തൊട്ടടുത്തുതന്നെ ആദിവാസികളുടെ ചെറ്റക്കുടിലുകളും! ഒരു ഭാഗത്ത് എണ്ണവിളക്കുകളുടെയും ഗ്യാസ് വിളക്കുകളുടെയും കണ്ണഞ്ചിക്കുന്ന പ്രഭാപൂരം. മറുവശത്ത് തണുപ്പകറ്റാനും വെളിച്ചത്തിനും വേണ്ടി കത്തിക്കുന്ന വിറകിൻകുമ്പാരങ്ങളിലെ കനൽവെളിച്ചം! ഒരിടത്ത് വർളികൾ വെറുതെ പിടിച്ചുകൊടുത്ത മത്സ്യവും ഒരു പൈസപോലും പ്രതിഫലമില്ലാതെ അവർ വളർത്തിക്കൊടുത്ത കോഴികളുടെ മുട്ടയും. അല്ലെങ്കിൽ പത്തും പതിനഞ്ചും മൈലുകൾ അകലെ നിന്ന് വർളികൾ വെറുതെ കൊണ്ടുവന്നുകൊടുത്ത പാൽ കൊണ്ടുണ്ടാക്കിയ ശ്രീഖണ്ട്, ബാസുംന്ദി തുടങ്ങിയ മധുരപലഹാരങ്ങളുമായുള്ള മൃഷ്ടാന്നഭോജനം. മറുവശത്തോ, കാട്ടുകിഴങ്ങുകളും മരങ്ങളുടെ ഇലകളും തവിട്ഭാക്രിയും തിന്ന് അരവയറോടെ അന്തിയുറങ്ങുന്ന കുട്ടികളും സ്ത്രീപുരുഷന്മാരും! രാവിലെ കൃത്യസമയത്ത് ചായ, ബ്രെഡ്, മുട്ട അല്ലെങ്കിൽ ‘ശിരാ’ ‘പോഹാ’ എന്നിവ ചേർന്ന പ്രാതൽ കിട്ടിയില്ലെങ്കിൽ കലിതുള്ളുന്ന ജന്മിവർഗ്ഗം. കുടിലുകളിൽ ഉണർന്നെണീറ്റാൽ വെറും വെള്ളമല്ലാതെ മറ്റൊന്നും കിട്ടാതെ മുഖം കഴുകാൻ പോലും നില്ക്കാതെ ഒഴിഞ്ഞ വയറുമായി അടിമപ്പണിക്ക് പോകുന്ന വർളികൾ!

രാവിലെ എഴുന്നേറ്റ് അന്നത്തിന്റെ കണികപോലും അകത്തെത്താതെ ഉച്ചവരെ കഠിനാദ്ധ്വാനം ചെയ്യുന്ന ആ മനുഷ്യരെക്കുറിച്ചോർക്കുമ്പോഴൊക്കെ എനിക്ക് വയറിനുള്ളിൽ എന്തൊക്കെയോ അസുഖം പിടിപെട്ടതുപോലെ അസ്വസ്ഥത തോന്നാറുണ്ട്. ഒരിടത്ത് വൃത്തിയുള്ള പൈജാമ, സൂട്ട് മുതലായവ ധരിച്ച് പുരുഷന്മാരും പട്ടുചേലകൾ അണിഞ്ഞ സ്ത്രീകളും. വേറൊരിടത്ത് ലങ്കോട്ടിമാത്രം ധരിക്കുന്ന പുരുഷന്മാരും. എങ്ങനെയെങ്കിലും കഷ്ടിച്ച് നാണം മറയ്ക്കാൻ പാടുപെടുന്ന സ്ത്രീകളും! ഒരുവശത്ത് ചായയും കുടിച്ച്, മുറുക്കി, വെടിപറഞ്ഞിരിക്കുന്നവർ! മറുവശത്ത് പത്തും പതിനഞ്ചും നാഴികദൂരം ചുമടുമേന്തി നടക്കുകയോ, വയലുകളിൽനിന്ന് കാലെടുക്കാതെ ജോലിയെടുക്കുകയോ ചെയ്യുന്ന വർളികൾ! ഒരുഭാഗത്ത് ധാന്യം നിറച്ചു വെച്ച പത്തായങ്ങൾ മറുഭാഗത്ത് ഒരു കലം വെള്ളത്തിൽ ആണ്ടുകിടക്കുന്ന നാലുവറ്റ് വാരിത്തിന്ന് വിശപ്പടക്കുന്ന കൃഷിക്കാർ! ഇപ്രകാരം സമ്പത്തും ദാരിദ്ര്യവും ഇത്ര അടുത്തടുത്ത് നിലയുറപ്പിച്ചിരിക്കുന്നത് വിചിത്രമായിത്തന്നെ തോന്നുന്നു.

ഇത്തരം വിവിധാനുഭവങ്ങളുണ്ടായ എന്നിൽ ജന്മിവർഗ്ഗത്തോട് ഒരുതരത്തിലുള്ള വെറുപ്പും വിദ്വേഷവും ഉടലെടുത്തു. അവരെ ഒരു പാഠം

പഠിപ്പിക്കാൻ അതിയായ ആഗ്രഹവും ഉണ്ടായി. ഇത്തരമൊരു മാനസികാവസ്ഥയിൽ ചിലപ്പോഴൊക്കെ എല്ലാ അനീതികളും മർദ്ദനങ്ങളും സഹിച്ചു കഴിയുന്ന വർളികളോടും എനിക്ക് ദേഷ്യം തോന്നിയിരുന്നു. പക്ഷേ, ശാന്തതയോടെ ആലോചിക്കുമ്പോൾ തോന്നി, അവരുടെയുള്ളിൽ ഒരു അഗ്നിപർവ്വതം പുകഞ്ഞുകൊണ്ടിരിക്കുകയാണെന്ന്. മുകളിൽ കാണുന്ന ശാന്തത ഒരു പൊട്ടിത്തെറിയുടെ മുന്നോടി മാത്രമാണ്. ആ വിസ്ഫോടനം ത്വരിതപ്പെടുത്തേണ്ടത് നമ്മുടെ ജോലിയാണ്.

മർദ്ദനങ്ങളും മർദ്ദനസംവിധാനവും

വർത്തമാനപത്രങ്ങളിൽ വർളികളുടെ സമരത്തെക്കുറിച്ചുള്ള വാർത്തകൾ വന്നുതുടങ്ങിയതോടെ അവർക്കെതിരെ നടന്ന ദ്രോഹങ്ങളുടെയും മർദ്ദനങ്ങളുടെയും കഥകളും പുറത്തുവന്നു. പക്ഷേ, സാധാരണ ജനതയ്ക്ക് ആദിവാസികളുടെ ജീവിതത്തിന്റെ യഥാർത്ഥ ചിത്രം നല്കുന്ന വിധത്തിലുള്ള ഒരു വാർത്തയും പുറത്തുവന്നില്ല. അഭ്യസ്തവിദ്യരായ ഇടത്തരക്കാരുടെ ഇടയിൽവെച്ച് ഞാൻ പലപ്പോഴും കേട്ടിട്ടുണ്ട്. "ഈ വർളികൾ എന്ന് പറയുന്നവർ ആരാണ്? നിങ്ങൾ അവർക്കുവേണ്ടിയല്ലേ പ്രവർത്തിക്കുന്നത്? നിങ്ങളുടെ പേരും പറയുന്നത് കേട്ടു. അവരുടെ കാര്യം മഹാമോശമാണല്ലേ!" മറ്റു ചിലർ ചോദിക്കാറുണ്ട്: "അവർ കാടുകളിൽ വസിക്കുന്നവരല്ലേ? അവിടെ അവർക്ക് വലിയ പ്രയാസമായിരിക്കും അല്ലേ?" (കാടുകളിൽ താമസിക്കുന്നു എന്ന ഒരൊറ്റ പ്രയാസമേ അവർക്കുള്ളു എന്നാണിവർ ധരിച്ചിരുന്നത്!) "അവിടെ നിങ്ങൾ പോകാറുണ്ടോ?" ഇത്തരം അന്വേഷണങ്ങളിൽനിന്ന് ഒരു കാര്യം സ്പഷ്ടമായി: ഹൃദയഭേദകങ്ങളായ ആദിവാസി മർദ്ദനങ്ങളുടെ യഥാർത്ഥവിവരങ്ങൾ സാധാരണക്കാരായ ജനങ്ങൾക്കറിയില്ല, സംസ്കാരമുള്ള ഏതു മനുഷ്യനെയും ലജ്ജിപ്പിക്കുന്നതാണ് മർദ്ദനങ്ങൾ.

ഞാൻ താമസിച്ചത് ആദിവാസികളുടെ വീടുകളിലായിരുന്നുവല്ലോ. ഒരിടത്ത് ഒരു കട്ടിലിൽ ഞാൻ ഇരിക്കും. വർളികൾ ബീഡിയും വലിച്ച് ഇരിക്കുന്നുണ്ടാവും. രാത്രി വളരെ വൈകുന്നതുവരെ ഞങ്ങൾ സംസാരിച്ചിരിക്കും. വർളികൾ അനേകം യാതനകളുടെ കഥകൾ പറയും. ചോദ്യങ്ങൾ ചോദിക്കും. ഇത്തരം സംഭാഷണങ്ങളിലൂടെ ആദിവാസി കർഷകരുടെയും ജന്മിമാരുടെയും ജീവിതത്തെ സംബന്ധിച്ച് പല വിവരങ്ങളും എനിക്ക് ലഭിച്ചു.

പ്രവർത്തനങ്ങൾക്കിടയിൽ ഒരിക്കൽ ഞാൻ ഉംബർഗാവ് താലൂക്കിലുള്ള ബാർഡി ഗ്രാമത്തിൽ ക്യാമ്പു ചെയ്യുകയുണ്ടായി. ഇവിടത്തെ ആളുകൾ എനിക്ക് സന്ദേശമയച്ചിട്ടുണ്ടായിരുന്നു. 'ഒരിക്കൽ ഞങ്ങളുടെ ഗ്രാമത്തിൽ വരൂ.' ഇങ്ങനെ എവിടെ നിന്നെങ്കിലും ഒരപേക്ഷ വന്നാൽ ഞാൻ അവിടെ പോകും. അവർക്ക് പറയാനുള്ളതെല്ലാം പറയാൻ അവസരം കൊടുത്താൽ അവർക്ക് എത്ര വലിയ സംതൃപ്തി ആയിരുന്നെന്നോ? പലപ്പോഴും ജന്മികളുടെ നിയമവിരുദ്ധമായ നടപടികൾ എന്റെ അത്തരത്തിലുള്ള രഹസ്യസന്ദർശനങ്ങൾ മൂലം അവസാനിച്ചിട്ടുണ്ട്. ആദിവാസികൾ സന്തോഷിക്കും. പല ഗ്രാമങ്ങളിൽ നിന്നുമുള്ള ക്ഷണം എന്റെ പക്കൽ ഉണ്ടാകും. വർളികൾ സന്തോഷിച്ചാലും ആ സന്തോഷം അവരങ്ങനെ പുറത്ത് പ്രകടിപ്പിക്കാറില്ല. പ്രകടനം അവരുടെ സമ്പ്രദായമേ അല്ല. അവരുടെ ഉള്ളിലുള്ളതെന്തെന്നറിയുവാൻ തന്മൂലം വലിയ പ്രയാസം തന്നെയാണ്. ഞാൻ ഏതെങ്കിലും ഗ്രാമത്തിലെത്തിയാൽ ലങ്കോട്ടി ചുറ്റി പണിയെടുത്തുകൊണ്ടിരിക്കുന്ന ഇവർ തല പൊക്കി നോക്കും. ഞാനവിടെ താമസിക്കുന്നു എന്നറിയുമ്പോൾ അവർക്കുണ്ടാകുന്ന സന്തോഷം സ്വാഭാവികമായും അവരുടെ കണ്ണുകളിൽ നിഴലിക്കും. ഞാനാരുടെ വീട്ടിലാണ് താമസിക്കേണ്ടതെന്ന് തമ്മിൽ തമ്മിൽ പറഞ്ഞുറപ്പിച്ചശേഷം പണിയായുധങ്ങളോ മറ്റ് സാമഗ്രികളോ ആരുടെയെങ്കിലും പക്കലേല്പിച്ച് അവർ പറയും: "വരൂ വീട്ടിലേക്ക് പോകാം." എന്നിട്ട് ഉടൻ പുറപ്പെടുകയും ചെയ്യും. ഇത്രയൊക്കെയായാലും വർളികൾ ഒരിക്കലും അധികം സംസാരിക്കാറില്ല.

ബാർഡിയിൽ ജന്മിയുടെ കളപ്പുരയുണ്ടായിരുന്നു. കൃഷിക്കാരുടെ കുടുംബങ്ങളിൽ നിന്നാരെങ്കിലും നിത്യവും പോയി പണിയെടുത്തുകൊള്ളണമെന്ന് ജന്മി ഉത്തരവിട്ടിരുന്നു. ഓരോരുത്തരുടെയും ഹാജർ പരിശോധിക്കുന്നതിനായി ജന്മി അവർക്ക് ഒരിരുമ്പ് കഷണം കൊടുത്തിരുന്നു. ഇതിനെ കൃഷിക്കാർ വേദ്, പണിയുടെ ചിഹ്നം, എന്നാണ് വിളിച്ചിരുന്നത്. ആരുടെ വീട്ടിലാണോ ഈ ഇരുമ്പ് വടിയുള്ളത് ആ വീട്ടിലുള്ളവർ മുഴുവനും കളത്തിൽ ചെന്ന് അവിടെനിന്ന് കല്പിക്കുന്നതനുസരിച്ച് കൂലിയൊന്നുമില്ലാതെ പണിയെടുത്തുകൊള്ളണം. ജോലി കഴിഞ്ഞ് മടങ്ങിയെത്തിയാലുടൻ ആ വടി മറ്റൊരു കൃഷിക്കാരന്റെ വീട്ടിലെത്തിക്കണം. വടി വീട്ടിലെത്തിയാൽ വീട്ടുകാരെല്ലാവരും പ്രഭാതം മുതൽ പ്രദോഷം വരെ അടിമപ്പണി ചെയ്യണമെന്നർത്ഥം. ഈ വിധത്തിൽ മാസങ്ങളോളം ഈ വടി വീടുകളിൽനിന്ന് വീടുകളിലേക്ക് യാത്ര ചെയ്തുകൊണ്ടിരിക്കും. ഇന്ന് വടി തങ്ങളുടെ വീട്ടിലെത്തും, നാളെ തങ്ങളുടെ ഊഴമായിരിക്കുമെന്ന് അവർക്കറിയാം. കൃഷിപ്പണികളും മറ്റനേകം ജോലികളും ഇങ്ങനെ കൂലിയില്ലാതെ അവർക്ക് ചെയ്യേണ്ടി വരുന്നു,

ബാർഡിയിൽ ഞാൻ താമസിച്ച കൃഷിക്കാരന്റെ വീട്ടിലും ഈ വടി എത്തിയിട്ടുണ്ട്. വീട്ടിലുള്ളവരെല്ലാം ജോലിക്കു പോകാതെ ഗത്യന്തര

മില്ല. ഞാനവിടെ ചെന്നെത്തിയപ്പോൾ സന്ധ്യമയങ്ങിക്കഴിഞ്ഞിരുന്നു. അടുത്തെവിടെയും സ്ത്രീകളെ കണ്ടില്ല. ഞാൻ ചോദിച്ചു. "വീട്ടിൽ സ്ത്രീകളാരുമില്ലേ, തന്റെ ഭാര്യയെവിടെപ്പോയി? അവിടെ ഉണ്ടായിരുന്ന വർ ഒന്നുമുരിയാടാതെ തമ്മിൽ നോക്കിനിന്നതേയുള്ളു. എന്തോ കുഴപ്പമുണ്ടെന്ന് മനസ്സിലായി. എങ്കിലും അതെന്താണെന്ന് ശരിക്ക് അറിയാൻ കഴിഞ്ഞില്ല. ഞാൻ കുടിലിനുള്ളിൽ കയറിനോക്കി. ഒരു മൂലയിൽ ഒരു സ്ത്രീ പനിപിടിച്ച് വിറച്ച് കിടക്കുന്നു. എന്നെ കണ്ടപ്പോൾ അവൾ എഴുന്നേറ്റിരിക്കാൻ ശ്രമിച്ചു. "നിങ്ങക്ക് സുഖമില്ലേ. സ്വസ്ഥമായി കിടക്കു" എന്നു പറഞ്ഞ് ഞാൻ പുറത്തേക്കിറങ്ങിയപ്പോൾ ആ സ്ത്രീ പൊട്ടിക്കരയുവാൻ തുടങ്ങി. ഇരുമ്പുവടി വീട്ടിലെത്തിയിട്ടുള്ളതിനാൽ വീട്ടിലുള്ളവരെല്ലാം അടിമപ്പണിക്കായി പോകേണ്ടിയിരുന്നു. ആ സ്ത്രീക്ക് പനിയായതിനാൽ അവൾ ജോലിക്ക് പോയില്ല. അവൾ പണിക്ക് വന്നില്ല എന്നറിഞ്ഞപ്പോൾ ജന്മി കോപാകുലനായി. കാര്യ സ്ഥനെ അവളുടെ കുടിലിലേക്ക് പറഞ്ഞയച്ചു. കാര്യസ്ഥൻ വീട്ടിൽ കയറി അവളെ കണക്കറ്റ് മർദ്ദിച്ചു. അടിച്ചും തൊഴിച്ചും അവളെ കുടിലിന് പുറത്തേക്ക് വലിച്ചിട്ട് പിന്നെയും മർദ്ദിച്ചു. അതിനുശേഷം കുടിലിൽ കയറി അവിടെയുണ്ടായിരുന്ന അല്പം ധാന്യവും മറ്റു സാധന ങ്ങളുമെടുത്ത് പുറത്തേക്കെറിഞ്ഞു. വാവിട്ടു കരഞ്ഞുകൊണ്ടിരുന്ന അവളെ വലിച്ചിഴച്ച് കളപ്പുരയിലേക്ക് കൊണ്ടുപോയി. അവിടെവച്ച് "തെമ്മാടിത്തരം കാണിക്കുന്നോ. പണിയെടുക്കാൻ വയ്യ അല്ലേ, വെറുതെ തിന്നാൻ കിട്ടണം" എന്നൊക്കെ ശകാരിച്ചുകൊണ്ട് ജന്മിയും അവളെ മർദ്ദിച്ച് ജോലിസ്ഥലത്തേക്ക് അടിച്ചിറക്കി. ശരീരം മുഴുവൻ പനിച്ച് വിറച്ചിരുന്ന അവൾ അവിടെ വീണുപോയി. അപ്പോൾ അവളെ വീട്ടിൽക്കൊണ്ടുപോയി വിടാൻ അവളുടെ ഭർത്താവിനോട് ആജ്ഞാ പിച്ചു. വീട്ടിൽ അവളെ കൊണ്ടുവന്ന് വിട്ട ഉടൻ അയാൾ വീണ്ടും പണിസ്ഥലത്തേക്കുതന്നെ പോയി. ഇല്ലെങ്കിൽ അയാളെയും മർദ്ദിക്കു മായിരുന്നു. ഈ പരിതഃസ്ഥിതിയിലാണ് ഞാനവിടെ ചെന്നെത്തിയത്. എന്നെ കണ്ടയുടൻ ദുഃഖം സഹിക്കവയ്യാതെ ആ പാവം പൊട്ടിക്കര ഞ്ഞുപോയി. ഗ്രാമത്തിലുള്ളവർക്കൊക്കെ ഈ സംഭവത്തിൽ അരിശം തോന്നി. അവർ തമ്മിൽത്തമ്മിൽ എന്തൊക്കെയോ പറഞ്ഞുകൊണ്ടിരുന്നു. എന്നാൽ ഈ ചുറ്റുപാടുകളിൽനിന്ന് പുറത്തുകടക്കുവാൻ ഒരു മാർഗ്ഗവും അവർ കണ്ടില്ല. അതിനാൽ എല്ലാം സഹിച്ച് തല കുനിച്ച് പണിയെടുത്തുവരികയാണ്. അന്ന് ഞാൻ ബാർഡിയിൽ താമസിച്ച് കൃഷിക്കാർക്ക് വേണ്ട ധൈര്യം കൊടുത്തു. "ആരും ഇനിമേലിൽ ആടിമപ്പണി ചെയ്യരുത്. പനിപിടിച്ച് കിടക്കുന്ന ആ സ്ത്രീയെ ഒരു കാരണവശാലും പറഞ്ഞയക്കരുത്. പേർ ചോദിക്കുകയാണെങ്കിൽ എന്റെ പേർ പറഞ്ഞുകൊള്ളുക. എന്തെങ്കിലും അക്രമം കാണിച്ചാൽ ഉടനെ എനിക്ക് വിവരം തരണം" എന്ന് അവരോട് പറഞ്ഞുറപ്പിച്ച ശേഷം പിറ്റേന്ന് കാലത്ത് അടുത്ത ഗ്രാമത്തിലേക്ക് യാത്ര തിരിച്ചു.

ഖസാഗ്രാമത്തിലെ രൂപ്ജി എന്ന കൃഷിക്കാരന്റെ വീട്ടിലേക്ക് ഞാൻ വരുന്നുണ്ടെന്ന വിവരം അയാൾക്ക് നേരത്തെ അറിയാമായിരുന്നു. അയാൾ വീട്ടിൽ ചായ, പാൽ, പഞ്ചസാര എല്ലാം ഒരുക്കിവച്ചിരുന്നു. ഈ ഒരുക്കങ്ങളൊക്കെ കണ്ട് ഞാൻ ചോദിച്ചു: "രൂപ്ജി, എന്തിനാ ഇതൊക്കെ ഒരുക്കിയിരിക്കുന്നത്? ഞാൻ പാലൊഴിക്കാതെ ശർക്കരയിട്ട ചായയാണ് കഴിക്കാറുള്ളതെന്ന് നിനക്കറിഞ്ഞുകൂടേ?" അയാൾ ഉടനെ പറഞ്ഞു: "ബായി, ഇത്രയുംകാലം ജന്മിമാരുടെ തല്ലുംകൊണ്ട് കഴിഞ്ഞു. ചെങ്കൊടി വന്നതിനുശേഷം ഇപ്പോൾ കുടിക്കാനുള്ള വെള്ളമെങ്കിലും തടസ്സംകൂടാതെ കിട്ടുന്നുണ്ട്. അപ്പോൾ നിങ്ങൾക്കുവേണ്ടി ഒരു വെറും ചായയെങ്കിലും ഉണ്ടാക്കിത്തന്നുകൂടേ? എന്റെ കൃഷിസ്ഥലത്ത് ഞാൻ നട്ടുണ്ടാക്കിയ മാവിൽ വിളഞ്ഞ ഒരു മാങ്ങ തിന്നതിന്റെ പേരിൽ ജന്മി എന്നെ തൊലി പൊളിയുന്നതുവരെ തല്ലിയിട്ടുണ്ട്. ഇപ്പോൾ അതേ മാവിന്റെ മാങ്ങ ഞങ്ങൾ ധൈര്യസമേതം തിന്നുന്നു."

പിന്നീടയാൾ അക്കഥ എന്നോട് പറയുകയുണ്ടായി. മാവിൽ കണ്ണിമാങ്ങകൾ വിരിഞ്ഞാലുടൻ അവയെ കാത്തുരക്ഷിക്കാൻ ജന്മി കാവൽക്കാരെ ഏർപ്പാടുചെയ്യും. കണ്ണുതെറ്റിച്ച് ആരെങ്കിലും കല്ലെറിഞ്ഞുവീഴ്ത്തി മാങ്ങ കൊണ്ടുപോകാതിരിക്കാൻ കാവൽക്കാർ മാവിന് ചുറ്റും മുള്ളുകൾ വിതറിയിടും. രൂപ്ജിക്ക് ഒരു മാങ്ങ തിന്നാൻ വല്ലാത്ത കൊതിതോന്നി. ഒരു ദിവസം അടുത്തെങ്ങും ആരും ഇല്ലെന്നുറപ്പുവരുത്തിയശേഷം വീണുകിടന്ന ഒരു മാങ്ങയെടുത്ത് അയാൾ തിന്നുതുടങ്ങി. കാവൽക്കാരൻ പെട്ടെന്ന് ഓടിയെത്തി; രൂപ്ജിയെ നല്ലപോലെ ഒന്ന് 'പെരുമാറിയ'ശേഷം അയാൾ അവനെ പിടിച്ച് സേഠിന്റെ മുമ്പിൽ ഹാജരാക്കി. രൂപ്ജി തിന്നുകൊണ്ടിരുന്ന മാങ്ങയും തൊണ്ടിയായി അയാൾ ഹാജരാക്കിയിരുന്നു. സേഠ് രൂപ്ജിയോട് ഒരു കയർ കൊണ്ടുവരാൻ പറഞ്ഞു. എന്നിട്ട് സേഠും കാവൽക്കാരനും കൂടി, രൂപ്ജി ഏത് മാവിന്റെ മാങ്ങ തിന്നുവോ അതേ മാവിൽ അയാളെ കയർകൊണ്ട് വരിഞ്ഞുകെട്ടി തൊലി പൊളിയുന്നതുവരെ തല്ലി. തല്ലുകൊണ്ട് അയാൾ പട്ടിയെപ്പോലെ നിലവിളിച്ചു. പക്ഷേ, അയാളെ സഹായിക്കാൻ ആർക്കും ധൈര്യമുണ്ടായില്ല. സേഠിന്റെ കല്ലുപോലെയുള്ള മനസ്സ് ദീനരോദനം കൊണ്ടൊന്നും തെല്ലും ഇളകിയില്ല. അക്കാലങ്ങളിൽ മിക്ക ജന്മികളും ഹുണ്ടികക്കാരും കൈയിൽ ചാട്ടവാറും കൊണ്ടാണ് നടക്കുക. വർളികൾ ചെറിയ അനുസരണക്കേട് കാണിച്ചാൽ ചാട്ടവാറിന്റെ സ്വാദ് അവരറിയും. വർളികളെ സംബന്ധിച്ചിടത്തോളം അവരുടെ അടിമത്തത്തിന്റെ പ്രതീകമായിരുന്നു ചാട്ടവാർ. കാരണമുണ്ടെങ്കിലും ഇല്ലെങ്കിലും വർളികളെ അടിക്കുകയും മർദ്ദിക്കുകയും ചെയ്യുന്നത് ജന്മികളുടെയും ഹുണ്ടികക്കാരുടെയും സർവ്വസാധാരണമായ ഒരു സ്വഭാവമായിരുന്നു. വീടും പരിസരവും ശുചിയാക്കിവെക്കുന്ന അത്രതന്നെ ആവശ്യമാണ് വർളികളെ മർദ്ദിക്കുകയും ചാട്ടവാറുകൊണ്ട് പ്രഹരിക്കുകയും ഒക്കെ എന്നവർ ധരിച്ചുവന്നതുപോലെ തോന്നി. മനുഷ്യൻ മനുഷ്യനെ

മർദ്ദിക്കുന്നത് സംസ്കാര ശൂന്യതയാണെന്നോ തല്ലുന്നത് ഒരുതരത്തിലും മാന്യതയല്ലെന്നോ ഉള്ള ബോധം അവ്യക്തമായി പോലും ഈ ജന്മികൾക്കുണ്ടായിരുന്നില്ല. പട്ടികളെ തല്ലുകതന്നെ വേണം എന്ന് ആക്രോശിക്കുന്ന അവർ ഈ മർദ്ദനം തങ്ങളുടെ പ്രതാപത്തിന്റെ ലക്ഷണമായിട്ടാണ് കണ്ടത്. ഇത്തരം മർദ്ദനങ്ങളെക്കാൾ ഹീനവും പൈശാചികവുമായ രീതിയിൽ വിദ്രോഹപരിപാടികൾ ജന്മികൾ തങ്ങളുടെ തലതിരിഞ്ഞ ബുദ്ധിയിൽ ആവിഷ്കരിച്ചിരുന്നു.

ഒരു കൃഷിക്കാരന്റെ പക്കലുള്ള ഭൂമിയുടെ ഉടമാവകാശം ജന്മിക്ക് കൈമാറണമെന്ന് ജന്മി നിർബ്ബന്ധിച്ചു. പാട്ടക്കാരന്റെ കൈവശമുള്ള ഭൂമി പിടിച്ചെടുത്ത് ജന്മിയുടെ ഭൂമി വർദ്ധിപ്പിക്കാനുള്ള പരിപാടിയായിരുന്നു. ജന്മി അയാളെ കളപ്പുരയിലേക്ക് വിളിപ്പിച്ചു. അയാളുടെ 'ശേണ്ടി' (പിൻകുടുമ) കാലിന്റെ പെരുവിരലിൽ വലിച്ചുകെട്ടി (അക്കാലത്ത് വർളികൾ പിൻകുടുമവെച്ചിരുന്നു). വളഞ്ഞ് കുനിഞ്ഞുനില്ക്കുന്ന അയാളുടെ പുറത്ത് പ്രഹരിച്ചുതുടങ്ങി. പിൻകുടുമ പിടിച്ചുകെട്ടി ഇങ്ങനെ മർദ്ദിച്ചു തുടങ്ങിയാൽ ജീവനിൽ കൊതിയുള്ളവരൊക്കെ എന്തുവേണമെങ്കിലും സമ്മതിക്കുമല്ലോ. ഇതിൽനിന്ന് ഒന്ന് രക്ഷപ്പെടാൻ വേണ്ടി ജന്മി പറഞ്ഞതൊക്കെ ചെയ്യാൻ വർളികൾ തയ്യാറാവും. ഈ കൃഷിക്കാരനും ജന്മിയുടെ ഇഷ്ടത്തിന് വഴങ്ങേണ്ടിവന്നു. അയാൾ വഴിപ്പെട്ടപ്പോൾ "ഇപ്പോൾ എങ്ങനെ നേർവഴിക്കുവന്നു! ഇനിയും ഇങ്ങനെ എന്തെങ്കിലും ചെയ്താൽ കൊന്നുകളയും" എന്ന് ഭീഷണിപ്പെടുത്തി ആ ആദിവാസിയെ വിട്ടയച്ചു.

ഒരിക്കൽ ഒരു ആദിവാസി ജോലി ചെയ്യാൻ വിസമ്മതിച്ചപ്പോൾ അയാളെ മരത്തിൽ തലകീഴായി കെട്ടിത്തൂക്കി കണ്ണിലും മൂക്കിലുമൊക്കെ മുളക് അരച്ചുതേച്ചു. അയാൾ നീറിപ്പുളഞ്ഞു. ഇതോടൊപ്പം അയാളുടെ പുറത്ത് പ്രഹരിക്കുന്നുമുണ്ടായിരുന്നു. വേദനകൊണ്ട് പുളഞ്ഞ അയാൾ ജോലിക്ക് പോകാൻ തയ്യാറായി. അപ്പോൾ അയാളെ വിട്ടയക്കുകയും ചെയ്തു.

ജന്മികളുടെയും അവരുടെ കാര്യസ്ഥന്മാരുടെയും തേർവാഴ്ചയിൽനിന്ന് സ്ത്രീകൾക്കും രക്ഷയുണ്ടായിരുന്നില്ല. ആദിവാസി സ്ത്രീകളെ ദ്രോഹിച്ചതിന് കൈയും കണക്കുമില്ല. ജന്മികൾക്ക് അവരുടെ പാട്ടക്കാരുടെ ഭാര്യമാരും, വിവാഹത്തിനുവേണ്ടി തങ്ങളിൽ നിന്ന് കടം വാങ്ങിയിട്ടുള്ളവരുടെ ഭാര്യമാരും സ്വന്തം സ്വത്താണെന്ന ഭാവമായിരുന്നു. വേണമെന്ന് തോന്നുമ്പോഴൊക്കെ അവരെ ഉപയോഗിക്കുന്നത് തങ്ങളുടെ ജന്മാവകാശമാണെന്നുപോലും ദൃഢമായി വിശ്വസിച്ചിരുന്നു. പണിക്ക് വന്നിട്ടുള്ള സ്ത്രീകളെ അവസരത്തിലും അനവസരത്തിലും ദ്രോഹിക്കുക, അവരെ ദേഹത്തിൽ പിടിച്ചുതള്ളുക, ശരീരത്തിൽ അനാവശ്യമായി സ്പർശിക്കുക, നുള്ളുക, ഒരിടത്ത് വലിച്ചിഴച്ചുകൊണ്ടുപോയി അവരെ മാനഭംഗം ചെയ്യുക ഇവയൊക്കെ നിത്യസംഭവങ്ങളായിരുന്നു.

ആദിവാസികൾ തുറന്ന മിഴികളോടെ എല്ലാം കാണുന്നു. അവർ പറയാറുണ്ട്; "ബായി, ഞങ്ങൾക്കെല്ലാം മനസിലാകുന്നുണ്ട്. പക്ഷേ,

എന്തുചെയ്യാം!" ജന്മികളും വനരാജാക്കന്മാരും ആദിവാസി പെൺകിടാങ്ങളെ തങ്ങളുടെ കാമപൂരണത്തിനായി ധാരാളം ഉപയോഗിച്ചിരുന്നു. ഹിന്ദുക്കളല്ലാത്ത ജന്മികളുടെ ഇത്തരം നിയമവിധേയരല്ലാത്ത സന്തതികൾ 'വാട്‌ല' എന്ന പേരിലാണ് അറിയപ്പെടുന്നത്. ഒരു പ്രത്യേക ജാതിയായി അറിയപ്പെടാൻ തക്കവണ്ണം അവരുടെ സംഖ്യ വലുതാണ്! ഇതിനുപുറമെ ഹിന്ദുജന്മികളുടെ 'തന്തയില്ലാത്ത സന്തതികൾ' വേറെയുമുണ്ട്.

മമക്‌വാഡ ഗ്രാമം മഹാരാഷ്ട്ര–ഗുജറാത്ത് അതിർത്തിയിലാണ്. ഇന്ന് ഗുജറാത്തില്പെട്ട ഈ സ്ഥലം അക്കാലത്ത് ബോംബെ സംസ്ഥാനത്ത് ഉൾപ്പെട്ടതായിരുന്നു. അവിടെ ഒരു മദ്ധ്യാഹ്നത്തിൽ ഞങ്ങൾ ഒരു യോഗം വെച്ചു. യോഗത്തിൽ സാധാരണ കാണാറുള്ള ഉഷാറും ഉത്സാഹവും കണ്ടില്ല. ഗ്രാമത്തിൽ ദുബ്‌ലേ, ഘോഡി, വർളി എന്നിങ്ങനെ മൂന്നു തരത്തില്പെട്ട ആദിവാസികളുണ്ടായിരുന്നു. ജന്മികൾ താമസിക്കുന്ന നാർഗോൾ, ഖത്തൽവാഡ് മുതലായ ഗ്രാമങ്ങൾ അടുത്തുതന്നെ ആയതിനാൽ ഈ കൃഷിക്കാർ ഭയന്നു വിറച്ചിരുന്നു. കാട്ടിൽ പുലിയുണ്ടെങ്കിൽ മേഞ്ഞുനടക്കുന്ന കന്നുകാലികൾ എപ്രകാരം ഭയാശങ്കയോടെ ചെവി വട്ടം പിടിച്ചുനില്ക്കുമോ അതുപോലെയായിരുന്നു ഈ ആദിവാസികളും.

വീർക്കറും ഞാനും അന്നുരാത്രി ആ ഗ്രാമത്തിൽ താമസിച്ചു. രാത്രിയിൽ കുടുതലാളുകളെ കാണുവാൻ കഴിയുമെന്ന് ഞങ്ങൾക്ക് തോന്നി. അപ്പോൾ അവർക്കുവേണ്ട ധൈര്യം കൊടുക്കാൻ കഴിയുമെന്ന് കരുതി. പക്ഷേ, പതിവനുസരിച്ച് രാത്രി വർത്തമാനം പറയുവാൻ ആരും വന്നുകണ്ടില്ല. അപൂർവ്വം ചിലർ വന്നുവെങ്കിലും അവർ പേടിച്ചുവിറച്ചിരുന്നു. ഞങ്ങൾ താമസിച്ച വീടിന്റെ ഉടമയും ആകപ്പാടെ പരിഭ്രമിച്ചതുപോലെ തോന്നി. ഞങ്ങൾ കുടിലിനുപുറത്ത് കത്തിച്ച വിറകിന് സമീപം സംസാരിച്ചുകൊണ്ടിരുന്നു. രാത്രി കുറെ വൈകിയപ്പോൾ ഒരു ആദിവാസി പെൺകിടാവ് ഒരാവലാതിയുമായി വന്നു. വരുന്നതിനുമുമ്പ് അവളും മറ്റുള്ളവരും കൂടി ബായിയുടെ അടുത്ത് പോകയോ പോകാതിരിക്കയോ വേണ്ടത്, പോയാൽ എന്തു സംഭവിക്കും എന്നൊക്കെ ചർച്ച ചെയ്തിരുന്നു.

എന്നെ കാണാൻ വന്നവളുടെ കൈയിൽ നാലഞ്ചുദിവസം മാത്രം പ്രായമായ ഒരു പിഞ്ചുകുഞ്ഞും ഉണ്ട്. പ്രസവിച്ചതിന്റെ മൂന്നാം ദിവസം ജന്മി അവളോട അടിമപ്പണിക്ക് ഹാജരാകാൻ ഉത്തരവിട്ടു. അവൾ പോകാതിരുന്നപ്പോൾ അവളെ ചക്കരവാക്ക് പറഞ്ഞ് കളപ്പുരയിലേക്ക് കൂട്ടിക്കൊണ്ടുപോയി. കൈക്കുഞ്ഞുമായി നിന്ന അവളുടെ മുഖത്ത് ആഞ്ഞടിച്ച് കഠിനമായി മർദ്ദിച്ചു. പിറ്റേന്ന് ജോലിക്ക് വന്നുകൊള്ളണമെന്ന് കല്പിച്ചു. പിന്നെയും അവൾ പോകാതിരുന്നപ്പോൾ അവളുടെ ഭർത്താവിനെ പിടിച്ച് അടിച്ചു.

ഈ കഥ കേട്ടപ്പോൾ പെട്ടെന്ന് എന്ത് ചെയ്യണമെന്നറിയാതെ

ഞങ്ങൾ കുഴങ്ങി. അടിമപ്പണിക്ക് ആരും പോകരുതെന്ന് പറഞ്ഞാൽ അതുപോലെ പ്രവർത്തിക്കാൻ ധൈര്യമുള്ള ഒറ്റ ആൾപോലും ഗ്രാമത്തിലില്ല. ആളുകളൊക്കെ പരിഭ്രാന്തരാണ്. ഞാൻ ആ സ്ത്രീയെ കഴിയുംപോലെ സമാധാനിപ്പിച്ചു. പിറ്റേദിവസം ഞങ്ങളുടെ ഖത്തൽവാഡ് ആപ്പീസിലേക്ക് കൂട്ടിക്കൊണ്ടുപോയി. അവളുടെ പേരിൽ ഹർജി എഴുതി അധികാരികൾക്ക് കൊടുപ്പിച്ചു. അവൾക്ക് ഇത്തിരി സമാധാനം തോന്നാൻ ഉതകി എന്നതിൽക്കവിഞ്ഞ് ഒരു ഉപയോഗവും ആ ഹർജി കൊണ്ടുണ്ടായില്ല. സർക്കാരധികാരികൾക്ക് കൈക്കൂലി കൊടുത്ത് ജന്മി അവരുടെ പിന്നിൽക്കൂടി. ജന്മിയെ ഭയന്ന് ആ സ്ത്രീക്ക് അനുകൂലമായി സാക്ഷിപറയുവാൻ ആരും തയ്യാറായില്ല. അവളുടെ കാര്യം പരുങ്ങലിലായി. ചെറിയ കുഞ്ഞിനെയും കൈയിലേന്തി, മൂന്നുനാലു മൈൽ നടന്ന് കേസിനുവേണ്ടി ഖത്തർവാഡിൽ വരേണ്ടിവന്നു. അവിടെനിന്ന് എന്നോടൊപ്പം ഉംബർഗാവ് കോടതിയിലും വന്നു. അവൾ വഴിക്ക് പലപ്പോഴും ക്ഷീണിച്ച് ഇരുന്നിട്ടുണ്ട് കേസ് കൊടുത്തതിനാൽ ജന്മി ചെറുതായിട്ടൊന്ന് പരിഭ്രമിച്ചിട്ടുണ്ട്. എന്നാൽ ആ സ്ത്രീ കേസിനുവേണ്ടി നടന്നുനടന്ന് മടുത്ത് കോടതിയിൽ വരാതായി. പിന്നെ എന്ത് സംഭവിച്ചെന്നറിഞ്ഞില്ല.

നാലഞ്ച് ദിവസം മാത്രം പ്രായമുള്ള ഒരു കുഞ്ഞിന്റെ അമ്മയുടെ മുഖത്ത് അടിച്ചുവെന്നറിഞ്ഞപ്പോൾ എന്റെ ശരീരമാകെ വിറച്ചുതുള്ളി. ആ കൃഷിക്കാരോട് അടക്കാനാവാത്ത ദേഷ്യം തോന്നി. ഇവരുടെ മനസ്സ് ഇത്ര കല്ലിച്ചുപോയതെന്തേ എന്ന് തോന്നിപ്പോയി. പ്രതികാരം ചെയ്യാൻ തയ്യാറാകാത്തതെന്ത്? ദേഷ്യംവന്ന് ഞാനവരോട് പലതും പറഞ്ഞു. പക്ഷേ, എല്ലാം അവർ തികഞ്ഞ നിർവ്വികാരതയോടെ കേട്ടിരിക്കുക മാത്രം ചെയ്തു. ജന്മികൾ തൊട്ടടുത്തുതന്നെ താമസിച്ചിരുന്നതിനാൽ അവരെ നേരിടുന്നതിന് അവിടെത്തന്നെ താമസിച്ച് പ്രവർത്തിക്കുവാൻ പ്രത്യേക പ്രവർത്തകർ വേണ്ടിയിരുന്നു. അത്തരം പ്രവർത്തകർ ഞങ്ങൾക്കില്ലാതിരുന്നതിനാൽ ആദിവാസികളുടെ വിശ്വാസം ആർജ്ജിക്കാൻ കഴിഞ്ഞില്ല. ഞങ്ങളുടെ പേരും പറഞ്ഞ് ജന്മികൾ അവരെ കൂടുതൽ ദ്രോഹിക്കാൻ തുടങ്ങി. എന്നാൽ സഹായിക്കാൻ ഞങ്ങളുടെ സ്ഥിരം പ്രവർത്തകരില്ലാത്തതിനാൽ ആദിവാസികൾക്ക് പ്രയാസങ്ങൾ കൂടിക്കൂടിവന്നു. അതിനാൽ പ്രാപ്തരായ പ്രവർത്തകരെ കിട്ടുന്നതുവരെ ആ പ്രദേശങ്ങളിൽ പര്യടനം നടത്തേണ്ടെന്ന് ഞങ്ങൾ തീരുമാനിച്ചു. ഞങ്ങളുടെ സംഘടനാശക്തിയും സമരങ്ങളും ഈ പ്രദേശങ്ങളിൽ ബലഹീനമായി തന്നെയിരുന്നു ഇപ്പോഴും അതങ്ങനെ തന്നെയാണ്.

ഞാൻ കവാഡ് ഗ്രാമത്തിൽ ഒരിക്കൽ താമസിച്ചപ്പോൾ ഒരു വർളി പറഞ്ഞ സംഭവകഥ ഹൃദയാലുവായ ആരെയും വേദനിപ്പിക്കുന്ന ഒന്നാണ്.

ധാന്യച്ചെടികൾ നടുന്ന കാലം. നടുന്നതിനുമുമ്പ് വയലുകൾ കലപ്പ

ഉപയോഗിച്ച് ഉഴുത് മണ്ണിളക്കണമല്ലോ. എത്രത്തോളം മണ്ണിളക്കിയോ അത്രമാത്രം നന്നായി ധാന്യച്ചെടികൾ വളരും. വിളവും കൂടുതൽ കിട്ടും. എല്ലാ ജന്മികളും നിലമുഴുന്നതിനും ഞാറുനടുന്നതിനുമായി അടിമകളായ വർളികളെയാണ് നിയോഗിക്കുന്നത്. ഒറ്റപൈസ കൂലി കൊടുക്കേണ്ടല്ലോ. ഒരിക്കൽ ജേറു എന്ന് പേരുള്ള ഒരു കൃഷിക്കാരൻ വസൂരി പിടിപെട്ടു. നല്ല പനി. എഴുന്നേറ്റു നില്ക്കാൻ പോലും വയ്യാത്ത സ്ഥിതി. ജന്മിയുടെ ഭൃത്യൻ അയാളെ ജോലിക്കു കൊണ്ടുവരുന്നതിനായി അയാളുടെ കുടിലിൽ കയറിച്ചെന്നു. “ഇപ്പോൾ പറയുന്നതുകേട്ട് ജോലിക്ക് വരുന്നില്ലെങ്കിൽ നിന്റെ കഴുത്തിൽ കലപ്പകെട്ടിവലിക്കും.” അയാൾ ഭീഷണി മുഴക്കി. ജേറു പേടിച്ചു. അയാൾ ഭൃത്യനോടൊപ്പം പുറത്തിറങ്ങി. ഞാൻ ഗ്രാമത്തിലുണ്ടെന്നറിഞ്ഞതിനാൽ ഭൃത്യന്റെ കണ്ണുവെട്ടിച്ച് അയാൾ എന്റെ അടുത്തെത്തി. ജോലിക്ക് പോയില്ലെങ്കിൽ ഒരുവശത്ത് കാളയെയും മറുവശത്ത് തന്നെയും കെട്ടി കലപ്പ വലിപ്പിക്കുമെന്നും അയാൾ പറഞ്ഞു. എനിക്ക് അതൊട്ടും വിശ്വസനീയമായി തോന്നിയില്ല. അന്നത്തെ ആ സ്ഥിതിയിൽനിന്ന് തന്നെ രക്ഷിക്കണമെന്നയാൾ അപേക്ഷിച്ചു. എന്നെ ബോദ്ധ്യപ്പെടുത്തുന്നതിനുവേണ്ടി ജ്ഹിപ്പർ ചൈത്യ എന്നു പേരുള്ള വേറൊരാളെ കൂട്ടിക്കൊണ്ടുവന്നു. അയാളുടെ കഥ കേട്ടപ്പോൾ ജന്മികളുടെ നിഘണ്ടുവിൽ വർളിയും കാളയും തമ്മിൽ വ്യത്യാസമൊന്നുമില്ലെന്ന് എനിക്ക് ബോദ്ധ്യമായി!

നസർ വാൻജി എന്ന ജന്മിയുടെ കാര്യസ്ഥൻ ജ്ഹിപ്പറെയും വേറെ എട്ടുപത്ത് ആളുകളെയും നിലം ഉഴുന്നതിനുവേണ്ടി വിളിച്ചിരുന്നു. ദിവസം മുഴുവനും അവർ നിലം ഉഴുതുമറിച്ചു. ഉച്ചയ്ക്ക് ഭക്ഷണം കഴിക്കാൻ പോലും സമയം കൊടുത്തില്ല. കാര്യസ്ഥൻ കാണാതെ ഒളിഞ്ഞും മറഞ്ഞും അവർ വയലിന്റെ അടുത്തുള്ള ഒരു കിണറ്റിൽനിന്നും വെള്ളം കുടിക്കാൻ പോയിരുന്നു. ഏതെങ്കിലും ഒരു വർളി വെള്ളം കുടിക്കാനായി വയലിൽനിന്ന് കയറിപ്പോകുന്നത് കണ്ടാലുടൻ കാര്യസ്ഥൻ അയാളെ കടന്നുപിടിച്ച് തിരിച്ചുകൊണ്ടുവരും. എന്നിട്ട് ചോദിക്കും. “രാവിലെ പോരുമ്പോൾ വെള്ളം കുടിച്ചുവരാമായിരുന്നില്ലേ. തന്തയില്ലാത്തവനെ, ആരുടെ സമ്മതത്തോടെയാണെടാ വെള്ളം കുടിക്കാൻ പോയത്?” ഈ ശകാരത്തിനുപുറമെ വടികൊണ്ട് അടിയും കിട്ടും. രാത്രി എഴുമണിയോട് അടുത്തപ്പോൾ കാളകൾ വയലിനു പുറത്തേക്ക് കടക്കുവാൻ തുടങ്ങി. ജന്മിയുടെ കാര്യസ്ഥൻ കല്പിച്ചു. “കാളകളെ ശരിക്ക് നടത്ത്” ജ്ഹിപ്പർ പറഞ്ഞു: “വയലിൽ കല്ലും മുള്ളും ധാരാളമുണ്ട്. പിന്നെ കാളകളെങ്ങനെയാണ് ശരിക്കു നടക്കുക.” ഇത് കേട്ട ഉടൻ അയാൾ ഓടിപ്പോയി ജന്മിയുടെ അടുത്തുചെന്ന് ആക്ഷേപം ബോധിപ്പിച്ചു. ജന്മി ഉടൻ വയലിൽ എത്തി ജ്ഹിപ്പറെ ശിക്ഷിച്ചു. രണ്ടു കാളകളെ കെട്ടിയ ഒരു നുകത്തിൽനിന്ന് ഒന്നിനെ അഴിച്ചുവിട്ടു. പകരം ജ്ഹിപ്പറെ അതിൽക്കെട്ടി. ദിവസം മുഴുവൻ ജോലിചെയ്തു ക്ഷീണിച്ച ആ പാവം കലപ്പവലിക്കാൻ തുടങ്ങി. ഇപ്രകാരം അയാൾ വയലിൽ രണ്ടു

ചുറ്റ് കലപ്പ വലിച്ചു. അതിനുശേഷം ജന്മി അയാളോട് കയർത്തു! "ഇനിമേലിൽ ജോലി തെറ്റിച്ചു ചെയ്യുമോടാ?" മറ്റു ആദിവാസികളെ നോക്കി ഒരു താക്കീതും. "കണ്ടില്ലെ, പണി ശരിക്ക് ചെയ്തില്ലെങ്കിൽ ഇതാണ് ശിക്ഷ."

ഈ കഥ കേട്ടതിനുശേഷം ഞങ്ങൾ വളരെനേരം സംസാരിച്ചു. ജന്മിവർഗ്ഗത്തോട് എനിക്കുണ്ടായിരുന്ന വിദ്വേഷം ഇരട്ടിച്ചു. പക പോക്കുന്നതിനായി വർളികളെ സജ്ജമാക്കാനായി തീരുമാനം ഒന്നുകൂടി ശക്തിപ്പെട്ടു. രാത്രി വളരെ വൈകുവോളം എനിക്കുറക്കം വന്നില്ല.

ആദിവാസികൾ നിരക്ഷരരായിരുന്നു. അവർക്ക് കണക്കൊന്നും മനസ്സിലായില്ല. കൊടുക്കുന്നതിന്റെയും വാങ്ങുന്നതിന്റെയും ഒക്കെ കണക്കു ജന്മിയാണ് സൂക്ഷിക്കുക. അവർക്ക് തോന്നുന്ന സംഖ്യ കൃഷിക്കാരുടെ കണക്കിലെഴുതുന്നു. ഈ കണക്കനുസരിച്ചുള്ള ബാക്കി കൊടുത്തില്ലെങ്കിൽ അവർക്ക് തോന്നുന്ന വിധത്തിലുള്ള ശിക്ഷകളാണ് നല്കിയിരുന്നത്. ഇത്തരത്തിലുള്ള ഒരു ശിക്ഷയെക്കുറിച്ച് ഞാൻ കേൾക്കുകയുണ്ടായി.

ബാക്കി കൊടുക്കുകയില്ലെന്ന് ശഠിച്ച ഒരു വർളിയെ ജന്മിയുടെ ഗുണ്ടകൾ വയലിൽ ഉലക്കകൊണ്ട് അടിച്ചുവീഴ്ത്തി. അയാളുടെ ശരീരത്തിൽ ഉലക്ക വിലങ്ങനെ വച്ചു. എന്നിട്ട് അതിന്റെ രണ്ടറ്റത്തും രണ്ടുപേർ കയറിനിന്നു. ബാക്കി സംഖ്യ കൊടുക്കാമെന്ന് പറയുന്നതുവരെ അവർ രണ്ടറ്റങ്ങളിൽ നിന്ന് നൃത്തം ചെയ്തു. മർദ്ദനം സഹിക്കാനാവാതെ അയാൾ സമ്മതിച്ചുകൊടുത്തപ്പോൾ അയാളെ വിട്ടയച്ചു. ഇപ്രകാരം പൈശാചികമായ ഒരു ശിക്ഷാവിധി ഞാൻ ഇതിനുമുമ്പ് കേട്ടിട്ടുപോലുമില്ല. ഈ ജന്മികൾ തനി പിശാചുക്കൾ തന്നെ എന്നെനിക്കു തോന്നി.

ആദിവാസി കർഷകരെ നാനാവിധത്തിലും ദ്രോഹിച്ചതുകൊണ്ടു മാത്രം ജന്മികൾ തൃപ്തരായില്ല. ചിലപ്പോൾ അവരെ വധിക്കുകപോലും ചെയ്തിരുന്നു. പല ജന്മികളുടെയും കൈവശം ലൈസൻസുള്ള തോക്കുണ്ട്. ആദിവാസികളെ പേടിപ്പിക്കുന്നതിനായി പലപ്പോഴും അവർ ഈ തോക്കുകൾകൊണ്ട് വെടിപൊട്ടിക്കാറുണ്ട്. വെടിയുണ്ടയേറ്റ് ഏതെങ്കിലും ഒരു ആദിവാസി മരിച്ചാൽത്തന്നെയും ചോദിക്കാൻ ആരും ഉണ്ടായിരുന്നില്ല. "അധികം ബഹളംവെച്ചാൽ ചുട്ടെരിച്ചു കളയും" എന്ന് ഇവർ പറയുകതന്നെ ചെയ്തിരുന്നു. ആദിവാസികൾ ഇതുമൂലം ശരിക്കും ഭയപ്പെട്ടു. കാരണം ജന്മികൾ കൊലപാതകം നടത്തിയാലും അവർക്കൊന്നും സംഭവിക്കുകയില്ലെന്ന് ആദിവാസികൾക്കറിയാം. ഒരു നഷ്ടവും അവർക്കു വരാനില്ല. ആദിവാസി സേവാമണ്ഡലത്തിന്റെ 1945-46 ലെ റിപ്പോർട്ടിൽ ഇതേക്കുറിച്ച് ഇങ്ങനെ പറയുന്നു;

(1) "ഒരു കൊല്ലം മുമ്പ് ചീത്ത ധാന്യം കൊടുത്തതിൽ പ്രതിഷേധിച്ച് ജോലി ചെയ്യാതെ പോയ ആദിവാസികളെ പിൻതുടർന്നു ചെന്ന് വനം കോൺട്രാക്ടറും അയാളുടെ ആളുകളും വെടിവച്ചു. അഞ്ചുപേർ

കൊല്ലപ്പെടുകയും കുറച്ചുപേർക്ക് മുറിവേൽക്കുകയും ചെയ്തു. ഇന്നു വരെ കുറ്റക്കാരെ ശിക്ഷിച്ചതായി യാതൊരു തെളിവുമില്ല.

(2) വനം കരാറുകാരൻ മരം വെട്ടുന്ന രണ്ട് തൊഴിലാളികളെ അടിച്ചുകൊന്നു. അയാൾക്ക് യാതൊരു ശിക്ഷയും കൊടുത്തിട്ടില്ല.

ഈ ഉദ്ധരണി വർളികളിൽ നിന്നും ഞാൻ കേട്ട കഥകൾ വിശ്വാസയോഗ്യങ്ങളാണ് എന്നതിന് മതിയായ തെളിവാണ്.

കുറച്ചുകാലത്തിനുശേഷം ഇടത്തരക്കാരായ ചിലരുമായി പരിചയപ്പെടുകയും, അവർക്ക് ഞങ്ങളോട് അടുപ്പം തോന്നുകയും ചെയ്തപ്പോൾ ചിലർ എന്നെ വിശ്വാസത്തോടുകൂടി ഒരു ഭാഗത്തേക്ക് വിളിച്ച് നിർത്തി പറഞ്ഞിട്ടുണ്ട്: "ഞങ്ങൾ എങ്ങനെ പറയും? വലിയ മാന്യന്മാർ! കൊലയാളികളാണിവർ, കൊലയാളികൾ... എന്ന ആൾ കൊലപാതകം നടത്തി രാത്രി സ്ഥലം വിട്ടവനാണ്." ഇതിൽ സത്യമുണ്ടെന്ന് എനിക്കു തോന്നുന്നു.

ഒരു വനം കരാറുകാരൻ ഒരു ആദിവാസിയെ വിറക് കത്തിച്ച് കരിയുണ്ടാക്കുന്ന ചൂളയിലിട്ട് ജീവനോടെ ചുട്ടുകളഞ്ഞ കഥ ഞാൻ കേട്ടിട്ടുണ്ട്. ഈ കഥ ആ പ്രദേശങ്ങളിൽ എല്ലാവർക്കും അറിവുള്ളതാണ്.

കാട്ടുവിറക് കത്തിച്ച് കരിയുണ്ടാക്കുന്ന ജോലി മുഖ്യമായും ആദിവാസികളാണ് ചെയ്യുന്നത്. കരിച്ചൂളയിൽ വേണ്ടത്ര തീയിട്ട് വിറക് വെണ്ണീറാകാതെ പാകത്തിൽ കരിച്ചെടുക്കാൻ ആദിവാസികൾക്കു മാത്രമേ സാമർത്ഥ്യമുള്ളൂ. കരിയുണ്ടാക്കുന്നതിനായി അവർ കണ്ണിലെണ്ണയൊഴിച്ച് ചൂള ശ്രദ്ധിച്ചുകൊണ്ടിരിക്കും.

ഒരിക്കൽ ഇത്തരമൊരു ചൂള എന്തോ കാരണവശാൽ കേടുവന്നതിനെത്തുടർന്ന് ഉടമസ്ഥന് നഷ്ടം സംഭവിച്ചു. അയാൾ കോപാകുലനായി ഒരു ആദിവാസിയെ പൊക്കിയെടുത്ത് ചൂളയിലേക്കെറിഞ്ഞു. ആദിവാസി വെന്തുമരിച്ചു. ഇത് പലർക്കും അറിയാവുന്ന സംഗതി ആണെങ്കിൽക്കൂടി ആർക്കും ഇതിലൊരു തെറ്റും തോന്നിയിരുന്നില്ല. എന്റെ പ്രസംഗങ്ങളിൽ പലപ്പോഴും ഞാൻ ഈ സംഭവത്തെപ്പറ്റി പരാമർശിക്കാറുണ്ട്. പാവങ്ങളായ ആദിവാസികളെ ജീവനോടെ ചുട്ടെരിക്കാൻ പോലും ജന്മികൾക്ക് മടിയുണ്ടായിരുന്നില്ല. അക്രമങ്ങളുടെയും മർദ്ദനങ്ങളുടെയും പരമകോടിയായിരുന്നു ഇത്. ഇതിലും വലിയ പീഡനം ഉണ്ടാകാനില്ലല്ലോ.

ജാനു എന്ന് പേരുള്ള ഒരു വർളിയുടെ ജ്യേഷ്ഠനെ ജീവനോടെ കുഴിച്ചുമൂടിയ സംഭവം കേട്ടിട്ടുണ്ട്. അയാളുടെ ഭാര്യ സുന്ദരിയായിരുന്നു. ഒരു ദിവസം രാത്രി അയാൾ അടുത്ത ഗ്രാമത്തിൽ പോയ തക്കംനോക്കി ജന്മി അവളെ തന്റെ കളത്തിലേക്ക് വിളിപ്പിച്ചു. എന്തിനാണ് വിളിച്ചതെന്ന് അറിയാമായിരുന്നതുകൊണ്ട് അവൾ പോകാൻ കൂട്ടാക്കിയില്ല. അപ്പോൾ പിടിയും വലിയുമായി. അവളുടെ നിലവിളി കേട്ട് അഞ്ചുപത്ത് വർളികൾ പുറത്തിറങ്ങി വന്നു. ആ സ്ത്രീയെ അടിച്ചുതൊഴിച്ച് കളത്തിലേക്ക് കൊണ്ടുപോയി. പേടികൊണ്ട് ഒരുത്തർക്കും മുന്നോട്ട് ഒരടിവെക്കാൻ

ധൈര്യമില്ലായിരുന്നു. എല്ലാവരും തലയും താഴ്ത്തി തങ്ങളുടെ കുടിലുകളിലേക്കു പോയി. ഇത്തരം സംഭവങ്ങൾ അവർക്ക് നിത്യപരിചിതങ്ങളാണ്. അടുത്ത ദിവസം അവളുടെ ഭർത്താവ് തിരിച്ചു വന്നപ്പോൾ അയാൾക്കെല്ലാം മനസിലായി. അയാൾക്ക് സ്വല്പം ധൈര്യമുണ്ടായിരുന്നതിനാൽ ജന്മിയുടെ കാര്യസ്ഥന്മാരെ കണ്ട് കുറേ ബഹളംകൂട്ടി. ഇതറിഞ്ഞ് ജന്മി ആ സ്ത്രീയെ അവളുടെ ഭർത്താവിന്റെ മുമ്പിൽ വലിച്ചിഴച്ചുകൊണ്ടുവന്ന് മർദ്ദിച്ചു. ഈ അടിയും ബഹളവുമൊക്കെ നടന്നിട്ടും ആ വർളി ഒന്നും ചെയ്തില്ല. എന്നാൽ അവനെ ശിക്ഷിച്ചത് ഒരു കുഴി കുഴിച്ച് അതിൽ ഇട്ട് തട്ടിമൂടിയിട്ടായിരുന്നു. 'ഈ വിവരം ആരോടെങ്കിലും പറഞ്ഞാൽ നിന്റെ കൈകാൽ തല്ലിയൊടിക്കു'മെന്ന് അവർ ജാനുവിനെ ഭീഷണിപ്പെടുത്തുകയും ചെയ്തു. അവൾ ഗ്രാമത്തിൽ നിന്ന് ഓടിയൊളിച്ചു. ഗ്രാമവാസികൾ പരിഭ്രാന്തരായി ഒന്നും ചെയ്യാൻ ശക്തിയില്ലാതെ ഇരുന്നു. എങ്കിലും കേട്ടറിഞ്ഞ് ഈ വിവരം അടുത്ത പ്രദേശങ്ങളിൽ പ്രചരിച്ചു. പൊലീസ് പരിശോധനയൊക്കെയുണ്ടായി. കേസ് ഒരു പ്രഹസനമായിരുന്നു. കുഴിയിൽ നിന്ന് കണ്ടെടുത്ത അസ്ഥി കൂടം കാളയുടേതാണെന്ന് ഗവൺമെന്റ് ഡോക്ടർ സർട്ടിഫിക്കറ്റ് നല്കിയതായി വർളികൾ പറഞ്ഞു. ജന്മിയെ വെറുതെ വിടുകയും ചെയ്തു.

നിസഹായരായ ആദിവാസികളെ ജന്മികൾ മൃഗപ്രായരാക്കി. അങ്ങനെ ചെയ്യാതെ അവരെ മൃഗങ്ങളെപ്പോലെ ഉപയോഗിക്കാൻ സാധിക്കുകയില്ലല്ലോ. ഞാൻ മുമ്പ് വിവരിച്ച സംഭവത്തിൽ ഒരു വിധത്തിലുമുള്ള അതിശയോക്തിയും കലർന്നിട്ടില്ല. ഇതു സംബന്ധിച്ച് മി. സിമിങ്ടൺ അന്വേഷിച്ചെഴുതിയ റിപ്പോർട്ടിലെ പ്രസക്തഭാഗങ്ങൾ പരിശോധിച്ചാൽ ഇത് സ്പഷ്ടമാകുന്നതാണ്. അതിൽ ഇങ്ങനെ പറഞ്ഞിരിക്കുന്നു:

"(ബി) അവർ (വർളികൾ) ജോലി ചെയ്യാൻ വിസമ്മതിക്കുകയോ മടി കാണിക്കുകയോ ചെയ്താൽ അവരെ അടിക്കുകയും മർദ്ദിക്കുകയും ചെയ്തിരുന്നു. ജന്മികളുടെ ലോക്കൽ ഏജന്റുമാരാണ് ഈ മർദ്ദനം നടത്തിയിരുന്നത്. ഇത് നിത്യസംഭവമാണ്. അവരെ മരക്കാലുകളിൽ വരിഞ്ഞുകെട്ടി പ്രഹരിച്ചിരുന്നതായി വിശ്വാസയോഗ്യമായ കേന്ദ്രങ്ങളിൽ നിന്നറിയാൻ കഴിഞ്ഞിട്ടുണ്ട്.

കഴിഞ്ഞ കാലങ്ങളിൽ അവരെ കൊല ചെയ്തിരുന്നതായും കേട്ടിട്ടുണ്ട്.

(എഫ്) സ്വന്തം അധികാരം ഉപയോഗിച്ച് കുടിയാന്മാരുടെ സ്ത്രീകളെ കാമപൂരണത്തിനായി ഉപയോഗിക്കാൻ ജന്മികൾക്കൊരു മടിയും ഉണ്ടായിരുന്നില്ല."

1945 ന് മുമ്പുള്ള ഏതാണ്ട് അമ്പത്തിയഞ്ച് കൊല്ലത്തിനുള്ളിൽ ജന്മികൾ ചെയ്തിട്ടില്ലാത്ത ഒരു കുറ്റവും ഇന്ത്യൻ പീനൽകോഡിലില്ല! ഇങ്ങനെയാണെങ്കിലും ഏതെങ്കിലും ജന്മിക്കോ ഹുണ്ടികക്കാരനോ നിയമാനുസൃതമായ ശിക്ഷ കൊടുത്തതിന് ഒരു ഉദാഹരണവും ഇല്ല. ഇപ്പോൾ ചോദ്യമിതാണ്: ഈ അന്യായങ്ങളും അക്രമങ്ങളും എങ്ങനെ നിർബാധം

നടന്നുകൊണ്ടിരിക്കുന്നു? സർക്കാരും സർക്കാരിന്റെ ഉദ്യോഗസ്ഥവൃന്ദവും ഇവിടെ ഉണ്ടായിരുന്നുവോ? ആദിവാസികളെ സംബന്ധിച്ചിടത്തോളം സർക്കാർ എന്നൊന്നുണ്ടായിരുന്നില്ല എന്നായിരിക്കും ഈ ചോദ്യത്തിന്റെ ഉത്തരം. ചൂഷകവർഗ്ഗത്തിന്റെ ചൂഷണം തുടർന്നുകൊണ്ടു പോകുന്നതിനുവേണ്ടി, അവരുടെ സ്വാർത്ഥതാല്പര്യങ്ങളെ സംരക്ഷിക്കുന്നതിനു വേണ്ടി ഇവിടെ സർക്കാരുണ്ടായിരുന്നു. സർക്കാരിന്റെ തനിനിറം പടിപടിയായി വെളിപ്പെട്ടുകൊണ്ടിരുന്നു.

ജന്മികൾ നടത്തിയ മനുഷ്യക്കുരുതികളും അക്രമങ്ങളും യഥാർത്ഥത്തിൽ നടന്നവയാണെന്ന് വിശ്വസിക്കാൻ അഭ്യസ്തവിദ്യരായ ആളുകൾക്ക് പ്രയാസം തോന്നും. ഇങ്ങനെയൊന്നും സംഭവിക്കില്ല എന്ന് അവർക്ക് തോന്നാനിടയുണ്ട്. 1945 വരെ ഈ കാര്യങ്ങളെപ്പറ്റി ആരും ഒന്നും പറയാതിരുന്നതെന്ത്? സർക്കാർ ഉദ്യോഗസ്ഥന്മാരും അധികാരികളും എന്തു ചെയ്യുകയായിരുന്നു? സർക്കാർ എന്നു പറയുന്ന ഒന്ന് ഉണ്ടായിരുന്നുവോ? കുറെയൊക്കെ സത്യമാവാൻ സാദ്ധ്യതയുണ്ട്; ബാക്കിയൊക്കെ അതിശയോക്തിയാണെന്ന് അവർ വിശ്വസിക്കുന്നുണ്ടാവും. അവർക്ക് വിശ്വാസം വരാൻവേണ്ടി പലതരത്തിലുള്ള പരിതഃസ്ഥിതികളും എനിക്ക് വിശദീകരിക്കേണ്ടിവരും. അതിനുശേഷം "ആർക്കറിയാം ചിലപ്പോൾ ഇതൊക്കെ സത്യമായിരിക്കും." എന്ന് അവർക്ക് തോന്നും. വിശ്വാസം വരികയില്ല. പരിതഃസ്ഥിതി അങ്ങനെയായിരുന്നു. അവിടെച്ചെന്ന് സംഭവങ്ങൾ നേരിൽ കാണുന്നതുവരെ ഇതൊക്കെ അസംഭവ്യങ്ങളും അവിശ്വസനീയങ്ങളുമാണെന്ന് എനിക്കും തോന്നിയിരുന്നു. ഭരണകൂടം പ്രത്യേക പരിതഃസ്ഥിതികളിൽ പ്രത്യേക പരിധിക്കുള്ളിൽ മാത്രമേ വർഗ്ഗനിരപേക്ഷവും നിഷ്പക്ഷവുമാവുകയുള്ളു എന്ന് ഈ പ്രദേശങ്ങളിൽവെച്ച് പടിപടിയായി അനുഭവപ്പെട്ടു.

ജന്മികളും ഹുണ്ടികക്കാരും ആയിരക്കണക്കിന് വർളികളെ അടിമവേലക്കായി പിടിച്ചു നിർത്തുവാൻ രണ്ടുതരത്തിലുള്ള മാർഗമാണ് അവലംബിച്ചിരുന്നത്. സർക്കാരുദ്യോഗസ്ഥന്മാരെയും സ്വന്തം കാര്യസ്ഥന്മാരെയും അവർ ഇതിനായി ഉപയോഗിച്ചു. രണ്ടുകൂട്ടരുടെയും സഹായത്തോടെ അവർ ആക്രമണങ്ങളും അനീതികളും നിർബ്ബാധം നടത്തിപ്പോന്നു. വർളികളെ അവർ നിസ്തേജരാക്കി മാറ്റി. സർക്കാരുദ്യോഗസ്ഥന്മാരുടെ പിന്തുണ ഇല്ലായിരുന്നുവെങ്കിൽ സ്വന്തം മർദ്ദനോപാധികൾ ഇത്രകണ്ട് ഫലപ്രദമാകുമായിരുന്നില്ല.

തഹസീൽദാർ, വില്ലേജുദ്യോഗസ്ഥൻ, പൊലീസ് ഇൻസ്പെക്ടർ, സാധാരണ പൊലീസുകാർ, ഫോറസ്റ്റധികാരികൾ തുടങ്ങിയവരൊക്കെ ഈ പ്രദേശങ്ങളിൽ വന്നാൽ ജന്മിമാരുടെ കൂറ്റൻ ബംഗ്ലാവുകളിലോ അല്ലെങ്കിൽ അവരുടെ കൃഷിസ്ഥലത്തുള്ള കുളങ്ങളിലോ ആണ് ക്യാമ്പ് ചെയ്തിരുന്നത്. ജില്ലാധികാരി, പൊലീസ് സൂപ്രണ്ട്, ഫോറസ്റ്റ് വകുപ്പിന്റെ ഉന്നതാധികാരികൾ എന്നിവർ ചിലപ്പോഴൊക്കെ സർക്കാർ വകബംഗ്ലാവുകളിൽ താമസിക്കാറുണ്ടായിരുന്നു. കുഗ്രാമങ്ങളിൽ വന്നാൽ

അവരും ജന്മികളുടെ ബംഗ്ലാവുകളിലാണ് താമസിക്കുക. ഇവരുടെയൊക്കെ ഭക്ഷണത്തിനും മറ്റു സുഖസൗകര്യങ്ങൾക്കും ജന്മികൾ ഏർപ്പാട് ചെയ്യുമായിരുന്നു. മിക്ക ഉദ്യോഗസ്ഥന്മാരും ജന്മികളുടെ വാഹനങ്ങളിലാണ് യാത്രചെയ്യുന്നത്. വലിയ ഉദ്യോഗസ്ഥന്മാരാണെങ്കിൽ ജന്മിതന്നെ സ്വയംവന്ന് അവരുടെ സുഖസൗകര്യങ്ങൾ അന്വേഷിക്കും. താഴ്ന്ന പടിയിലുള്ളവരെ ജന്മിയുടെ ആശ്രിതന്മാരായ ഭയ്യ, പഠാണി മുതലായവരോ അയാളുടെ കുടുംബത്തിലെ മറ്റംഗങ്ങളോ സ്വീകരിച്ച് ആനയിക്കാൻ തയ്യാറുണ്ടാവും.

സർക്കാർ ബംഗ്ലാവുകളിൽ താമസിച്ചോ കുഗ്രാമങ്ങളിൽ സ്വയം ടെന്റുകൾ കെട്ടിതാമസിച്ചോ ജോലി ചെയ്തിരുന്ന ഉദ്യോഗസ്ഥന്മാരെ വർളികൾ ആദ്യമായി കണ്ടത് 1945ലെ പ്രക്ഷോഭത്തിനു ശേഷമാണ്.

പുതുതായി ഒരു റവന്യൂ ഉദ്യോഗസ്ഥനോ പൊലീസ് അധികാരിയോ വന്നെത്തിയാൽ അയാളെ ആദ്യം സ്വീകരിച്ച് സന്തോഷിപ്പിക്കുന്നതിനുവേണ്ടി ജന്മികളും വനം കരാറുകാർ തുടങ്ങിയ മറ്റ് പ്രമാണിമാരും അന്യോന്യം മത്സരിക്കുകതന്നെ ചെയ്യുമായിരുന്നു. താസീൽദാരുടെ താമസം ജന്മിയുടെ വലിയ ബംഗ്ലാവുകളിലായിരിക്കും. ജന്മികളും ഹുണ്ടികക്കാരും തഹസീൽദാരുടെ വീട്ടിൽ പാൽ, ധാന്യങ്ങൾ, പച്ചക്കറികൾ, മത്സ്യം, മാംസം തുടങ്ങിയ സർവ്വസാധനങ്ങളും എത്തിച്ചുകൊടുത്ത് അയാളുടെ താമസത്തിന് എല്ലാ സൗകര്യവും ചെയ്തുകൊടുക്കും.

1945 ഒക്ടോബറിൽ ഡഹാണു താലൂക്കിൽ പ്രക്ഷോഭം ആരംഭിച്ചു. ഒരു ദിവസം രാത്രി 9 മണി മുതൽ 11 മണിവരെ ഉംബർഗാവിലേക്ക് പോകുന്ന പാസഞ്ചർ വണ്ടിയുടെ സമയംവരെ, ഒരു ജന്മിയുടെ വീട്ടിൽ തങ്ങേണ്ട 'യോഗ'മുണ്ടായി. ഭക്ഷണം കഴിഞ്ഞപ്പോൾ അയാൾ അവിടെയുണ്ടായിരുന്ന ആളുകളെ പരിചയപ്പെടുത്തിക്കൊണ്ട് ഇങ്ങനെ പറഞ്ഞു.

"ഇദ്ദേഹത്തിന്റെ പേർ— എന്നാണ്. വില്ലേജ് ഉദ്യോഗസ്ഥനാണ്. ഈ ഭാഗത്തുവന്നാൽ ഇവിടെയാണ് താമസിക്കുക" ഇത് പറയുമ്പോൾ അയാൾക്കോ അതുകേട്ടുകൊണ്ടിരുന്ന വില്ലേജുദ്യോഗസ്ഥനോ വിശേഷിച്ച് ഒരു അപാകതയും തോന്നിയില്ല.

ചെറിയ ചെറിയ സംഗതികൾക്കു പോലും വർളികളെ മർദ്ദിക്കുകയും ശിക്ഷിക്കുകയും ചെയ്തിരുന്നു. കവാഡ് ഗ്രാമത്തിൽ ഒരിടത്ത് ചിറകെട്ടി ഒരു കുളം നിർമ്മിച്ചു. ഇതിന്റെ എല്ലാ ജോലികളും ആദിവാസികൾ അടിമപ്പണിയായി കൂലിയില്ലാതെ ചെയ്തുതീർത്തതാണ്. ആദിവാസികൾ ഒരിക്കൽ ആ കുളത്തിൽ നിന്ന് മീൻ പിടിച്ചു. വർളികൾ കരുതി; "കുളം ഗ്രാമത്തിന്റെയല്ലേ." ഉടനെ, "എന്റെ കുളത്തിൽനിന്നു മീൻപിടിക്കാൻ നിങ്ങൾ ആരാണ്?" എന്ന് അട്ടഹസിച്ച് ജന്മി അവരെ കഠിനമായി മർദ്ദിച്ചു. അതിനു പുറമേ നൂറുകണക്കിന് ആദിവാസികളുടെ പേരിൽ കേസും കൊടുത്തു. വർളികളെ പിടിച്ചു കൊണ്ടുപോയി

ലോക്കപ്പിലിട്ടു. ഈ കേസ് മാസങ്ങളോളം നടന്നു. ഞങ്ങൾ അപ്പോൾ അവിടെ ഉണ്ടായിരുന്നതിനാൽ അവരെ ജാമ്യത്തി ലിറക്കിക്കൊണ്ടുവന്നു. അല്ലെങ്കിൽ ഇവർ മാപ്പു ചോദിച്ച് ജന്മിയെ ശരണം പ്രാപിക്കുമായിരുന്നു

ഇവയൊക്കെ നിത്യസംഭവങ്ങൾ. ഇതിനുപുറമേ തഹസീൽദാർ, വില്ലേജുദ്യോഗസ്ഥന്മാർ തുടങ്ങിയവർ ജന്മികൾക്കുവേണ്ടി ഒരുപാട് കാര്യങ്ങൾ ഒരു ആവലാതിയുമില്ലാതെ ചെയ്തുകൊടുത്തിരുന്നു. പാട്ടം കൂട്ടിനിശ്ചയിക്കുക, തെറ്റായ അളവുകളും തൂക്കങ്ങളും അനുവദിക്കുക, വർളികളുടെ പേരിൽ തെറ്റായി എഴുതിച്ചേർത്ത കണക്കു പ്രകാരമുള്ള സംഖ്യ വസുലാക്കാൻ സഹായിക്കുക, കടലാസുകളിലും രേഖകളിലും ബലം പ്രയോഗിച്ച് ആദിവാസികളുടെ വിരലടയാളം വെപ്പിക്കുക, വർളികളുടെ ഭൂമി പിടിച്ചെടുത്ത് ജന്മികളുടെ പേരിലാക്കിക്കൊടുക്കുക തുടങ്ങിയ ഒട്ടേറെ കാര്യങ്ങൾ ഈ ദുഷിച്ച ഉദ്യോഗസ്ഥന്മാർ ചെയ്തു പോന്നു. കോടതി കല്പനകൾ ഒന്നും ആവശ്യമായിത്തോന്നിയില്ല. ഒരിക്കൽ ഞാൻ 'ബാംപ്ഗാവ്' എന്ന ഗ്രാമത്തിൽ ഒരു ദിവസം താമസിക്കുകയുണ്ടായി. താസീൽദാർ അവരുടെ ജന്മിയുടെ കളത്തിൽ താമസിച്ച് മടങ്ങിപ്പോയിട്ടേ ഉണ്ടായിരുന്നുള്ളു. ജന്മിയുടെ ആജ്ഞാനു സരണം വർളികൾ തഹസീൽദാർക്കുവേണ്ടി ഒരുതരം മരത്തിന്റെ പുവിൽനിന്നുണ്ടാക്കുന്ന മദ്യം കൊണ്ടുവന്ന് കൊടുത്തുപോന്നു. ഈ സംഗതി വർളികൾ എന്നോടു പറഞ്ഞു. ഇപ്രകാരം ജന്മികളുടെ ചെലവിൽ തിന്നുകുടിച്ചു നടക്കുന്ന ഉദ്യോഗസ്ഥന്മാർ ഗ്രാമങ്ങളിൽ എന്തുതരം അന്വേഷണം നടത്തുമോ അത്തരം അന്വേഷണങ്ങളൊ ക്കെയാണ് നടത്തിയത്. ചിലപ്പോൾ വെറുതേ വന്ന് ചുറ്റിയടിച്ച് മടങ്ങിപ്പോകും. ഇത്തരം പരിതഃസ്ഥിതിയിൽ ആരുടെ സഹായം പ്രതീക്ഷിച്ചാണ് വർളികൾ ജന്മികളെ എതിർക്കുക?

വർളികൾ എന്തെങ്കിലും എതിർപ്പ് പ്രകടിപ്പിച്ചാൽ ഉടനടി മർദ്ദനം. അവർ വന്ന് കാലിൽ വീഴുന്നതുവരെ കേസും കൂട്ടവും. ഇതാണ് ഏപ്പാട്. കോടതിയിൽ എത്തുമ്പോൾത്തന്നെ വർളികൾ സ്വന്തം നിലയോർത്ത് അർദ്ധപ്രാണരായിട്ടുണ്ടാവും. അവരുടെ വായിൽനിന്ന് ഒരക്ഷരം പുറത്തുവരില്ല. പേടികൊണ്ടവർ വിറയ്ക്കുന്നുണ്ടാകും. ആദിവാസി കൾക്ക് ജാമ്യത്തിലിറങ്ങാമെന്ന ആശയ്ക്കും, വഴിയില്ല. ജാമ്യത്തുക എത്രതന്നെ ചെറുതായാലും, കടുത്ത ദാരിദ്ര്യം മൂലം അതുപോലും കൊടുക്കാനവർക്ക് കഴിവില്ല. അതിനു പുറമേ ജന്മിയെ പേടിച്ച് ആരും ജാമ്യം കൊടുക്കുകയുമില്ല. അതിനാൽ ലോക്കപ്പിൽ കിടക്കുകയല്ലാതെ ഗത്യന്തരമില്ല. ആഹാരമോ വെള്ളമോ കിട്ടുകയില്ല. ആ ലോക്കപ്പുവാ സത്തെ അവർ വല്ലാതെ ഭയപ്പെട്ടു. വക്കീലന്മാരുടെ ചെലവ് താങ്ങാനാ വാത്തതിനാലും അവരെക്കൊണ്ട് ഒരുപയോഗവും ആദിവാസികൾക്ക് ഉണ്ടായിരുന്നില്ല.

കോടതികളും ജന്മികളുടെ ഭാഷയിലേ സംസാരിക്കുക. കാരണം പൊലീസിന്റെയും വില്ലേജധികാരികളുടെയും തെളിവുകൾ അവരുടെ

ഭാഗത്തായിരിക്കുമല്ലോ. ഉംബർഗാവ് താലൂക്കിലെ ഒരു വലിയ ജന്മി തന്നെയായിരുന്നു ഓണററി മജിസ്ട്രേട്ട്. ജന്മികൾ വർളികളെ മർദ്ദിക്കുകയോ ഹിംസിക്കുകയോ അവരുടെ ഭാര്യമാരെ ബലാല്ക്കാരം ചെയ്യുകയോ ചെയ്ത കുറ്റങ്ങൾ ഒരിക്കലും തെളിയിക്കപ്പെടില്ല; കുറ്റവാളികൾ ശിക്ഷിക്കപ്പെടുകയുമില്ല. ആരാണ് കുറ്റം തെളിയിക്കുക: വേലിതന്നെ വിള തിന്നാൻ തുടങ്ങിയാൽ ആരുടെ മുമ്പിൽ എങ്ങനെയാണ് ആക്ഷേപം ബോധിപ്പിക്കുക!

അക്കാലത്ത് ഈ പ്രദേശങ്ങളിൽ വളരെ ചുരുങ്ങിയ തോതിൽ പോലും നീതി ലഭിക്കില്ല. സർക്കാർ അധികാരികളും ഉദ്യോഗസ്ഥന്മാരും എല്ലാ ജനങ്ങൾക്കും വേണ്ടിയുള്ളതാണെന്ന് സാധാരണക്കാർക്ക് തോന്നിയിരുന്നില്ല. പ്രമാണിമാരുടെ സേവകർ എന്ന് അവർ ദൃഢമായി വിശ്വസിച്ചുപോന്നു. ജന്മികൾ ഇത് തുറന്നു പറയാറുമുണ്ട്. "നിങ്ങളെ സഹായിക്കാൻ ആരാണ് വരിക? പൊലീസും സർക്കാരും കോടതിയുമൊക്കെ ഞങ്ങളുടെയാണ്. നിങ്ങളുടെ ഭാഗത്ത് നില്ക്കാൻ ഒരുത്തനെയും കിട്ടിയില്ല. മര്യാദക്ക് ഞങ്ങൾ പറയുന്നത് കേട്ട് നടന്നോളിൻ. നിങ്ങളെ കൊന്നുകളഞ്ഞാൽ പോലും ഞങ്ങളോടാരും ചോദിക്കാനില്ല. മനസ്സിലായോ?" ഇങ്ങനെ പറയുന്നതിൽ അവർക്ക് ഒരു സങ്കോചവും നാണവും തോന്നിയിരുന്നില്ല. അവർ പറയുന്നതായിരുന്നു യാഥാർത്ഥ്യവും. ജനാധിപത്യത്തെപ്പറ്റി മധുരവാണികൾ ഉതിർക്കുന്ന ഇക്കൂട്ടർ നടത്തിയിരുന്നത് സ്വേച്ഛാധിപത്യമായിരുന്നു. അതുകൊണ്ടുതന്നെ ആദിവാസികൾ എല്ലാ മർദ്ദനങ്ങളും നിറമിഴികളോടെ സഹിക്കേണ്ടി വന്നു.

സർക്കാരിന്റെ ഈ തനിനിറം വർളികൾ ശരിക്കും കണ്ടിരുന്നു. വർഷം, ഗ്രീഷ്മം, ശിശിരം തുടങ്ങിയ ഋതുക്കളെപ്പോലെ തന്നെ സർക്കാരധികാരികളുടെ ജന്മിവർഗ്ഗത്തോടുള്ള പക്ഷപാതവും വർളികൾക്ക് സ്വാഭാവികമായ ഒരു പ്രതിഭാസമായി തോന്നി. അവരുടെ കാടൻ ഭാഷയിൽ അവർ പറയാറുണ്ട്. "എന്ത് ചെയ്യാൻ ബായി! ഈ സർക്കാർ ഉദ്യോഗസ്ഥന്മാർ ജന്മികളുടെ ചെലവിൽ തിന്നും കുടിച്ചും നടക്കുന്നു. അവർ പറയുന്നതൊക്കെ ചെയ്യുന്നു. ഞങ്ങൾക്ക് അവർക്കെന്തുകൊടുക്കാൻ കഴിയും? ഞങ്ങളുടെ കാര്യം നോക്കാനാരുമില്ല."

വനം വകുപ്പിലെ ഉദ്യോഗസ്ഥന്മാരും വർളികളുടെ വൈരികൾ തന്നെയായിരുന്നു. കാട് തെളിക്കുക, മരങ്ങൾ അറുക്കുക, മരങ്ങൾ നട്ടുപിടിപ്പിക്കുക തുടങ്ങിയ ഒട്ടനേകം ജോലികൾ അവർക്ക് ചെയ്യേണ്ടി വരുന്നു. സ്വന്തം വയലുകളിൽ ഞാറു നടുന്നതും കാട്ടിൽ മരങ്ങൾ നടന്നതും ചിലപ്പോൾ ഒരേസമയത്ത് ചെയ്യേണ്ടിവരും. അപ്പോൾ വർളികൾക്ക് സ്വന്തം വയലുകളിലെ ജോലി ഉപേക്ഷിച്ച കാടുകളിൽ ജോലിക്കുപോകേണ്ടി വരുന്നു. കൃഷിക്കാർ കാട്ടിലെ ജോലി ചെയ്യാൻ വിസമ്മതിച്ചാൽ അവരെ ബലം പ്രയോഗിച്ച് വനം വകുപ്പുകാർ ജോലിക്കു

കൊണ്ടുപോകും. ആ പണിയൊക്കെ കൂലിയില്ലാതെ ചെയ്യുകയും വേണം. ഈ ജോലിക്കായി സർക്കാർ കൂലികൊടുക്കുന്നുണ്ടെന്ന വസ്തുത അവർക്ക് അറിയില്ലായിരുന്നു. അവർ പറയാറുണ്ട്. "ബായീ, കാട്ടിൽ സർക്കാരിനുവേണ്ടി അടിമപ്പണി ചെയ്യേണ്ടി വരുന്നു.'' കൂലിവകയിൽ സർക്കാരിൽനിന്നും കണക്കെഴുതി വാങ്ങിക്കുന്ന സംഖ്യ കിട്ടുന്നത് അവർക്കല്ല. വനം ഉദ്യോഗസ്ഥന്മാർ അത് ഇടക്കുവച്ച് തട്ടിയെടുക്കുന്നു. ഒരിക്കൽ ഒരു ആദിവാസി പറയുകയുണ്ടായി: "കാട്ടിൽ ജോലി ചെയ്തതിനു കൂലിയായി ഒരു ഫോറസ്റ്റർ ഞങ്ങൾക്ക് ഉപ്പു തരാറുണ്ട്." കാട്ടിലെ ജോലി നിരാകരിച്ചാൽ ഈ ഉദ്യോഗസ്ഥന്മാർ വർളികളെ പലവിധത്തിലും ദ്രോഹിക്കും. ഇവരുടെ പേരിൽ തോന്നിയപോലെ കുറ്റം ആരോപിച്ച് കള്ളക്കേസുകൾ ഉണ്ടാക്കും. അതിനാൽ വനം ഉദ്യോഗസ്ഥന്മാർ പറയുന്നതെന്തും ഒരെതിർപ്പുമില്ലാതെ അവർ ചെയ്തുകൊടുത്തിരുന്നു.

ഏതു വകുപ്പില്പെട്ടവരായാലും സർക്കാരുദ്യോഗസ്ഥന്മാരിൽ ആരും ഈ പാവങ്ങളോട് സൗമ്യമായി സംസാരിക്കാറില്ല. വർളികൾ പറയും: "ബായീ, ശകാരിക്കാതെ ആരും ഞങ്ങളോട് ഉത്തരവിടാറില്ല." ഉദ്യോഗസ്ഥന്മാർക്കൊക്കെ, പ്രത്യേകിച്ച് പൊലീസുകാർക്ക്, വർളികളെ പുലഭ്യം പറയുന്നതും 'രണ്ടു കൊടുക്കുന്നതും അന്യായമായിത്തോന്നാറേയില്ല. ഉയർന്ന പൊലീസ് അധികാരികളും പൊലീസും ജന്മിമാരുടെ കാര്യസ്ഥന്മാരും വർളികളുടെ കാലന്മാരായിരുന്നു.

സർക്കാർ ഉദ്യോഗസ്ഥന്മാരുടെ പിന്തുണയോടുകൂടി ആദിവാസികളെ ചൊല്പടിക്ക് നിർത്താനുള്ള ഏർപ്പാടുകൾ ജന്മികൾക്കുണ്ടായിരുന്നു. കാര്യസ്ഥൻ, പഠാണി, ഭയ്യ, കളം സൂക്ഷിപ്പുകാരൻ തുടങ്ങിയ ഏജന്റുമാർ അവർക്കുണ്ടല്ലോ. ഈ സേവകന്മാർ കൈയിൽ വടിയുമേന്തി ആദിവാസികളെ ഭീഷണിപ്പെടുത്തിക്കൊണ്ട് ഗ്രാമങ്ങളിൽ ചുറ്റിയടിച്ചുകൊണ്ടിരിക്കും. ആവശ്യം വരികയോ അവർക്ക് തോന്നുകയോ ചെയ്യുമ്പോഴൊക്കെ. അവരുടെ വടിയുടെ 'പ്രസാദം' ആദിവാസികൾക്ക് ലഭിക്കും. ഇതിൽനിന്ന് സ്ത്രീകളും രക്ഷപ്പെടാറില്ല. ജന്മികളുടെ മർദ്ദനഹസ്തങ്ങൾ ഈ സ്വകാര്യസംഘം വഴി ഗ്രാമത്തിന്റെ മുക്കിലും മൂലയിലും എത്തും. അവരുടെ ശക്തികൊണ്ട് വിവരിക്കാനാവാത്തവിധം മർദ്ദനങ്ങൾ നടത്തുന്നു; സർക്കാർ അധികാരികളുടെ സഹായത്താൽ രക്ഷപ്പെടുകയും ചെയ്യുന്നു.

നിരപരാധികളും നിരാധരരുമായ വർളികൾ ഇപ്രകാരം അവരവരുടെ ചെറ്റകുടിലുകളിൽ ജീവിച്ചു വരികയായിരുന്നു. അവർക്കൊരു സംഘടനയുണ്ടായിരുന്നില്ല. ആരുടെയും സഹായം അവർക്ക് ലഭിച്ചിരുന്നില്ല. അതിനാൽ ഈ സമൂഹം മുഴുവൻ അർദ്ധപ്രാണരായി അധഃപതിച്ചു കഴിയുകയായിരുന്നു. മനുഷ്യരായി ഉണർന്നെണീക്കുവാൻ തങ്ങൾക്ക് അവകാശമുണ്ടെന്നുപോലും അവർക്കറിയാമായിരുന്നില്ല. ആത്മാഭിമാനം തെല്ലും അവശേഷിക്കുന്നില്ല. ജന്മികളുടെ ചൂഷണവും

മർദ്ദനപരിപാടികളും മാത്രം ബുദ്ധിപൂർവ്വം ആസൂത്രണം ചെയ്യപ്പെട്ടിരുന്നു.

കോച്ചായി ഗ്രാമത്തിൽ കോച്ചായിവാലാ എന്നുപേരുള്ള ഒരു വലിയ ജന്മിയുണ്ട്. അയാളുടെ ഹിംസപ്രവർത്തനങ്ങൾക്ക് വിശേഷതയുണ്ടായിരുന്നു. അയാളുടെ കാര്യസ്ഥൻ ഒരു പഠാണി ആണ്. ജന്മിയുടെ അറിവോടെ അയാൾ ആദിവാസികളെ പൈശാചികമായി മർദ്ദിച്ചു. ഈ മർദ്ദനങ്ങൾ അസഹനീയമായിത്തീർന്നപ്പോൾ രൂപ്ജി രഡു എന്നുപേരുള്ള ഒരു ആദിവാസിയുടെ നേതൃത്വത്തിൽ ഒരു സംഘം ആദിവാസികൾ അയാളോട് പകവീട്ടി. ആ ഏറ്റുമുട്ടലിൽ പഠാണി കൊല്ലപ്പെട്ടു. ആദിവാസികൾ ഒട്ടും പരിഭ്രമിച്ചില്ല. ഞങ്ങൾ അവിടെ എത്തിയിട്ടുണ്ടായിരുന്നു. അവർക്ക് ഞങ്ങൾ സഹായം നല്കി. രൂപ്ജി കോടതിയിൽ ഉത്തരം നല്കി. "പഠാണിയുടെ ഉപദ്രവം സഹിക്കവയ്യാതായപ്പോൾ ജന്മിയുടെ മർദ്ദനത്തിൽനിന്ന് രക്ഷകിട്ടാൻ വേണ്ടി ഞാൻ പ്രതികാരം ചെയ്തു. എന്തു ശിക്ഷയായാലും ഞാൻ അനുഭവിക്കാൻ തയ്യാറാണ്." രുപ്ജി ഏഴുവർഷത്തെ കഠിനതടവിന് ശിക്ഷിക്കപ്പെട്ടു. അയാൾ കുറ്റക്കാരനെന്ന് കോടതി വിധിയെഴുതി. പക്ഷേ, ജനങ്ങൾ അയാളെ തങ്ങളുടെ സുഹൃത്തും നേതാവുമായി അംഗീകരിച്ചു. ജയിൽ വിമോചിതനായി വന്നപ്പോൾ അയാളെ ആർഭാടപൂർവ്വം ആദരിച്ച് എതിരേറ്റു.

1945 നു ശേഷം ആദിവാസികളുടെ സ്ഥിതിയിൽ മാറ്റം വന്നു. ആദിവാസികളുടെ ഐക്യവും ദൃഢനിശ്ചയവും കമ്യൂണിസ്റ്റ് പാർട്ടിയുടെ നേതൃത്വവുംമൂലം ജന്മിവർഗ്ഗത്തിന്റെ മർദ്ദനപരിപാടികൾക്ക് ശക്തി കുറഞ്ഞുവന്നു. കിസാൻസഭയുടെ ആപ്പീസുകൾ തുറക്കപ്പെട്ടു. ആദിവാസികളുടെ കഥകൾ ബോംബെവരെ എത്താൻ തുടങ്ങി. ആദിവാസികളുടെ നേരെയുണ്ടാകുന്ന അക്രമങ്ങൾ തെളിയിക്കപ്പെട്ടു തുടങ്ങി. പ്രബലമായ ജന്മിത്തത്തെ നേരിടാൻ ശക്തിയുള്ള സംഘടന ഉയർന്നുവന്നു. രൂപ്ജികഡുവിനെപ്പോലെ പാവങ്ങളായ സ്വന്തം സഹോദരർക്കുവേണ്ടി പ്രാണത്യാഗംപോലും ചെയ്യാൻ തയ്യാറുള്ള പൊന്നുപോലുള്ള പ്രവർത്തകർ ഉണർന്നെണീറ്റു. വർളികൾ പറയാൻ തുടങ്ങി; "ചെങ്കൊടി നമുക്കുവേണ്ടി ദേവദൂതനെപ്പോലെ ഓടിയെത്തിയിരിക്കുന്നു."

ജന്മികളുടെയും ഹുണ്ടികക്കാരുടെയും സ്വാർത്ഥതാല്പര്യങ്ങൾ പത്തിതാഴ്ത്തിത്തുടങ്ങി., അവർ തങ്ങളുടെ വർഗ്ഗശത്രുക്കളായിത്തന്നെ ഞങ്ങൾ കണക്കാക്കി. ആ പ്രദേശങ്ങളിൽ ഞങ്ങളുടെ പ്രവർത്തനങ്ങൾ അസാദ്ധ്യമാക്കാൻ അവർ കഴിവുറ്റു ശ്രമിച്ചു.

ഞങ്ങളുടെ താമസസ്ഥലങ്ങൾ

ജന്മികളുടെ മർദ്ദനങ്ങൾക്കും അനീതികൾക്കും സർക്കാർ ഉദ്യോഗസ്ഥന്മാരുടെ പക്ഷപാതപരമായ നടപടികൾക്കും ഞങ്ങൾ കാരണം വിഘാതം വന്നുതുടങ്ങിയതോടെ ജന്മി വർഗ്ഗം ഞങ്ങളെ കാര്യമായി ശ്രദ്ധിച്ചു തുടങ്ങി. അവിടങ്ങളിലെ ഞങ്ങളുടെ ജീവിതം അസാദ്ധ്യമാക്കാൻ അവർ പ്രയത്നിച്ചു. ആവുന്നിടത്തോളം ദ്രോഹിച്ചാൽ സഹികെട്ട് ഞങ്ങൾ മടങ്ങിപ്പൊയ്ക്കൊള്ളുമെന്ന് കരുതി അവർ പാഴ്ശ്രമങ്ങൾ നടത്തിനോക്കി.

ആ ദിനം ഇന്നും കൺമുമ്പിൽ തെളിഞ്ഞുകാണുന്നു: 1945 ൽ ഉംബർഗാവ് താലൂക്കിലെ ശീർഗാവ് എന്ന സ്ഥലത്തുവച്ച് സംയുക്ത മഹാരാഷ്ട്രപരിഷത്തിന്റെ ആഭിമുഖ്യത്തിൽ ഒരു അതിർത്തി സമ്മേളനം നടക്കുകയുണ്ടായി. ഗുജറാത്തി മഹാരാഷ്ട്ര അതിർത്തിയിലായിരുന്നതിനാൽ സമ്മേളനദിനത്തിൽ ശീർഗാവ് ആയിരക്കണക്കിന് ആദിവാസികളായ ശ്രോതാക്കളാൽ നിറഞ്ഞുകവിഞ്ഞിരുന്നു. ഠാണജില്ലയിലെ കുലീനകുടുംബാംഗങ്ങളും എല്ലാ രാഷ്ട്രീയാഭിപ്രായക്കാരുമായ മാന്യരും ആ യോഗത്തിൽ ഹാജരുണ്ടായിരുന്നു. കമ്യൂണിസ്റ്റ് പാർട്ടിയെ പ്രതിനിധീകരിച്ചുകൊണ്ട് ശ്യാമറാവു പരുലേക്കറും ബി ടി രണദിവെയും ഞാനും ഉണ്ടായിരുന്നു. പരിഷത്തിന്റെ അദ്ധ്യക്ഷനായിരുന്ന ബഹുമാന്യനായ ഡി പി പോത്ദാർ ആണ് അദ്ധ്യക്ഷസ്ഥാനം അലങ്കരിച്ചത്. സമ്മേളനത്തിന്റെ അവസാനദിവസം കൃതജ്ഞതാപ്രകടനം നടന്നുകൊണ്ടിരുന്നു. ഒരേലക്ഷ്യത്തിനുവേണ്ടി ഒന്നിച്ച് അണിനിരന്നിട്ടുള്ള ആദിവാസികളുടെയും സമൂഹത്തിലെ മാന്യന്മാരുടെയും ആ സമ്മിശ്രസദസ്സ് ഞാൻ നോക്കിയിരുന്നുപോയി. എന്റെ കണ്ണുകളിൽ നിന്ന് അശ്രുക്കൾ ഇറ്റിറ്റു വീണു, എന്റെ മനോമുകുരത്തിൽ അതിന് എട്ടു വർഷംമുമ്പു

നടന്ന പ്രക്ഷോഭത്തിന്റെ ചിത്രം തെളിഞ്ഞുവന്നു. 1945 മെയ്മാസത്തിൽ നടന്ന ഒരു അവിസ്മരണീയ സംഭവം ഓർമ്മയിലെത്തി. പരിതഃസ്ഥിതിയിൽ വന്ന മാറ്റം കണ്ട് എന്റെ മനസ്സ് വികാരപരവശമായി.

ഇതേ ദിവസം തന്നെയായിരുന്നു അന്ന്. മെയ്മാസത്തിലെ ആ ദിവസം നടന്ന സംഭവം മനസ്സിലാകുന്നവർക്ക് മാത്രമേ എന്റെ മാനസികാവസ്ഥ മനസ്സിലാക്കാൻ കഴിയൂ. മെയ്മാസത്തിൽ 'ജ്ഹ്റി' പരിഷത്തിന്റെ പ്രചാരവേല ആരംഭിച്ചതു മുതൽ ഞങ്ങൾക്കെതിരായുള്ള ദുഷ്പ്രചാരണവും തുടങ്ങിക്കഴിഞ്ഞിരുന്നു. ഈ പരിപാടിക്ക് അവിടത്തെ റവന്യൂ ഉദ്യോഗസ്ഥന്മാരുടെയും പൊലീസ് അധികാരികളുടെയും എല്ലാ സഹായവും ഉണ്ടായിരുന്നു. വൻകിട ജന്മികളുടെയും ഹുണ്ടികക്കാരുടെയും പിന്തുണയും ഉണ്ടായിരുന്നു.

ഞങ്ങളുടെ ഒരു പ്രചാരണയോഗം ചന്ത കൂടുന്ന ദിവസം തൽവാഡാ ഗ്രാമത്തിൽ വച്ചിരുന്നു. യോഗം കഴിഞ്ഞ് മടങ്ങുമ്പോൾ രഡ്കറെ കണ്ടുമുട്ടി. അദ്ദേഹം നാർഗോളിൽ അദ്ധ്യാപകനായിരുന്നു. അന്ന് അവധിയായിരുന്നതിനാൽ യോഗത്തിൽ സംബന്ധിക്കാൻ വന്നതാണ്.

ദൾവിയും ഞാനും പ്രചാരണാർത്ഥം കുഗ്രാമങ്ങളിൽ ചുറ്റി സഞ്ചരിക്കുകയായിരുന്നു. ഏറെ ദിവസമായി ചായകുടിക്കുകയോ ഭക്ഷണംകഴിക്കുകയോ ചെയ്തില്ല. മൂന്നുനാലു ദിവസങ്ങളായി കുളിക്കാനും പറ്റിയില്ല. ഞാൻ തലമുടിയുടെ കെട്ട് അഴിക്കുകപോലും ചെയ്തില്ല. പ്രചരണത്തിനായി മുന്നോട്ടുപോകുന്നതിനു മുമ്പ് എവിടെനിന്നെങ്കിലും കുറച്ച് ചായ കഴിച്ച് കുളിച്ച് എന്തെങ്കിലും ഭക്ഷണം കഴിച്ചാൽ കൊള്ളാമെന്ന തോന്നി. ശീർഗാവ് ജന്മികൾ താമസിക്കുന്ന ഒരു വലിയ ഗ്രാമമാണ്. ഒരുപക്ഷേ ശുചിയുള്ള ഭക്ഷണം ലഭിച്ചേക്കും എന്ന പ്രതീക്ഷയോടെ, ശീർഗാവ് സന്ദർശിച്ചിട്ടില്ലാത്ത ഞങ്ങൾ ഗ്രാമമൊക്കെ ഒന്നുകാണാം, അതിനിടയിൽ എന്തെങ്കിലും സൗകര്യം ലഭിച്ചാൽ അതുമായി എന്ന ആശയോടുകൂടി ശീർഗാവിലേക്ക് പോകാൻ തീരുമാനിച്ചു.

കുഗ്രാമങ്ങളിൽ ആദിവാസികളുടെ യോഗം പകൽ നടത്താൻ സാദ്ധ്യമാവുകയില്ലെന്ന് രണ്ടാമതൊരു കാരണംകൂടി ഉണ്ടായിരുന്നു, ശീർഗാവിലേക്ക് തിരിച്ചതിന്റെ പിന്നിൽ. എല്ലാ കൃഷിക്കാരും വയലിൽ അടിമപ്പണിക്കോ, മറ്റെന്തെങ്കിലും ജോലിക്കോ പോയിരിക്കും. പകൽ ജോലിയൊന്നുമില്ല. അപ്പോൾ ശീർഗാവിൽ പോയേക്കാം എന്ന് തീരുമാനിച്ചു.

ഉൾപ്രദേശങ്ങളിലൂടെ നടന്ന് ഞങ്ങൾ ഭിലാഡ് സ്റ്റേഷനിൽ എത്തിച്ചേർന്നു. അവിടെനിന്ന് മൂന്ന് മൈൽ അകലെയുള്ള ശീർഗാവിലേക്ക് വീണ്ടും കാൽനടയായി പോകാൻ മടിതോന്നി. വണ്ടിയുടെ സമയമല്ലാത്തതിനാൽ 'ടോംഗ' (കുതിരവണ്ടി) കിട്ടാൻ കുറച്ചുനേരം കാത്തിരിക്കേണ്ടിവരും. ഞങ്ങൾ സ്റ്റേഷനു സമീപം നടന്നു. അവിടെ അന്ന് ഇന്നത്തെപ്പോലെ ഹോട്ടലൊന്നും ഇല്ല. ശീർഗാവിലേക്ക് പോകുന്ന

റോഡരികിൽ തീരെ ചെറിയ ഒരു ഹോട്ടൽ ഉണ്ട്. ഹോട്ടൽകാരനിൽനിന്ന് കുറച്ചുവെള്ളം വാങ്ങി ഞങ്ങൾ മുഖംകഴുകി. മനസിനിണങ്ങിയില്ലെങ്കിലും ചായ കഴിച്ചു. വണ്ടിയുടെ സമയം ആയിത്തുടങ്ങിയപ്പോൾ സ്റ്റേഷനിൽ ആൾത്തിരക്ക് കൂടിവന്നു. 'ടോംഗ'കൾ ഓരോന്നോരോന്നായി വന്നുതുടങ്ങി. എന്റെ മുടിയിൽ എണ്ണമയം തീരെ ഇല്ല. വസ്ത്രങ്ങൾ പൊടിയിൽ മുങ്ങിയിരുന്നു. നല്ല വെയിലുള്ള പകൽ രണ്ടു നാലു ദിവസമായി ദേഹത്തിൽ ജലസ്പർശമുണ്ടായിട്ടില്ല. സ്റ്റേഷനിൽ ഉണ്ടായിരുന്ന പ്രമാണികളും ജന്മികളും ഒക്കെ 'നിങ്ങൾ ആരാണെന്ന് ഞങ്ങൾക്കറിയാം' എന്ന അർത്ഥത്തിൽ വളരെ പുച്ഛത്തോടെ ഞങ്ങളെ നോക്കുകയും തമ്മിൽ തമ്മിൽ അടക്കം പറയുകയും ചെയ്യുന്നുണ്ടായിരുന്നു. ഞങ്ങൾ അവരെ ഗൗനിച്ചതുകൊണ്ട് പ്രയോജനമൊന്നും ഇല്ലായിരുന്നു. ഞങ്ങൾ മുന്നുപേരും ഒരു 'ടോംഗ' പിടിച്ച് ശീർഗാവിലേക്ക് യാത്ര പുറപ്പെട്ടു.

ഞങ്ങളുടെ 'ടോംഗ' ശീർഗാവിനടുത്തെത്തി ഗ്രാമത്തിലേക്കുള്ള റോഡിൽ പ്രവേശിച്ചതോടെ ഭൂകമ്പം ഉണ്ടായാലെന്നപോലെ ശീർഗാവ് ആകെ ഇളകിത്തുടങ്ങി. ചിലർ വാതിലിനടുത്തെത്തി ആശങ്കാപൂർവ്വം 'അതാ നോക്കു, നമ്മുടെ ഗ്രാമത്തിലും വന്നിരിക്കുന്നു. അവർ തന്നെ' എന്ന ഭാവത്തോടെ ഞങ്ങളെ നോക്കി, ഞങ്ങളുടെ 'ടോംഗ'ക്കു നേരെ കൈചൂണ്ടിക്കാണിക്കുന്നുണ്ടായിരുന്നു. കുട്ടികളും പെണ്ണുങ്ങളും പുരുഷന്മാരുമെല്ലാം ഞങ്ങളെ കാണുന്നതിനായി ഒറ്റക്കും കൂട്ടായും അവരവരുടെ വാതില്പടിയിൽ വന്ന് എത്തിനോക്കി. ചിലർ വഴിവക്കിൽ വന്നു നിന്നു. മറ്റു ചിലർ നാല്ക്കവലയിൽ കൂട്ടംകൂടി. പലർക്കും കൗതുകം തോന്നിയിരുന്നു. ഞങ്ങൾ ഗ്രാമത്തിൽ നടാടെ പ്രവേശിച്ചതാണ്. എവിടെ പോകണമെന്നോ, എന്ത് ചെയ്യണമെന്നോ ഞങ്ങൾക്കറിഞ്ഞുകൂടാ. കുറച്ചുദൂരം മുന്നോട്ടുപോയി. ടോംഗവാല (കുതിരവണ്ടിക്കാരൻ) ചോദിക്കാൻ തുടങ്ങി. "ബായീ എവിടെയാണ് പോകേണ്ടത്!" ഞാനെന്തുപറയാനാണ്! ഗ്രാമത്തിൽ ഒരു അമ്പലമുണ്ടാകാതിരിക്കില്ലെന്ന വിശ്വാസത്തോടെ ഞാൻ പെട്ടെന്ന് പറഞ്ഞു: "ഗണപതിയമ്പലത്തിനടുത്തേക്കു പോകാം." സൂത്രം ഫലിച്ചു. ഗ്രാമത്തിൽ ഒരു ഗണപതിക്ഷേത്രമുണ്ടായിരുന്നു. വണ്ടിക്കാരൻ അവിടെ വണ്ടി നിർത്തി. ഞങ്ങൾ ഇറങ്ങി അമ്പലത്തിനുള്ളിലേക്ക് പോയി.

അമ്പലത്തിന്റെ ഒതുക്കുപടവുകൾ കയറിച്ചെന്നാലുടൻ ഒരു വരാന്ത. വരാന്തയുടെ ഒരറ്റത്ത് സിമന്റുകൊണ്ട് കെട്ടിയ ഒരു തറ. ഞങ്ങളുടെ സാമാനങ്ങൾ ഏല്ലാം അതിൽ വെച്ചു, വൈകുന്നേരംവരെ അവിടെ വിശ്രമിക്കാനായിരുന്നു ഞങ്ങളുടെ ഉദ്ദേശ്യം. കിണറോ മറ്റോ ഉണ്ടോ എന്ന് നോക്കുന്നതിനായി ഞാൻ ക്ഷേത്രത്തിന്റെ പിൻവശത്തേക്കു പോയി. അപ്പോഴേക്കും 'പിംപുട്കർ' എന്ന ചെറുപ്പക്കാരൻ അവിടെ വന്നു. അവിടത്തെ പൂജാരിയാണ് അയാൾ. അയാൾ വന്നപാടെ പറഞ്ഞു; "ക്ഷേത്രത്തിൽ നിങ്ങൾക്ക് വിശ്രമിക്കാൻ സാദ്ധ്യമല്ല. പഞ്ചായത്ത്

പ്രസിഡന്റ് വിലക്കിയിട്ടുണ്ട്. നിങ്ങൾ ഇവിടെ നിന്ന് പോകണം." ഞങ്ങൾ കുറേനേരം ആലോചനയിലാണ്ടു. ഞങ്ങളുടെ സ്ഥിതി വലിയ കഷ്ടത്തിലായി. അവിടെ വർളികളുമായി പരിചയപ്പെട്ടിട്ടില്ല. ഗ്രാമത്തിലെ ക്ഷേത്രത്തിൽ പോലും ഒരിടം നല്കാൻ അവിടത്തുകാരായ പ്രമാണികൾ തയ്യാറല്ല. ടോംഗ മടങ്ങിപ്പോവുകയും ചെയ്തു. ഒന്നു കുളിക്കാൻ വേണ്ടി ഞങ്ങൾ ശരിക്കും കൊതിക്കുന്ന സമയമായിരുന്നു. എന്തു ചെയ്യണമെന്ന് ഒരു പിടിയും ഇല്ല. ഞാൻ പുജാരിയോട് പറഞ്ഞു; "പഞ്ചായത്തു പ്രസിഡന്റ് എന്തു പറഞ്ഞാലും ശരി ഞങ്ങൾ ഇവിടെത്തന്നെ വിശ്രമിക്കും. അയാൾ വിലക്കിയിട്ടുണ്ടെന്നല്ലേ നിങ്ങൾ പറഞ്ഞത്? ശരി, ഗ്രാമത്തിലുള്ളവരുടെ ഒരു പൊതുയോഗം വിളിക്കൂ. അവർ വിലക്കുകയാണെങ്കിൽ അപ്പോൾ നോക്കാം." ആ ചെറുപ്പക്കാരൻ ഇതെല്ലാം കേട്ടപ്പോൾ അവിടെ നിന്നു പോയി. ഞങ്ങൾ അന്ന് ശീർഗാവിൽ തന്നെ താമസിക്കാൻ തീരുമാനിച്ചു. ഞങ്ങൾ പുതിയ ആളുകളാണ്. ജന്മികൾ ഞങ്ങളെ ദ്രോഹിക്കുന്നു എന്ന് പറഞ്ഞ് ഗ്രാമത്തിൽ ചുറ്റിനടന്ന് എവിടെയെങ്കിലും സൗകര്യം ലഭിക്കുകയാണെങ്കിൽ അവിടെ സാമാനങ്ങൾ സൂക്ഷിക്കാമെന്ന് നിശ്ചയിച്ചു. അടുത്തെങ്ങാനും ആദിവാസികളുടെ വസതികളുണ്ടാകും. അവിടെ സൗകര്യപ്പെടുത്താം എന്ന് ഞങ്ങൾ മനസ്സിൽ കരുതി.

ദൾവിയും ഞാനും ഇനിയങ്ങോട്ടുള്ള കാര്യങ്ങൾക്കായി പുറത്തേക്കിറങ്ങി. കുറച്ചു സമയത്തിനുള്ളിൽ ദൾവിയും ഒരു കരുവാന്റെ കിണറ്റിനടുത്ത് കുളിക്കാനുള്ള സൗകര്യമുണ്ടാക്കി തിരിച്ചുവന്നു. കുളിക്കുന്നതിനെപ്പറ്റി ആ കരുവാനോട് ചോദിച്ചപ്പോൾ അയാൾ പറഞ്ഞുവത്രേ. "നിങ്ങളെന്താ എന്റെ കിണർ പൊക്കിയെടുത്തുകൊണ്ടു പോകുകയൊന്നുമില്ലല്ലോ. സുഖമായി കുളിച്ചോളൂ. എനിക്കൊരു വിരോധവുമില്ല." ഞങ്ങൾ കുളിക്കുന്നതിനായി കരുവാന്റെ പുരയിടത്തിലേക്ക് പോയി. ദൾവി ഒരു ബക്കറ്റ് വെള്ളം കോരിയെടുത്തു. ഞാൻ ആ സഖാവിന്റെ വസ്ത്രങ്ങളിൽ സോപ്പുകലർത്തിവച്ചു. അദ്ദേഹം രണ്ടാമത്തെ ബക്കറ്റ് കിണറ്റിലേക്ക് ഇറക്കിക്കൊണ്ടിരുന്നപ്പോഴേക്കും കരുവാന്റെ വീട്ടിൽനിന്ന് ഒരു സ്ത്രീ ഒച്ചയിടുന്നത് കേട്ടു. "നിങ്ങൾ ഞങ്ങളുടെ കിണറ്റുവക്കത്ത് എന്തിനുവന്നു. എന്റെ കിണറ്റിൽനിന്നും വെള്ളം കോരാൻ പാടില്ല. കുളിക്കണമെങ്കിൽ റോഡുവക്കിൽ സർക്കാർവക കിണറുണ്ട്. അവിടെ പൊയ്ക്കൊള്ളിൻ. കെട്ടും ഭാണ്ഡവുമൊക്കെ എടുത്ത് എന്റെ വീട്ടിൽനിന്നും ഇപ്പോൾ ഇറങ്ങണം." അവൾ ഞങ്ങളുടെ വസ്ത്രങ്ങൾ എടുത്ത് പുറത്തേക്കെറിഞ്ഞില്ലെന്നു മാത്രം! ഇത്രയുമായപ്പോൾ പിന്നെ കുളിയുടെ കാര്യം എന്തായി എന്ന് പറയേണ്ടല്ലോ! ഗ്രാമത്തിലെ പ്രമാണികളും മാന്യന്മാരെന്ന് നടിക്കുന്നവരുമായ 'ശ്രീമാന്മാർ' ഭീഷണിപ്പെടുത്തിയത് മൂലമാണ് ഈ മാറ്റമുണ്ടായതെന്ന് ഞങ്ങൾക്ക് മനസ്സിലായി. ഞങ്ങൾ തുണികളുമെടുത്ത് ക്ഷേത്രത്തിലേക്കുപോന്നു. ഞങ്ങൾക്കപ്പോഴുണ്ടായ വികാരം ഞങ്ങൾക്കുമാത്രമേ അറിയാവൂ.

ഞങ്ങൾ തീരെ ഭഗ്നാശയരായി. വേറെ എവിടെയെങ്കിലും സൗക

ര്യപ്പെടുമോ എന്നറിയാൻ ഞാൻ വീണ്ടും പുറത്തേക്കിറങ്ങി. ഗ്രാമത്തിൽ ഒരു മുസ്ലീം കച്ചവടക്കാരിയുണ്ടായിരുന്നു. അവർ ഗ്രാമത്തിൽ നിന്ന് തെല്ല കലെയാണ് താമസിച്ചിരുന്നത്. അവർ സ്വതന്ത്രമായി തൊഴിൽ ചെയ്യു ന്നവളാണ്. വളരെ സ്നേഹത്തോടും ഔദാര്യത്തോടും കൂടി അവരുടെ സ്വന്തം വീട്ടിൽ എല്ലാം സൗകര്യങ്ങളും ചെയ്തുതന്നു. അവരുടെ വീട്ടിൽ സാമാന്യം ഭേദപ്പെട്ട ഒരു കുളിമുറിയുണ്ട്. ഞാൻ അവിടെ സുഖമായി കുളിച്ചു. ദേഹത്തിലെ അഴുക്കും ചെളിയും കളഞ്ഞപ്പോൾ തന്നെ വലിയ ആശ്വാസം തോന്നി. ആ സ്ത്രീയോട് നന്ദിപറഞ്ഞ് ഞാൻ ക്ഷേത്രത്തിലെ വരാന്തയിലേക്കു തന്നെ തിരിച്ചുപോന്നു. ദൾവി സർക്കാർ വക കിണറ്റു വക്കിൽച്ചെന്ന് കുളിച്ചുവന്നു. രഡ്കർ ക്ഷേത്രത്തിന്റെ വരാന്തയിൽ ഞങ്ങളുടെ സമാനങ്ങൾ നോക്കി അവിടെത്തന്നെ ഇരിക്കുകയാണ്. കുളി കഴിഞ്ഞ് ഇനി ഭക്ഷണത്തിന്റെ കാര്യം നോക്കണം. ഗ്രാമം അത്ര മോശ മല്ലെങ്കിലും നല്ല ഹോട്ടലുകൾ ഒന്നും ഇല്ലായിരുന്നു. ദൾവി ഭക്ഷണം ഏർപ്പാടു ചെയ്യുന്നതിനായി അടുത്തുള്ള 'അംധേർപാഡ'യിലെ ആദി വാസികളുടെ അടുത്തേക്കുപോയി.

രഡ്കർ ശീർഗാവിലുണ്ടായിരുന്ന അദ്ദേഹത്തിന്റെ ചില വിദ്യാർത്ഥി കളെ ആളെ അയച്ച് വിളിപ്പിച്ചു. അവരിൽ ചിലർ ക്ഷേത്രത്തിൽ വന്ന് അറച്ചറച്ചു രഡ്കറെ കാണാനുള്ള സന്മനസ്സെങ്കിലും കാണിച്ചു. ചിലർക്ക് അത്രത്തോളവും ധൈര്യ വന്നില്ല. വന്നവർ ചിലർ പറഞ്ഞു. "വീട്ടിൽ ആരുമില്ല, എല്ലാവരും ഗ്രാമം വിട്ടൊരിടത്തേക്ക് പോയി രിക്കയാണ്." മറ്റു ചിലർ കാര്യം തുറന്നു പറഞ്ഞു: "വീട്ടിൽനിന്ന് വിലക്കിയിട്ടുണ്ട്. സാദ്ധ്യമല്ല." വിദ്യാർത്ഥികൾ വഴി എന്തെങ്കിലും സൗകര്യം ഉണ്ടാകുമോ എന്ന പ്രതീക്ഷയും അങ്ങനെ തകർന്നു. ഞങ്ങൾ ദൾവിയെയും കാത്തുകാത്ത് ക്ഷേത്രവരാന്തയിൽ ഇരുന്നു.

ദൾവി കുറച്ചുസമയത്തിനുള്ളിൽ 'അംധേർപാഡ'യിലെ ഒരു ആദിവാസിയുടെ വീട്ടിൽ ഭക്ഷണത്തിനുള്ള ഏർപ്പാട് ചെയ്ത് തിരിച്ചെത്തി. ഞങ്ങൾ ഗ്രാമത്തിലെ ഒരു ഹോട്ടലിൽ നിന്ന് കുറച്ചു കൂട്ടാൻ വാങ്ങി കൈയിൽ വെച്ചു. സാമാനങ്ങളുമെടുത്ത് അംധേർപാഡയിലേ ക്കുപോയി. ഈ വർളികളും ഞങ്ങളും തമ്മിൽ അതുവരെ പരിചയ പ്പെട്ടിട്ടില്ല. എന്നിട്ടും തമലയിൽ വെള്ളമെടുത്ത് തന്നിട്ട് വലിയ സങ്കോച ത്തോടുകൂടി അവർ വീണ്ടും ചോദിച്ചു: "ഭക്ഷണത്തിനിരിക്കുകയല്ലേ?" ഈ വലിയ ആളുകൾ ഞങ്ങളുടെ വീട്ടിൽനിന്ന് എങ്ങനെ ഭക്ഷണം കഴിക്കുമെന്ന് അവർക്ക് തോന്നിയിരിക്കണം. ഞങ്ങൾ ഭക്ഷണം കഴിക്കാൻ തന്നെയാണ് വന്നതെന്ന് പറഞ്ഞു. അവർക്ക് സന്തോഷമായി. ആ വീട്ടിലെ സ്ത്രീകൾ അരിയെടുത്ത് വൃത്തിയാക്കി അടുപ്പത്തിട്ടു. ഞങ്ങൾ 'അംധേർപാഡ'യിൽ എത്തിയപ്പോൾ പകൽ ഒരു മണിയോടു ടടുത്തിരുന്നു. ഭയങ്കര വിശപ്പ്. വെറും ചോറുമാത്രം ഉണ്ടാക്കാനാണ് പറഞ്ഞിരുന്നത്. ചോറ് തയ്യാറായപ്പോൾ കൈയിൽ കൊണ്ടുവന്നിരുന്ന കൂട്ടാൻ കൂട്ടി ഞങ്ങൾ വയറുനിറയെ ഭക്ഷണം കഴിച്ചു. ഗൃഹനാഥൻ

അടുത്ത് ബീഡിയും പുകച്ചിരുന്നു. ഊണുകഴിക്കുമ്പോൾ ഞങ്ങൾ അയാളുമായി ധാരാളം സംസാരിച്ചു. ഞങ്ങൾക്ക് പല വിവരങ്ങളും ലഭിച്ചു. ഞങ്ങൾ തുറന്ന മനസ്സോടെ എല്ലാം കേട്ടതിൽ അവർക്ക് വലിയ സന്തോഷം തോന്നി. ജ്ഹരിപരിഷത്തിനെപ്പറ്റി ഞങ്ങളവരോട് പറഞ്ഞു. ഗ്രാമത്തിൽ ഞങ്ങൾക്ക് ലഭിച്ച സ്വീകരണത്തെപ്പറ്റിയും പറഞ്ഞു. ഞങ്ങളുടെ എല്ലാ അനുഭവങ്ങളും കേട്ടപ്പോൾ അവർക്ക് ഞങ്ങളോട് കൂടുതൽ അടുപ്പവും സ്നേഹവും തോന്നിത്തുടങ്ങി.

സമയം ഏതാണ്ട് മൂന്നുമണിയായപ്പോൾ ഞാൻ കുടിലിന്റെ വാതിലിനടുത്ത് കാറ്റുള്ള സ്ഥലത്ത് കിടന്നു. ദൾവിയും രഢ്കറും അവിടെ കിടന്ന ബഞ്ചിലിരുന്ന് വിശ്രമിച്ചു. ഞങ്ങൾക്കാർക്കും ഉറക്കം വന്നില്ല. എല്ലാവരും സംസാരിച്ചുകൊണ്ടിരുന്നു. വൈകുന്നേരം വെയിലാറി അഞ്ചരമണിയായപ്പോൾ ഞങ്ങൾ ഭിലാഡിലെ യോഗത്തിന് പോകാനൊരുങ്ങുകയായിരുന്നു. ഇതിനിടയ്ക്ക് "എന്തു പറയുന്നു. വീട്ടിനകത്തുണ്ടോ?" എന്ന് വളരെ കാര്യമായി അന്വേഷിച്ചുകൊണ്ട് ഗ്രാമത്തിലെ ഒരു വലിയ ജന്മി ആരെകർ അവിടെ വന്നു. ഞങ്ങളാരും ഒന്നും മിണ്ടിയില്ല. അയാൾ അകത്ത് കയറി കട്ടിലിൽ ഇരുന്നു. മനസ്സിൽ പ്രത്യേക ഉദ്ദേശ്യം വെച്ചുകൊണ്ട് ഞങ്ങളോട് സംസാരിക്കാൻ തുടങ്ങി. "ആ പിംപുട്കർ ആരാണ്? ഒരു വെറും ചെറുക്കൻ! അവനെന്തറിയാം! അവൻ നിങ്ങളോടെന്തൊക്കെയോ പറഞ്ഞു. നിങ്ങൾ ഇപ്പോൾ ഗ്രാമത്തിലേക്ക് വരൂ. യാത്ര തുടങ്ങുന്നതിനുമുമ്പ് ചായയൊക്കെ കഴിച്ചിട്ട് പോകാം."

മൂന്ന് നാല് മണിക്കൂറുകൾക്കകം എന്ത് ഇന്ദ്രജാലമാണ് നടന്നതെന്ന് ഞങ്ങൾ അത്ഭുതപ്പെട്ടു. ഇയാളെങ്ങനെ ഇപ്രകാരം മാറിപ്പോയി? പിന്നീടാണ് ഞങ്ങൾക്കതിന്റെ കാരണം മനസ്സിലായത്.

ഞങ്ങൾ അംധേർപാഡയിലേക്ക് പോയ ഉടനെ ഗ്രാമത്തിലെ നേതൃമാന്യന്മാർ ഒരിടത്ത് ഒന്നിച്ചുകൂടി. സംഭവിച്ച കാര്യങ്ങളെക്കുറിച്ച് അവർ ചർച്ച ചെയ്തു. നടന്നതൊന്നും ശരിയായില്ല എന്നവർക്ക് തോന്നി. സമൂഹത്തിൽ മാന്യമായ സ്ഥാനമുള്ള ഒരു സ്ത്രീക്ക് ഗ്രാമത്തിൽ കുളിക്കാൻ പോലും സൗകര്യം കൊടുത്തില്ല, തുടരെത്തുടരെ അപമാനിച്ചു എന്നതിലൊന്നും അവർക്കൊരു അപാകതയും തോന്നിയില്ല. എന്തെങ്കിലും തോന്നിയിരുന്നെങ്കിൽ അത് സ്വന്തം താല്പര്യങ്ങളുടെ രക്ഷയോർത്തായിരുന്നു. ജന്മികൾ ആദിവാസികളുടെ ഇടയിലാണ് ജീവിക്കുന്നത്. അവർ കൃഷിപ്പണിക്കും മറ്റു പല കാര്യങ്ങൾക്കുമായി ആദിവാസികളുടെ കൂടെത്തന്നെ എന്നും കഴിയേണ്ടവരാണ്. ആദിവാസികളുടെ ഇടയിൽ നടന്ന സംഭവങ്ങൾ സൃഷ്ടിച്ചേക്കാവുന്ന പ്രതികരണങ്ങളെക്കുറിച്ച് അവർക്കാശങ്കയുണ്ട്. അങ്ങനെയാണ് അവർ ആരെക്കറെ അയച്ച് ഞങ്ങളെ ഗ്രാമത്തിലേക്ക് ക്ഷണിക്കാൻ തീരുമാനിച്ചത്. ഗ്രാമത്തിൽ പോകാൻ ഞങ്ങൾ തയ്യാറായില്ല. ആദിവാസികളെ ഒരുതരത്തിലും തെറ്റിദ്ധരിപ്പിക്കാൻ അവർക്ക് കഴിഞ്ഞില്ല.

പിന്നീട് ഞങ്ങൾ ചില കാര്യങ്ങൾ ഒട്ടും വളച്ചു കെട്ടില്ലാതെ ആരെ

ക്കറെ പറഞ്ഞുകേൾപ്പിച്ചു. ജന്മികളുടെ മർദ്ദനത്തിന്റെയും നിസഹായരായ വർളികളെ ചൂഷണം ചെയ്യുന്നതിന്റെയും സ്പഷ്ടമായ ചിത്രം വരച്ചുകാണിച്ചു. ഞങ്ങളുടെ പ്രവർത്തനങ്ങളെ തകർക്കുന്നതിനു വേണ്ടി തന്നെയാണ് അവർ അത്തരത്തിൽ സ്വാഗതം ചെയ്തതെന്നും ഞങ്ങൾ തുറന്നു പറഞ്ഞു. ഞങ്ങളുടെ വർത്തമാനമൊന്നും ശ്രദ്ധിക്കാതെ അയാൾ തിരിച്ച് ഞങ്ങളെ ഉപദേശിക്കാനാണ് തുടങ്ങിയത്. "സാമൂഹ്യപ്രവർത്തകർക്കെല്ലാം ഇത്തരം യാതനകളും കഷ്ടതകളും അപമാനങ്ങളുമൊക്കെ സഹിക്കേണ്ടിവരും. അന്തരിച്ചുപോയ അഗർക്കർക്ക് കുറച്ചെങ്ങാനുമാണോ പ്രയാസങ്ങൾ ഉണ്ടായിട്ടുള്ളത്! അപമാനം സഹിക്കേണ്ടിവന്നത്!" അയാളുടെ ഈ പാണ്ഡിത്യപ്രകടനം ഞങ്ങൾക്കൊട്ടും രസിച്ചില്ല. ജന്മികളുടെ മർദ്ദനത്തിന്റെ ദിവസങ്ങൾ അവസാനിക്കാറായിരിക്കുന്നു എന്ന് പറഞ്ഞ് ഞങ്ങൾ എല്ലാവരും ഒരുമിച്ച് പുറത്തേക്കിറങ്ങി. രഡ്കർ നാർഗോളിലേക്കും ആരെക്കർ ശീർഗാവിലേക്കും ഞങ്ങൾ ഞങ്ങളുടെ പ്രവർത്തനങ്ങൾക്കായി ഭിലാഡിലേക്കും പുറപ്പെട്ടു.

കുറച്ചുദൂരം ചെന്നപ്പോൾ ഞങ്ങൾ പോന്നതിനുശേഷം ഞങ്ങൾക്ക് ആശ്രയം തന്നു എന്നതിന്റെ പേരിൽ ശീർഗാവിലെ 'വലിയവർ' അംധേർപാഡയിൽച്ചെന്ന് ആ വർളിയെ ഭീഷണിപ്പെടുത്തിയേക്കുമെന്ന് സംശയം തോന്നി. ചിലപ്പോൾ മർദ്ദിക്കുകതന്നെ ചെയ്യാനിടയുണ്ട്. അതിനാൽ അവർ അധീരരായാൽ ഞങ്ങളുടെ പ്രചാരണത്തെയും ജ്ഹരിപരിഷത്തിനെയും അത് പ്രതികൂലമായി ബാധിക്കും. ജന്മികൾ ഭീഷണി മുഴക്കിയാൽ എന്തുചെയ്യണമെന്നതിനെക്കുറിച്ച് ആ ആദിവാസികൾക്ക് നിർദ്ദേശം നല്കേണ്ടത് ആവശ്യമായിരുന്നതിനാൽ ദൾവി വീണ്ടും അംധേർപാഡയിലേക്ക് തന്നെ പോയി. അദ്ദേഹം ആ വർളിക്കുവേണ്ട നിർദ്ദേശങ്ങൾ കൊടുത്തു.

ഞാൻ അവിടെത്തന്നെ ഒരു പാറയുടെ പുറത്ത് ദൾവിയെയും കാത്തിരുന്നു. ദൾവി തിരിച്ചെത്തിയപ്പോൾ അദ്ദേഹം വളരെ ഉത്സാഹവാനായി കാണപ്പെട്ടു! അംധേർപാഡയിൽ ജന്മികളുടെ അന്യായങ്ങളെപ്പറ്റി ഒരു വർളി കുടുംബത്തിന്റെ മുമ്പിൽവച്ച് ഞങ്ങൾ ഒരു ജന്മിയോട് വെട്ടിത്തുറന്ന് സംസാരിച്ചു എന്ന വസ്തുത അവരെ അത്യധികം സന്തോഷിപ്പിച്ചിരുന്നു. അവരുടെ മുമ്പിൽവച്ച് ഞങ്ങൾ ജന്മിത്തത്തെ എതിർക്കുകയും അവരെ ഭർത്സിക്കുകയും ചെയ്തത് ഒരപൂർവ്വസംഭവമായി അവർ കണക്കാക്കി. അവർ പറഞ്ഞയച്ചിട്ടുണ്ടായിരുന്നു. "ബായിയോട് പറയൂ. മരിച്ചാലും കീഴടങ്ങുകയില്ല." ആദിവാസികളുടെ മുമ്പിൽവച്ച് ഇപ്രകാരം ആരും ജന്മികളോട് സംസാരിച്ചതായി അവർ കേട്ടിരുന്നില്ല. അവരുടെ ജീവിതത്തിൽ ഇതൊരു പുതിയ സംഭവമായിരുന്നു. അവരുടെ മനസ്സിലുള്ളത് തന്നെയായിരുന്നു ഞങ്ങൾ പറഞ്ഞത്. ഞങ്ങളും വർളികളുടെ ഇത്തരം അന്തഃപ്രകൃതിയുമായി പരിചയപ്പെടുന്നത് ആദ്യമായിരുന്നു. ഞങ്ങൾ ആഹ്ലാദചിത്തരായി ഭിലാഡിലേക്ക് യാത്ര തുടർന്നു.

ഞങ്ങൾ പോയതിനുശേഷം വളരെ ദിവസത്തോളം വർളികളു

ടെയും ജന്മികളുടെയും ഇടയിൽ ഞങ്ങളുടെ ശീർഗാവിലെ താമസം ഒരു സംസാരവിഷയമായിരുന്നു. ഞങ്ങൾ ഇനി എവിടെപ്പോകുന്നു. എന്തു ചെയ്യുന്നു എന്നതിനെപ്പറ്റി ഇരുകൂട്ടരും അത്യധികം ശ്രദ്ധാലുക്കളായി.

1945 ൽ ഇപ്രകാരമൊരുദിവസം ഞാൻ ശീർഗാവിൽ താമസിച്ചതിന്റെ സ്മരണ അതേ ശീർഗാവിൽ 1954 ൽ പ്രസംഗവേദിയിൽ ഇരിക്കവെ, എന്നിലോടിയെത്തിയത് സ്വാഭാവികം മാത്രം. 1945 മുതൽ 1954 വരെയുള്ള കാലഘട്ടത്തിൽ പലതും സംഭവിച്ചു. 1953 ൽ സംയുക്ത മഹാരാഷ്ട്ര പരിഷത്തിന്റെ ആദ്യത്തെ യോഗത്തിൽ പ്രസംഗിക്കാനായി ഞാൻ ശീർഗാവിൽ പോയപ്പോൾ, യോഗം തുടങ്ങുന്നതിനുമുമ്പ് ഭാല്യമാമ ഖഡ്പേക്കർ പറഞ്ഞു: "ഇതു നോക്കൂ, ഒഴുകിപ്പോയത് ഗംഗാ, ഇനി ബാക്കിയുള്ളത് തീർത്ഥം? കഴിഞ്ഞതൊക്കെ മറന്ന് നമുക്ക് മുന്നോട്ട് പോകാം." ഞാൻ അദ്ദേഹത്തിന് അനുയോജ്യമായ മറുപടി നല്കി. യോഗം കഴിഞ്ഞപ്പോൾ നേരം വൈകിയിരുന്നു. അന്ന് നീളുഭാവു ആരെക്കർ എന്നയാളുടെ വീട്ടിലാണ് ഞാൻ താമസിച്ചത്. അന്നുമുതൽ ഇന്നുവരെ ഞാൻ ശീർഗാവിൽ പോകുമ്പോഴൊക്കെ അദ്ദേഹത്തിന്റെ വീട്ടിലാണ് താമസിക്കുക. അദ്ദേഹത്തിന്റെ പത്നി ശ്രീമതി ലീലാതായി ആരെക്കറും അദ്ദേഹത്തിന്റെ ജ്യേഷ്ഠൻ താത്യാസാഹിബ് ആരെക്കറും കുട്ടികളും എന്നെ അവരുടെ കുടുംബത്തിലെ ഒരംഗമായി കണക്കാക്കുന്നു. സംയുക്ത മഹാരാഷ്ട്ര പ്രശ്നം സംബന്ധിച്ചല്ലാതെ, പ്രത്യേകിച്ചും മഹാരാഷ്ട്രത്തിന്റെ അതിർത്തിയിലുള്ള ഉംബർഗാവ് താലൂക്കിലെ മറാഠി ഭാഷ സംസാരിക്കുന്നവർ വസിക്കുന്നതും ഗുജറാത്തിൽ ഉൾപ്പെട്ടവയുമായ പതിനാറ് ഗ്രാമങ്ങളെ മഹാരാഷ്ട്രത്തോടു തന്നെ ചേർക്കണം എന്ന ആവശ്യം സംബന്ധിച്ചല്ലാതെ, മറ്റൊരു രാഷ്ട്രീയ കാരണത്താലും ആരെക്കർകുടുംബവുമായി എനിക്ക് ഒരു ബന്ധവുമുണ്ടായിരുന്നില്ല. എന്നിരുന്നിട്ടും 1954 ന് ശേഷവും നീളുഭാവു ആരെക്കറും അദ്ദേഹത്തിന്റെ കുടുംബവും എന്നോട് കാണിച്ച മനുഷ്യത്വത്തിന്റെയും ഔദാര്യത്തിന്റെയും പേരിൽ അവരെ ശല്യപ്പെടുത്തുന്നതിൽ കോൺഗ്രസ് സർക്കാർ ഒരു കുറവും വരുത്തിയില്ല. അവർക്ക് കോൺഗ്രസ് സർക്കാരിന്റെ വിദ്വേഷം സമ്പാദിക്കേണ്ടിവന്നു. സാമ്പത്തിക പ്രയാസങ്ങളുണ്ടായി. കാട്ടിൽ സ്വരക്ഷക്കുവേണ്ടി അവരുടെ കൈവശം ഉണ്ടായിരുന്ന തോക്ക് സർക്കാർ പിടിച്ചെടുത്തു. ഇത്തരം സംഭവങ്ങൾ അവർക്ക് വലിയ ദുഃഖവും അപമാനവും വരുത്തിയെങ്കിലും നീളുഭാവു ആരെക്കർ ഇതുകൊണ്ടൊന്നും കുലുങ്ങിയില്ല. മനുഷ്യത്വം കാണിക്കുന്നതിൽ നിന്ന് അദ്ദേഹം പിന്തിരിഞ്ഞതുമില്ല. 1945 നുശേഷം ശീർഗാവിലെ അനേകം ഇടത്തരക്കാരായ ആളുകൾ എന്നോട് സൗഹൃദത്തോടു പെരുമാറിയിട്ടുണ്ട്.

1945 ൽ എനിക്ക് ഒരു കുമ്പിൾ വെള്ളംപോലും തരാൻ ആരും തയ്യാറില്ലായിരുന്ന, അതേ ശീർഗാവിൽവെച്ചുതന്നെ 1954 ൽ പ്രസംഗവേദിയിൽ എനിക്ക് പൂച്ചെണ്ടുകൾ ലഭിച്ചപ്പോൾ ഈ മാറ്റം സാദ്ധ്യമാക്കിയ പ്രക്ഷോഭം നടത്തിയ ജനതയോടുള്ള കൃതജ്ഞതയാൽ എന്റെ

മിഴികൾ ഈറനായി.

ഖത്തർവാഡ് ഗ്രാമം പ്രമുഖരായ ജന്മികളുടെ ഒരു കേന്ദ്രമാണ്. അവിടെ ഞങ്ങൾ ഒരു യോഗം സംഘടിപ്പിച്ചു. ഈ യോഗത്തിൽ ആദിവാസികൾ വളരെയൊന്നും പങ്കെടുക്കാൻ എത്തിയില്ല. ജന്മികളുടെ മുമ്പിലൂടെ വന്ന് യോഗത്തിൽ സംബന്ധിക്കാനുള്ള ധൈര്യം അവർക്ക് ലഭിച്ചുകഴിഞ്ഞിരുന്നില്ല. അവിടെ ഒരു യോഗം വച്ചതുകൊണ്ട് വലിയ പ്രയോജനമൊന്നും ഉണ്ടായില്ല. ഞങ്ങൾ കഷ്ടപ്പെട്ടതുമാത്രം മിച്ചമായി. പക്ഷേ, വൻകിട ജന്മികളുടെ അനീതികൾക്കും മർദ്ദനങ്ങൾക്കും എതിരായി ഞങ്ങൾ സംസാരിച്ചു എന്ന വാർത്ത ഉടനെ തന്നെ കാട്ടിലെല്ലാം പരന്നു. അത് വർളികളിൽ അനുകൂലപരിണാമം സൃഷ്ടിക്കുകയും ചെയ്തു.

ഖത്തർവാഡിൽ അംതാജി കാളെ എന്നൊരാൾ ഉണ്ടായിരുന്നു. അദ്ദേഹം ലോകമാന്യതിലകന്റെ ഒരു അനുയായിയായിരുന്നു. അദ്ദേഹം പണം പിരിവിന്റെ കാര്യമാണ് നോക്കിയിരുന്നത്. എന്റെ യോഗത്തിൽ അദ്ദേഹവും പങ്കെടുത്തു.

ഖത്തർവാഡിലെ ഒരു പുരാതന ജന്മി കുടുംബാംഗമായ പിംപുട്കറുടെ ബന്ധു വീർക്കർ എന്ന ആളാണ് അവിടത്തെ പൊലീസ് പാട്ടീൽ. പിംപുട്കറുടെ വീട്ടിൽ കാര്യങ്ങൾ നടത്താൻ പുരുഷന്മാരില്ല. ആ കുടുംബത്തിനുണ്ടായിരുന്ന നാടുവാഴി സ്ഥാനം കുടുംബത്തിലെ ഒരു വിധവയായ സ്ത്രീയാണ് വഹിച്ചത്. അയൽഗ്രാമങ്ങളിലൊക്കെ 'മുള്ളൻപന്നി മുഖ്യസ്ഥ' എന്ന പേരിലാണ് അവർ അറിയപ്പെട്ടത്. അവരുടെ പ്രതിപുരുഷനായി അവരുടെ ബന്ധു വീരക്കർ ദേശഭരണം നടത്തിപ്പോന്നു. പിന്നോക്കാവസ്ഥയിലുള്ള ആ ഗ്രാമത്തിൽ വീർക്കർ എന്ന് പറഞ്ഞാൽ കിരീടംവെക്കാത്ത രാജാവുതന്നെ. ഇയാൾ നാലു വിരലിലും മോതിരമിട്ട് ചൂരൽ ചുഴറ്റി പാവങ്ങളെ ഭീഷണിപ്പെടുത്തി ഗ്രാമത്തിൽ ചുറ്റി നടക്കും. ഞങ്ങളുടെ പ്രസംഗം എഴുതിയെടുക്കാൻ യോഗത്തിൽ വീർക്കറും വന്നിരിക്കും.

ഞങ്ങളുടെ പ്രസംഗം കേട്ട് അയാൾ കലിതുള്ളി. യോഗംമൂലം ഖത്തർവാഡിലെ അന്തരീക്ഷം ആകെ ചൂടുപിടിച്ചു. അയാൾ ഒരു ഹിംസ്രജന്തുവിനെപ്പോലെ നാലുപാടും ഓടിത്തുടങ്ങി. വലിയ ജന്മികളുടെ വീട്ടുവരാന്തകളിൽ വച്ച് ഞങ്ങളെ ഉന്മൂലനാശം ചെയ്യുന്നതിനെക്കുറിച്ചുള്ള ചർച്ചകൾ നടന്നു. പരിപാടികൾ ആസൂത്രണം ചെയ്യപ്പെട്ടു. ഞങ്ങളുടെ രാഷ്ട്രീയവും പദപ്രയോഗങ്ങളും പ്രസംഗവുമെല്ലാം അവർക്ക് പുതുതായി തോന്നി. യോഗം നടത്തുന്നതിന് മുമ്പുതന്നെ ഞങ്ങൾക്കൊരിടം തരാൻ ആരും തയ്യാറായില്ല. പിന്നെ യോഗത്തിനു ശേഷം ആരുതരാൻ!

ഖത്തർവാഡിൽ കാളെയുടെ മകന്റെ വകയായി ഒരു ഹോട്ടൽ ഉണ്ട്. അതിന്റെ നടുക്ക് സ്ക്രീൻവെച്ച് രണ്ട് ഭാഗമായി തിരിച്ചിരുന്നു. മുൻവശത്ത് ഹോട്ടൽ, പിൻഭാഗം ഒഴിഞ്ഞുകിടക്കുന്നു. "എനിക്കാരെയും പേടിയില്ല. ഞാനെന്തിന് പേടിക്കണം, എന്റെ ഹോട്ടലിലേക്ക് പോന്നോളു ഞാൻ

നിങ്ങൾക്ക് സ്ഥലം തരാം'' വളരെ പ്രതാപത്തോടെ ഇങ്ങനെ പറഞ്ഞുകൊണ്ട് ഹോട്ടലിന്റെ പിൻഭാഗത്ത് കാളെ എനിക്ക് സ്ഥലം നല്കി. ഗ്രാമത്തിലെ ആളുകൾ വന്ന് കൗതുകത്തോടെ എന്നെ നോക്കും. പക്ഷേ, ആരും ഒന്നും സംസാരിച്ചില്ല.

അംതാജി കാളെ ഇതറിഞ്ഞപ്പോൾ പിറ്റേന്ന് കാലത്ത് പത്നിയെ അയച്ച് എന്നെ ഭക്ഷണത്തിന് ക്ഷണിച്ചു. എനിക്ക് തെല്ല്! ആശ്ചര്യം തോന്നി. പിന്നീടാണ് മനസ്സിലായത്, കാളെ ഒരു പ്രത്യേക മനുഷ്യനായിരുന്നുവെന്ന്. ഗ്രാമത്തിലാരും അയാളെ ഇഷ്ടപ്പെട്ടിരുന്നില്ല. അയാൾ ആരെയും കൂസിയിരുന്നുമില്ല.

അംതാജി കാളെ പണം പിരിവിനായി പൂനയിൽ എന്റെ അച്ഛൻ ലക്ഷ്മൺ രഘുനാഥ് ഗോഖലെയുടെ അടുത്ത് ഒരിക്കൽ വന്നിരുന്നു. അന്ന് അച്ഛൻ അയാൾക്ക് ഇരുന്നൂറ്റി അമ്പതുരൂപ സംഭാവന നല്കിയത് അപ്പോഴും അയാൾ ഓർക്കുന്നുണ്ടായിരുന്നു. ശ്രീമതി കാളെ എന്നെ വിളിക്കാൻ വന്നപ്പോൾ സ്വയം ഭക്ഷണം തയ്യാറാക്കുന്ന ബുദ്ധിമുട്ടിൽ നിന്ന് വിടുതൽ കിട്ടിയ സന്തോഷത്തോടെ ഞാൻ ക്ഷണം ഉടനെ സ്വീകരിച്ചു. വീട്ടിലെ സ്ത്രീകൾ എന്നോട് ഒരുപാട് കാര്യങ്ങൾ ചോദിച്ചു. പുറത്തിരിക്കയായിരുന്ന കാളെ മാത്രം ഒന്നും ചോദിച്ചില്ല. ഭക്ഷണം കഴിഞ്ഞ ഉടൻതന്നെ ഞാൻ ഹോട്ടലിലേക്കു മടങ്ങി. കുറച്ചു എഴുതാൻ ഉണ്ടായിരുന്നു. അതിനുശേഷം സാമാനങ്ങളെല്ലാം കെട്ടിവച്ചു. രണ്ട് ദിവസത്തിനകം തിരിച്ചുപോകേണ്ടിയിരുന്നതിനാൽ അത്യാവശ്യം സാധനങ്ങൾ മാത്രം കൈയിലെടുത്ത് ബാക്കിയുള്ളവ ഹോട്ടലിൽത്തന്നെ വെച്ച് ഞാൻ പ്രചാരണ പ്രവർത്തനങ്ങൾക്കായി മറ്റൊരു ഗ്രാമത്തിലേക്ക് പോയി.

രണ്ടു ദിവസത്തിനുശേഷം ഞാൻ തിരിച്ചെത്തിയപ്പോൾ അന്തരീക്ഷം പാടെ മാറിയിരിക്കുന്നു. പൊലീസ് ജോലിയുള്ള 'ശ്രീമാൻ' കൈയിൽ ലാത്തിയും തോക്കുമായി ഗ്രാമം മുഴുവൻ ചുറ്റിനടന്ന് ഗ്രാമവാസികളെ മുഴുവൻ ഭീഷണിപ്പെടുത്തിയിരുന്നു. കാളെയുടെ മകനെയും ഭീഷണിപ്പെടുത്തിയതിനാൽ അയാളും വളരെ വിഷണ്ണനായി കാണപ്പെട്ടു. പൊലീസ് പാട്ടിൽ എല്ലാവർക്കും താക്കീതു നല്കിയിട്ടുണ്ടായിരുന്നു. "ഈ സ്ത്രീക്ക് എന്തെങ്കിലും സഹായം ചെയ്യുകയാണെങ്കിൽ ഓർമ്മ വച്ചുകൊള്ളുക! അടിച്ചോടിക്കും ഇവിടെനിന്ന്. ഗ്രാമത്തിൽ കാലുകുത്താൻ സമ്മതിക്കില്ല." അയാൾക്ക് അയാളുടെ ജന്മിയുടെ പിൻബലം ഉണ്ടായിരുന്നു. ഇത്തരമൊരു അന്തരീക്ഷത്തിൽ പ്രചാരണ യോഗം കഴിഞ്ഞു മടങ്ങിയെത്തിയ എനിക്കു സഹായം നല്കാൻ ആരാണ് ധൈര്യപ്പെടുക! എല്ലാവരും എന്നെ നിശ്ചേഷ്ടരായി തുറിച്ചു നോക്കുക മാത്രം ചെയ്തു.

ശീർഗാവിലെ അതേ പരിതഃസ്ഥിതിതന്നെ ഖത്തർവാഡിലും. നേരം സന്ധ്യയോടടുത്തിരുന്നു. ഞാൻ എന്റെ സാമാനങ്ങളുമായി കാളെയുടെ ഹോട്ടലിന്റെ മുൻവശത്ത് ഒരു മരച്ചുവട്ടിൽ ഇരുന്നു. എന്റെ കൂടെ വേറെ ആരും ഇല്ല. നേരം ഇരുട്ടിത്തുടങ്ങി. എന്താണ് ചെയ്യുക? എവിടെ

പോകും? മനുഷ്യരുടെ ചിത്തവൃത്തികൾ എത്ര വിചിത്രമാണെന്നറിഞ്ഞപ്പോൾ എനിക്ക് എന്നെക്കുറിച്ചുതന്നെ അവജ്ഞ തോന്നി. താഴിട്ട് പൂട്ടിയിരുന്ന ഹോട്ടലിന്റെ മുന്നിൽ വൃക്ഷച്ചുവട്ടിലിരുന്ന് എന്തു പ്രയോജനം! എന്നാലും അവർ ഒരിക്കൽ ഒരാശ്രയം തന്നതല്ലേ എന്നോർത്ത് ദൂരെയെങ്ങും പോയില്ല. അവിടെത്തന്നെ മരച്ചുവട്ടിൽ ഇരിക്കാം എന്ന് തീരുമാനിച്ചു. സമയം സന്ധ്യ കഴിഞ്ഞു. തലചായ്ക്കാൻ ഒരിടം കിട്ടാൻ സൗകര്യമൊന്നും കാണുന്നില്ല. സംജാൺ സ്റ്റേഷനിലെ വിശ്രമമുറിയിൽ ഉറങ്ങാൻ സൗകര്യപ്പെട്ടേക്കും എന്നു കരുതി ഞാൻ സ്റ്റേഷനിലേക്കുള്ള വഴിയിലൂടെ നടന്നു തുടങ്ങി. പക്ഷേ, കുറച്ചു ദൂരംപോയപ്പോൾ വീണ്ടും ആലോചിച്ചു. സംജാൺ സ്റ്റേഷനിലെത്താൻ ചുരുങ്ങിയത് മൂന്നു മൈൽ നടക്കണം. കൂടെയാണെങ്കിൽ ആരുമില്ല. കുഗ്രാമങ്ങളിൽ വഴിവിളക്കുകൾ കൊളുത്തിക്കഴിഞ്ഞാൽ റോഡിൽ ഒരു മനുഷ്യനെയും കാണില്ല. സ്റ്റേഷൻവരെ ഒറ്റക്ക് നടന്നുപോകുന്നത് അപകടമാണെന്ന് തോന്നിയപ്പോൾ മടങ്ങി. ഖത്തർവാഡിൽ തിരിച്ചെത്തിയപ്പോൾ ഏതാണ്ട് രാത്രിയായിക്കഴിഞ്ഞിരുന്നു. രാത്രിയായാൽ കുഗ്രാമങ്ങളിൽ ശ്മശാനമൂകത തന്നെ. തിരിച്ചെത്തിയപ്പോഴേക്കും കടകളൊക്കെ അടച്ചു കഴിഞ്ഞിരുന്നു. ശീർഗാവിലെപ്പോലെ ഞാൻ ഏതെങ്കിലും വർളിയുടെ വീട്ടിൽ താമസിക്കാൻ പോയിരിക്കുമെന്ന് അവർ വിചാരിച്ചിരിക്കും. ഗ്രാമത്തിൽ വിദ്യുച്ഛക്തി എത്തിയിട്ടില്ല. കടകളിലെ ഗ്യാസ് വിളക്കുകൾ കെടുത്തിക്കഴിഞ്ഞു. ഞാൻ വിചാരിച്ചു: വീർക്കർ പാട്ടീലും സുഹൃത്തുക്കളും ഇപ്പോൾ തീറ്റിയും കുടിയുമൊക്കെ കഴിഞ്ഞ് സുഖമായി ഉറങ്ങിയിട്ടുണ്ടാകും. ഇപ്പോൾ പുറത്തുവരേണ്ട ആവശ്യം ആർക്കാണുള്ളത്? ജന്മികൾ കള്ളും മറ്റു മദ്യങ്ങളും ഉപയോഗിക്കുന്നത് അക്കാലത്തും സാധാരണമാണ്.

ഞാൻ വീണ്ടും കാളെയുടെ ഹോട്ടലിനു മുൻപിൽ എത്തി. ഈ കാളരാത്രിയിൽ എങ്ങോട്ടുപോകാൻ? വർളികളുടെ അടുത്തേക്ക് പോകാമെന്നുവെച്ചാൽ അവരുടെ 'പാഡ'കൾ എവിടെയാണെന്നറിയില്ല. ഞാൻ എന്റെ സാധനങ്ങൾ ഒറ്റ ഭാണ്ഡമാക്കി കെട്ടി. മരച്ചുവട്ടിൽ അതു വച്ച് അതിൽ ഇരുന്നു. ശരീരവും തലയും മൂടിപ്പുതച്ചു. മറ്റു മാർഗ്ഗങ്ങളൊന്നും ഇല്ലാത്തതിനാൽ മരച്ചുവട്ടിൽ രാത്രി കഴിച്ചുകൂട്ടാൻ തന്നെ തീരുമാനിച്ചു. എവിടെ നിന്നെങ്കിലും ഒരു നേരിയ ശബ്ദം കേട്ടാല്പോലും പേടി തോന്നി. ശരീരം കിടുകിടെ വിറച്ചു. ഓരോ നിമിഷവും ഓരോ യുഗംപോലെ തോന്നി. രാത്രി മുഴുവൻ ഇങ്ങനെ കഴിയേണ്ടിവരുമല്ലോ എന്നോർത്തപ്പോൾ തല കറങ്ങിപ്പോയി. സമയം പോകുന്നുമില്ല.

ഇതിനിടയ്ക്ക് മുമ്പിൽത്തന്നെയുള്ള വീട്ടിൽനിന്ന് ഒരാൾ പുറത്തേക്കിറങ്ങിവന്നു. ആദ്യം ഞാൻ വല്ലാതെ പേടിച്ചുപോയി. പക്ഷേ, അയാൾ ഒരു പാവം മനുഷ്യനായിരുന്നു. വീട്ടിൽത്തന്നെ അയാൾ ഒരു കൊച്ചു ചായക്കട നടത്തിയിരുന്നു. എന്റെ സമീപം വന്ന് എന്നോടിങ്ങനെ പറഞ്ഞു. "എന്തുചെയ്യും ബായി, വെള്ളത്തിൽ ജീവിക്കുന്നവർക്ക് മത്സ്യങ്ങളെ ശത്രുക്കളാക്കാൻ പറ്റില്ലല്ലോ. 'വലിയവരെ' എതിർത്തുകൊണ്ട്,

ഗ്രാമത്തിൽ ജീവിക്കുക സാദ്ധ്യമല്ല." അയാൾ ഒരു ലോട്ടയിൽ എനിക്കു കുറച്ചു ചായ കൊണ്ടുവന്നുതന്നു. എന്റെ അപ്പോഴത്തെ നിലയിൽ ചായ എനിക്ക് ഒരു അത്യാവശ്യമായിരുന്നു. വളരെ ആർത്തിയോടെതന്നെ ഞാനാ ചായ കുടിച്ചു. അയാൾ പറഞ്ഞു: "നിങ്ങൾ പേടിക്കാതെ ഉറങ്ങിക്കൊള്ളു. ഞങ്ങൾ അടുത്തുതന്നെ ഉണ്ട്. ഇവിടെ അങ്ങനെയൊന്നും പേടിക്കാനില്ല." ഇതും പറഞ്ഞ് അയാൾ അവിടെനിന്ന് പോയി. കുറച്ചു സമയത്തിനുള്ളിൽ മുന്നു നാലു ആദിവാസികൾ അവിടെ വന്നെത്തി. രാത്രി മുഴുവൻ അവരെനിക്ക് കാവൽ നിന്നു. എന്നോട് ഉറങ്ങിക്കൊള്ളാൻ പറഞ്ഞു. ഞാൻ എവിടെയൊക്കെ പോകുന്നു എന്ന് വർളികൾക്ക് നന്നായി അറിയാം. എങ്ങനെയാണ് അവരറിയുന്നതെന്ന് അവർക്കു മാത്രമേ അറിഞ്ഞുകൂടു. എന്റെ എല്ലാ കാര്യങ്ങളിലും യാത്രകളിലും അവർ ജാഗരൂകരായി എന്നെ രക്ഷിക്കുന്നു. എനിക്കെന്തെങ്കിലും ആവശ്യം വന്നാൽ, വിളിക്കാതെതന്നെ മായാജാലം കൊണ്ടെന്നപോലെ അവർ സഹായത്തിനായി എന്റെ മുമ്പിലെത്തും. വർളികളുടെ ഈ നിഷ്ഠ കണ്ട് ശാരീരികവും മാനസികവുമായ എല്ലാ ക്ഷീണവും നിമിഷനേരം കൊണ്ട് പമ്പ കടന്നു. എന്റെ ഹൃദയം കൃതജ്ഞതാനിർഭരമായി. ആ രാത്രി വർളികളുടെ സംരക്ഷണത്തിൽ ആ മരച്ചുവട്ടിൽ കഴിച്ചുകൂട്ടി. നേരം പുലർന്നപ്പോൾ ആദിവാസികൾ മടങ്ങിപ്പോയി. രാവിലെ ഞാൻ ഹോട്ടലിൽനിന്ന് വെള്ളം വാങ്ങി മുഖം കഴുകി ചായകുടിച്ചു.

അടുത്ത യോഗത്തിന് പുറപ്പെടുന്നതിനുമുമ്പ് ഞാൻ ആ ഹോട്ടലിനു സമീപം തന്നെ കുറച്ചുനേരം നിന്നു. നടന്ന സംഭവത്തെപ്പറ്റി ആലോചിക്കുകയായിരുന്നു. അംതാജികാളെ അപ്പോഴേക്കും അവിടെയെത്തി. ഗ്രാമത്തിലെ ചില പ്രമാണികൾ അയാളുടെ പത്നിയെ എന്തൊക്കെയോ പറഞ്ഞ് തെറ്റിദ്ധരിപ്പിച്ചിരിക്കുന്നു എന്ന് അയാൾ എന്നെ ഒരുവശത്തേക്ക് വിളിച്ചുപറയുകയുണ്ടായി. "നിങ്ങൾ വിളിച്ചു കൊണ്ടുപോയി കൂടെയിരുത്തി ഭക്ഷണം കൊടുത്ത സ്ത്രീ, വർളികളുടെ വീടുകളിൽനിന്ന് ഭക്ഷണം കഴിക്കുന്നവളാണ്. പ്രഭാതപൂജയും സന്ധ്യാവന്ദനവും ഒന്നും ചെയ്യാത്ത ഒരവിശ്വാസി. അവരെ ഒരു സാരസ്വത ബ്രാഹ്മണ*നാണ് വിവാഹം കഴിച്ചിട്ടുള്ളത്." എന്നൊക്കെ അവർ പറഞ്ഞുവത്രെ. ഇതറിഞ്ഞപ്പോൾ ആ ഭാര്യാഭർത്താക്കന്മാർ തമ്മിൽ വലിയ ശണ്ഠതന്നെ നടന്നു. അതിന്റെ അനന്തരഫലമായി കാളെക്ക് രണ്ട് ദിവസം ഉപവാസം അനുഷ്ഠിക്കേണ്ടി വന്നുവത്രേ. ശ്രീമതി കാളെയുടെ ദൃഷ്ടിയിൽ ഞാൻ അവരുടെ വീട്ടിൽ വരികയും ഭക്ഷണം കഴിക്കുകയും ചെയ്തതുമൂലം അവർ ഭ്രഷ്ടരായിത്തീർന്നിരുന്നു. ശ്രീമതി കാളെ പഴയ മാമൂലുകളിലും മതാനുഷ്ഠാനങ്ങളിലും അടിയുറച്ചു വിശ്വസിക്കുന്ന ഒരു സാധാരണ സ്ത്രീയായിരുന്നു. പ്രായശ്ചിത്തം ചെയ്ത്, ഗോമൂത്രം തളിച്ച് ശുദ്ധിവ

* മഹാരാഷ്ട്രയിലെ ആഢ്യബ്രാഹ്മണരില്പെട്ടവരാണ് ഗോഖലെ കുടുംബക്കാർ. ഗോദാവരിയുടെ ഭർത്താവ് ശ്യാമറാവ് പരുലേക്കർ ആഢ്യത്വം കുറഞ്ഞ സാരസ്വത ബ്രാഹ്മണനാണെന്നു സൂചന.

രുത്തി കാളെ രണ്ടുദിവസം ഉപവാസം അനുഷ്ഠിച്ചശേഷം മാത്രമാണ് ശ്രീമതി കാളെയ്ക്ക് കുറച്ചെങ്കിലും സ്വസ്ഥത കൈവന്നത്.

ഈ സംഗതി കാളെ തന്നെ എന്നോടു പറഞ്ഞതാണ് – എന്നെ വീണ്ടും വീട്ടിലേക്ക് വിളിക്കാൻ സാധിക്കാതെ വന്ന സാഹചര്യങ്ങളെപ്പറ്റി അയാൾ തുറന്ന മനസ്സോടെതന്നെ വിശദീകരിച്ചു. എല്ലാം കേട്ടപ്പോൾ എനിക്ക് വലിയ വിഷമം തോന്നി. ഞാൻ ചോദിച്ചു. "ഇത്തരം പരിതഃസ്ഥിതിയായിരുന്നെങ്കിൽ എന്തിനാണ് താങ്കൾ എന്നെ വീട്ടിലേക്ക് വിളിച്ചത്? ഞാൻ മൂലം താങ്കളുടെ വീട്ടിൽ ഒരു കാരണവുമില്ലാതെ വഴക്കുണ്ടായല്ലോ! ഞാൻ എങ്ങനെയെങ്കിലും ഇവിടെ കഴിഞ്ഞുകൂടുമായിരുന്നു." ഞാൻ കാളെയെ സമാധാനിപ്പിക്കുവാൻ ശ്രമിച്ചു. അയാൾ പെട്ടെന്ന് പറഞ്ഞു: "അയ്യോ അതിനെന്താ? ഒരിക്കൽ ഞാൻ മഹർഷി കാർവ്വ*യെ ഇതുപോലെ ഭക്ഷണത്തിന് വിളിച്ചു. അപ്പോഴും ഗ്രാമത്തിലെ ചില പ്രമാണികൾ ഇതുപോലെയൊക്കെ ചെയ്തു. അതൊക്കെ അങ്ങനെ ഇരിക്കും." ഞങ്ങൾ സംസാരിച്ചുകൊണ്ട് നില്ക്കുന്നിടത്തേക്ക് കവാഡ്കർ എന്ന ഒരു ഇൻഷുറൻസ് ഏജന്റ് അപ്പോൾ കടന്നുവന്നു. കാളെ അയാളെ എനിക്ക് പരിചയപ്പെടുത്തിത്തന്നു. അതിനുശേഷം പലദിവസങ്ങളിലും ഞാൻ കവാഡ്കറുടെ പത്നിയുടെ ആഗ്രഹപ്രകാരം അവരുടെ വീട്ടിൽ താമസിച്ചിട്ടുണ്ട്. കാരണമെന്തെങ്കിലുമാകട്ടെ, വളരെ കൊല്ലങ്ങളോളം അവർ എനിക്ക് സ്വാഗതം അരുളുകയും ചെയ്തിരുന്നു.

ഉംബർഗാവിലെ അതേ സ്ഥിതിതന്നെയാണ് ഡഹാണുവിലും യോഗം നടത്തുന്നതിനോ ആപ്പീസ് തുറക്കുന്നതിനോ സ്ഥലം ലഭിച്ചിരുന്നില്ല. എല്ലാ സ്ഥലങ്ങളും ജന്മികളുടെ കൈപ്പിടിയിലാണ്. ഡഹാണു താലൂക്കിൽ പ്രക്ഷോഭം വളരെവേഗം പൊട്ടിപ്പുറപ്പെട്ടു. ജന്മികൾക്കും പാട്ടക്കാർക്കും പല പ്രശ്നങ്ങളെക്കുറിച്ചും ആക്ഷേപങ്ങളുണ്ടായിത്തുടങ്ങി. ജന്മിവർഗ്ഗത്തിന് അവരുടെ കേസുകൾ നടത്താൻ വക്കീലന്മാരുണ്ട്. ആദിവാസികളെ സഹായിക്കണമെന്ന മനഃസ്ഥിതിയോടെ അവരുടെ കാര്യങ്ങൾ നടത്താൻ അവിടങ്ങളിൽ ഒരു വക്കീലും ഉണ്ടായിരുന്നില്ല. ഞങ്ങളുടെ പാർട്ടി ആദിവാസികൾക്കുവേണ്ടി മാസവേതനത്തിൽ ഏക്കാലവും ജോലി ചെയ്യുവാൻ തയ്യാറുള്ള ഒരു പ്രവർത്തകസംഘത്തെ സജ്ജമാക്കി വരുകയായിരുന്നു. ഈ പദ്ധതി അനുസരിച്ച് വക്കീൽ പണിക്കായി ഠാണയിൽ നിന്ന് ഭഡ്കംകർ എന്നു പേരുള്ള ഒരു വക്കീലിനെ കൊണ്ടുവന്നു. അദ്ദേഹം നിസാരശമ്പളം പറ്റി ആദിവാസികർഷകർക്കു വേണ്ട നിയമോപദേശം നല്കാൻ സമ്മതിച്ചിരുന്നു. "ഭഡ്കംകർക് ഡഹാണുവിലെ തഹസീൽദാർ കച്ചേരിക്കു സമീപം ഒരു മൂലയിൽ വാടകയ്ക്ക് ഒരു ചെറിയ മുറി വലിയ പ്രയാസത്തിനു ശേഷം കിട്ടി. അതുതന്നെ അദ്ദേഹം വക്കീലായിരുന്നതുകൊണ്ടുമാത്രം. അനേകം കൃഷിക്കാർ പലവിധ കാര്യങ്ങൾക്കുമായി അദ്ദേഹത്തെ സമീ

---

* മഹാരാഷ്ട്രത്തിലെ ഒരു പ്രമുഖ സാമൂഹ്യോദ്ധാരകൻ.

പിച്ചുതുടങ്ങി. തങ്ങളുടെ സ്വന്തം വക്കീൽ ഡഹാണുവിൽ ഉണ്ടെന്നത് ആദിവാസികൾക്കിടയിൽ നല്ല പ്രതികരണം ഉളവാക്കി. പക്ഷേ, രക്ത സമ്മർദ്ദത്തിന്റെ ശല്യം ഉണ്ടായിരുന്നതിനാൽ ഡഹാണുവിലെ കാലാവസ്ഥ ഭട്കംകർക്ക് അനുകൂലമായിരുന്നില്ല. അദ്ദേഹത്തിന് താമസിയാതെ ഡഹാണു വിടേണ്ടിവന്നു.

വക്കീലിന് കിട്ടിയ മുറി അദ്ദേഹം പോയതിനുശേഷം ഞങ്ങൾക്കു ലഭിച്ചില്ല. നന്നുബോഡു ഘരത് എന്ന ഒരു കൃഷിക്കാരനുവേണ്ടി ഞങ്ങൾ ബർജോർ സേഠ്, സുഗനിധിസേഠ് തുടങ്ങിയ ജന്മിമാർക്കും ഡഹാണു വിലെ ഒരു പ്രമാണിയായിരുന്ന സാൾവിക്കുമെതിരായി കൊടുത്ത കേസ് അക്കാലത്ത് അവിടങ്ങളിൽ പ്രസിദ്ധമായിരുന്നു. ജില്ലാ കളക്ടറായിരുന്ന ബഡേക്കറും, പരുലേക്കറും, ഞാനുമായിരുന്നു ഞങ്ങളുടെ ഭാഗത്തെ സാക്ഷികൾ. കോടതിയിൽ ഹാജരാക്കുന്നതിനായി ഞങ്ങൾ ചില പ്രവർത്തകരോടൊപ്പം ഡഹാണുവിൽ പോയി. പാർട്ടിയുടെ വക്കീലായി ട്ടാണല്ലോ അവിടെ ജോലി ചെയ്തത് എന്നു കരുതി ഞങ്ങൾ നേരെ അദ്ദേഹത്തിന്റെ മുറിയിൽ ചെന്നു താമസിച്ചു. പക്ഷേ, രണ്ടു ദിവസത്തിനകം ഞങ്ങൾക്കാസ്ഥലം വിടേണ്ടി വന്നു.

സ്ഥലം വളരെ കുറവായിരുന്നു. അവിടെ ഒരു ചെറിയ മുറിയും വരാന്തയും തൊടിയിൽ ഒരു കിണറും ഉണ്ടായിരുന്നു. എന്റെ കുളി എന്നും ഒരു പ്രശ്നമായിരുന്നു. ഒരു ദിവസം ഞാൻ അങ്ങനെതന്നെ കഴിച്ചു. പിറ്റേന്ന് കിണറ്റിനടുത്തുള്ള കുളിമുറിയിൽ കുളിക്കാൻ എനി ക്കനുമതി ലഭിച്ചു. കിണറ്റിൽനിന്ന് വെള്ളം കോരിയെടുക്കാൻ എനിക്ക് വശമുണ്ടായിരുന്നില്ല. കിണറ്റിൽനിന്ന് സ്വയം വെള്ളം കോരിയെടുത്ത് കുളിക്കേണ്ടിവരുന്നത് ജീവിതത്തിൽ ഇതാദ്യത്തെ തവണയായിരുന്നു. ഞാൻ വെള്ളം കോരാൻ തുടങ്ങിയപ്പോൾ അതേ കെട്ടിടത്തിൽ തന്നെ താമസിച്ചിരുന്ന ഭേദപ്പെട്ട കുടുംബത്തില്പെട്ട ഇടത്തരക്കാരായ സ്ത്രീകൾ എന്ന അടിമുടി തുറിച്ചുനോക്കിക്കൊണ്ടുനിന്നു. പരമപുച്ഛ ത്തോടെ എന്നെ കളിയാക്കി ചിരിക്കാൻ തുടങ്ങി. എനിക്ക് വല്ലാത്ത അപ മാനം തോന്നി. എന്നോടുതന്നെ സഹതാപവും തോന്നി. ഞാൻ ആലോ ചിച്ചു: ഇതേ ഞാൻതന്നെ കോൺഗ്രസ് പ്രവർത്തകയായോ, മഹിളാമ ണ്ഡലത്തിന്റെ പ്രവർത്തകയായോ, ഇവിടെ ഒരു വെറും സന്ദർശനത്തി നായി വന്നതായിരുന്നുവെങ്കില്പോലും ഇവരൊക്കെ എന്നെ എത്ര ബദ്ധ പ്പാടോടെ സ്വീകരിക്കുമായിരുന്നു! എനിക്കു കുളിക്കാൻ വെള്ളം കോരി ത്തരുമായിരുന്നു; എന്നെ അവരിലൊരാളായി കണക്കാക്കുമായിരുന്നു! അവരുടെ ആത്മസംതൃപ്തികണ്ട് എനിക്ക് ലജ്ജ തോന്നി. എന്റെ പ്രവർത്തനങ്ങളെക്കുറിച്ചോ എന്റെ ഉദ്ദേശ്യങ്ങളെക്കുറിച്ചോ അവയുടെ നന്മതിന്മകളെക്കുറിച്ചോ എന്നോട് ഒരു വാക്ക് ചോദിക്കുവാൻ പോലും ഇവർക്കാഗ്രഹമില്ലാത്തതെന്തേ എന്ന് എനിക്ക് തോന്നിപ്പോയി. ഇത്ര ത്തോളം ഉദാസീനത എങ്ങനെയുണ്ടായി? അഥവാ ഇവരെന്നെ ഭയപ്പെ ടുന്നുണ്ടോ? അവരുടെ സംസ്കാരത്തിൽ നിന്നുറഞ്ഞുകൂടിയ വർഗ്ഗവി

ദ്വേഷം പ്രതിഫലിപ്പിക്കുന്നവയായിരുന്നു അവരുടെ ഇത്തരം പ്രവൃത്തികൾ. അവരുടെ സങ്കുചിത ചിന്താഗതി എനിക്ക് ശരിക്കും മനസ്സിലായി. ആദിവാസി സ്ത്രീകളെയും ഇവരെയും ഞാനെന്റെ മനസ്സിൽ താരതമ്യപ്പെടുത്തിനോക്കി. എന്തൊക്കെ ദുഃഖങ്ങളും യാതനകളും ഉണ്ടായിരുന്നിട്ടും അവയെ നേരിട്ട് ജീവിതാനന്ദം കണ്ടെത്തിയ ആദിവാസി സ്ത്രീകൾ ഇവരേക്കാൾ എത്രയേറെ ധന്യരാണെന്ന് എനിക്കു തോന്നി. ഇത്തരം ചിന്തകളുമായി ഞാൻ കുളികഴിഞ്ഞ് മുറിയിൽ മടങ്ങിയെത്തി.

ആപ്പീസിൽ ആവലാതികളുമായി അനേകം ആദിവാസികൾ വന്നിട്ടുണ്ടായിരുന്നു. അവരുടെ കാര്യങ്ങളെല്ലാം ശരിയാക്കിക്കൊടുത്തതിനുശേഷം വൈകുന്നേരത്തെ ഭക്ഷണം തയ്യാറാക്കുന്നതിനായി ഞങ്ങളെഴുന്നേറ്റു. നേരം ഇരുട്ടിക്കഴിഞ്ഞു. അപ്പോൾ ഠാണയിലുള്ള ഒരു വക്കീൽ അയാളുടെ ഭാര്യയോടൊത്ത് ഞങ്ങളുടെ വീട്ടുമുറ്റത്തെത്തി. ഞങ്ങളെ നോക്കി അയാൾ പറഞ്ഞു: "ഈ മുറി ശ്രീ ഭഡ്കംകറുടേതാണ്. ഞങ്ങൾ അദ്ദേഹത്തെ അന്വേഷിച്ചാണ് ഇവിടെ വന്നത്. നിങ്ങൾ ഇപ്പോൾത്തന്നെ മുറി ഒഴിഞ്ഞുതരണം." വീട്ടുടമസ്ഥയുടെ ആവശ്യപ്രകാരം ഞങ്ങളെ അവിടെനിന്ന് ഇറക്കിവിടാൻ വന്നവരായിരുന്നു അവർ. വാടകകൊടുക്കാതെ താമസിക്കുന്ന ഒരാളോടെന്നപോലെയാണ് അവർ ഞങ്ങളോട് സംസാരിച്ചത്. കുറച്ചുകഴിഞ്ഞപ്പോൾ ഞാൻ പറഞ്ഞു: "ഇതു നോക്കൂ, ഞാനൊരു സ്ത്രീയല്ലേ? ഈ രാത്രി ഞങ്ങളെവിടെ പോകാനാണ്!" ഇതു കേട്ടിട്ടും അവരുടെ മനസ്സിന് ഒരു മാറ്റവും വന്നില്ല. വക്കീലിന്റെ ഭാര്യ വല്ലാതെ കോപിച്ചിരുന്നു. അവർ ഒന്നും കേൾക്കാൻ തയ്യാറില്ല. "ഉടനെ സ്ഥലം വിട്ടുതരണം.'' ഭഡ്കംകർ അവർകളുടെ എഴുത്തില്ലാതെ ഞങ്ങൾ സ്ഥലം ഒഴിഞ്ഞുതരില്ല എന്ന് വേണമെങ്കിൽ ഞങ്ങൾക്ക് പറയാമായിരുന്നു. പക്ഷേ, അഭിമാനിയായ പരുലേക്കർ പറഞ്ഞു: "മരച്ചുവട്ടിൽ കിടന്നുറങ്ങേണ്ടിവന്നാലും ഇവിടെ നില്ക്കരുത്." ഇനി ഇവിടെ ഒരു നിമിഷം പോലും നില്ക്കരുത് - എന്ന് പറഞ്ഞ് വീർക്കർ സാമാനങ്ങൾ കെട്ടിത്തുടങ്ങി. മുമ്പിൽ വലിയ വലിയ കാര്യങ്ങൾ പലതും കിടക്കുന്നു. ഈ മനുഷ്യരോട് വാദിച്ചുനില്ക്കാൻ സമയമെവിടെയെന്ന് ഞങ്ങൾ ചിന്തിക്കാതിരുന്നില്ല. ഞങ്ങളുടെ സാമാനങ്ങളെന്ന് പറയാൻ വളരെ കുറച്ചേ ഉണ്ടായിരുന്നുള്ളൂ. അതൊക്കെ മുറ്റത്തിറക്കിയിട്ടു. അപ്പോഴേക്കും പിറ്റേന്ന് നടത്തേണ്ടിയിരുന്ന കേസുകളുടെ കാര്യങ്ങൾക്കായി ടി ഗോദിവാല വക്കീലും അവിടെ എത്തിച്ചേർന്നു.

ഞങ്ങൾക്കുമുമ്പിൽ ഒരു വലിയ പ്രശ്നമുണ്ടായിരുന്നു. ഇത്രയും ആളുകൾ എവിടെപ്പോകും? ഡഹാണു ഗ്രാമത്തിൽ നിന്നു സ്റ്റേഷനിലേക്ക് പോന്ന വഴിവക്കിൽ കുറേ ആൽമരങ്ങളുണ്ട്. ഒന്നും ശരിപ്പെട്ടില്ലെങ്കിൽ അവയുടെ ചുവട്ടിൽ കൂടാമെന്ന് തീരുമാനിച്ചു.

പക്ഷേ, മറ്റൊരു വിധത്തിലാണ് കാര്യങ്ങൾ കലാശിച്ചത്. ആ വീടിന്റെ അടുത്തുള്ള ലക്ഷ്മീനാരായണ ക്ഷേത്രത്തിന്റെ സമീപം ദാജീ നഗർക്കറുടെ സഹോദരി ശ്രീമതി യമുനാബായി ഫാടക്ക് കുറച്ചു ദിവസം

താമസിക്കുന്നതിനായി വന്നിരുന്നു. ഞാൻ അവരെ ചെന്നുകണ്ട് രാത്രി കഴിച്ചുകൂട്ടാൻ സൗകര്യം എവിടെ ലഭിക്കുമെന്നന്വേഷിച്ചു. അവർ ഉടനെ പറഞ്ഞു:

“അതിനെന്താ? നിങ്ങൾ ഈ രാത്രി എവിടെ പോകാനാണ്? ഇതാ ഇവിടെ നല്ല സൗകര്യമുള്ള വരാന്തയുണ്ട്. നിങ്ങൾക്കെല്ലാവർക്കും ഇവിടെ സുഖമായി കിടന്നുറങ്ങാമല്ലോ. നേരം വെളുത്തിട്ട് ബാക്കിക്കാര്യങ്ങളൊക്കെ നോക്കാം.” ഞങ്ങൾ സാമാനങ്ങളുമെടുത്ത് അവിടെ ചെന്ന് കിടന്നുറങ്ങി. യമുനാബായി അവിടമൊക്കെ തൂത്തുവാരി വൃത്തിയാക്കി ഇട്ടിരുന്നു. വെള്ളം മുതലായ കാര്യങ്ങൾക്കും ഏർപ്പാടുകൾ ചെയ്തിട്ടുണ്ട്. പരേതനായ നാനാസാഹിബ് ഫാടക്കും അദ്ദേഹത്തിന്റെ പത്നി യമുനാബായിയും ആ കാലത്ത് ഡഹാണുസ്റ്റേഷന് തൊട്ടടുത്താണ് താമസിച്ചിരുന്നത്. ഞാൻ പലപ്പോഴും അവരുടെ വീട്ടിൽ താമസിച്ചിട്ടുണ്ട്. അവരുടെ കുടുംബാംഗങ്ങൾക്കെല്ലാവർക്കും എന്നെ വലിയ സ്നേഹമാണ്. പിന്നീട് പ്രക്ഷോഭം ശക്തിപ്പെടുകയും കർഷക സമരങ്ങൾ ശക്തിപ്പെടുകയും ചെയ്തപ്പോൾ ഞാൻ അവരുടെ വീട്ടിലെ താമസം നിർത്തുകയാണുണ്ടായത്. ഫാടക്ക് കുടുംബത്തിൽ എപ്പോൾ വേണമെങ്കിലും താമസിക്കാൻ എനിക്ക് സ്വാതന്ത്ര്യമുണ്ട്. ഇന്നും ഞങ്ങൾ സുഹൃത്തുക്കളാണ്.

പിറ്റേദിവസം ഞങ്ങൾക്ക് താമസിക്കാൻ എന്തെങ്കിലും ഏർപ്പാടുകൾ ചെയ്യേണ്ടിയിരുന്നു. തുറസായ ഒരു വരാന്തയിൽ രണ്ട് ദിവസം എങ്ങനെ കഴിയാനാണ്? അടുത്ത ദിവസം രാവിലെ ഏതാണ്ട് ഒമ്പത് മണി ആയിക്കാണും ഞാൻ അവിടെ ജഡ്ജി ഹക്കിം അവർകളെ ചെന്നു കണ്ടു, കേസിലെ സാക്ഷികൾ എന്ന നിലയിൽ ഞങ്ങൾക്ക് ഡഹാണുവിൽ താമസിക്കേണ്ടതുണ്ടെന്നും കഴിഞ്ഞദിവസം സ്ഥലമില്ലാത്തതിനാൽ വളരെ വിഷമിക്കേണ്ടിവന്നുവെന്നും മറ്റും ഞാനദ്ദേഹത്തെ ധരിപ്പിച്ചു. ഹക്കിം ഉടനെതന്നെ വേണ്ട സൗകര്യങ്ങൾ ചെയ്തുതന്നു. കോടതികെട്ടിടം നോക്കിരക്ഷിക്കുന്ന അടുത്തുള്ള കുടിലുകളിലെ വർളികൾ ഞങ്ങൾക്ക് ഭക്ഷണവും ചായയുമൊക്കെ കൊണ്ടുവന്ന് തരുമായിരുന്നു. കടൽക്കാറ്റുമേറ്റ് അടുത്ത രണ്ട് ദിവസം ഞങ്ങളവിടെ സുഖമായി കൂടി.

കേസ് വിചാരണ തുടങ്ങിയാൽ കോടതിയിൽ കേസ് കേൾക്കാൻ വരുന്നവരും മറ്റുമായി വലിയ ആൾത്തിരക്കുണ്ടാവും. തന്മൂലം ഞങ്ങൾക്ക് കോടതിയിൽ താമസിക്കാൻ സ്ഥലം തന്നുവെന്ന വാർത്ത വായുവേഗത്തിൽ പ്രചരിച്ചു. ആ കൊച്ചു ഗ്രാമത്തിൽ ഇതൊരു ചർച്ചാവിഷയം തന്നെയായി. ചിലർ ഞങ്ങളെ കൗതുകത്തോടെ നോക്കിത്തുടങ്ങി. കോടതിയിൽത്തന്നെ താമസിക്കാൻ അനുവദിക്കപ്പെട്ടവർ എന്ന നിലയ്ക്ക് ചിലരുടെ ദൃഷ്ടിയിൽ ഞങ്ങളുടെ അന്തസ്സ് വർദ്ധിച്ചിരുന്നു. ജോലി കഴിഞ്ഞു. ഉടൻ ജഡ്ജി അവർകളോട് നന്ദിപറഞ്ഞ് ഞങ്ങൾ മടങ്ങിപ്പോന്നു. ഞങ്ങളുടെ വക്കീൽ ടി ഗോദിവാലയും പരുലേക്കറും

ബോംബെയിലേക്ക് പോയി. ഞങ്ങൾ പ്രവർത്തനങ്ങൾക്കായി ഗ്രാമങ്ങളിലേക്കും തിരിച്ചു.

ഡഹാണു കോടതിയിൽ കേസ് കാര്യങ്ങൾക്കായി പോയ അവസരത്തിൽ ദീർഘനേരം നില്ക്കേണ്ടിവന്നതിനാൽ, പിന്നീട് ഗ്രാമങ്ങളിൽ കാൽനടയായി യാത്രചെയ്യുക വലിയ പ്രയാസമായി. ആദിവാസികൾക്ക് ഞങ്ങളെ കാണുവാൻ സൗകര്യമുള്ള ഒരു പ്രത്യേക സ്ഥലത്തിന്റെ ആവശ്യം ഡഹാണുവിൽ ഉണ്ടായി. മിക്കസ്ഥലങ്ങളും ജന്മികളുടെ അധീനതയിലാണ്. ഞങ്ങൾക്കാരു സ്ഥലം തരും? ഞങ്ങൾ പാവപ്പെട്ട ആളുകളുടെ ഇടയിൽ അന്വേഷണം തുടങ്ങി. അവരെ വലിയവർ ഭീഷണിപ്പെടുത്തിയിരുന്നു. ഞങ്ങൾക്ക് കിട്ടുന്ന സ്ഥലം പരാശ്രയമില്ലാതെ സ്വതന്ത്രമായി ജോലിചെയ്ത് ജീവിക്കുന്ന ആരുടെയെങ്കിലുമായിരിക്കണം. ആരും അത്ര പെട്ടെന്ന് ശ്രദ്ധിക്കാത്തതും ആകണം. ബാബുടോംഗാവാല ഇത്തരത്തിലൊരാളാണ്. അയാൾ തന്റെ കുതിരയെ കെട്ടുന്നിടത്ത് ഞങ്ങൾക്ക് സ്ഥലം തന്നു. അയാളുടെ സ്ഥലം ഗ്രാമത്തിലൊരു കോണിൽ തഹസിൽദാർ കച്ചേരിക്കടുത്താണ്. ഏതാണ്ട് ഇരുപതടി നീളവും പതിനാറടി വീതിയുമുള്ള ഒരു കുടിൽ. അതിന്റെ ഒരുവശത്ത് എട്ടടി വീതിയും പതിനാറടി നീളവുമുള്ള ഒരു മുറിയുണ്ട്. ബാബുവും ഭാര്യയും കുട്ടികളും അവിടെയാണ് താമസിച്ചിരുന്നത്. ബാക്കിയുള്ള സ്ഥലം ഒരു മറവെച്ച് രണ്ടാക്കി വിഭജിക്കപ്പെട്ടിരുന്നു. ഒരുവശത്ത് ബാബുവിന്റെ കുതിരയെ കെട്ടും. മറ്റേവശം ഞങ്ങൾ ആപ്പീസായി ഉപയോഗിച്ചു. മറകെട്ടിയിരുന്നത് വൃത്തിയായിട്ടൊന്നുമല്ല. ഈ സ്ഥലത്തെവിടെയും വാതിൽ ഉണ്ടായിരുന്നില്ല. കുതിരത്തൊഴുത്തായി ഉപയോഗിച്ചിരുന്ന സ്ഥലത്ത് എന്ത് സാകര്യമാണുണ്ടാവുക! ബാബുടോംഗാവാലാ ഞങ്ങളോട് പറഞ്ഞിരുന്നു. "കൂടുതൽ സൗകര്യങ്ങളൊന്നുമുണ്ടാക്കിത്തരാൻ എനിക്ക് കഴിയില്ല. ഇവിടെ ഉള്ള സൗകര്യം ഇഷ്ടപ്പെടുന്നുവെങ്കിൽ സ്ഥലമെടുക്കാം." ഞങ്ങളുടെ ഇഷ്ടാനിഷ്ടത്തിന്റെ പ്രശ്നമേ അവിടെ ഇല്ലായിരുന്നു.

എപ്രകാരമുള്ളതായാലും ആപ്പീസായി ഒരു സ്ഥലം കിട്ടിയല്ലോ എന്നോർത്ത് ഞങ്ങൾ സമാധാനിച്ചു. എന്റെ കുളി വീണ്ടും പ്രശ്നമായി. തൊഴുത്തിന്റെ പിൻവശത്ത് ഒരു കല്ലുണ്ട്. അവിടെയാണ് വൈകുന്നേരങ്ങളിൽ ഞാൻ കുളിക്കാറ്. സ്ഥലം ഒരൊഴിഞ്ഞ കോണിലായിരുന്നതിനാൽ വൈകുന്നേരങ്ങളിൽ അവിടെ ആൾത്തിരക്കുണ്ടാകാറില്ല, ഞങ്ങൾ ഹോട്ടലിൽ നിന്ന് ചായ കഴിക്കും. ഉച്ചക്ക് ശേവ്ചിവ്ഡാ* തുടങ്ങിയതെന്തെങ്കിലും കഴിച്ച് കഴിച്ചുകൂട്ടും. പകൽമുഴുവൻ ഇങ്ങനെ ഓരോന്ന് കഴിച്ച് അരവയറായി കഴിയേണ്ടിവന്നിരുന്നതിനാൽ ജോലി കഴിഞ്ഞയുടൻ വൈകുന്നേരം 'ഡാളും' (പരിപ്പും) ചോറും കൂട്ടി ഊണ് കഴിക്കും. വൈകുന്നേരത്തെ ആഹാരം മാത്രമേ ഭക്ഷണമായി തോന്നി

* നമ്മുടെ മിക്സ്ചർ പോലുള്ള ഒരു മറാഠി പലഹാരം

യിരുന്നുള്ളു. എന്തെങ്കിലും ആവശ്യാർത്ഥം അവിടെ വരാറുള്ള ആദിവാസികൾ പലപ്പോഴും അവിടെത്തന്നെയാണ് താമസിക്കുക. കോടതിയിലെ കാര്യങ്ങൾ കഴിഞ്ഞ് ഞങ്ങൾ ഓഫീസിൽ തിരിച്ചെത്തിയാലുടൻ വർളികൾ മുന്ന് കല്ല് കൂട്ടിവെച്ച് അടുപ്പുണ്ടാക്കി 'ഡാളും' ചോറും തയ്യാറാക്കും. അവരും ഞങ്ങളും അവരവരുടെ പാചകം ഒരിടത്തുവച്ചു തന്നെയാണ് ചെയ്തിരുന്നത്. ഭക്ഷണം കഴിക്കുന്നതും ഒരിടത്തുവച്ചു തന്നെ. ഞങ്ങളുടെ പരിതഃസ്ഥിതികൾ കണ്ടറിഞ്ഞ് അവർതന്നെ ചില നിവാരണമാർഗ്ഗങ്ങൾ ഉണ്ടാക്കി. വെള്ളം ശേഖരിച്ച് വയ്ക്കുന്നതിനായി ബസാറിൽ നിന്ന് രണ്ട് കലം കൊണ്ടുവന്നു. പരിചയക്കാരുടെ അടുത്തുപോയി വാഴയില കൊണ്ടുവന്നു. പ്ലാശിലകൊണ്ട് കുമ്പിളുകളുണ്ടാക്കി. ചോറ് അടുപ്പത്ത് തിളച്ചുകൊണ്ടിരിക്കും. ഭക്ഷണം തയ്യാറായാൽ ഞങ്ങളെല്ലാവരും ഒരുമിച്ചിരുന്ന് ആനന്ദത്തോടെ അത് കഴിക്കും. ചട്ടിയും കലവുമായി എത്ര ചുരുങ്ങിയ സൗകര്യങ്ങളിലും മനുഷ്യൻ ജീവിക്കാനാവുമെന്ന് അനുഭവത്തിൽ നിന്നും അറിഞ്ഞു.

ഞങ്ങൾ ആ തൊഴുത്തിനുള്ളിൽ അടുപ്പിന് ചുറ്റുമിരുന്ന് രാത്രി വളരെ വൈകുവോളം വർളികളുടെ ജീവിതത്തെക്കുറിച്ചും ഗ്രാമങ്ങളിലും 'പാഡ'കളിലും നടക്കുന്ന സംഭവങ്ങളെക്കുറിച്ചും ഡഹാണുവിലെ ജന്മികളെക്കുറിച്ചും സംസാരിക്കാറുണ്ട്. എല്ലാവരും തൊഴുത്തിൽത്തന്നെ കിടന്നുറങ്ങും. ഒരു സംഭവം ഓർക്കുമ്പോൾ ഇപ്പോഴും തരിച്ചുപോകുന്നു. ഞങ്ങൾ ഉണ്ണാനിരിക്കുകയാണ്. ഒരു കാറ്റടിച്ചപ്പോൾ അടുത്തുള്ള മുഴുവൻ പൊടിയും കുതിരച്ചാണകത്തിന്റെ ഉണങ്ങിയ അംശങ്ങളും കാറ്റിൽ പറന്ന് ദേഹത്ത് വന്നുപറ്റി; ചോറിന്റെ മുകളിൽ വന്നുവീണു. ഞങ്ങൾ മുകളിലത്തെ കുറച്ച് ചോറ് എടുത്തുകളഞ്ഞു. ബാക്കിയുള്ളത് വേഗം വേഗം വാരി അകത്താക്കി. മറ്റുപായമൊന്നും തോന്നിയില്ല. വളരെ ചെറിയ ഒരു ജമുക്കാളത്തിൽ ഒരു നേർത്ത തുണികൊണ്ട് മൂടിപ്പുതച്ചാണ് ഞാൻ ഉറങ്ങുക. കുതിര ഒന്നിളകിയാൽ, ഉറക്കമുണരും. ശക്തിയായി ഒരു കാറ്റടിച്ചാൽ പൊടിയും കുതിരച്ചാണകവും ശരീരത്തിൽ അടിച്ചുകയറും. കാലത്ത് എഴുന്നേറ്റ ഉടൻ തൊഴുത്തിനകം അടിച്ചു വെടിപ്പാക്കി വർളികൾ പോകും. അടുത്തദിവസം വേറെ ചിലർ അവരുടെ കാര്യങ്ങൾക്കായി വന്നെത്തും. വേറെയെവിടെയും ഒരു സ്ഥലം കിട്ടാതിരുന്നതിനാൽ ഞങ്ങൾക്ക് കുറെ ദിവസം ആ പരിതഃസ്ഥിതിയിൽ തൊഴുത്തിൽത്തന്നെ കഴിയേണ്ടിവന്നു.

പൂനയിലെ നാലുനില കെട്ടിടത്തിന്റെ മൂന്നാം നിലയിൽ ധാരാളം വായുസഞ്ചാരമുള്ള എന്റെ സ്വന്തം മുറിയിൽ, രണ്ട് കിടക്ക ഒന്നിനു മീതെ ഒന്നായി ഇട്ടിട്ടുള്ള കട്ടിലിൽ വായിച്ചു വായിച്ചുറങ്ങാറുള്ള ഞാൻ ഈ ദിവസങ്ങൾ എങ്ങനെ ആനന്ദത്തോടെ കഴിച്ചുകൂട്ടി എന്നോർക്കുമ്പോൾ എനിക്കാശ്ചര്യം തോന്നുന്നു.

അക്കാലത്ത് ആരേയും ഭയപ്പെടാതെ ബാബു ഞങ്ങൾക്ക് സ്ഥലം

തന്നതിൽ പുതുമ തോന്നാതിരുന്നില്ല. ഞങ്ങളുടെ പക്കൽനിന്ന് വാടകയൊന്നും വാങ്ങിയില്ല. ഞങ്ങൾ സ്ഥലമൊന്നും കിട്ടാതെ വിഷമിക്കുകയായിരുന്നു. വേണമെങ്കിൽ വാടക വാങ്ങാൻ അയാൾക്ക് തീർച്ചയായും കഴിയും. അയാൾ അങ്ങനെ ചെയ്തില്ലെന്നത് പാവപ്പെട്ടവരുടെ മനസിന്റെ വലുപ്പം കാണിച്ചുതരുന്നു. ബാബുവിന്റെ ടോംഗ കുടിലിന്റെ പുറത്ത് നിർത്തിയിട്ടുണ്ടാകും. അയാൾ ദിവസം മുഴുവൻ പണിയെടുക്കും. രാത്രി എപ്പോൾ വരുന്നുവെന്നോ രാവിലെ എപ്പോൾ പോകുന്നുവെന്നോ ഞങ്ങൾ അറിഞ്ഞിരുന്നില്ല. അയാളുടെ ഭാര്യക്ക് ഞങ്ങളെ അത്ര പിടിച്ചില്ല. അപ്പുറത്തും ഇപ്പുറത്തും ഉള്ളവരെയൊക്കെ അവൾ ഭയപ്പെട്ടിരുന്നുവെന്നുതോന്നുന്നു. അതിനും പുറമേ ബാബു ഞങ്ങൾക്ക് സ്ഥലം വാടകയില്ലാതെ തന്നതും അവൾക്കിഷ്ടമായില്ല. ബാബു എന്ന കുതിരവണ്ടിക്കാരന്റെ ജീവിതസാഹചര്യങ്ങൾ ഇപ്പോൾ വളരെ മെച്ചപ്പെട്ടിട്ടുണ്ട്. അയാളെ കണ്ടുമുട്ടുമ്പോഴൊക്കെ ആ ദിവസങ്ങളുടെ ഓർമ്മ ഓടിയെത്തും. ആ കുടിലിരിക്കുന്ന സ്ഥലത്ത് അയാൾ ഇപ്പോൾ ഒരു നല്ല വീടുവെച്ചിരിക്കുന്നു. പ്രക്ഷോഭകാലത്ത് ഡഹാണു ലോക്കപ്പിൽ അടയ്ക്കപ്പെട്ടിരുന്ന അനേകം വർളികൾക്ക് ഭക്ഷണമെത്തിച്ചുകൊടുക്കാനുള്ള ഉത്തരവാദിത്വം ബാബുവാണേറ്റെടുത്തത്. അതിനുശേഷം അയാളുടെ സ്ഥിതി മെച്ചപ്പെട്ടു. പ്രക്ഷോഭത്തിന്റെ പുണ്യംകൊണ്ടാണ് തന്റെ സ്ഥിതി നന്നായതെന്ന് ഇപ്പോഴും ബാബു വിശ്വസിക്കുന്നു. രാഷ്ട്രീയം എന്തുമായിക്കൊള്ളട്ടെ, വ്യക്തിബന്ധങ്ങളുണ്ടാകുന്നതിൽ എന്താണ് തെറ്റ് എന്ന് വലിയ വാചകമടിക്കാറുള്ള പല 'വലിയവർക്കും' അതിന്റെ അർത്ഥം മനസ്സിലായില്ല. ഉപരിവർഗ്ഗത്തിൽ പെട്ടവരൊക്കെ ഞങ്ങളുടെ പ്രവർത്തനങ്ങൾക്ക് വിഘാതമുണ്ടാക്കുവാൻ കിണഞ്ഞ് പരിശ്രമിച്ചുവെങ്കിലും ഞങ്ങളുടെ ജോലിക്കൊരു തടസ്സവും നേരിട്ടില്ല. പ്രക്ഷോഭത്തിന്റെ ശക്തിയേറിയ പ്രവാഹം എല്ലാ പ്രതിബന്ധങ്ങളെയും തട്ടിത്തകർത്തുകൊണ്ട് മുമ്പോട്ടൊഴുകുകതന്നെ ചെയ്തു.

ബാബു ടോംഗാവാലയുടെ വീട്ടിൽ താമസിച്ചിരുന്നപ്പോൾ തന്നെ വേറെ സ്ഥലം ഞങ്ങൾ അന്വേഷിക്കുന്നുണ്ടായിരുന്നു. കുറച്ചു ദിവസത്തിനകം ബാബുവിന്റെ കുടിലിനുസമീപം തന്നെ പാട്ടീലിന്റെ വക വീട്ടിൽ മാസം അഞ്ചുറുപ്പിക വാടകക്ക് ഒരു സ്ഥലം കിട്ടി. 1946 നവംബർ 21 ന് അടിയന്തരാവസ്ഥ പ്രഖ്യാപിച്ചുകൊണ്ട് ഠാണാ ജില്ലയിൽ നിന്ന് ഞങ്ങളെ പുറത്താക്കുന്നതുവരെ ഈ പുതിയ സ്ഥലത്തായിരുന്നു ഞങ്ങളുടെ ആപ്പീസ്.

കമാരണദിവെ സ്ഥിരം കാര്യദർശി എന്ന നിലയിൽ ഈ ആപ്പീസിൽ താമസിച്ചുകൊണ്ടാണ് പ്രവർത്തിച്ചത്. ഈ സ്ഥലം വളരെ ചെറുതും പരിമിതമായ സൗകര്യങ്ങൾ മാത്രമുള്ളതുമാണ്. ഈ കെട്ടിടം പണ്ടുകാലത്ത് ലോക്കപ്പായിരുന്നുവെന്ന് നാട്ടുകാർ പറഞ്ഞുകേട്ടിട്ടുണ്ട്. കെട്ടിടത്തിന്റെ ആദ്യത്തെ നിലയിലുള്ള ചെറിയ മുറിയാണ് ഞങ്ങൾക്കു കിട്ടിയത്. കണ്ണിൽ കുത്തുന്ന ഇരുട്ടായിരുന്നു അതിനുള്ളിൽ.

മുകളിലത്തെ നിലയിൽ മാത്രം കുറച്ചു ഒഴിഞ്ഞ സ്ഥലവും മുറികളും ഉണ്ടായിരുന്നു. ഈ നിവാരണരീതി കണ്ടപ്പോൾ അവിടം ലോക്കപ്പ് തന്നെ ആയിരുന്നു എന്നുതോന്നി. എട്ടടി സമചതുരത്തിൽ ഒറ്റവാതിലും ഒറ്റജനലും ഉണ്ടായിരുന്ന ഞങ്ങളുടെ മുറി ഒരറ്റത്താണ്. മുകളിലത്തെ നിലയിൽ മുഴുവനും വെറും മരപ്പലകയടിച്ചതല്ലാതെ മറ്റൊന്നുമില്ല. രാവിലെയും വൈകുന്നേരവും മാത്രമേ ഞങ്ങൾ മുറിയിൽ ചായയുണ്ടാക്കിയിരുന്നുള്ളു. താഴെ കിണറ്റിൽനിന്നും വെള്ളം കോരിക്കൊണ്ട് വരേണ്ടിയിരുന്നു. മുറിയിൽനിന്ന് വെള്ളം പുറത്തേക്ക് പോകാനും മാർഗ്ഗമില്ല, കൈകഴുകാനും പാത്രം കഴുകാനും ഉപയോഗിക്കുന്ന വെള്ളം മറ്റൊരു പാത്രത്തിൽ ശേഖരിച്ച് ജനലിലൂടെ താഴോട്ടു ഒഴിച്ചു കളയുകയായിരുന്നു. കെട്ടിടത്തിൽ മലമൂത്രവിസർജ്ജനത്തിനുള്ള സൗകര്യവുമില്ല. രാവിലെ അടുപ്പിൽ തീപിടിപ്പിച്ചാൽ ഉടൻ പുകചുറ്റി കണ്ണിൽനിന്നും മൂക്കിൽനിന്നും വെള്ളം ഒഴുകും. ഇങ്ങനെയൊക്കെയായാലും ഒന്നിരിക്കാനും കിടക്കാനുമെങ്കിലും സ്ഥലമുണ്ടല്ലോ എന്ന സമാധാനത്തോടെ ഉറങ്ങാൻ കിടക്കയിൽ കിടന്നാൽ രാത്രി മുഴുവൻ മൂട്ടയെ കൊന്നുകൊണ്ടിരിക്കണം! ഒരു നിമിഷംപോലും ഉറങ്ങാൻ കഴിയില്ല. ധാരാളം മൂട്ടകൾ മരപ്പാളികൾക്കിടയിൽ താമസമാക്കിയിരുന്നു. രാത്രിയെങ്ങാനും ഒരിക്കൽ ടോർച്ചടിച്ചുനോക്കിയാൽ കാണുന്നതോ! വസൂരി പിടിപെട്ട ഒരു മനുഷ്യന്റെ മുഖത്തു കാണാറുള്ള കുരുക്കൾപോലെ അസംഖ്യം മൂട്ടകൾ കിടക്കയിലും തലയണയിലുമൊക്കെ പരന്നുകിടക്കുന്നുണ്ടാവും. കമാരണദിവെയും ഞാനും പുതപ്പുകൊണ്ട് ദേഹമാസകലം മൂടിവിളക്കും കൊളുത്തിവച്ച് കുത്തിയിരിക്കും. അവിടങ്ങളിൽ എല്ലാ വീടുകളിലും ഇതേവിധത്തിൽ മൂട്ടയുണ്ടായിരുന്നതായി പിന്നീടറിഞ്ഞു. അവർക്കീ 'മൂട്ടകടി' നിത്യപരിചിതമായതിനാൽ അതുകൊണ്ട് പ്രത്യേകിച്ചൊരു ശല്യവും തോന്നിയില്ലെന്നുമാത്രം! ഞങ്ങൾ മരുന്നടിച്ച് മൂട്ടകളെ കൊല്ലാനൊരു ശ്രമം നടത്തിനോക്കി. പക്ഷേ, ആ കെട്ടിടത്തിൽ എണ്ണിമില്ലാത്തത്ര മൂട്ടകളാണുണ്ടായിരുന്നത്. മരുന്നുകൊണ്ടൊക്കെ എത്ര കുറയും! പതുക്കെ പതുക്കെ ഞങ്ങളും മൂട്ടകടിയുമായി താദാത്മ്യം പ്രാപിച്ചു! പരിചയംകൊണ്ട് മനുഷ്യന് എന്തൊക്കെ സഹിക്കാൻ സാധിക്കും എന്നു പറയാനാവില്ല. ഞങ്ങളുടെ അടുത്ത മുറിയിൽ ഒരു ചെറിയ ജലനിർഗ്ഗമന മാർഗ്ഗം ഉണ്ടായിരുന്നതിനാൽ അവിടെ കുളിക്കാൻ സൗകര്യപ്പെടുത്തി. പക്ഷേ, മലവിസർജ്ജനം ഒരു പ്രശ്നമായിത്തന്നെ അവശേഷിച്ചു. അവിടത്തെ എല്ലാ സ്ത്രീപുരുഷന്മാരും നേരം പുലരുന്നതിനുമുമ്പ് എണീറ്റ് പുറത്തെവിടെയെങ്കിലും പോയി ഇക്കാര്യം സാധിക്കുകയാണ് പതിവ്. രണദിവെയും മറ്റു സഖാക്കളും അങ്ങനെതന്നെയാണ് ചെയ്തിരുന്നത്. എന്റെ കാര്യം മാത്രം ദയനീയമായിത്തീർന്നു.

പാട്ടീലിന്റെ കെട്ടിടത്തിന്റെ സമീപം ദാണ്ഡേക്കർ എന്നൊരാൾ താമസിച്ചിരുന്നു. അയാളുടെ വീടിനടുത്ത് ഓലവെച്ച് മറച്ച ഒരു കക്കൂസുണ്ട്. ദാണ്ഡേക്കറുടെ വീട്ടിലെ ഒരു ചെറുപ്പക്കാരൻ ഇടയ്ക്കിടെ

ഞങ്ങളുടെ അടുത്ത് വരാറുണ്ട്. ചിലപ്പോഴൊക്കെ രാഷ്ട്രീയ ചർച്ചകളിലും അയാൾ താല്പര്യം കാണിച്ചിരുന്നു. അയാളോട് എന്റെ പ്രശ്നത്തെപ്പറ്റി സംസാരിച്ചപ്പോൾ ആ കക്കൂസ് ഉപയോഗിക്കാൻ വിരോധമില്ലെന്നുപറഞ്ഞ് അയാൾ എന്റെകൂടെ അവിടംവരെ വന്നു. ഒരു വലിയ പ്രശ്നം പരിഹൃതമായതിലുള്ള സന്തോഷം മനസ്സിലുദിച്ചു. ഞാൻ അയാളോട് നൂറുവട്ടം നന്ദിപറഞ്ഞു. പക്ഷേ, ഈ ഏർപ്പാട് അധികദിവസം നീണ്ടുനിന്നില്ല. ആ ചെറുപ്പക്കാരന്റെ സൗജന്യം വെറും രണ്ടുദിവസമേ എനിക്ക് അനുഭവിക്കാൻ സാധിച്ചുള്ളു. മൂന്നാം ദിവസം അയാൾ വലിയ പ്രയാസത്തോടെ വന്നറിയിച്ചു; "വീട്ടിൽ വിരോധമുള്ളതിനാൽ എനിക്ക് ഒന്നും ചെയ്യാൻ സാദ്ധ്യമല്ല." വർഗ്ഗസമരം മൂർഛിക്കുമ്പോൾ ചൂഷകവർഗ്ഗം എപ്രകാരം മനുഷ്യത്വമില്ലാതായിത്തീരുന്നു എന്നതിന്റെ ഒരനുഭവം കൂടി. ഇത്തരം അനുഭവങ്ങൾ ഈ പ്രക്ഷോഭത്തിൽ പടിപടിയായി ഉണ്ടായിക്കൊണ്ടിരുന്നു. അനേകം പ്രയാസങ്ങൾ അഭിമുഖീകരിച്ച് എങ്ങനെയെങ്കിലും ജീവിച്ച് ഞങ്ങളുടെ പ്രവർത്തനങ്ങൾ നടത്തിക്കൊണ്ടിരുന്നു. ജന്മികളുടെ ഇത്തരത്തിലുള്ള എതിർപ്പുകൾ ഞങ്ങൾക്ക് ഉർവ്വശീശാപംപോലെയായിത്തീർന്നു. അവരുടെ എതിർപ്പ് എത്രത്തോളം വർദ്ധിച്ചുവോ അത്രത്തോളം ആദിവാസികൾക്ക് ഞങ്ങളിലുള്ള വിശ്വാസവും വർദ്ധിച്ചുവന്നു.

1946 നവംബറിൽ ഞങ്ങളെ ഠാണാ ജില്ലയിൽനിന്ന് പുറത്താക്കുന്നതുവരെ ഞങ്ങളുടെ ആപ്പീസ് പാട്ടീലിന്റെ കെട്ടിടത്തിൽതന്നെയായിരുന്നു. ഒരു ആപ്പീസിന്റെ കെട്ടും മട്ടും അതിനുണ്ടായിരുന്നില്ല. അത് വഴിവക്കിലല്ല സ്ഥിതിചെയ്തത്; ഒരു ബോർഡ് പോലും അതിനില്ല. ഭക്ഷണം കഴിക്കുകയും ഉറങ്ങുകയും ചെയ്യുന്ന മുറിതന്നെ ആപ്പീസ് മുറിയും. അവിടെ കസേരയോ മേശയോ ഇല്ല. ഒരു ജമുക്കാളവും ഒരു ചെറിയ പെട്ടിയും മാത്രം. പ്രക്ഷോഭത്തിന്റെ ശക്തികൊണ്ട്, പുല്ലരിയൽ തുടങ്ങുന്നതിനുമുമ്പ് 'ചെങ്കൊടിയുടെ പെർമിറ്റുകൊണ്ടുവരു' എന്നു പറഞ്ഞ് ആദിവാസികൾ ജന്മികളെ പറഞ്ഞുവിട്ടിരുന്നത് ഇതേ ആപ്പീസിലേക്കുതന്നെയായിരുന്നു. ആയിരമായിരം ആദിവാസികളുടെ ശരണസങ്കേതമായിരുന്നു പ്രസ്തുത ആപ്പീസ്. സർക്കാരിന്റെ ചാരന്മാരും ഉദ്യോഗസ്ഥന്മാരും എപ്പോഴും അതിന്റെ പരിസരത്ത് ചുറ്റിനടന്നിരുന്നതിനാൽ ഈ ആപ്പീസിന് പ്രത്യേക പ്രശസ്തിയും കൈവന്നു. ഗ്രാമത്തിന്റെ ഒരു കോണിൽ, ഒരു പഴയ കെട്ടിടത്തിന്റെ ഒരറ്റത്ത് സ്ഥിതിചെയ്ത ആ ആപ്പീസ് ജനതയുടെ ആവേശത്തിന്റെ പ്രതീകമായി രാവും പകലും തിളങ്ങിനിന്നു. ഈ ആപ്പീസിൽ നിന്നുതന്നെയാണ് ഞങ്ങൾ മരംവെട്ടു തൊഴിലാളികളുടെ സമരത്തിനാഹ്വാനം നല്കിയത്. ആദിവാസികൾ ജന്മികൾക്ക് തെളിയിച്ചുകൊടുത്തു; "കോഴി കൂവിയില്ലെങ്കിലും നേരം വെളുക്കും." അത് വളരെ ശരിയുമായിരുന്നു.

ജന്മികളുടെയും ഹുണ്ടികക്കാരുടെയും എതിർപ്പുകൊണ്ട് ഒന്നും സംഭവിച്ചില്ല. അടിമവേല നിർത്തലാക്കപ്പെട്ടു. കർഷകത്തൊഴിലാളി

കൾക്ക് ന്യായമായ കൂലി ലഭിച്ചുതുടങ്ങി. വിവാഹത്തിനു വാങ്ങിയ കടത്തിൽനിന്ന് മുക്തി കിട്ടിത്തുടങ്ങി. പുല്ലരിയുന്നതിന്റെയും മരം വെട്ടുന്നതിന്റെയും കൂലിനിരക്കുകൾ വർദ്ധിപ്പിച്ചു. പാട്ടം വെട്ടിക്കുറച്ചു. ഇതു മാത്രമല്ല പാട്ടം ധാന്യമായി കൊടുക്കേണ്ടതില്ലെന്ന് നിയമമുണ്ടായി. എല്ലാവരുടെയും പാട്ടം പണക്കണക്കിൽ ക്ലിപ്തപ്പെടുത്തി. നിലത്തിനു വില നിശ്ചയിച്ചു. ഭൂമിയുടെ വില ഗഡുക്കളായി അടച്ചുതീർത്ത് കൃഷിക്കാരന് ഭൂമിയിൽ സ്ഥിരാവകാശം ലഭിക്കാൻ സഹായിക്കുന്ന നിയമങ്ങൾ നിർമ്മിക്കപ്പെട്ടു. ഈ നേട്ടങ്ങൾ കൈവരിക്കാൻ ആദിവാസികൾക്ക് അസംഖ്യം യാതനകൾ സഹിക്കേണ്ടിവന്നിട്ടുണ്ട്.

അടിയാൻപണി തൂത്തെറിയപ്പെട്ടു

തിത്വാളയിൽ നടന്ന മഹാരാഷ്ട്ര കിസാൻസഭയുടെ സമ്മേളനത്തിൽ ഗോവിന്ദ് ദേവ്കർ പത്തുമുപ്പത് വർളികളെ പങ്കെടുപ്പിച്ചു. ജന്മം മുഴുവനും ഉന്നത ജാതീയരായ 'മാന്യന്മാർക്കു' വേണ്ടി പണിയെടുത്തിരുന്ന വർളികൾക്ക് തിത്വാളയിൽ ലഭിച്ച സ്വീകരണം അവർക്കൊരു പുതുമയായിരുന്നു. വളരെ സ്നേഹത്തോടെ ഞങ്ങൾ അവരോട് പെരുമാറിയപ്പോൾ അവർക്ക് അത്ഭുതം തോന്നി. അവരുടെ ആത്മാവുണർന്നെണീറ്റു.

സമ്മേളനത്തിൽ ഏതാണ്ട് ആയിരത്തോളം ആദിവാസികൾ സംബന്ധിച്ചു. അത്രയും വലിയ ഒരു കർഷക സമ്മേളനം വർളികൾ അതിനുമുമ്പ് കണ്ടിട്ടില്ല. ആ ജനക്കൂട്ടം കണ്ടതോടെ ഒരു മാന്ത്രികദണ്ഡ് വീശിയാലെന്നപോലെ അവരിൽ മാറ്റങ്ങളുണ്ടായി. സംഘടിച്ചാലുള്ള ശക്തിയെപ്പറ്റി അവർക്ക് ബോദ്ധ്യംവന്നു. 'വലിയവരുടെ' മുമ്പിൽ വർളികൾ പരിഭ്രമിച്ച് ഒന്നും സംസാരിക്കാൻ വയ്യാതെ കുഴങ്ങാറുണ്ട്. പക്ഷേ, അവിടത്തെ അന്തരീക്ഷം അവരിൽ ഉണ്ടാക്കിയ പരിണാമം അഭൂതപൂർവ്വമായിരുന്നു. അടിമജോലി നിർത്തലാക്കണമെന്ന് ഉദ്ഘോഷിച്ചുകൊണ്ടുള്ള പ്രസംഗം കേട്ടപ്പോൾ ഒരു വർളി 'എനിക്കും പ്രസംഗിക്കണം' എന്നുപറഞ്ഞ് മുന്നോട്ടുവന്നു. അടിമപ്പണിമൂലം വർളികൾ അനുഭവിക്കേണ്ടിവരുന്ന കഷ്ടതകൾ അയാൾ അയാളുടെ ഭാഷയിൽ വിവരിച്ചു. തെല്ല് പരിഭ്രമിച്ചുകൊണ്ടാണെങ്കിലും അയാൾ നിശ്ചയദാർഢ്യത്തോടെയാണ് സംസാരിച്ചത്. വർഷങ്ങളായി ഉള്ളിലൊതുക്കിയിരുന്നതൊക്കെ ബന്ധവിമുക്തമായി വാഗ്രൂപേണ പുറത്തേക്കൊഴുകുകയായിരുന്നു! മഴ തുടങ്ങുന്നതിനുമുമ്പ് വർളികൾ സ്വന്തം കൃഷിപ്പണി ഉപേക്ഷിച്ച് ഹുണ്ടികക്കാരന്റെ വയലുകളിൽ ജോലി ചെയ്യേണ്ടിവരുന്നു

എന്ന് അയാൾ പറഞ്ഞു. വർളികളെ സാവ്കർമാർ എപ്പോഴും ആദ്യം അവരുടെ ജോലികൾക്കായി കൊണ്ടുപോകുന്നു. പാട്ടക്കാരായ വർളികളുടെ വയലുകളിൽ ധാന്യം വിളയുകയില്ല. ജന്മികളുടെയും സാവ്കർമാരുടെയും കൃഷിയിടങ്ങളിൽ ആദ്യം ജോലികൾ തുടങ്ങേണ്ടിവരുന്നതിനാൽ പാട്ടക്കാരുടെ വയലുകൾ ചിലപ്പോൾ തരിശിടേണ്ടിവരും. വിളയിറക്കിയാൽത്തന്നെ അത് മോശമാകും. ഇങ്ങനെ വരുമ്പോൾ ഇതേ ജന്മികൾ വർളികളോട് ചോദിക്കും: "നോക്ക്, എന്റെ വയലിൽ എങ്ങനെയാണ് ധാന്യം വിളയുന്നത്? നിന്റെ നിലത്തിൽ വിളയുകയില്ല. കാരണം നീ കുഴിമടിയൻ. വയലിൽ അദ്ധ്വാനിച്ച് പണിയെടുക്കുകയില്ല."

വർളികളുടെ വണ്ടികളെയും ഒരു പൈസ കൂലികൊടുക്കാതെ ജോലിയിലേർപ്പെടുത്തും. ഒരു വീട്ടിലെ എല്ലാ ആളുകളെയും ഓരോരോ ജോലിയിലേർപ്പെടുത്തും. ഇനി മേലിൽ വർളികൾ അടിമപ്പണി ചെയ്യുകയില്ല... മർദ്ദനങ്ങൾ സഹിക്കുകയില്ല.

തിത്വാള പരിഷത്ത് ആദിവാസികളുടെ മനസ്സിൽ വരുത്തിയ മാറ്റം എത്ര വലുതായിരുന്നുവെന്ന് ആ അവസരത്തിൽ ഞങ്ങൾക്ക് ശരിക്കും മനസ്സിലായിരുന്നില്ല.

ചെങ്കൊടിയും കൈയിലേന്തിയാണ് ആദിവാസികൾ സമ്മേളനം കഴിഞ്ഞ് മടങ്ങിപ്പോയത്. അവർ തങ്ങളുടെ സുഹൃത്തും മാർഗ്ഗദർശിയുമായി ചെങ്കൊടിയെ കരുതി. പരിഷത്ത് കഴിഞ്ഞ് മടങ്ങിയ വർളികൾ പഴയ വർളികളായിരുന്നില്ല. അവർ അടിമുടി മാറിക്കഴിഞ്ഞിരുന്നു. അവരുടെ ഭയം പമ്പകടന്നു. തങ്ങളുടെ ദൈനംദിന ജോലികൾ മറ്റു ചിലരെ ഏല്പിച്ചു കൈകളിൽ ചെങ്കൊടിയുമേന്തി പരിഷത്തിന്റെ സന്ദേശം പ്രചരിപ്പിക്കുന്നതിനായി അവർ ഗ്രാമാന്തർഭാഗങ്ങളിൽ ചുറ്റിനടന്നുതുടങ്ങി. വർളി സമൂഹത്തിൽ നവചൈതന്യം വിതറിയ 'അടിയാൻ പണി റദ്ദാക്കുക' എന്ന മുദ്രാവാക്യം കാടുകളിൽ മാറ്റൊലിക്കൊണ്ടു.

പരിഷത്തിന്റെ തീരുമാനം ഒരു തുണ്ട് കടലാസിലൊതുങ്ങുന്ന തീരുമാനമാവില്ലെന്ന് അവർക്കുറപ്പുണ്ട്. ആ തീരുമാനത്തെ ഏത് പ്രതികൂല പരിതഃസ്ഥിതിയിലും നിറവേറ്റേണ്ട ഒരു ഗംഭീര പ്രതിജ്ഞയായി അവർ കണക്കാക്കി; അതിന്റെ പ്രവർത്തനങ്ങൾക്കായി ഇറങ്ങിത്തിരിച്ചു.

ഈ 'വേഠി ബിഗാർ' അഥവാ അടിമപ്പണി എന്നു പറഞ്ഞാൽ എന്തായിരുന്നു? അതിക്രൂരമായ ഒരു ചൂഷണസമ്പ്രദായം. ജന്മികളുടെയും സാവ്കർമാരുടെയും കഠിനാദ്ധ്വാനം ആവശ്യപ്പെടുന്ന സർവ്വജോലികളും ഒരു നേരത്തെ ഭക്ഷണത്തിനുവേണ്ടി ചെയ്തുകൊടുക്കുക. ജന്മികൾ തങ്ങളുടെ കുടിയാന്മാരെ ജോലിക്കായി ഇഷ്ടമുള്ളിടത്തൊക്കെ വിളിക്കും. അവർ ജോലി ചെയ്യാൻ വിസമ്മതിക്കുകയോ സമയം വൈകുകയോ ചെയ്താൽ ജന്മിയോ അയാളുടെ ശിങ്കിടിയോ അവരെ നിർദ്ദയം മർദ്ദിക്കും. പലരേയും കൊന്നുകളഞ്ഞതായിപ്പോലും കേട്ടിട്ടുണ്ട്.

ജന്മികൾ ആദിവാസി കൃഷിക്കാർക്ക് കൃഷിചെയ്യാൻ കൊടുക്കുന്ന ഭൂമിക്ക് പാട്ടം വസൂൽ ചെയ്തിരുന്നു. പാട്ടം വാങ്ങിക്കുമ്പോൾ തെറ്റായ

അളവ് ഉപയോഗിച്ച് കൂടുതൽ ധാന്യം തട്ടിയെടുക്കും. ഇങ്ങനെ അധിക പാട്ടം വാങ്ങിയിരുന്ന ജന്മികൾ വിളവുണ്ടാക്കാൻ ഒരൊറ്റ പൈസയും ചെലവാക്കിയിരുന്നില്ല. നേരെമറിച്ച്, പാട്ടമെന്ന പേരിൽ ഭൂരിഭാഗം ധാന്യം എടുക്കുകയും ചെയ്യും. മാത്രമല്ല തുവര, ഉഴുന്ന്, പയറ് തുടങ്ങിയവ കൃഷിചെയ്തിട്ടുണ്ടെങ്കിൽ, അത് കൊടുത്തില്ലെങ്കിൽ അതിന് പകരമായി നെല്ല് വസൂൽ ചെയ്യും. 'മറ്റു ധാന്യങ്ങൾ തന്നില്ലെങ്കിൽ നെല്ല് കുടുതൽ തരണം' എന്നുപറഞ്ഞ് ബലം പ്രയോഗിച്ച് വാങ്ങിക്കും. വർളികൾ ഉണ്ടാക്കുന്ന മത്തങ്ങ, വെള്ളരിക്ക തുടങ്ങിയ പച്ചക്കറികളും അവർ നട്ടുവളർത്തിയ ഫലവൃക്ഷങ്ങളിലെ ഫലങ്ങളും ജന്മിക്ക് കൊടുക്കണം. ഏതെങ്കിലും വർളി കോഴി വളർത്തുന്നുണ്ടെങ്കിൽ പാർസികളും മുസ്ലിങ്ങളുമായ ജന്മികൾക്ക് കോഴികളും മുട്ടയും കൊടുക്കേണ്ടിവന്നു. വർഷകാലത്ത് ഒരു പ്രത്യേകതരം പച്ചക്കറി കാടുകളിൽ നിന്ന് കൊണ്ടു വരാൻ അവരോട് കല്പിക്കും. കൊണ്ടുപോയി കൊടുത്തില്ലെങ്കിൽ പാട്ടത്തിന്റെ നിരക്ക് വർദ്ധിപ്പിക്കും. വർളികൾക്ക് ഈ പച്ചക്കറി അന്വേഷിച്ച് കാടുകളിൽ അലഞ്ഞു നടക്കേണ്ടിവരാറുണ്ട്.

ജന്മികളുടെ വീട്ടിൽ കത്തിക്കാൻ വിറകില്ലെങ്കിൽ വിറകുവെട്ടി വണ്ടി യിലാക്കി അവരുടെ വീടുകളിൽ കൊണ്ടുപോയി അടുക്കിവെച്ചു കൊടുക്കണം. വണ്ടിക്ക് വാടകയില്ല; അദ്ധ്വാനത്തിന് കൂലിയില്ല. ഇല കോട്ടി ഉണ്ടാക്കുന്ന കുമ്പിളുകൾ ജന്മികൾക്ക് ആവശ്യം വന്നാൽ വർളി കൾ ഇലകളറുത്ത് അവ വളച്ച് കുമ്പിളുണ്ടാക്കിക്കൊടുക്കണം. ബീഡി വലിക്കാൻ ഒരുതരം ചെടിയുടെ ഇല ശേഖരിച്ചു കൊടുക്കണം. പല്ലുതേക്കാൻ വേപ്പിന്റെ ചില്ലകൾ ഒടിച്ച് ചെറിയ കെട്ടുകളായി കെട്ടി ബംഗ്ലാവുകളിൽ എത്തിച്ചുകൊടുക്കണം. കൊടുത്തില്ലെങ്കിൽ പാട്ടം വർദ്ധിപ്പിക്കും. അല്ലെങ്കിൽ മർദ്ദിക്കും.

അടിമപ്പണിക്ക് ഒരു പരിധിയുമില്ല. ജന്മികളുടെ വയലുകളുടെ മുഴുവൻ ജോലിയും — നിലം ഉഴുക, ഞാറു നടുക, വിളവ് കാക്കുക, കൊയ്യുക തുടങ്ങിയവ — ചെയ്യണം. സ്വന്തം കൃഷിസ്ഥലത്തെ ജോലി കൾ മാറ്റിവെച്ച് ജന്മിയുടെ പണികൾ ചെയ്യണം. ധാന്യം ജന്മികളുടെ അറകളിൽ എത്തിക്കുന്നതുവരെയുള്ള ഒരു ജോലിക്കും പ്രതിഫലമില്ല.

ജന്മികൾക്ക് രണ്ടു വസതികൾ ഉണ്ടായിരുന്നുവെന്ന് പറഞ്ഞിട്ടു ണ്ടല്ലോ. തന്മൂലം പശു, എരുമ, കോഴി, മുട്ട, പച്ചക്കറികൾ എന്നിവ എട്ടും പത്തും മൈൽ ദൂരം നടന്ന് ജന്മികളുടെ വീടുകളിൽ എത്തിക്കണം. വർളികളെ അടിമകളെന്ന നിലയിൽ ബന്ധിച്ച് പത്തും പതിനഞ്ചും മൈൽ ദൂരം നടത്തിക്കൊണ്ട് പോകാറുണ്ടായിരുന്നു. എന്നോട് സംഭാഷണമദ്ധ്യേ അവർ പറഞ്ഞിട്ടുണ്ട്: "ബായീ, കൈകൾ കെട്ടുന്നതുമൂലം വഴിക്ക് ശരീരത്തിലെ വിയർപ്പ് തുടയ്ക്കാൻപോലും സാധിക്കാറില്ല."

ജന്മികളുടെ അനീതികൾ ഇതുകൊണ്ടൊന്നും അവസാനിച്ചില്ല. നിസഹായരും നിരാലംബരും ആയ വർളികളെ ചൂഷണം ചെയ്താണ് ജന്മികൾ അവരുടെ കൂറ്റൻ ബംഗ്ലാവുകളും കെട്ടിടങ്ങളും പടുത്തുയർ ത്തിയത്.

വങ്കാസ് ഗ്രാമത്തിലെ സേഠിന്റെ ബംഗ്ലാവ് വരെ പോകുന്ന റോഡും കോച്ചായി സേഠിന്റെ കുളത്തിലേക്കുള്ള വഴിയും തങ്ങൾ കൂലിയില്ലാതെ പണിതുകൊടുത്തതാണെന്ന് വർളികൾ പറഞ്ഞിട്ടുണ്ട്. കവാഡ് ഗ്രാമത്തിലെ കുളം പടുത്തുകെട്ടിയതും അവരാണ്. ഒരു പൈസ കൂലി കൊടുക്കാതെ ഉണ്ടാക്കിയ ഈ ബംഗ്ലാവുകളും കെട്ടിടങ്ങളും വഴികളും കുളങ്ങളും എല്ലാം കണ്ടാൽ ഇത്തരം സുഖസൗകര്യങ്ങൾ അനുഭവിക്കുന്ന ഇവർ കൊച്ചുകൊച്ചു ചക്രവർത്തിമാർ തന്നെയെന്ന് തോന്നും. പ്രതിഫലം കൊടുക്കാതെ ബലമായി നേടിയെടുത്ത ഇത്തരം സുഖസൗകര്യങ്ങൾ ജന്മികളുടെ വീടുകളിലുണ്ട്. അവർ അന്തമില്ലാത്തത്ര സ്വത്തുണ്ടാക്കിയിട്ടുണ്ട്. വർളികൾ വെറുതെ ചെയ്തുകൊടുക്കാത്തതായി ഒന്നും ഉണ്ടായിരുന്നില്ല. വർളികൾ 'വേഠി' (അടിയൻ) എന്ന ആചാരവാക്ക് പറയണമെന്നത് നിർബ്ബന്ധമായിരുന്നു. അടിമ എന്നുതന്നെയാണല്ലോ ഇതിനർത്ഥം. "വേഠിയോട് പറഞ്ഞാലും," "വേഠി വന്നിട്ടുണ്ട്" എന്നൊക്കെയേ പറയാവു. ഇങ്ങനെയല്ലാതെ ആരെങ്കിലും സംസാരിച്ചാൽ അവന് ചാട്ടവാർകൊണ്ടുള്ള പ്രഹരം ലഭിക്കും. ഈ വിധത്തിൽ ജന്മികൾ ആദിവാസികളുടെ ജീവിതത്തെ പിഴിഞ്ഞൂറ്റിയിരുന്നു. ഈ കടുവയുടെ ആക്രമണമേറ്റ് അവരുടെ ജീവരക്തം വാർന്നൊലിക്കുകയായിരുന്നു.

വർളികൾ 'വേഠ്' ജോലി (അടിയാൻപണി) നിർത്തലാക്കാൻ തീരുമാനിച്ചതോടെ ജന്മികൾ തങ്ങളുടെ ആയുധങ്ങൾ പ്രയോഗിക്കാൻ തുടങ്ങി. അവരോട് പ്രതികാരം ചെയ്യാൻ വർളികളെ വിപുലമായ തോതിൽ സംഘടിപ്പിക്കേണ്ടിയിരുന്നതിനാൽ 1945 മെയ് 23 ന് ഉംബർഗാവ് താലൂക്കിലെ കർഷകരുടെ ഒരു സമ്മേളനം ജ്ഹരിയിൽവെച്ച് നടത്തി. ഈ സമ്മേളനത്തിൽ ഏകദേശം അയ്യായിരം ആദിവാസികൾ ഹാജരുണ്ടായിരുന്നു. അവരിൽ അഞ്ഞൂറോളം പേർ സ്ത്രീകളായിരുന്നു. ദൾവിയും ഞാനും ഗ്രാമഗ്രാമാന്തരങ്ങളിൽ സഞ്ചരിക്കുകയും ക്യാമ്പു ചെയ്യുകയും ചെയ്ത് വളർത്തിയെടുത്ത വിശ്വാസവും വർഗ്ഗബോധവും ഈ സമ്മേളനത്തിന്റെ വിജയത്തിന് വളരെയേറെ ഉപകരിച്ചു.

ഈ സമ്മേളനത്തിൽ പരുലേക്കർ ചെയ്ത പ്രസംഗം വർളികളെ വളരെയധികം സ്വാധീനിച്ച ഒന്നായിരുന്നു. അദ്ദേഹം നിർത്തി നിർത്തി വളരെ ലളിതമായ ഭാഷയിലാണ് സംസാരിച്ചത്. പ്രസംഗിക്കാൻ എഴുന്നേറ്റുനിന്ന് തന്റെ ഗംഭീരസ്വരത്തിൽ സംസാരിച്ചുതുടങ്ങിയാൽ സദസ്സിന്റെ മുഴുവൻ ശ്രദ്ധയും പിടിച്ചെടുക്കാൻ പോന്നതായിരുന്നു അദ്ദേഹത്തിന്റെ വ്യക്തിത്വം. അദ്ദേഹത്തിന്റെ വാഗ്ധോരണിയിൽ സദസ്സ് ലയിച്ചിരുന്നു. അവർ ഗ്രാമങ്ങളിലേക്ക് മടങ്ങിപ്പോയത് 'അടിയാൻ പണി നിർത്തലാക്കുക, 'അടിമപ്പണി തൂത്തെറിയുക' തുടങ്ങിയ മുദ്രാവാക്യങ്ങൾ മുഴക്കിക്കൊണ്ടാണ്. സമ്മേളനം കഴിഞ്ഞയുടൻ പല വാർളികളും പല പ്രാവശ്യം പരുലേക്കറെ ചുറ്റിപ്പറ്റിനിന്ന് സംസാരിക്കുന്നത് കാണാമായിരുന്നു.

ഈ സമ്മേളനത്തിനുശേഷം അടിയാൻപണിക്കെതിരായുള്ള സാമൂഹ്യപ്രക്ഷോഭം ആരംഭിച്ചു. പ്രക്ഷോഭത്തെ എതിർത്തവർ സാമൂഹ്യബഹിഷ്കരണത്തിന് പാത്രമാകേണ്ടിവന്നു. അധീരരായിരുന്നവർക്ക് വേണ്ടത്ര ധൈര്യം കൈവന്നു. വർളികളുടെ പ്രക്ഷോഭം കാടുകളിൽ ശക്തിയായി പടർന്നുപിടിച്ചു. വെറും മൂന്നാഴ്ചക്കുള്ളിൽ 'അടിയാൻപണി' ഒരു പഴങ്കഥയായി മാറി.

വർളികൾ അടിയാൻപണി അവസാനിപ്പിച്ചപ്പോൾ ജന്മികൾ 'ഖാവ്ടി' കൊടുക്കില്ല എന്ന് ഭീഷണിപ്പെടുത്തിത്തുടങ്ങി. അന്യായമായ പാട്ടവും അതിനുവരുന്ന പിഴയും എല്ലാം ധാന്യമായി കൊടുത്തു തീർത്തതിനുശേഷം മിച്ചധാന്യം വല്ലതുമുണ്ടെങ്കിൽ അതുകൊണ്ട് വർളികൾ കഷ്ടിച്ച് 'ഹോളി"* വരെ തള്ളിനീക്കും. ശേഷിച്ച ദിവസങ്ങളിൽ ഭക്ഷണത്തിനും അടുത്ത വിളയിടാനും ആവശ്യം വരുന്ന ധാന്യം അവർ ജന്മികളുടെ പക്കൽനിന്നും കടംവാങ്ങും. ഇങ്ങനെ വാങ്ങുന്ന ധാന്യത്തെയാണ് 'ഖാവ്ടി' എന്ന് പറയുന്നത്. വിളകൊയ്താലുടൻ ഈ ധാന്യം ഒന്നര ഇരട്ടിയായോ രണ്ടരയിരട്ടിയായോ ചിലപ്പോൾ മൂന്നിരട്ടിയായോ മടക്കിക്കൊടുക്കേണ്ടിയിരുന്നു ചില ജന്മികൾ ഒരു പറ ധാന്യം കൊടുത്ത് ആറുമാസത്തിനുള്ളിൽ മൂന്നുപറ ധാന്യം തിരിച്ചു വാങ്ങിയതായി എനിക്കറിയാം. അന്യായപ്പലിശ വാങ്ങി വർളികളെ കൊള്ളയടിച്ചതിന്റെ ഒരുദാഹരണം! ജന്മികൾ 'ഖാവ്ടി' കൊടുത്തില്ലെങ്കിൽ വർളികൾക്ക് പട്ടിണി കിടക്കുകയല്ലാതെ ഗത്യന്തരമില്ല.

ജ്ഹരി സമ്മേളനത്തിനുശേഷം 'ഖാവ്ടി' നല്കുകയില്ല എന്ന ജന്മികളുടെ ഭീഷണിയെ വർളികൾ അവഗണിക്കുകയാണുണ്ടായത്. മരങ്ങളുടെ ഇലയോ കാട്ടുകിഴങ്ങോ തിന്നാലും പട്ടിണികിടക്കേണ്ടി വന്നാലും അടിയാൻപണി ചെയ്യുകയില്ല, ആശ്രയിക്കാൻ പോവുകയില്ല എന്ന് അവർ ദൃഢപ്രതിജ്ഞ ചെയ്തു. സ്വന്തം കൃഷിയിടങ്ങളിലെ വിളവെടുത്ത് ജന്മികൾക്ക് ഹോമിക്കുകയായിരുന്നല്ലോ. അതിനും പുറമെ മുൻകൂർ കിട്ടുന്ന ധാന്യത്തിന് അന്യായപ്പലിശ കൊടുക്കാനും അവർ തയ്യാറല്ലായിരുന്നു. അതിനാൽ ജന്മികളുടെ ഭീഷണി ഫലിച്ചില്ല.

സമൂഹത്തിൽ നിന്ന് കരിങ്കാലികളെ പുറന്തള്ളുവാൻ വർളികൾ സ്വീകരിച്ച സമ്പ്രദായം വളരെ കഠിനം തന്നെയായിരുന്നു. ബഹിഷ്കരിക്കപ്പെടേണ്ട ആളുകളുടെ വീടിനുമുമ്പിൽ ഒരു എല്ല് നാട്ടുന്നു. ഇങ്ങനെ ചെയ്തുകഴിഞ്ഞാൽ ആ മനുഷ്യൻ സമൂഹത്തിൽ നിന്ന് പുറന്തള്ളപ്പെട്ടുവെന്നാണർത്ഥം. അയാളുടെ വീട്ടിൽ നിന്ന് ആരും വെള്ളം പോലും കുടിക്കാൻ പാടില്ല. ഇത്തരത്തിലുള്ള ബഹിഷ്കരണപദ്ധതിയെ ഞങ്ങൾ എതിർത്തു. കുറച്ചുകാലത്തേക്ക് ഒരാളെ സമൂഹത്തിൽ നിന്ന് മാറ്റി നിർത്തുന്നതു മനസ്സിലാക്കാം. പക്ഷേ, എന്നെന്നേക്കുമായി ഒരാളെ സമൂഹത്തിൽ നിന്ന് പുറത്താക്കുന്നത് കഷ്ടം തന്നെ. പിന്നോക്കാവസ്ഥ

---

* ഉത്തരേന്ത്യയിലെ ഒരു ഗ്രീഷ്മോത്സവം.

യിലുണ്ടായിരുന്ന അവരോട് സാമൂഹ്യപരിഷ്കരണത്തിന്റെ ഉദ്ദേശ്യ ത്തെക്കുറിച്ച് പറഞ്ഞു മനസിലാക്കേണ്ടിവന്നു. മെയ്മാസത്തിൽ നടന്ന ജ്ഹരി പരിഷത്തിനുശേഷം സംഘടനാശക്തിയിൽ ബോദ്ധ്യം വന്ന ആദിവാസികൾ കൃഷിയിറക്കുന്നതിന്റെ പ്രാരംഭപ്രവർത്തനങ്ങൾ കൂലിയില്ലാതെ ചെയ്യുകയില്ലെന്ന് തീരുമാനിച്ചു. ജന്മികൾക്ക് കൂലികൊടുക്കേണ്ടതായിത്തന്നെ വന്നു. ഉംബർഗാവ് താലൂക്കിലെ പ്രക്ഷോഭം വിജയിച്ചതിനുശേഷം അവിടെ സംഘടനാപരമായ കാര്യങ്ങൾ എല്ലാം തിട്ടപ്പെടുത്തിയതിനുശേഷം ഡഹാണു താലൂക്കിൽ പ്രവർത്തനങ്ങൾ തുടങ്ങാനായിരുന്നു ഞങ്ങളുടെ ഉദ്ദേശ്യം. പക്ഷേ, ആദിവാസികൾ മറ്റൊരു പദ്ധതിയാണ് മുന്നോട്ടു വച്ചത്.

ജ്ഹരി പരിഷത്തിനെപ്പറ്റി കേട്ട് 'ചെങ്കൊടിയുടെ ശക്തി' എന്താണെന്ന് കണ്ടറിയുവാനായി ഡഹാണു താലൂക്കിലെ കുറെ ആദിവാസികൾ ജ്ഹരിയിൽ എത്തിയിരുന്നു. ചെങ്കൊടി ജന്മിമുതലാളിമാരെ മുട്ടുകുത്തിക്കുമെന്നവർക്ക് മനസ്സിലായി. ഉംബർഗാവ് താലൂക്കിലെ സംഘടനാശക്തിയുടെ വിജയവാർത്ത കേട്ടപാടെ ആരെയും കാത്തുനില്ക്കാതെ അവർ സ്വയം പ്രവർത്തനങ്ങൾ തുടങ്ങി. ചെങ്കൊടിക്കു കീഴിൽ അവർ ഗ്രാമങ്ങൾതോറും യോഗങ്ങൾ നടത്തി. ഇത്തരം യോഗങ്ങൾ ഏകദേശം 2000 പേർ പങ്കെടുക്കാറുണ്ടായിരുന്നു. അവരുടെ പ്രസംഗങ്ങളിൽ അവർ ജ്ഹരി പരിഷത്തിന്റെ ആഹ്വാനത്തെപ്പറ്റി മാത്രമാണ് പറഞ്ഞിരുന്നത്. ഇതല്ലാതെ മറ്റെന്തെങ്കിലും പറയാനുള്ള കഴിവ് അവർക്കുണ്ടായിരുന്നില്ല. അടിയാൻപണി, അന്യായങ്ങൾ, മർദ്ദനങ്ങൾ എന്നിവയിൽനിന്ന് വിമോചിതരാകാൻ വർളികൾ അക്ഷമരായി കാത്തിരിക്കുകയായിരുന്നു. വളരെവേഗം ഇത്തരം യോഗങ്ങൾ പതിനായിരക്കണക്കിന് ആളുകൾ പങ്കെടുത്തുതുടങ്ങി. വർളികൾക്ക് പുറമെനിന്ന് സഹായം ആവശ്യമാണെന്ന് തോന്നിത്തുടങ്ങിയപ്പോൾ അവർ നിർദ്ദേശങ്ങളും ഉപദേശങ്ങളും തേടി കല്യാണിൽ വന്നുതുടങ്ങി (അന്ന് ഞാൻ കല്യാണിലാണ് താമസിച്ചിരുന്നത്). "ഇന്ന ദിവസം യോഗം വച്ചിട്ടുണ്ട്. ചെങ്കൊടിയുടെ ഉത്തരവാണ്. നിങ്ങൾ പ്രസംഗിക്കാനായി വരണം." ഇത്തരം ആജ്ഞകൾ അടങ്ങുന്ന കത്തുകൾ സമയത്തിന് കിട്ടാതിരുന്നതിനാൽ പലപ്പോഴും എനിക്ക് പോകാൻ കഴിയാതെ വന്നിട്ടുണ്ട്. എങ്കിലും അവരുടെ പ്രക്ഷോഭം വളരെ വേഗം മുന്നോട്ടു കുതിച്ചുകൊണ്ടിരുന്നു. ഇതു സംബന്ധിച്ച് 1945 ഒക്ടോബർ 23-ന് ബോംബെ *ക്രോണിക്കി*ളിൽ വന്ന വാർത്തയുടെ പ്രസക്തഭാഗം താഴെ കൊടുക്കുന്നു:

> ഇന്നുവരെ പാവങ്ങളും ഭീരുക്കളും ആയിരുന്ന ആദിവാസികൾ പെട്ടെന്ന് വർഗ്ഗബോധമുള്ളവരായിത്തീർന്നു. ചെങ്കൊടിയുടെ കീഴിൽ അവർ കൂട്ടം കൂട്ടമായി അണിനിരന്നു. ഈ രണ്ടു താലൂക്കുകളിലും വലിയ ബഹുജനസമ്മേളനങ്ങൾ നടത്തപ്പെട്ടു. സമ്മേളനങ്ങളിൽ

പങ്കെടുക്കുന്നതിനായി ആളുകൾ മൈലുകൾ താണ്ടി എത്തിച്ചേർന്നു. അവർ കൈകളിൽ വടികളുമേന്തിയാണ് നടന്നിരുന്നത്. അഭൂതപൂർവ്വമാണ് അവരുടെ ഉത്സാഹം!

ദൾവി ഡഹാണുവിൽ പോയപ്പോൾ അവിടെ നർപഡ് എന്നൊരിടത്ത് കൃഷിപ്പണിയുടെ കൂലിനിരക്ക് തീരുമാനിക്കുന്നതിനായി ഇരുപതിനായിരത്തോളം ആദിവാസികൾ സമുദ്രതീരത്ത് തടിച്ചുകൂടിയിരിക്കുന്നു. അടിയാൻപണി ചെയ്യുകയില്ല, കൂലി തിട്ടപ്പെടുത്തണം എന്നീ തീരുമാനങ്ങൾ അവർ കൈക്കൊണ്ടിരുന്നു. ദൾവി ആദിവാസികളെയും കൂട്ടി അടുത്തുള്ള കോസ്ബാഡ എന്ന സ്ഥലത്തേക്കുപോയി (ഇപ്പോൾ അവിടെ ഒരു കാർഷിക കോളേജ് സ്ഥിതിചെയ്യുന്നു.) തിരഞ്ഞെടുക്കപ്പെട്ട പ്രതിനിധികളുമായി സംസാരിച്ച് ന്യായമായ കൂലിനിരക്കു തീരുമാനിച്ചശേഷം സഖാവ് അവരോടെല്ലാം ശാന്തരായി മടങ്ങിപ്പോകാൻ ആവശ്യപ്പെട്ടു.

ആയിരക്കണക്കിന് ആദിവാസികൾ കൈകളിൽ വടിയുമേന്തി നർപഡയിൽനിന്നും ഡഹാണുവിൽനിന്നും കോസ്ബാഡയിലേക്കു പോയത് കണ്ടപ്പോൾ ജന്മികൾക്ക് തങ്ങളുടെ കണ്ണുകളെ വിശ്വസിക്കാൻ കഴിഞ്ഞില്ല. അവർ ആകെ സ്തബ്ധരായി ഉൾക്കിടിലത്തോടെ നിന്നു. മർദ്ദകവീരന്മാരായ ജന്മികൾ ആയിരക്കണക്കിന് ആദിവാസികളുടെ കൈകളിൽ ഉണ്ടായിരുന്ന വടികൾ കണ്ടപ്പോൾ ജീവച്ഛവങ്ങളായിപ്പോയി. എന്നാൽ ഒരൊറ്റ ആദിവാസിപോലും തന്റെ വടികൊണ്ട് ഒന്നും ചെയ്തില്ല. ശാന്തരായി, അച്ചടക്കത്തോടെ അവർ പിരിഞ്ഞുപോയി. ചില ജന്മികൾ പറയുകതന്നെ ചെയ്തു; “എത്ര വലിയ ജനക്കൂട്ടം! പക്ഷേ, ഒന്നും സംഭവിച്ചില്ല. എന്തൊക്കെയാണ് ഉണ്ടാകാൻ പോകുന്നതെന്നു ഭയപ്പെട്ടിരുന്നു. ഈ കമ്യൂണിസ്റ്റുകളുടെ അച്ചടക്കം അപാരം തന്നെ!” ദിനംപ്രതി തങ്ങളെ ആക്രമിക്കുകയും മർദ്ദിക്കുകയും ചെയ്തിരുന്ന ജന്മികളുടെ സങ്കേതങ്ങളിൽ ആദിവാസികൾ പോയിട്ടും ഒരാളുടെ തലനാരിഴയ്ക്കുപോലും അവർ ഉപദ്രവം ഏല്പിച്ചില്ല. മാതൃകാപരമായ ഈ സംഭവം ഞങ്ങൾ അക്രമങ്ങൾ പ്രേരിപ്പിക്കുന്നവരാണെന്നു പറഞ്ഞുനടക്കുന്നവരുടെ ശ്രദ്ധയില്പെടേണ്ടതാണ്.

ആദിവാസികൾ വലിയതോതിൽ സംഘടിക്കാൻ ആഗ്രഹിച്ചു. സംഘടനയുടെ ശക്തിയും വലുപ്പവും വർദ്ധിക്കുന്തോറും തങ്ങളുടെ ശക്തിയും ഏറുമെന്ന് അവർ അനുഭവത്തിൽ നിന്നു പഠിച്ചു. യോഗങ്ങളുടെ വലുപ്പം നിർണ്ണയിക്കുന്നതിനായി യോഗത്തിൽ സംബന്ധിക്കുന്ന ഓരോ വർളിയും ഒരു നിശ്ചിത സ്ഥലത്ത് ഓരോ കല്ല് നിക്ഷേപിക്കും. ഈ കല്ലുകളുടെ കൂമ്പാരം എത്ര വലിയതാണോ അത്രയും വലിയതായിരുന്നു യോഗത്തിൽ പങ്കെടുത്തവരുടെ സംഖ്യ എന്നാണ് അവരുടെ കണക്ക്! ഞാൻ ഡഹാണു താലൂക്കിൽ പോയപ്പോൾ യോഗങ്ങൾ നടത്തിയതിന്റെ തെളിവായി ഇത്തരം അനേകം കൽക്കുമ്പാരങ്ങൾ അവർ എനിക്ക് കാണിച്ചുതന്നു.

ബട്ടൺ അമർത്തുന്നതോടെ പ്രവർത്തനനിരതമാകുന്ന ഒരു യന്ത്രം കണക്കെ ചെങ്കൊടിയുടെ സഹായം ലഭിച്ചതോടെ ആദിവാസി പ്രക്ഷോഭത്തിന്റെ ചക്രങ്ങൾ തിരിഞ്ഞുതുടങ്ങി. ജന്മികളോടുള്ള കുടിപ്പക അണപൊട്ടിയൊഴുകിത്തുടങ്ങി. ആ സംഘടനാശക്തിയും ആവേശവും ജനങ്ങളെ വിസ്മയിപ്പിച്ചു. ആദിവാസികളുടെ അപ്രതിരോദ്ധ്യമായ സംഘടനാശക്തിയും ദൃഢനിശ്ചയവും ജീവൻ തൃണവൽഗണിച്ചു കൊണ്ടുള്ള പ്രവർത്തനങ്ങളും മൂലം നൂറ്റാണ്ടുകളായി നിലനിന്നിരുന്ന 'അടിയാൻപണി' സമ്പ്രദായം സമൂലം പിഴുതെറിയപ്പെട്ടു. അവരുടെ മേൽ അനുദിനം നടത്തിയിരുന്ന മർദ്ദനങ്ങളും മറ്റു ക്രൂരതകളും എന്നന്നേക്കുമായി അവസാനിച്ചു. ആദിവാസിയുടെപോലും ശരീരത്തിൽ കൈവയ്ക്കാൻ ആരും ഇനിയങ്ങോട്ട് ധൈര്യപ്പെടില്ല. അത്ര ആവേശോജ്ജ്വലമായിരുന്നു അവരുടെ സമരം. ആദിവാസികൾ നേടിയ ആദ്യത്തെ വിജയമായിരുന്നു ഇത്.

‘സുഡ്കയും മഡ്കയും എടുത്ത് ഇറങ്ങി വരൂ’

ഞാൻ ഈ പ്രദേശങ്ങളിൽ പോയകാലത്ത് അവിടങ്ങളിൽ ‘വിവാഹസഹായം’ കൊടുക്കുന്ന സമ്പ്രദായം നിലവിലുണ്ട്. വാസ്തവത്തിൽ ഇത് കടം തന്നെയാണ്. പക്ഷേ, വിവാഹാവശ്യങ്ങൾക്കു വേണ്ടി കൊടുക്കുന്നതിനാൽ ഇത് ‘വിവാഹസഹായം’ എന്ന പേരിലാണറിയപ്പെടുന്നത്. പുരാതനകാലം മുതലേ നിലവിലുള്ളതാണ് ഈ സമ്പ്രദായം. ഠാണാ ഗസറ്റിയറിന്റെ ഒന്നാം ഭാഗത്തിൽ 155–156 എന്നീ പേജുകളിൽ ഇതിനെപ്പറ്റി ഇങ്ങനെ പറഞ്ഞിട്ടുണ്ട്.

> മറാഠാ ഭരണത്തിൻകീഴിൽ ഈ ഗോത്രവർഗ്ഗങ്ങളിൽ പലതും സമൂഹത്തിലെ മാന്യന്മാരായ ആളുകളുടെയോ ഉന്നതജാതിക്കാരായ ഗ്രാമീണരുടെയോ അടിമകളായിരുന്നു. ബ്രിട്ടീഷ് ഭരണം വന്നപ്പോൾ ‘അടിമ’ എന്ന പേര് എടുത്തു മാറ്റപ്പെട്ടുവെങ്കിലും കാടുകളിൽ സ്ഥിരതാമസമാക്കിയിരുന്ന കാട്ടുവർഗ്ഗക്കാരെ സംബന്ധിച്ചിടത്തോളം അടിമത്തം എന്ന യാഥാർത്ഥ്യം നിലനില്ക്കുകതന്നെ ചെയ്തു. അവരുടെ നാമമാത്രമായ സ്വാതന്ത്ര്യം അവരെ കുറെക്കൂടി ശഠന്മാരായ പുതിയ യജമാനന്മാരുടെ കീഴിലാക്കാൻ മാത്രമേ ഉപകരിച്ചുള്ളൂ. ഇതിനു മുമ്പുണ്ടായിരുന്ന യജമാനന്മാർ അവരുടെ വിവാഹച്ചെലവുകൾ വഹിച്ചിരുന്നു. ഇപ്പോൾ അവർക്ക് ഇതിനുവേണ്ട പണം സ്വയം ഉണ്ടാക്കേണ്ടിവന്നു. അവരിൽ ഒട്ടുവളരെപ്പേരും ഇതിനാവശ്യമായ നാല്പതോ അമ്പതോ രൂപ കൈവശം ഇല്ലാത്തവരായിരുന്നതിനാൽ അവർക്ക് കുറെ കൊല്ലത്തേക്ക് അവരുടെ അദ്ധ്വാനം പണയപ്പെടുത്തേണ്ടിവന്നു. ഹുണ്ടികക്കാരുടെ അശ്രദ്ധയും തന്ത്രങ്ങളുംമൂലം കുറച്ചുകൊല്ലത്തേക്ക്

ഉദ്ദേശിക്കപ്പെടുന്ന ബന്ധനം ആയുഷ്കാലം മുഴുവനുമോ ചില പ്പോൾ പരമ്പരാഗതമോ ആയ അടിമത്തമായി പരിണമിച്ചിരുന്നു.

ഇവിടങ്ങളിലെ 'വിവാഹക്കട'ത്തിന്റെ പദ്ധതി ആരെയും നാണിപ്പി ക്കുന്ന ഒന്നാണ്. ഈ കടം വാങ്ങിയവൻ വാസ്തവത്തിൽ യജമാനന്റെ അടിമ തന്നെയായിരുന്നു. ഒരു വ്യത്യാസമേ ഉണ്ടായിരുന്നുള്ളൂ. ശരിയായ അടിമവ്യവസ്ഥയിലെപ്പോലെ യജമാനൻ അടിമയെ വാങ്ങുകയും വില്ക്കുകയും ചെയ്ത് അടിമക്കച്ചവടം നടത്തുന്ന സമ്പ്രദായം ഇവിടെ യില്ല. ചില ആദിവാസികൾ 'എന്റെ സേട് മറ്റൊരു സേഠിൽ നിന്നു പണം വാങ്ങി എന്നെ അയാളുടെ അടുത്തേക്ക് വിവാഹക്കടം വാങ്ങിച്ചവൻ എന്ന നിലയിൽ അയച്ചു' എന്ന് എന്നോട് പറഞ്ഞിട്ടുണ്ട്. പക്ഷേ, അത്തരം ഉദാഹരണങ്ങൾ ഏറെയൊന്നുമില്ല.

ആദിവാസി വിവാഹങ്ങൾക്ക് അവരുടെ സമ്പ്രദായമനുസരിച്ച് ചുരുങ്ങിയത് നൂറുമുതൽ ഇരുന്നൂറ് രൂപവരെ ചെലവുവരും. വിവാഹം തീരുമാനിച്ചാലുടൻ പ്രശ്നം ഇതാണ്; പണം എങ്ങനെയുണ്ടാക്കും? കൂലിയില്ലാതെ അദ്ധ്വാനിക്കുന്നവരായതിനാൽ അവരുടെ പക്കൽ നാല് പൈസപോലും ഒരു സമയത്തും ഉണ്ടാവുകയില്ല. പിന്നെ ഇത്രയും പണം എങ്ങനെയുണ്ടാകും? വിവാഹം സാമൂഹികവും സ്വാഭാവികവുമായ ഒരു സംഭവമാണ്. ആദിവാസി ഗോത്രങ്ങളിൽ ഇതിന് സവിശേഷപ്രാധാന്യം തന്നെയുണ്ട്. അവിവാഹിതർക്ക് ഈ ഗോത്രവർഗ്ഗങ്ങളുടെ ഇടയിൽ വലിയ സ്ഥാനമൊന്നുമില്ല. അതിനാൽ വിവാഹം വേണ്ടെന്നുവെക്കാ നാവില്ല. എന്നാൽ വിവാഹം കഴിക്കാൻ തീരുമാനിച്ചാൽ ആദിവാസി കളുടെ മുന്നിൽ ദുഃഖപരമ്പരതന്നെ നിരന്നുനില്ക്കും. കാരണം, പണ ത്തിന്റെ പ്രയാസം തന്നെ. വിവാഹത്തിനാവശ്യമുള്ള പണം ജന്മിയു ടെയോ ഹുണ്ടികക്കാരന്റെയോ പക്കൽനിന്ന് കടമായി വാങ്ങേണ്ടി വരുന്നു. പണം കൊടുക്കുമ്പോൾ അവർ കരാറുണ്ടാക്കും. കടം വീട്ടുന്നതു വരെ കടക്കാരനും അയാളുടെ ഭാര്യയും ഉത്തമർണ്ണൻ പറയുന്ന എന്തു ജോലിയും ചെയ്യാൻ ഈ കരാറിൽ വ്യവസ്ഥ ചെയ്യുന്നു. ജന്മികളുടെയും ഹുണ്ടികക്കാരുടെയും കണക്കനുസരിച്ച് വർഷങ്ങളും ജന്മങ്ങൾ തന്നെ കഴിഞ്ഞാലും ഈ കടം വീടാതെ നില്ക്കും. പ്രോമിസറി നോട്ടുപ്രകാരം ഈ കടത്തിന് നിയമപ്രാബല്യവും കൊടുക്കും. ഇപ്രകാരം തലമുറയായി അടിമത്തം നിലനിന്നുപോന്നു.

ഈ കടത്തിന് അന്യായപ്പലിശയും ഈടാക്കിയിരുന്നു. ഓരോ നൂറുറുപ്പികക്കും, ഉറുപ്പികക്ക് മാസത്തിൽ ഒരണവീതം പലിശ ഈടാ ക്കിയിരുന്നതായി എനിക്കറിയാം. അതായത്, വർഷംതോറും നൂറുറുപ്പി കക്ക് എഴുപത്തഞ്ചുരൂപ പലിശതന്നെ വരുന്നു. വർളികൾ അജ്ഞരും നിരക്ഷരരുമാണല്ലൊ. ജന്മികളും ഹുണ്ടികക്കാരും പറയുന്നതുതന്നെ കണക്ക്. പക്ഷേ, ഇങ്ങനെയാണെങ്കിലും വിവാഹം കഴിഞ്ഞ് ദമ്പതികൾ കൊല്ലങ്ങളോളം ജോലി ചെയ്തിട്ടും കടം എന്തുകൊണ്ട് വീടുന്നില്ല എന്നു

പരിഷ്കൃതജനതയ്ക്ക് തോന്നാനിടയുണ്ട്. ദമ്പതികൾ അഹോരാത്രം ജന്മികൾക്കുവേണ്ടി ജോലി ചെയ്യുമ്പോൾ അവരുടെ കൂലിയിൽ നിന്ന് ഈ കടം വീട്ടിപ്പോകേണ്ടതല്ലേ എന്ന് ന്യായമായും ചോദിക്കാം. ഈ ചോദ്യത്തിന്റെ ഉത്തരം വളരെ ലളിതമാണ്. ഇവർക്ക് കിട്ടുന്ന കൂലി വട്ടപ്പൂജ്യമാണ്.

ഒരു കൊല്ലത്തെ ജോലിക്ക് പ്രതിഫലമായി പുരുഷന്മാർക്ക് ലംഗോട്ടിയായി* ഉപയോഗിക്കാനുള്ള തുണിയും അങ്ങേയറ്റം തലയിൽ കെട്ടാനുള്ള തുണിയും സ്ത്രീകൾക്ക് ചേല (ഇതൊരിക്കലും ഒമ്പതുവാര നീളമുള്ളതായിരുന്നില്ല) യും ബ്ലൌസിനുള്ള തുണിയും മാത്രമാണ് ലഭിച്ചിരുന്നത്. ഇതിനു പുറമെ ചില ഉത്തമർണ്ണന്മാർ ബീഡി വലിക്കാനുള്ള പുകയിലയും കൊടുത്തിരുന്നു. കൂലിയായി വേറെ യാതൊന്നും കൊടുത്തിരുന്നില്ല. തന്മൂലം കടം വാങ്ങിയ പണം തിരിച്ച് കൊടുക്കാൻ ഒരിക്കലും വർളികൾക്ക് സാധിച്ചിരുന്നുമില്ല. ഒരു അത്യാവശ്യത്തിന് പണം തന്നതുതന്നെ വലിയ ഉപകാരം എന്നു കരുതി പ്ലാശിലയിൽ കൊടുക്കുന്ന ഒരിത്തിരി ചോറും ഉപ്പും തിന്ന് അവർ ദിനരാത്രങ്ങൾ പിന്നിട്ടു. ഈ സാഹചര്യത്തിൽ 'വിവാഹക്കടം' കൊടുത്തുവീട്ടാൻ ഒരു വഴിയുമില്ലാതെ ഇവർക്ക് ആജീവനാന്തം അടിമകളായിത്തന്നെ കഴിയേണ്ടിവന്നിരുന്നു. ജന്മികളുടെ വീടുകളിൽ പണിയെടുത്ത് തളരേണ്ടിവന്നിരുന്നു. അവർ പറഞ്ഞാൽ അവിടെ നില്ക്കുക, പറയുന്ന പണിയൊക്കെ ചെയ്യുക എന്നതായിരുന്നു അവരുടെ ഹതവിധി. ചിലർ കടംവാങ്ങിയ വർളിയെയും അയാളുടെ ഭാര്യയെയും ഒരിടത്തുതന്നെ ജോലിക്ക് നിർത്തിയെന്നു വരും. മറ്റു ചിലർ ഭർത്താവിനെ പട്ടണത്തിലുള്ള വലിയ ബംഗ്ലാവുകളിൽ ജോലിക്കായി അയച്ച് അയാളുടെ ഭാര്യയെ കൃഷിസ്ഥലത്തുള്ള കളങ്ങളിലെ ജോലിക്കായി നിയോഗിക്കും. സ്ത്രീയെ കളത്തിൽ അവളുടെ ഭർത്താവിൽ നിന്നു വേർപെടുത്തി ജോലിക്കായി നിർത്തി ജന്മിയും ഹുണ്ടികക്കാരനും അവളെ യഥേഷ്ടം ഉപയോഗിച്ചിരുന്നു. ഹുണ്ടികക്കാരൻ ആ സ്ത്രീയെ തന്റെ സ്വത്തുവകകളിൽ ഒന്നെന്നപോലെ അധികാരത്തോടെ ഉപയോഗിക്കും! ജന്മി ഇത്തരം അന്യായങ്ങൾ പ്രവർത്തിക്കുമ്പോഴൊക്കെ ആ സാധുസ്ത്രീ കരയുകയല്ലാതെ മറ്റെന്തു ചെയ്യും? ഈദൃശ സംഭവങ്ങളെപ്പറ്റി കേട്ടപ്പോൾ *അടിമത്തത്തിന്റെ മൂർത്തിമദ്ഭാവം* എന്ന നോവലിലെ ചില രംഗങ്ങൾ ഓർമ്മവന്നു. സ്വയം ഓർമ്മിക്കുകയും ചെയ്തു; "ഇത് നോവലല്ല, നഗ്ന യാഥാർത്ഥ്യമാണ്. ഇത് മാറ്റാൻ നീ പ്രയത്നിക്കണം. അത്തരമൊരു പ്രതിജ്ഞയാണ് നിങ്ങൾ ഭാര്യാഭർത്താക്കന്മാർ എടുത്തിരിക്കുന്നത്."

വിവാഹക്കടം വാങ്ങിയ ദമ്പതികൾക്ക് നാനാവിധത്തിലുള്ള ജോലികൾ ചെയ്യേണ്ടിവരും. നേരം പുലരുന്നതിനു മുമ്പേ എഴുന്നേറ്റാൽ

---

* വർളികൾ ധരിച്ചുവന്ന കൗപീനം

രാത്രി യജമാനൻ ഉറങ്ങിയതിനുശേഷം മാത്രമേ ഉറങ്ങാനൊക്കൂ. ദിവസം മുഴുവൻ വീട് തൂത്തുവാരുക, തുണി അലക്കുക പാത്രങ്ങൾ കഴുകുക, മുറ്റമടിക്കുക, കിണറ്റിൽ നിന്ന് ആവശ്യം വരുന്നത്ര വെള്ളം കോരുക, അടുക്കളയിലെ കാര്യങ്ങൾ ഒരുക്കിക്കൊടുക്കുക, ചിലയിടങ്ങളിൽ അടുക്കളപ്പണികൂടി ചെയ്യുക, കാലിത്തൊഴുത്ത് വൃത്തിയാക്കുക, വിളക്കു തുടച്ച് കത്തിക്കുക, യജമാനന്റെ ശരീരം തടവിക്കൊടുക്കുക, യജമാനൻ പറയുന്ന സാധനങ്ങൾ പത്തും പതിനഞ്ചും മൈൽ ദൂരത്തുപോയി കൊണ്ടുവരുക, അയാളുടെ കുതിരയെ തീറ്റുക, കുതിരവണ്ടിക്ക് പിന്നിലായി ഓടുക, കക്കൂസ് വൃത്തിയാക്കുക — എന്നിങ്ങനെ ഒന്നോ രണ്ടോ അല്ല, എണ്ണിയാലൊടുങ്ങാത്ത ജോലികൾ വെറുതെ ചെയ്തുകൊടുത്ത് വിവാഹക്കടം വാങ്ങിയ ആൾ യജമാനന്റെ ജീവിതം സുഖസമ്പൂർണ്ണമാക്കേണ്ടിയിരുന്നു.

ഞാൻ ഇത്തരത്തില്പെട്ട ഒരാളോട് ചോദിച്ചു; "നിങ്ങളുടെ ഭാര്യയുടെ മാനം നശിപ്പിച്ചിട്ടും നിങ്ങളിതെല്ലാം എങ്ങനെ സഹിക്കുന്നു? എവിടെങ്കിലും ഓടിപ്പോകരുതോ?" അയാൾ മറുപടി പറഞ്ഞു: "ബായി, എവിടെ ഓടിപ്പോകാനാണ്? എവിടെപ്പോയാലും പിടിച്ചുകൊണ്ടുവന്ന് മർദ്ദിക്കും.'' അയാളുടെ മറുപടി ഒരർത്ഥത്തിൽ ശരിയായിരുന്നു. അവരുടെ ലോകം വളരെ വളരെ പരിമിതമായിരുന്നു. ആരെങ്കിലും ഒളിച്ചോടിപ്പോന്നതാണെന്നറിഞ്ഞാലുടൻ ഗൃഹനായകൻ അയാളെ ജന്മിയുടെ മുമ്പിൽ പിടിച്ചുകൊണ്ടുപോയി ഹാജരാക്കുമായിരുന്നു. അടുത്തുള്ള ഏതെങ്കിലും ഗ്രാമത്തിലേക്കാണ് ഒളിച്ചോടിയതെങ്കിൽ ജന്മി, കാര്യസ്ഥൻ, പഠാണി, ഭയ്യ എന്നിവരെ വിട്ട് ഓടിപ്പോയവനെ തെരഞ്ഞു പിടിക്കും. ഇവർ അയാളെ മർദ്ദിച്ച് ജന്മിയുടെ മുമ്പിലേക്കു വലിച്ചിഴച്ചുകൊണ്ടുവരും. ജന്മിയുടെ വക അടിയും ഇടിയും വേറെയും കിട്ടും. മാത്രമല്ല, വിവാഹക്കടം വാങ്ങിയ ആളുടെ മാതാപിതാക്കളെയും സഹോദരങ്ങളെയും വെറുതെ വിട്ടിരുന്നില്ല. 'നിന്റെ മകൻ എന്തിനേ ഓടിപ്പോയത്? എന്റെ പണം ഇപ്പോൾ തരണം' എന്നു പറഞ്ഞ് അവരെയും തല്ലും. ഇതിനെതിരായി എവിടെയാണ് പരാതി ബോധിപ്പിക്കുക. കോടതിയിൽ നിന്നു നീതി ലഭിക്കുമെന്ന ഒരു പ്രതീക്ഷയും വേണ്ട. ഇതേപ്പറ്റി സിമിങ്ടൻ തന്റെ റിപ്പോർട്ടിൽ ഇങ്ങനെ പറയുന്നു;

> കടം വാങ്ങിയവൻ പണം തിരിച്ചു കൊടുക്കുന്നതിലോ ജോലികൾ ചെയ്യുന്നതിലോ എന്തെങ്കിലും സാവകാശം കാണിക്കുകയോ വീഴ്ചകൾ വരുത്തുകയോ ചെയ്താൽ ജന്മികളുടെ ഏജന്റുമാരായ ഭയ്യയും പഠാണിയും അയാളെ ഭീഷണിപ്പെടുത്തുകയും അപമാനിക്കുകയും മർദ്ദിക്കുകയും ചെയ്തിരുന്നു. വാങ്ങിയ കടത്തിന് പകരമായി ചെയ്യേണ്ട ജോലി ചെയ്യാൻ അയാൾ വിസമ്മതിച്ചാൽ അയാൾക്കെതിരായി അന്യായമായ വിധത്തിൽ നടപടികൾ കൈക്കൊണ്ടിരുന്നു. ചിലപ്പോഴെല്ലാം മജിസ്ട്രേട്ടുമാർ ഇത്തരം നടപടികളെ

പ്പറ്റി വിചിത്രവും വികൃതവുമായ നിലപാടാണ് സ്വീകരിക്കുന്ന തെന്നു പറയേണ്ടിവന്നതിൽ ഞാൻ ഖേദിക്കുന്നു.

ഈ 'വിവാഹക്കടക്കാർ' ജന്മികളുടെ വീടുകളിൽ ചത്തുപണി യെടുക്കണം. അവർ തീരെ ബുദ്ധിശൂന്യരാണെന്ന് തോന്നി. തലയും താഴ്ത്തി അങ്ങുമിങ്ങും നടന്ന് ജോലിചെയ്യുന്ന ഇവരെ കണ്ടാൽ ഇവർ മൂകരും ബധിരരും അന്ധരും ആണോ എന്നുപോലും തോന്നിയിട്ടുണ്ട്. ചെങ്കൊടിയുടെ സഹായം ലഭിച്ചതോടെ ജന്മികളുടെയും സാവ്കർ മാരുടെയും ബന്ധങ്ങൾ പൊട്ടിച്ചെറിഞ്ഞ് നൂറുകണക്കിന് ആദിവാസി കൾ ഈ നശിച്ച ജീവിതത്തോട് സലാംപറഞ്ഞ് സ്വതന്ത്രരായി.

ഒറ്റക്കൊറ്റയ്ക്ക് ശ്രമിച്ചാൽ സ്വതന്ത്രരാകാൻ സാദ്ധ്യമല്ലെന്ന് ഇക്കൂട്ടർക്ക് അനുഭവങ്ങളിൽ നിന്നു മനസ്സിലായിരുന്നു. വിവാഹക്കട ത്തിൽ നിന്നുള്ള മോചനത്തിനുവേണ്ടിയുള്ള സമരം തുടങ്ങിയത് ആദിവാസികൾ മുൻകൈ എടുത്തായിരുന്നു. അതിന്റെ ബഹുമതി കിസാൻ സംഘത്തിനവകാശപ്പെടാൻ വയ്യ. ചെങ്കൊടിക്ക് കീഴിൽ നടന്ന പ്രക്ഷോഭം സ്വന്തം മോചനത്തിനുള്ള പ്രക്ഷോഭമാണെന്ന് അവർ മനസിലാക്കി. വിവാഹക്കടക്കാരുടെ മോചനം തങ്ങളുടെ പരിപൂർണ്ണ മോചനത്തിന്റെ ഭാഗമാണെന്നു കണ്ട് അവർ അതിനായി ശ്രമിച്ച് വിജയം വരിച്ചു. ആയിരങ്ങൾ പങ്കെടുത്ത വൻ സമ്മേളനങ്ങൾ അവർ നടത്തി. 'വിവാഹക്കടക്കാരെ' മോചിപ്പിക്കുവാൻ ദൃഢനിശ്ചയം ചെയ്തു. യോഗത്തിൽ ഹാജരായിരുന്ന ആദിവാസികൾ നാലു സംഘങ്ങളായി തിരിഞ്ഞു. ഈ നാലു സംഘങ്ങൾ വലിയ വലിയ ജന്മികളുടെ ബംഗ്ലാവുകളിലേക്ക് ജാഥയായിപ്പോയി. അവിടെവച്ച് ജാഥാംഗങ്ങൾ ആഹ്വാനം ചെയ്തു: "സുഡ്കയും മഡ്കയും എടുത്ത് പുറത്തിറങ്ങു." സുഡ്ക എന്നു പറഞ്ഞാൽ അവരുടെ പക്കലുള്ള തുണിക്കഷണം. ആ തുണിക്കഷണവും കലവും മാത്രമായിരുന്നു 'വിവാഹക്കട'ക്കാരുടെ ആകെയുള്ള സ്വത്ത്. അവയെടുത്ത് അടിമത്തത്തിൽ നിന്നു പുറത്തു കടക്കാനാണ് അവർ ആഹ്വാനം ചെയ്തത്. ഇതുകേട്ടപാടെ കടം വാങ്ങി യവരും അവരുടെ ഭാര്യമാരും പുറത്തിറങ്ങിവന്ന് ആ ജാഥയിൽ അണി നിരന്നു. ഇപ്രകാരം ഈ ജാഥ മൂന്നുദിവസം ചുറ്റി നടന്നു. ഈ ദിവസ ങ്ങൾക്കുള്ളിൽ നൂറുകണക്കിന് വിവാഹക്കടക്കാർ മോചിതരായി. വ്യക്തി കളെന്ന നിലയിൽ തങ്ങൾക്ക് ചെയ്യാൻ കഴിയാഞ്ഞത് സംഘടിത രൂപത്തിൽ ചെയ്ത് അവർ വിജയം വരിച്ചു. കൈകളിൽ ചെങ്കൊടിയു മേന്തി ഈ ജാഥ ചുറ്റിനടക്കാൻ തുടങ്ങിയപ്പോൾ, വിവാഹത്തിനായി കടം വാങ്ങിയവരുടെയും അവരുടെ ഭാര്യമാരുടെയും ഉടമസ്ഥത തങ്ങളുടെ ജന്മസിദ്ധമായ അവകാശമാണെന്ന ഭാവത്തോടെ നിസങ്കോചം ജീവിച്ചിരുന്ന ജന്മികളും ഹുണ്ടികക്കാരും ജനലുകളും വാതിലുകളും അടച്ച് ഒരക്ഷരം ശബ്ദിക്കാതെ ഇരുന്നുപോയി. ആദി വാസികൾ ആരുടെയും തലനാരിഴയ്ക്കുപോലും ഒരു കേടും

വരുത്താതെ തന്നെ അടിമത്തച്ചങ്ങലയിൽ കിടന്ന തങ്ങളുടെ സഹോദരന്മാരെയും അവരുടെ ഭാര്യമാരെയും മോചിപ്പിച്ചുകൊണ്ടുവന്നു.

വിവാഹക്കടത്തിൽ നിന്ന് മോചനം ലഭിച്ചതിനുശേഷം ഡഹാണു താലൂക്കിൽ സംഘടിപ്പിച്ച ഒരു സമ്മേളനത്തിൽ ഞാൻ സംബന്ധിച്ചു. വർഷങ്ങളായി നിലനിന്ന അടിമത്തച്ചങ്ങല പൊട്ടിച്ചെറിഞ്ഞതിനാൽ അവർ തങ്ങളുടെ ജീവിതത്തിൽ പുതിയ പ്രതീക്ഷകളുടെ കിരണങ്ങൾ കണ്ടുതുടങ്ങിയിരുന്നു. അവരുടെ മുഖത്ത് പ്രകടമായിരുന്ന ആനന്ദം അവർണ്ണനീയം! തങ്ങൾ എങ്ങനെ ബന്ധനവിമുക്തരായി? എന്തൊക്കെയാണ് സംഭവിച്ചത്? യജമാനന്മാർ എങ്ങനെ പത്തി താഴ്ത്തി എന്നിവയെക്കുറിച്ചൊക്കെ അവർ പരസ്പരം സംസാരിച്ചു. നവശി എന്നു പേരുള്ള ഒരു സ്ത്രീ മുന്നോട്ടുവന്നു പറഞ്ഞു: "ഞങ്ങൾ ആ നരകത്തിൽ നിന്നു രക്ഷപ്പെട്ടു." ഞാൻ സ്ത്രീകളുമായി വളരെനേരം സംസാരിച്ചുകൊണ്ടിരുന്നു. തങ്ങൾ ഏതു നരകത്തിൽ നിന്നു വിമുക്തരായോ, അതിനെപ്പറ്റി ദേഹത്തിൽ കോരിത്തരിപ്പുണ്ടാക്കുന്ന തരത്തിലുള്ള ഒരുപാട് വസ്തുതകൾ അവർ പറയുകയുണ്ടായി.

ഇവിടെ ഒരുകാര്യം വിശദമാക്കേണ്ടിയിരിക്കുന്നു. പണമില്ലെങ്കിൽ വിവാഹം നടക്കുകയില്ലേ എന്ന ചോദ്യം വരാം. ആദിവാസികൾ ഈ വൈഷമ്യം പരിഹരിക്കുന്നതിനുള്ള മാർഗ്ഗവും കണ്ടുപിടിച്ചു. വിവാഹത്തിനാവശ്യമായ പണം കിട്ടിയില്ലെങ്കിൽ വിധിപ്രകാരമുള്ള വിവാഹച്ചടങ്ങുകൾ നടത്തുകയില്ല. ചുരുങ്ങിയ ചെലവിൽ നിലവിലുള്ള സമ്പ്രദായമനുസരിച്ച് പെൺകുട്ടിക്ക് ഒരു ചേലയും ബ്ലൗസിനുള്ള തുണിയും വാങ്ങിക്കും. ഇതിന് 'കോറ്ഡ്' എന്നാണു പറയുന്നത്. അതിനുശേഷം പെൺകുട്ടി പ്രതിശ്രുതവരന്റെ വീട്ടില്പോയി താമസിച്ചു തുടങ്ങും. ഭാര്യാഭർത്താക്കന്മാരായിത്തന്നെയാണ് അവർ ജീവിക്കുക. അതിനുശേഷം എത്രയും വേഗത്തിൽ മറ്റൊരു ചടങ്ങുകൂടി നടത്തും. ഈ ചടങ്ങ് കഴിയുന്നതും വേഗത്തിൽ നടത്താൻ സ്ത്രീകൾ ധൃതി കാണിക്കാറുണ്ട്. ഈ ചടങ്ങ് നടന്നുകഴിഞ്ഞാൽ, വിധിപ്രകാരമുള്ള വിവാഹത്തിനു മുമ്പ് കുട്ടികളുണ്ടായാൽത്തന്നെ ആ കുട്ടികൾക്ക് സമുദായത്തിൽ മാന്യമായ സ്ഥാനം ലഭിക്കും. അടുത്തകാലത്ത് നടന്ന ഒരു സംഭവമാണ്; 1967-ൽ വഡോലി ഗ്രാമത്തിലെ രുപ്ജി എന്ന വർളി പണം കിട്ടിയപ്പോൾ അയാളുടെ മകന്റെയും അയാളുടെയും വിധിപ്രകാരമുള്ള വിവാഹങ്ങൾ ഒരുമിച്ചാണ് നടത്തിയത്!

പ്രക്ഷോഭത്തിനുശേഷം ക്രമമായി ദിവസക്കൂലിയും മറ്റു വരുമാനങ്ങളും ലഭിച്ചുതുടങ്ങിയപ്പോൾ ധാരാളം വർളികൾ തങ്ങളുടെ മക്കളുടെ വിവാഹത്തോടൊപ്പം സ്വന്തം വിവാഹവും വിധിപ്രകാരം നടത്തിയിട്ടുണ്ട്. അതുവരെ മുമ്പുപറഞ്ഞ സമ്പ്രദായമനുസരിച്ച് അവർ ഭാര്യാഭർത്താക്കന്മാരായി ജീവിക്കുകയായിരുന്നു. പണത്തിന്റെ അഭാവംമൂലം അവർക്ക് വിധിപ്രകാരമുള്ള വിവാഹം നടത്താൻ സാധിച്ചിരുന്നില്ല.

ഞങ്ങൾ പോയതിനുശേഷം രണ്ട് കാര്യങ്ങൾ നടന്നു. 'കടം വാങ്ങി കല്യാണ'ത്തിന്റെ ബന്ധനത്തിൽ നിന്ന് അവർ വിമുക്തരായി. കുറ ച്ചെങ്കിലും കൂലി കിട്ടിത്തുടങ്ങിയതോടെ. പലർക്കും വിവാഹം കഴിക്കാൻ സാധിച്ചു. വർളി ഗോത്രാചാരമനുസരിച്ച് പുരുഷൻ പെൺകുട്ടിയുടെ വീട്ടുകാർക്കാണ് പണം കൊടുക്കേണ്ടിയിരുന്നത്. വിവാഹാനന്തരം പെൺകുട്ടിയെ ഇഷ്ടപ്പെട്ടില്ലെങ്കിൽ വിവാഹമോചനം അനുവദനീയമാണ്. പക്ഷേ, യുവാവ് പെൺപണം കൊടുത്തിട്ടുണ്ടെങ്കിൽ അത് തിരിച്ചുകൊ ടുക്കണമെന്നാണ് വ്യവസ്ഥ. ഇതിന് 'ദാവാ' (അവകാശം) എന്നാണു പറയുന്നത്. ഒരു പെൺകുട്ടിക്ക് പുനർവിവാഹം തീർച്ചപ്പെടുത്തിയാൽ അവളെ വിവാഹം ചെയ്യാൻ തയ്യാറാകുന്ന യുവാവ് ആദ്യത്തെ ഭർത്താ വിന് 'ദാവാ' കൊടുക്കണം. ഇതുസംബന്ധിച്ച് തർക്കങ്ങളിൽ തീർപ്പുക ല്പിക്കുക ഗ്രാമത്തിലെ ഗോത്രത്തലവന്മാർ യോഗം ചേർന്നാണ്. ഈ കാരണവന്മാർക്ക് കള്ളും ചാരായവുമൊക്കെ കൊടുക്കേണ്ടിവരും. ഭർത്താവിനെ ഇഷ്ടപ്പെടാതിരിക്കുകയോ, അയാൾ തന്നെ ദ്രോഹിക്കു കയോ അല്ലെങ്കിൽ മറ്റൊരുവന്റെ പേരിൽ പ്രേമം തോന്നുകയോ ചെയ്താൽ പെൺകുട്ടിക്ക് ഭർത്താവിനെ വിട്ടുപോരാൻ സ്വാതന്ത്ര്യമു ണ്ട്. ചിലപ്പോൾ ആദ്യഭർത്താവിന് കൊടുക്കാനുള്ള പണം കൊടുത്തില്ല എന്നതിന്റെ പേരിൽ സംഘട്ടനങ്ങൾ ഉണ്ടാകാറുണ്ട്. അവസാനതീർപ്പ് നല്കുന്നത് എപ്പോഴും ഗോത്രത്തലവനാണ്. എന്തെങ്കിലും കാരണവ ശാൽ ഭർത്താവിനെ ഇഷ്ടപ്പെടാതെ വന്നാൽ, ഭാര്യ അയാളുടെ കൂടെ ജീവിക്കുകയില്ല.

പണത്തിന്റെ പ്രശ്നം വർളികൾ മറ്റൊരുവിധത്തിലും ലഘൂകരിച്ചി ട്ടുണ്ട്. വിവാഹം നിശ്ചയിച്ച ഒരു യുവാവിന്റെ പക്കൽ പെൺപണം ഇല്ലെ ങ്കിൽ അയാൾ പെൺകുട്ടിയുടെ അച്ഛന്റെ വീട്ടിൽ താമസിക്കാൻ ചെല്ലും. അയാളെ അയാളുടെ വീട്ടിൽച്ചെന്നു വിളിച്ചുകൊണ്ട് വരികയാണ് ചെയ്യു ക. പെൺകുട്ടിയുടെ അച്ഛനും ഗ്രാമത്തിലെ വേറെ രണ്ടുപേരും ചേർന്ന് പെൺകുട്ടിയുടെ വീട്ടിൽ മൂന്നുകൊല്ലം അഞ്ചുകൊല്ലം മുതൽ വരെ താമ സിക്കുന്നതിന് കരാറുണ്ടാക്കും. മറ്റുചില ചടങ്ങുകളും അവിടെയുണ്ട്. പെൺകുട്ടിയുടെ വീട്ടിൽ നാലഞ്ചു വർഷം താമസിച്ച് കുടുംബത്തിലെ ഒരാളെപ്പോലെ ജോലിചെയ്താൽ പെൺകുട്ടിക്ക് കൊടുക്കേണ്ട പെൺപണം കൊടുത്തുതീർത്തതായി കണക്കാക്കി വിവാഹം വിധിപ്ര കാരം നടത്തും. ഇങ്ങനെ വീട്ടിലെത്തുന്ന ചെറുക്കനെ 'ഘരോരാ ഖംദാഢ്യാ' എന്നാണ് വിളിക്കുന്നത്.

ചെങ്കൊടിയുടെ ശക്തി

ഒക്ടോബർ മാസത്തിൽ, ഏതാണ്ട് 'ദസറ'ക്കാലമാകുമ്പോൾ പാൽഘർ, ഡഹാണു, ഭൊയിസർ, ഉംബർഗാവ്, ഭിലാഡ് തുടങ്ങിയ സ്റ്റേഷനുകളിൽ കലം, ചട്ടി, ടിൻ, ഡബ്ബകൾ, പുൽത്തടുക്കുകൾ, ബീഡിവലിക്കാൻവേണ്ട ഇലകൾ, വടി തുടങ്ങിയ സാധനങ്ങളും പേറി വിയർത്തുകുളിച്ച് ലംഗോട്ടിമാത്രം ധരിച്ച ആദിവാസി പുരുഷന്മാരും തലമുടി കെട്ടാതെ, കണ്ടാൽ ലജ്ജതോന്നും വിധം അപര്യാപ്തമായി വസ്ത്രധാരണം ചെയ്ത സ്ത്രീകളും അവരുടെ പ്രാകൃതരായ കുട്ടികളും പ്ലാറ്റ്ഫോമുകളിൽ കൂട്ടംകൂട്ടമായി ഇരിക്കുന്നത് ഒരു സാധാരണ കാഴ്ചയാണ്. സ്റ്റേഷൻ മുഴുവനും ഒരു വലിയ ബഹളം തന്നെയായിരിക്കും.

ഈ ആളുകളത്രയും സ്റ്റേഷനിൽ തടിച്ചു കൂടുന്നതെന്തിനാണ്? അവരെ കാടുകളിലെ വിവിധ ഗ്രാമങ്ങളിൽ നിന്ന് പുല്ലരിയുന്നതിനുവേണ്ടി ജന്മികൾ വിളിച്ചുകൊണ്ട് പോകുന്നു. ഈ ഭാഗങ്ങളിൽ ദസറ മുതൽ മൂന്നു നാലു മാസക്കാലം പൊരിഞ്ഞ പണിനടക്കും. നെട്ട്! കൊയ്തെടുക്കുക, മെതിക്കുക, പുല്ലരിയുക — ഇവയാണ് മുഖ്യ ജോലികൾ. ഈ ജോലികൾ വേണ്ടസമയത്ത് ചെയ്തില്ലെങ്കിൽ ആയിരക്കണക്കിന് ഉറുപ്പികയുടെ നഷ്ടം സംഭവിക്കാം.

പുല്ലിന്റെ കച്ചവടം വൻതോതിലാണ് നടക്കുന്നത്. സഫാളാ സ്റ്റേഷൻ മുതൽ പശ്ചിമ റെയിൽവേയുടെ ഇരുവശങ്ങളിലായി കണ്ണെത്താത്ത ദൂരത്തോളം വളർന്നുനിൽക്കുന്ന പുല്പാടങ്ങളുടെ പച്ചപ്പരപ്പ് കാണാം. ചിലതരം പുല്ലുകൾ താനേ വളരുന്നവയാണ്, മറ്റു ചിലവ വളംചേർത്ത് വളർത്തിയെടുക്കുന്നവയും. ഇതിനും പുറമെ റെയിൽവേയുടെ കിഴക്കുഭാഗത്ത് കാട്ടുപ്രദേശങ്ങളിൽ കുന്നിൻചെരുവുകളിലും

ധാരാളം പുല്ല് വളരുന്നു. ഇവിടങ്ങളിൽ പുല്ല് ധാരാളം പിടിക്കും. ഇങ്ങനെ പുല്ല് വളരുന്ന നിലങ്ങളെ പുൽപ്പായങ്ങൾ എന്നു വിളിക്കുന്നു. ആയിരക്കണക്കിനേക്കർ ഇത്തരം പുല്പാടങ്ങളാണ്. ഈ പാടങ്ങളുടെ ഉടമകൾ പുല്ല! ദല്ലാളുകൾക്ക് വില്ക്കുന്നു. പുല്ലുകച്ചവടം ചെയ്ത ജന്മികൾ ലക്ഷപ്രഭുക്കളായിത്തീർന്നിട്ടുണ്ട്.

ഒരു നിശ്ചിത കാലാവധിക്കുള്ളിൽ പുല്ലരിഞ്ഞെടുക്കാൻ ആയിരക്കണക്കിന് തൊഴിലാളികളെ ആവശ്യമാണ്. പുല്ലരിഞ്ഞെടുക്കേണ്ട കാലവും ധാന്യവിളകൾ കൊയ്യേണ്ട കാലവും ഒരുമിച്ചു വരുന്നതിനാൽ ആദിവാസികൾ സ്വന്തം കൃഷിയിടങ്ങളിലെ കൊയ്ത്തും മെതിയും ഉപേക്ഷിച്ച് ജന്മികൾക്ക് പുല്ലരിയാൻപോകാൻ വൈമുഖ്യം കാണിക്കും. അതിനാൽ അവരെ വേണ്ടസമയത്ത് പണിക്ക് കിട്ടണമെങ്കിൽ അവർക്ക് മുൻകൂർ പണം കൊടുത്തുവെക്കണം. ഇങ്ങനെ മുൻകൂർ പൈസ നല്കി ആളുകൾ ജോലിക്കെത്തുമെന്ന് ഉറപ്പുവരുത്തുന്ന സ്രമ്പദായത്തെ 'അച്ചാരം ചെയ്യുക' എന്നു പറയും.

ആളുകൾക്ക് 'അച്ചാരം' കൊടുക്കുന്നതിനായി ജന്മികൾ ഏജന്റുമാരെ ഏർപ്പാട് ചെയ്യുന്നു. ഈ ഏജന്റുമാർ ഇതിനായി അവരുടെ കീഴിലുള്ള കങ്കാണികളെ നിയോഗിക്കും. കൃഷിപ്പണികൾ കഴിയുന്നതോടൊപ്പം തന്നെ കൃഷിക്കാരുടെ കൈയിലുള്ള ധാന്യവും തീർന്നുകഴിഞ്ഞിരിക്കും. ആ സമയം നോക്കി കങ്കാണികൾ ഗ്രാമങ്ങളിൽ ചുറ്റിനടക്കും. ഈ പാവങ്ങളെ പത്തുമുതൽ ഇരുപത്തഞ്ച് രൂപവരെ കാണിച്ച് പ്രലോഭിപ്പിച്ച് അതിൽനിന്നു ചെറിയ ഒരു സംഖ്യ അപ്പോൾത്തന്നെ കൊടുത്ത് പുല്ലരിയുന്നതിനായി അവരെ 'അച്ചാരം' ചെയ്യുന്നു. ഈ സാംഖ്യ പിന്നീട് കൂലിയിൽ നിന്നു വസൂലാക്കും. പുല്ലരിയുന്നതിനുള്ള കാലം വന്നാൽ ഇങ്ങനെ പണം വാങ്ങിയ എല്ലാവരെയും വന്ന് വിളിക്കും. ആരെങ്കിലും പോകാൻ വിസമ്മതിച്ചാൽ അയാളെ ശകാരിക്കുകയും മർദ്ദിക്കുകയും ചെയ്ത് വീട്ടിൽനിന്ന് പുറത്തിറക്കിക്കൊണ്ടുപോകും. എല്ലാ വർളികളെയും അവരുടെ ഗ്രാമങ്ങളിൽ നിന്ന് ആടുകളെപ്പോലെ ആട്ടിത്തെളിച്ച് അടുത്ത റെയിൽവേ സ്റ്റേഷനിൽ എത്തിക്കുന്നു. അവിടെനിന്ന് ആട്ടിൻപറ്റത്തെയെന്നപോലെ തന്നെ ഇവരെ വണ്ടിയിൽ തള്ളിനിറച്ച് പുല്ലരിയുന്ന സ്ഥലത്തേക്ക് കൊണ്ടുപോകും. ഏജന്റുമാർക്ക് വെറുതെ വീട്ടിലിരുന്നുകൊണ്ടുതന്നെ ഒരട്ടി പുല്ലിന് എട്ടണ തോതിൽ കമ്മിഷൻ ലഭിക്കും. അവരുടെ കീഴിലുള്ള കങ്കാണിമാർക്ക് മാസത്തിൽ അമ്പതു മുതൽ അറുപത് രൂപവരെ ശമ്പളവും കിട്ടുന്നു.

നിശ്ചിത സമയത്തുതന്നെ പുല്ലരിഞ്ഞെടുക്കാൻ ജന്മിമാർക്ക് വലിയ ബദ്ധപ്പാടാണ്. വെയിലുകൊണ്ട് പുല്ല് വാടിപ്പോയാൽ വലിയ നഷ്ടമാകും. കനം കുറയും. രണ്ടാംതരമായി കണക്കാക്കപ്പെടും. ശരിയായ വില കിട്ടുകയുമില്ല. മഴപെയ്ത് നനഞ്ഞുപോയാലും വില കിട്ടുകയില്ല. പുല്ലിന് കറുപ്പുനിറം വീണ് രണ്ടാംതരമായിപ്പോകും. അതിനാൽ സമയത്തിന് പുല്ലരിഞ്ഞെടുക്കുന്നതിനായി ആളുകളെ ശേഖരിക്കുവാൻ ഏജന്റുമാരും

അവരുടെ കങ്കാണികളും പരക്കം പാച്ചിൽ തുടങ്ങും. നൂറുകണക്കിനാളുകളെ 'അച്ചാരം' ചെയ്തുവെക്കും. മുൻകൂർ പണം വാങ്ങിയിട്ടില്ലാത്തവരുണ്ടെങ്കിൽ അവർക്ക് കൂലി രൊക്കമായിത്തന്നെ കൊടുക്കും.

പുല്ലരിയുന്ന ദിവസങ്ങളിൽ നൂറുകണക്കിന് കുലിക്കാർ പുല്പാടങ്ങളിൽ വന്നിറങ്ങും. നിരനിരയായി നിന്ന് പുല്ലരിഞ്ഞെടുക്കുന്ന കൂലിക്കാരുടെ നീണ്ട വരികൾ സഫാളാ സ്റ്റേഷനിൽ നിന്നങ്ങോട്ട് തീവണ്ടികളിൽ യാത്ര ചെയ്യുമ്പോൾ കാണാം. പുല്ലരിയൽ കഴിയുന്നതുവരെ കൂലിക്കാർക്ക് പുല്പാടങ്ങളിൽ തന്നെ താമസിക്കേണ്ടിവരുന്നു. തണുപ്പുള്ള രാത്രികളിൽ തീകത്തിച്ച് അതിനു ചുറ്റും കിടന്നുറങ്ങും. മഴയെങ്ങാനും പെയ്തുവെങ്കിൽ അതും സാദ്ധ്യമല്ല. പുല്ലരിയുമ്പോൾ ജന്മിയുടെ ഭയ്യയോ, കങ്കാണിയോ കൈയിൽ വടിയുമായി ജോലിചെയ്യിക്കാൻ അടുത്തുതന്നെ നില്ക്കും. ആരും ജോലിയിൽ കളവ് കാണിക്കാതിരിക്കാൻ. 'കൈയെടുക്കാതെ പണിയെടുക്ക്' എന്ന് എപ്പോഴും ഒച്ചയിട്ടുകൊണ്ടിരിക്കും. ഉഗ്രമായ വെയിലിൽ കൂലിക്കാരുടെ ശരീരങ്ങളിൽ നിന്ന് വിയർപ്പ് ചാലുകളായി ഒഴുകിക്കൊണ്ടിരിക്കും. ഒരിറ്റു വെള്ളം കുടിക്കാൻ പോകണമെങ്കിൽ ഒളിച്ചും പതുങ്ങിയും വേണം. ഒന്നു പുകവലിക്കണമെങ്കിൽ തക്കവും തരവും നോക്കണം. ഭയ്യയുടെയോ കങ്കാണിയുടെയോ വടി എപ്പോഴാണ് പിന്നിൽ വന്ന് വീഴുക എന്നറിയില്ല. പലപ്പോഴും ഒരു കുറ്റവും ചെയ്യാതെതന്നെ ആദിവാസികളെ വിരട്ടുന്നതിനുവേണ്ടി ഏതെങ്കിലുമൊരാളുടെ മുതുകിൽ വടികൊണ്ടടിക്കും.

കൂലിക്കാരുടെ ജോലി പുല്ലരിയൽ മാത്രമായിരുന്നില്ല. അഞ്ഞുറു മുതൽ ആയിരം വരെ പുൽച്ചുരുട്ടുകൾ അടുക്കി അട്ടികളാക്കുന്നതുവരെയുള്ള ജോലികൾ പുല്ലരിയുന്നവർ തന്നെ ചെയ്യണം. അഞ്ഞുറു റാത്തൽ തൂക്കമുള്ള കെട്ടുകളാക്കി കെട്ടണം. ഇങ്ങനെ കെട്ടുകളാക്കിയാൽ പുല്ല് വെയിലും മഴയുമേറ്റ് നാശമാവുകയില്ല. കെട്ടുകൾ ചുമക്കുക, പുല്ല് പ്രസ് ചെയ്ത് അട്ടികളാക്കുക, ഗുദാമുകളിലേക്കും റയിൽവേ സ്റ്റേഷനുകളിലേക്കും അവ ചുമന്നെത്തിക്കുക, വണ്ടിയിൽ കയറ്റുക തുടങ്ങിയ എല്ലാ ജോലികളും ആദിവാസികൾ തന്നെയാണ് ചെയ്തിരുന്നത്.

1945 വരെയും അതിനുമുമ്പും ആദിവാസികൾക്ക് പുല്ലരിയുന്നതിനും തൽസംബന്ധമായ മറ്റു ജോലികൾക്കും കിട്ടിയിരുന്ന കൂലി എന്തെന്നോ? ഒരണ, അല്ലെങ്കിൽ രണ്ടണ അതല്ലെങ്കിൽ രണ്ടണയുടെ കള്ള്!

രണ്ടാം ലോകമഹായുദ്ധകാലത്ത് പുല്ലിന് നല്ല വിലയുണ്ടായിരുന്നു. ജന്മികൾക്ക് കോടിക്കണക്കിന് രൂപ ലാഭമുണ്ടാക്കിയ ജന്മികളുടെ കൂലിക്കാരുടെ, പിച്ചക്കാരുടേതിനേക്കാൾ മോശമായ, പട്ടിണി കാർന്നുതിന്നുന്ന ആ ജീവിതം പ്ലാറ്റ്ഫോമുകളിൽ കണ്ടപ്പോൾ എന്റെ മനസ്സിലൂടെ വിവിധ ചിന്തകൾ കടന്നുപോയി. സ്വാർത്ഥലാഭത്തിന് മുമ്പിൽ മനുഷ്യരുടെ മനുഷ്യത്വം ഹോമിക്കപ്പെടുന്നു എന്നത് എത്ര ശരി!

കിസാൻസഭ കൂലിനിരക്ക് കൂട്ടിക്കൊടുപ്പിക്കാൻ തീരുമാനിച്ചു. ആദിവാസികളുടെ അഭിപ്രായമനുസരിച്ച് അഞ്ഞുറു റാത്തൽ തൂക്കമുള്ള

ഒരു കെട്ടിന്, അതായത് അഞ്ഞുറു റാത്തൽ പുല്ലരിയുന്നതിന്, രണ്ടര രൂപ കൂലി ചോദിക്കണമെന്ന് നിശ്ചയിച്ചു. ജന്മികളുണ്ടാക്കുന്ന ലാഭം കണക്കിലെടുക്കുമ്പോൾ ഈ നിരക്ക് വളരെ താഴ്ന്നതായിരുന്നു. ജന്മികളുടെ ചെലവ് മുതലായവയെപ്പറ്റി നന്നായി അന്വേഷിച്ചറിഞ്ഞതിനു ശേഷമാണ് ഈ നിരക്ക് തീരുമാനിക്കപ്പെട്ടത്. ഈ കണക്കനുസരിച്ച് പുല്ല് വൃത്തിയാക്കാനും അത് സൂക്ഷിക്കാനും പ്രസ് ചെയ്യുന്നതിനും ഗുദാമുകളിൽ എത്തിക്കുന്നതിനും തീവണ്ടിയിൽ കയറ്റുന്നതിനും മറ്റും വരുന്ന ചെലവുകളും അരിയുന്നതിന് കൊടുക്കേണ്ട കൂലിയും കഴിച്ചാൽത്തന്നെ അഞ്ഞുറു റാത്തൽ തൂക്കമുള്ള ഓരോ കെട്ടിൽനിന്നും പത്തും പതിനൊന്നും രൂപ ലാഭം ഓരോ ജന്മിക്കും കിട്ടുമായിരുന്നു. ഞങ്ങളുടെ ഈ കണക്കിൽ ഒരു തെറ്റുമില്ല. പ്രക്ഷോഭകാലത്ത് അന്നത്തെ റവന്യുമന്ത്രിയായിരുന്ന മൊറാർജി ദേസായി പത്രപ്രവർത്തകരോട് ചെയ്ത പ്രസ്താവന ഇത് ശരിവെക്കുന്നതാണ്. 'ഒരുലക്ഷത്തി അമ്പതിനായിരം രൂപയിലധികം വില വരുന്ന നാല്പത് ലക്ഷം റാത്തൽ പുല്ല്! കത്തിപ്പോയിട്ടുണ്ടാവണം.' ഈ കണക്കനുസരിച്ച് അഞ്ഞുറു റാത്തലിന്റെ ഒരു കെട്ടിന് പതിനെട്ട് രൂപ പന്ത്രണ്ടണ വിലവരും. ഇതിൽനിന്ന് കൂലിക്കാർക്ക് ഒരണയോ രണ്ടണയോ കൂലി കൊടുത്തിട്ട് ജന്മി എത്ര വലിയ ലാഭമാണുണ്ടാക്കിയിരുന്നതെന്ന് ഊഹിക്കാവുന്നതേയുള്ളൂ. അഞ്ഞുറു റാത്തലിന്റെ കെട്ടിന് കാട്ടുപ്രദേശങ്ങളിൽ രണ്ടര രൂപയും മറ്റിടങ്ങളിൽ മൂന്നു രൂപയും കൂലി കൊടുക്കണമെന്ന് ഞങ്ങളാവശ്യപ്പെട്ടു. ജന്മികൾ ഈ ആവശ്യം അംഗീകരിച്ചില്ല. പ്രക്ഷോഭത്തിന്റെ കാറ്റ് അതോടെ വീശിത്തുടങ്ങി.

അടിയാൻപണി റദ്ദാക്കുന്നതിലും വിവാഹക്കടങ്ങളിൽ നിന്നു മുക്തരാകുന്നതിലും കൈവന്ന അഭുതപൂർവ്വമായ വിജയം മൂലം സംഘടനാശക്തികൊണ്ട് കൂലിയുടെ പ്രശ്നവും പരിഹരിക്കപ്പെടുമെന്ന് ആദിവാസികൾക്ക് ഉറപ്പുണ്ടായിരുന്നു. അവർ കൂലി ലഭിക്കുന്നതിനായി പണിമുടക്കി. ഒരൊറ്റ വർളിയും ജോലിക്ക് ഹാജരായില്ല. പണിമുടക്ക് പരിപൂർണ്ണ വിജയത്തിലെത്തി. ∕

പണിമുടക്കിന്റെ ആദ്യഘട്ടത്തിൽ ജന്മികൾ സംഘടനാശക്തി തകർക്കുന്നതിനായി എല്ലാ ശ്രമങ്ങളും നടത്തിനോക്കി. അല്ലറ ചില്ലറ കുറ്റങ്ങൾ ചുമത്തി ആദിവാസികളെ ലോക്കപ്പുകളിൽ അടച്ചു. ഗുണ്ടകളെ വിട്ട് അവരെ മർദ്ദിച്ചു. പക്ഷേ, വെറുതെ കഷ്ടപ്പെടുത്തുന്നു എന്നതിനാൽ ആദിവാസികളിൽ കൂടുതൽ അമർഷവും പകയും ഉണ്ടാക്കാനേ ഇത് ഉപകരിച്ചുള്ളൂ.

കമ്യൂണിസ്റ്റുകാർ അക്രമത്തിന് പ്രേരിപ്പിക്കുന്നു എന്ന എക്കാലത്തെയും പരാതിയുമായി ജന്മികൾ സർക്കാരിനോട് സഹായാഭ്യർത്ഥന നടത്തി. പണിമുടക്ക് തികച്ചും സമാധാനപരമായിരുന്നു. അതിനാൽ ഈ തന്ത്രം പൊളിഞ്ഞു. അപ്പോൾ അവർ സർക്കാർ ഇടപെടരുതെന്ന് സർക്കാരിനോടഭ്യർത്ഥിച്ചു. ധാരാളം ഗുണ്ടകളെ കൊണ്ടുവന്ന് ആദിവാ

സികളെ മർദ്ദിച്ചൊതുക്കുന്നതിനായി അനുവാദം നല്കണമെന്നായി. ഇപ്രകാരം അഭ്യർത്ഥന നടത്തിയെന്ന് വർഷങ്ങൾക്കുശേഷം ചില ജന്മികൾ 'തുറന്നുപറയുകയാണ്' എന്ന മുഖവുരയോടെ എന്നോടു പറഞ്ഞിട്ടുണ്ട്. ഈ അഭ്യർത്ഥന സ്വീകരിക്കപ്പെട്ടില്ല. അപ്പോൾ സർക്കാരിനെക്കൊണ്ട് മർദ്ദനവും വെടിവെപ്പും നടത്തിക്കുന്നതിനായി, വർളികളെ 'മര്യാദ' പഠിപ്പിക്കുന്നതിനായി, ജന്മികൾ പൈശാചികമായ ഒരു പദ്ധതിക്ക് രൂപം കൊടുത്തു.

തൽവാഡാ ഗ്രാമത്തിൽ ചെങ്കൊടിയുടെ ആഭിമുഖ്യത്തിൽ ഒരു യോഗം നടത്തിയിരുന്നു. ഈ വസ്തുത മുതലെടുത്തുകൊണ്ട് 1945 ഒക്ടോബർ 10 ന് രാത്രി എട്ടുമണിക്ക് ഏകദേശം 1500 ചതുരശ്ര നാഴികക്കുള്ളിൽ ഒരേ സമയത്ത് ജന്മികളും ഹുണ്ടികക്കാരും ചേർന്ന് ഒരു നുണ പരത്തിവിട്ടു. 'തൽവാഡാ ഗ്രാമത്തിൽ അർദ്ധരാത്രി ബായി ഒരു യോഗം വിളിച്ചിട്ടുണ്ട്. ജന്മികളുടെ ഗുണ്ടകൾ യോഗം കലക്കുന്നതിനായി അവിടെ പോകും. ബായിയുടെ ജീവൻ അപകടത്തിലാണ്. എല്ലാ ആദിവാസികളും തങ്ങളുടെ പക്കലുള്ള അരിവാൾ, കുന്തം, വടി തുടങ്ങിയ ആയുധങ്ങളുമെടുത്ത് ബായിയെ രക്ഷിക്കുന്നതിനായി ഇപ്പോൾത്തന്നെ വരണമെന്ന് ചെങ്കൊടി (കമ്യൂണിസ്റ്റ് പാർട്ടി) പറഞ്ഞിരിക്കുന്നു." വന്നുപോയിരുന്ന ലോറികൾ, പലവ്യഞ്ജനക്കടക്കാർ, കളങ്ങൾ തുടങ്ങിയ വിവിധ മാർഗങ്ങളിലൂടെ ഈ നുണ പല സ്ഥലങ്ങളിലും ഒരേസമയത്ത് പ്രചരിപ്പിച്ചു.

ജന്മികളുടെ തന്ത്രം ഫലിച്ചു. നിഷ്കളങ്കരും സരളശീലരുമായ വർളികൾ ആ തെറ്റായ വാർത്ത വിശ്വസിച്ചു. രാത്രി വളരെ വൈകിയതിനാൽ വീട്ടിൽ നിന്ന് പുറപ്പെടാൻ മടിച്ചുനിന്നിരുന്ന ചില ആദിവാസികളോട് അവരുടെ ഭാര്യമാർ പറഞ്ഞു: "ബായിയുടെ ജീവൻ അപകടത്തിലാണ്, നിങ്ങളെന്താണ് പോകാത്തത്?" അതുകേട്ട ഉടൻ പരദേവതയെ വണങ്ങി കൈയിൽ കിട്ടിയ ആയുധങ്ങളുമേന്തി ആ കാളരാത്രിയിൽ അവർ പുറത്തേക്കിറങ്ങി. ഉപ്ലാട് ഗ്രാമത്തിലെ കിഴവി പറയുകയുണ്ടായി: ബായിയുടെ ജീവൻ അപകടത്തിലാണെന്ന് കേട്ടപാടെ ആളുകൾ ഭക്ഷണം പകുതിയാക്കി എഴുന്നേറ്റ് കൈയിൽ വടിയുമെടുത്ത് പുറപ്പെട്ടു. ഈ വിധത്തിൽ എന്നോടും ചെങ്കൊടിയോടും ഇവർക്കുണ്ടായിരുന്ന സ്നേഹാദരങ്ങളെ ചൂഷണം ചെയ്ത് സംഘടിപ്പിച്ച ഇത് ഒരു പൈശാചിക പരിപാടി തന്നെയായിരുന്നു. അർദ്ധരാത്രിയാവുന്നതിനു മുമ്പുതന്നെ ഏകദേശം പതിനായിരത്തോളം ആദിവാസികൾ കുന്തം, അരിവാൾ, കൈയിൽ കിട്ടിയ മറ്റ് ആയുധങ്ങൾ എന്നിവയുമേന്തി തൽവാഡ ഗ്രാമത്തിൽ വന്നുചേർന്നു. നിരവധി ആളുകൾ മുപ്പതും നാല്പതും മൈലുകൾ നടന്നാണെത്തിയിരുന്നത്. എല്ലാ ഭാഗങ്ങളിൽനിന്നും ആദിവാസികൾ കൂട്ടംകൂട്ടമായി പ്രവഹിച്ചുകൊണ്ടിരുന്നുവെന്ന് കുറെ ദിവസങ്ങൾക്കുശേഷം പൊലീസ് സൂപ്രണ്ട് പറയുകയുണ്ടായി. നേരം

വെളുക്കുന്നതിനു മുമ്പായി ഏതാണ്ട് മുപ്പതിനായിരത്തോളം ആളുകൾ എത്തിച്ചേർന്നിരിക്കണം.

ആദിവാസികളുടെ ഇടയിൽ ഈ കള്ളപ്രചാരണം അഴിച്ചുവിട്ടതോടൊപ്പം തന്നെ ചെങ്കൊടിയുടെ ആഹ്വാനമനുസരിച്ച് കലാപം നടത്തുന്നതിനായി ധാരാളം ആളുകൾ സംഘം ചേർന്നിരിക്കുന്നുവെന്നും തന്മൂലം ഗുരുതരമായ ഒരന്തരീക്ഷം സംജാതമായിരിക്കയാണെന്നും കാണിച്ച് ജന്മികൾ പൊലീസ് സഹായം ആവശ്യപ്പെടുകയും ചെയ്തു.

പൊലീസ് സൂപ്രണ്ട് സായുധ പൊലീസുമായി ഉടൻ വന്നെത്തി. യാതൊരന്വേഷണവും നടത്താതെ ജന്മികളുടെ വാക്ക് വിശ്വസിച്ച് അവരുടെ ആഗ്രഹാനുസരണം യോഗം തുടങ്ങുന്നതും കാത്ത് ശാന്തരായി ഇരുന്ന ആദിവാസികളുടെ മേൽ പൊലീസുകാർ വാഹനങ്ങളുടെ മുകളിൽ കയറിനിന്ന് വെടിവെക്കാൻ തുടങ്ങി. 10–ാം തീയതി രാത്രി മുതൽ 11–ാം തീയതി പകൽ പതിനൊന്നുമണിവരെ ബോംബെ–അഹമ്മദാബാദ് റോഡിൽ തൽവാഡാ ഗ്രാമത്തിൽ നിരപരാധികളായ ആദിവാസികളുടെ മേൽ വെടിയുണ്ടകളുതിർത്തുകൊണ്ട് പൊലീസ് വാഹനങ്ങൾ ചീറിപ്പാഞ്ഞു. ഈ വെടിവെപ്പിൽ അഞ്ച് ആദിവാസികൾ കൊല്ലപ്പെട്ടു. നൂറുകണക്കിന് ആദിവാസികൾക്കും അവരുടെ കൂടെയുണ്ടായിരുന്ന കുട്ടികൾക്കും മുറിവേറ്റു. ആകെ കൊല്ലപ്പെട്ടവരുടെയും മുറിവേറ്റവരുടെയും സംഖ്യ എത്രയെന്ന് തിട്ടമായി പറയാൻ ഇപ്പോഴും സാദ്ധ്യമല്ല.

തങ്ങൾ ഒരു തെറ്റും ചെയ്യാതെ പൊലീസ് നടത്തിയ വെടിവെപ്പ് ചെങ്കൊടിക്കെതിരായതാണ് എന്ന വിശ്വാസത്തോടെ ആദിവാസികൾ ചെങ്കൊടിയെ രക്ഷിക്കുന്നതിനായി അതിനു ചുറ്റും കൂട്ടംകൂടിയിരുന്നു. വെടിവെപ്പിനെ തെല്ലും ഭയപ്പെടാതെ, ചെങ്കൊടിയെ കാത്തുസൂക്ഷിക്കുന്നതിനായി ജീവൻ തൃണവൽഗണിച്ചുകൊണ്ട് ശരീരത്തിലേറ്റ വെടിയുണ്ടകളുമായി ഇരുന്ന ആദിവാസികളുടെ ധീരതയെക്കുറിച്ചോർക്കുമ്പോൾ രോമാഞ്ചമുണ്ടാകുന്നു. ആ ധീരതക്ക് മുമ്പിൽ ആദരപൂർവ്വം തലകുനിഞ്ഞുപോകുന്നു. ആ സ്ഥലത്ത് വാർന്നുവീണ രക്തം ആദിവാസി ഗോത്രങ്ങളിൽ ചെങ്കൊടിയുടെ നേതൃത്വത്തിൽ നടന്ന പ്രക്ഷോഭത്തിലെ വീരരക്തസാക്ഷികളുടേതാണ്.

ഉച്ചയായിട്ടും യോഗം നടത്താനും പ്രസംഗിക്കാനും ആരും വന്നെത്താതിരുന്നപ്പോൾ ആദിവാസികൾക്ക് സംശയം തോന്നിത്തുടങ്ങി. ഒരാൾ ഖത്തൽവാഡിലുണ്ടായിരുന്ന ഞങ്ങളുടെ ആപ്പീസിൽ ചെന്നന്വേഷിക്കാൻ പോയി. കമാരണദിവെ അപ്പോൾ ആപ്പീസിൽ എത്തിയിട്ടേ ഉണ്ടായിരുന്നുള്ളു. വെടിവെപ്പിനെപ്പറ്റി കേട്ടപ്പോൾ അദ്ദേഹം സ്തബ്ധനായിപ്പോയി. അദ്ദേഹത്തിന് വിശ്വസിക്കാൻ കഴിഞ്ഞില്ല. ഉടനെതന്നെ അദ്ദേഹം തൽവാഡയിലേക്ക് തിരിച്ചു. യഥാർത്ഥ സംഗതികൾ ആദിവാസികളെ ധരിപ്പിച്ച് ശാന്തരായി വീടുകളിലേക്കു തിരിച്ചുപോകുവാൻ അവരോടാവശ്യപ്പെട്ടു. അദ്ദേഹം സംസാരിച്ചുകൊണ്ടു നില്ക്കുമ്പോൾ തന്നെ ചീറിപ്പാഞ്ഞുവന്ന ഒരു വെടിയുണ്ടയേറ്റ് ജോംഗാംഗഡ് എന്ന ഒരു

ആദിവാസി മൃതിയടഞ്ഞു.

ഏകദേശം 15 മണിക്കുറോളം ആദിവാസികൾ വെടിവെപ്പിനെ തെല്ലും കൂസാതെ ഇരുന്നു. രണദിവെ അവിടെ അപ്പോൾ എത്തിയിരുന്നില്ലെങ്കിൽ പിന്നെയും എത്രസമയം അവർ ഇരിക്കുമായിരുന്നുവെന്ന് പറയാൻ കഴിയില്ല. വെടിവെപ്പുകൊണ്ട് അവരെ പിരിച്ചുവിടാൻ സാധിക്കാഞ്ഞതെന്തേ? ഒരൊറ്റവാക്കിൽ ഇതിനുത്തരം പറയാം — "ചെങ്കൊടി." ചെങ്കൊടിയുടെ ആജ്ഞാനുസരണം വന്നു. അതിന്റെ ഉത്തരവില്ലാതെ തിരിച്ചുപോവില്ല — ഇതായിരുന്നു അവരുടെ, സരളമായ തീരുമാനം. തിരിച്ചുപോയത്, ജന്മികൾ തങ്ങളുടെ അഞ്ച് സഹോദരങ്ങളുടെ ജീവനെടുത്തു, തങ്ങളെ ചതിച്ചു എന്ന അറിവോടെ, ആ ദുഃഖത്തിന്റെ അടിയിൽ എരിഞ്ഞുകൊണ്ടിരുന്ന പ്രതികാരത്തിന്റെ തീപ്പന്തങ്ങളും പേറിക്കൊണ്ടായിരുന്നു.

ആയിരക്കണക്കിന് സായുധരായ കൃഷിക്കാർ സംഘം ചേരുകയും കല്ലെറിയുകയും ചെയ്തു എന്നർത്ഥം വരുന്ന തരത്തിൽ 'പതിവ്' പ്രസ്താവനകളിറക്കി സർക്കാർ തികച്ചും അന്യായമായ ഈ മർദ്ദനത്തെ ന്യായീകരിക്കാൻ ശ്രമിച്ചു. ഇതേക്കുറിച്ച് കോൺഗ്രസിന്റെയും സർക്കാരിന്റെയും ആശീർവാദത്തോടെ പ്രവർത്തിച്ചുകൊണ്ടിരിക്കുന്ന ആദിവാസി സേവാമണ്ഡലത്തിന്റേതായ ഒരു പ്രസ്താവന 1945 ഒക്ടോബർ 25 ലെ *ബോംബെ ക്രോണിക്കിളിൽ* പ്രസിദ്ധം ചെയ്തിട്ടുണ്ട്.

> വെടിവെപ്പ് ന്യായീകരിക്കാമോ അതോ അനാവശ്യമായിരുന്നോ എന്ന് ഞങ്ങൾക്ക് അന്വേഷിച്ചുറപ്പുവരുത്താൻ കഴിഞ്ഞിട്ടില്ല. പക്ഷേ, പൊലീസ് ഒരു സായുധവാഹനമാക്കി മാറ്റപ്പെട്ടിരുന്ന വാനിന്റെ മുകളിൽ നിന്നാണ് വെടിവെച്ചത് എന്നത് തീർച്ചയാണ്. കല്ലേറുണ്ടായിരുന്നുവെങ്കിലും ഒരു പൊലീസുകാരനെങ്കിലും ഏറുകൊണ്ടതായി തോന്നുന്നില്ല. ഒരു വിവേചനവുമില്ലാതെ വെടിവെപ്പു നടത്തി എന്ന് ഞങ്ങൾ ഭയപ്പെടുന്നു. വെടിവെപ്പിനെക്കുറിച്ച് സ്വതന്ത്രവും പരസ്യവുമായ ഒരന്വേഷണം നടത്തണമെന്ന് ഞങ്ങൾക്ക് തോന്നുന്നു.

സർക്കാർ പരസ്യാന്വേഷണം നടത്തിയില്ല. ഡിപ്പാർട്ട്മെന്റൽ അന്വേഷണങ്ങൾ നടന്നു. 'വെടിവെപ്പ് അനാവശ്യമായിരുന്നുവെന്ന്' അതിൽ തെളിഞ്ഞതായി അക്കാലത്തെ ഒരു പത്രമായ *ചിത്ര* എന്ന ദിനപത്രം റിപ്പോർട്ട് ചെയ്തിരുന്നു.

വെടിവെപ്പിനുശേഷം മർദ്ദനത്തിന്റെ ശക്തി കൂടിത്തുടങ്ങി. ലാത്തികളും വടികളും കൊണ്ടുനടക്കുന്നതും അഞ്ചിൽ കൂടുതൽ ആളുകൾ ഒരുമിച്ച് ചേരുന്നതും പൊലീസ് നിരോധിച്ചു. ദൾവി തുടങ്ങി മൂന്നുനാല് പ്രമുഖ പ്രവർത്തകരെയും ഏകദേശം നൂറ്റി ഇരുപത്തഞ്ച് ആദിവാസികളെയും അറസ്റ്റ് ചെയ്തു.

11–ാം തീയതി രാവിലെ കമാരണദിവെ കല്യാണിലെ ഞങ്ങളുടെ താമസസ്ഥലത്തുവന്ന് വെടിവെപ്പിന്റെ വിവരങ്ങൾ പരുലേക്കറെയും എന്നെയും ധരിപ്പിച്ചു.

ഒക്ടോബർ 9 ന് വർളികളുടെ പണിമുടക്കിനെപ്പറ്റിയും മറ്റു ചില പ്രശ്നങ്ങളെക്കുറിച്ചും സംസാരിക്കുന്നതിനായി ഠാണാ ജില്ലാ കളക്ടർ എന്നെ വിളിച്ചിരുന്നു. അതുപോലെ സർക്കാരിനെ സംബന്ധിച്ചിടത്തോളം സ്ഥിതിഗതികൾ 'നോർമൽ' ആയിരുന്നു.

യോഗത്തെപ്പറ്റിയുള്ള പ്രചാരണം ശുദ്ധ കളവായിരുന്നു. ഞങ്ങൾ യോഗം നിശ്ചയിച്ചിരുന്നില്ല. ശരീരസുഖമില്ലാതെ ഞാൻ കല്യാണിലായിരുന്നു. ഞങ്ങളുടെ പ്രവർത്തകർ അടുത്തുവരുന്ന തിരഞ്ഞെടുപ്പിൽ വോട്ടവകാശമുള്ള ആദിവാസികളുടെ പേരുകൾ വോട്ടേഴ്സ് ലിസ്റ്റിൽ ഉൾപ്പെടുത്തുന്നതിനായി അവരുടെ അപേക്ഷകൾ പൂരിപ്പിച്ച് വാങ്ങിക്കാൻവേണ്ടി ഗ്രാമങ്ങളിൽ സഞ്ചരിക്കുകയായിരുന്നു. വെടിവെപ്പിനെപ്പറ്റി കേട്ടപ്പോൾ ആകെ കുഴങ്ങിപ്പോയി, ജന്മികൾ ആസൂത്രണം ചെയ്ത പദ്ധതിയുടെ മുഴുവൻ വിവരങ്ങളും ലഭിക്കുന്നതുവരെ ഞങ്ങൾക്കൊന്നുംതന്നെ മനസ്സിലായില്ല. അസ്തപ്രജ്ഞരെപ്പോലെയായി.

ഒക്ടോബർ 11 ന് ബോംബെ മിൽക് കമ്മിഷണറായിരുന്ന എം ഡി ഭട്ട്, ഉംബർഗാവ്, ഡഹാണു എന്നീ രണ്ട് താലൂക്കുകളിലെ സ്ഥിതിഗതികൾ ബോംബെയിൽ എത്തേണ്ട പുല്ലിന്റെ വരവിനെ സാരമായി ബാധിച്ചിരിക്കുന്നതിനാൽ ഇക്കാര്യത്തെക്കുറിച്ച് നിങ്ങൾ രണ്ടുപേരുമായി ചർച്ചകൾ നടത്താൻ എനിക്കാഗ്രഹമുണ്ട്, എന്ന അർത്ഥത്തിൽ പരുലേക്കർക്ക് എഴുതുകയുണ്ടായി. കാരണം, പുല്ലരിയുന്നവർ നടത്തിയിരുന്ന പണിമുടക്ക്, പുല്ലിന്റെ വരവിനെയും തന്മൂലം പാലിന്റെ ഉല്പാദനത്തെയും സാരമായ തോതിൽ ബാധിച്ചുതുടങ്ങിയിരുന്നു.

12–ാം തീയതി ഞങ്ങൾ എം ഡി ഭട്ടിനെ കണ്ടു. മർദ്ദനങ്ങളെയും ഞങ്ങൾ അറസ്റ്റ് ചെയ്യപ്പെടാനുള്ള സാദ്ധ്യതയെയും കുറിച്ച് അദ്ദേഹത്തോട് സംസാരിച്ചു. അറസ്റ്റിനെപ്പറ്റി "എന്തുണ്ടാകുമെന്നു നമുക്ക് നോക്കാം, നിങ്ങൾ ഇപ്പോൾത്തന്നെ പുറപ്പെടു; അവരെ കാര്യങ്ങൾ പറഞ്ഞ് മനസിലാക്കു; ഒത്തുതീർപ്പുണ്ടാക്കേണ്ടതും പുല്ലരിയൽ പുനരാരംഭിക്കേണ്ടതും വളരെ ആവശ്യമായിത്തീർന്നിരിക്കുകയാണ്" എന്നാണദ്ദേഹം പറഞ്ഞത്. അദ്ദേഹത്തിന്റെ സംസാരത്തിൽ നിന്ന് ഇങ്ങനെ ധരിച്ച ഞങ്ങൾ 13–ാം തീയതി വൈകുന്നേരം പുറപ്പെട്ടു. ഞങ്ങൾ കഴിയുന്നതും വേഗം എത്തിച്ചേരുന്നതിനായി ഞങ്ങൾക്കുവേണ്ടി സംജാൺ എന്ന ചെറിയ ഒരു സ്റ്റേഷനിൽ ഗുജറാത്ത് മെയിൽ നിർത്തുന്നതിന് പ്രത്യേകം ഏർപ്പാടുകൾ ചെയ്തിരുന്നു. ബോംബെയിൽ പാലിന്റെ പ്രശ്നം അത്രക്ക് ഗുരുതരമായിരുന്നു എന്നർത്ഥം. സംജാണിൽ എത്തിയ ഉടനെതന്നെ മർദ്ദനത്തിന്റെ ആദ്യത്തെ അനുഭവം ഉണ്ടായി. പൊലീസിന്റെ നിരോധനംമൂലം ഞങ്ങളെ കയറ്റാൻ ഒരൊറ്റ കുതിരവണ്ടിക്കാരനും തയ്യാറായില്ല. അവസാനം ഞങ്ങൾക്കുവേണ്ടി

മെയിൽ വണ്ടിപോലും നിർത്തിച്ചു എന്നു പറഞ്ഞപ്പോഴാണ് കുതിരവണ്ടി കിട്ടിയത്.

ഠാണാ ജില്ലാകളക്ടർ വെടിവെപ്പിനുശേഷം സംജാണിൽ വന്നു. 14-ാം തീയതി ഹോമിഭവിയർവാലായുടെ സംജാണിലുള്ള ബംഗ്ലാവിൽവച്ച് ഞങ്ങൾ അദ്ദേഹത്തെ കണ്ടു. ജന്മികൾ എന്തിനുവേണ്ടി, എങ്ങനെ യോഗം വിളിച്ചു എന്ന് ഞങ്ങൾക്കു കിട്ടിയ വിവരങ്ങളുടെ അടിസ്ഥാനത്തിൽ ഞങ്ങൾ അദ്ദേഹവുമായി സംസാരിച്ചു. ജന്മികൾ ഞങ്ങളെ ആ ഭാഗത്തുനിന്ന് നാടുകടത്തണമെന്ന് കലക്ടറോട് അഭ്യർത്ഥിച്ചു.

കൂടിയാലോചനകളിലൂടെ ഒത്തുതീർപ്പുണ്ടാക്കി പണിമുടക്ക് അവസാനിപ്പിക്കണമെന്നായിരുന്നു കലക്ടറുടെ ആഗ്രഹം. അദ്ദേഹം ജന്മികളുടെ ഭാഗത്തുനിന്ന് ഭവിയർവാലാ, ദേവ്ദേകർ, പേഠേ എന്നിവരെയും കിസാൻസഭയുടെ പ്രതിനിധികളായി പരുലേക്കറെയും എന്നെയും സംഭാഷണങ്ങൾക്കായി ക്ഷണിച്ചു. ജന്മികൾ ധാർഷ്ട്യത്തോടെ പറഞ്ഞു: "കിസാൻസഭയെ ഞങ്ങൾ അംഗീകരിക്കുന്നില്ല, പ്രതിനിധികളെന്ന നിലയിൽ ഇവരുമായി സംസാരിക്കാൻ ഞങ്ങൾ തയ്യാറില്ല." ജില്ലാ കലക്ടർ ബെഡേക്കർ ശാന്തനായി പറഞ്ഞു: "നിങ്ങൾ എന്നോട് സംസാരിപ്പാൽമതി, അവരും എന്നോട് സംസാരിക്കും." ഞങ്ങൾ കലക്ടറുടെ മുമ്പിൽ ഞങ്ങളുടെ കണക്കുകൾ വെച്ചു. അട്ടിയൊന്നിന് രണ്ടര ഉറുപ്പികയും മൂന്നുറുപ്പികയും കൂലി കൊടുക്കണമെന്നാവശ്യപ്പെട്ടു. ഇത് മിതവും ന്യായവുമാണെന്ന് കണക്കുകൾ ഉദ്ധരിച്ച് തെളിയിച്ചു. ജന്മികൾ ഒന്നര രൂപയിൽ കൂടുതൽ ഒന്നും കൊടുക്കുകയില്ലെന്ന് ശഠിച്ചു. ഒത്തുതീർപ്പുണ്ടായില്ല. സംഭാഷണം അലസിപ്പിരിഞ്ഞു.

കൂടിയാലോചനകൾ പരാജയപ്പെട്ടപ്പോൾ മർദ്ദനനടപടികൾ ആരംഭിച്ചു. 15-ാം തീയതി പരുലേക്കറെയും എന്നെയും ഞങ്ങളോടൊപ്പം ഉണ്ടായിരുന്ന മറ്റു ചില സഖാക്കളെയും ഠാണാ ജില്ലയിൽ പ്രവേശിക്കുന്നതിൽ നിന്ന് നിരോധിച്ചുകൊണ്ട് ഉത്തരവുകൾ പുറപ്പെടുവിക്കപ്പെട്ടു.

പോകുന്നതിനുമുമ്പ് ഞങ്ങൾ ആദിവാസികൾക്ക് സന്ദേശം അയച്ചു; "സുസംഘടിതരാവുക, ആരെയും ഭയപ്പെടരുത്, രണ്ടര ഉറുപ്പികയും മൂന്നുറുപ്പികയും കൂലി കിട്ടുന്നതുവരെ ആരും പുല്ലരിയാൻ പോകരുത്." സന്ദേശവുമായി പോയിരുന്നവർ ആദിവാസികളുടെ അതിരറ്റ ഉൽസാഹത്തെയും ദൃഢനിശ്ചയത്തെയും പറ്റി ഞങ്ങളോട് പറഞ്ഞു. അവരുടെ ആവേശം അവർണ്ണനീയമായിരുന്നു. വയൽ വരമ്പിലൂടെ ഏതെങ്കിലും 'മാന്യന്മാർ" പോകുന്നത് കണ്ടാൽ അവർ തങ്ങളുടെ സംഘടനയെ തകർക്കാൻ വരുന്നവരാണോ എന്നു സംശയിച്ച് വേണ്ട മുൻകരുതലുകൾ എടുത്തിരുന്നു. കരിങ്കാലികൾക്ക് കാടുകളിൽ സഞ്ചരിക്കാൻ കരുത്തില്ലാതായി. ഞങ്ങളുടെ മേൽ ഉണ്ടായിരുന്ന നിരോധനാജ്ഞ നിയമവിരുദ്ധമായിരുന്നു. ഒക്ടോബർ 25 ന് പൊലീസ് സുപ്രണ്ട് ഷരീഫ്ഖാന് ഇത് റദ്ദുചെയ്യേണ്ടിവന്നു. ഞങ്ങൾ യോഗം വിളിച്ചു എന്ന് കള്ളപ്രചാരണം നടത്തിയിട്ടും, സായുധരായ ആദിവാസികളെ

ഒരുക്കൂട്ടിയിട്ടും വെടിവെപ്പുനടത്തിയിട്ടും മർദ്ദനത്തിന്റെ എല്ലാ ചക്രങ്ങളും തിരിച്ചിട്ടും ഞങ്ങളുടെമേൽ നിരോധനാജ്ഞ പുറപ്പെടുവിച്ചിട്ടും ആ ഇടവേളയിൽ പൊലീസ് ഡിപ്പാർട്ട്മെന്റിന്റെ സഹായത്തോടെ ആദിവാസികളെ കണക്കില്ലാതെ ഹിംസിച്ചിട്ടും, അവരെ കാല്ക്കീഴിൽ കൊണ്ടുവരാൻ ജന്മികൾ നടത്തിയ എല്ലാ പദ്ധതികളും പൊളിഞ്ഞു പോയി. നാമമാത്രമായ പ്രയോജനംപോലും ഇതുകൊണ്ടൊന്നും ഉണ്ടായില്ല. പണിമുടക്ക് പൊളിഞ്ഞില്ല. സർവ്വശക്തിയും സമാഹരിച്ചു കൊണ്ട് അവർ നടത്തിയ ശ്രമങ്ങൾ നിഷ്ഫലമായി. അവ അവർക്കു തന്നെ അനർത്ഥങ്ങളുണ്ടാക്കി.

ഞങ്ങൾക്കെതിരെ നിരോധനാജ്ഞ നിലവിലുണ്ടായിരുന്ന ദിവസങ്ങളിൽ പൈശാചികവും മനുഷ്യത്വത്തിന് കളങ്കമേല്പിക്കുന്നതു മായ നിരവധി അക്രമങ്ങൾ നടന്നു. തങ്ങൾക്കിഷ്ടമില്ലാത്തവരുടെ പേരുകൾ ജന്മികൾ പൊലീസിന് കൊടുക്കും. പൊലീസ് അവരെ പിടിക്കും. ഒക്ടോബർ 25–ലെ *ബോംബെ ക്രോണിക്കിളിൽ* കോൺഗ്രസ് സർക്കാരിന്റെ കുടക്കീഴിലുള്ള ആദിവാസി സേവാമണ്ഡലത്തിന്റെ പ്രസ്താവന പരസ്യപ്പെടുത്തിയിട്ടുണ്ട്. അതിൽ ഇങ്ങനെ പറയുന്നു:

> ഞങ്ങൾക്ക് പേര് വിവരങ്ങൾ കിട്ടിയിട്ടുള്ള ചില ജന്മികൾ തങ്ങൾക്ക് അസൗകര്യമുണ്ടാക്കിയിരുന്ന കുടിയാന്മാരുടെ ലിസ്റ്റ് പൊലീസുകാർക്ക് കൊടുത്ത് അവരെ അറസ്റ്റ് ചെയ്യിച്ചിരുന്നതായി ഞങ്ങൾക്ക് പരാതികൾ ലഭിച്ചിട്ടുണ്ട്. വെടിവെപ്പിനുശേഷം അയൽ ഗ്രാമങ്ങളിലെ ആളുകൾ സംഭീതരായി അവരുടെ വസതികൾ ഉപേക്ഷിച്ച് കാടുകളിൽ കയറി ഒളിച്ചതായി ഞങ്ങൾക്കറിയാം. പത്തു പന്ത്രണ്ട് ദിവസങ്ങൾ അവർക്ക് ഭക്ഷണമൊന്നുമില്ലാതെ ജീവിക്കേണ്ടിവന്നു. സ്വന്തം മുറിവുകൾ കാണിച്ചുതരാനും അനുഭ വങ്ങളെപ്പറ്റി പറയാനും ആളുകൾ ഭയപ്പെട്ടിരുന്നു. എന്തെങ്കിലും പറയാൻ തയ്യാറായിരുന്നവരെ പൊലീസ് അറസ്റ്റ് ചെയ്യുമോ എന്ന വർ ഭയപ്പെട്ടു. അവരുടെ ഭയം അടിസ്ഥാനരഹിതമായിരുന്നില്ല.

വനങ്ങളിൽ ഉണ്ടായിരുന്ന ജന്മിയുടെ കളങ്ങൾ ഈ മർദ്ദനകാലത്ത് പൊലീസുകാരുടെ താമസസ്ഥലങ്ങളായിരുന്നു.

ധനോരി ഗ്രാമത്തിൽ ബർജോർ എന്നു പേരുള്ള ഒരു പാർസി ജന്മി യുടെ കളമുണ്ടായിരുന്നു. ഫൗജ്ദാർ സാൾവിയും മറ്റു പൊലീസുകാരും അവിടെയാണ് താമസിച്ചിരുന്നത്. മർദ്ദനങ്ങൾ നടത്തുന്നതിനായി ജഹാം ഗീർ പട്ടേൽ, സുകൽപന്ദ മാർവാഡി, ധനോരിയിലെ പൊലീസ് പാട്ടീൽ എന്നിവർ ചേർന്ന് അയൽപ്രദേശങ്ങളിലുള്ള ആദിവാസികളെ അവരുടെ പക്കൽ ലൈസൻസില്ലാത്ത തോക്കുണ്ടെന്ന് ആരോപിച്ച് വിളിച്ചുവരുത്തി. ലൈസൻസില്ലാത്ത തോക്കുകളുടെ പേരും പറഞ്ഞ് അനേകംപേരെ മർദ്ദിച്ചു. നന്നുഘരത് എന്നുപേരായ ഒരു വർളിയെ മർദ്ദിച്ച് മരണത്തോളം

എത്തിച്ചു. ഒക്ടോബർ 22 നാണ് അയാളെ ബർജോറിന്റെ കളത്തിൽ വിളിച്ചുവരുത്തിയത്. വിളിച്ചുകൊണ്ടുവരുന്ന വഴിക്കുതന്നെ അയാളെ വടി കൊണ്ട് പ്രഹരിച്ചിരുന്നു. കട്ടിയുള്ള തുണിയിൽ കല്ലുകെട്ടി നന്നുവിന്റെ കൈകളിലും വയറ്റിലും മുതുകിലും തെരുതെരെ ഇടിച്ചു. എത്ര ഇടിച്ചാലും ഇടിച്ചതിന്റെ അടയാളം കാണാതിരിക്കാനായിരുന്നു കല്ല് തുണിയിൽ കെട്ടി ഇടിച്ചത്. അയാളുടെ ചെവിയിൽ മുഷ്ടി ചുരുട്ടി ഇടിച്ചു. മതിവരുവോളം മർദ്ദിച്ചതിനുശേഷം അയാളെ പിടിച്ചെഴുന്നേല്പിച്ചു നിർത്തിയിട്ട് അയാളുടെ ലങ്കോട്ടി അഴിച്ചുനീക്കി. അയാളുടെ ദേഹത്തിൽ മണ്ണെണ്ണ ഒഴിച്ചു കത്തുന്ന വിറകുകൊള്ളി കൊണ്ടുവന്ന് തീ വെക്കാൻ ശ്രമിച്ചു. നന്നു പ്രാണസങ്കടത്തോടെ വാവിട്ടു നിലവിളിക്കാൻ തുടങ്ങി. ബോധമറ്റ് അയാൾ താഴെ വീണു. വീണുകിടന്ന അയാളെ വീണ്ടും മർദ്ദിച്ചു. പൊലീസിന്റെയും പൊലീസ് ഫൗജ്ദാറുടെയും മുമ്പിൽ വെച്ചായിരുന്നു. ഈ മർദ്ദനമെല്ലാം നടന്നത്. ബോധം വരുമ്പോൾ നന്നു താണുകേണപേക്ഷിച്ചു; "ഫൗജ്ദാർ സാഹിബ്, എന്റെ അച്ഛന്റെയും മുത്തച്ഛന്റെയും കാലം മുതലേ എന്റെ വീട്ടിൽ തോക്കില്ല. പിന്നെ അടിക്കുകയും തൊഴിക്കുകയും ചെയ്താൽ എങ്ങനെ ഉണ്ടാകാനാണ്?" നന്നുവിന് തിന്നാനോ കുടിക്കാനോ യാതൊന്നും നല്കാതെ അയാളെ രാത്രി മുഴുവൻ കളത്തിൽവെച്ചു. നന്നു പിന്നീട് പറഞ്ഞറിയാൻ കഴിഞ്ഞു. "ബർജോർ സേഠ് പൊലീസുദ്യോഗസ്ഥനോട് പറഞ്ഞു, ഇവനെ അടിച്ചതു പോരാ, ഇവന്റെ പൃഷ്ഠത്തിലൂടെ വടികയറ്റിയിരുന്നുവെങ്കിൽ ഒന്നല്ല രണ്ട് തോക്ക് ഇവൻ പുറത്തെടുത്തുതരുമായിരുന്നു!" പിറ്റേദിവസം അയാൾക്കു തന്നത്താൻ നടക്കാൻപോലും ശേഷിയില്ലായിരുന്നു. പൊലീസുകാർ നന്നുവിനെ വീട്ടിലെത്തിച്ചു. അവർക്ക് തന്നെ ദയതോന്നിപ്പോയി. അവർ പരസ്പരം പറഞ്ഞിരുന്നുവത്രെ. "ഈ പാപം നമ്മൾ എവിടെ കൊണ്ടുപോയൊതുക്കും!"

ലാഡ് ക്യാ താംബ്ഡാ എന്നൊരാളെ പൊലീസുകാരുടെ മുമ്പിൽ വെച്ച് ജന്മികൾ മർദ്ദിക്കുകയും കുതിരയെ തല്ലുന്ന ചാട്ടവാർ കൊണ്ടടിക്കുകയും ചെയ്തു. 'ശേണ്ടി' (പിൻകുടുമ) പിടിച്ച് വട്ടത്തിൽ ചുഴറ്റി. ഹിര്യാ രാംജിയെ തല്ലി. ശനിയാഴ്ച യോഗത്തിൽ സംബന്ധിച്ചുവെന്ന് പറഞ്ഞ് പസ്ര്യാ രാമ എന്ന ആളെ മർദ്ദിച്ചു. ഓസർവിരാ എന്ന സ്ഥലത്തെ വൻശ്യാജിണ്യാ എന്നയാൾ ശനിയാഴ്ചത്തെ യോഗത്തിന് പോയിരുന്നു. അവിടെ എന്താണ് പ്രസംഗിച്ചതെന്ന് പറയാത്തതിന്റെ പേരിൽ അയാളെ മർദ്ദിച്ചു. കനാതാന്യാഘരത് എന്ന ആളെ വിട്ടുകിട്ടുന്നതിനായി അയാളുടെ ഭാര്യ ചെന്നു. അവളെയും തല്ലി. ലഡ്ക്യാ ഹാല്യാ എന്ന ഒരാളെ രണ്ടുദിവസം പട്ടിണിക്കിട്ടശേഷം "നീയാണോടാ കാട്ടിലെ രാജാവ്! വലിയ ചെങ്കൊടിക്കാരനല്ലേ നീ" എന്ന് ചോദിച്ചുകൊണ്ട് മർദ്ദിച്ചു. ലഡ്ക്യാനവ് ശ്യാമോർഘാ എന്നയാളെ സേഠ് അരപ്പട്ട കൊണ്ടടിച്ചു. അടിക്കുമ്പോൾ അയാൾ പറഞ്ഞത്രേ: "ഞാനാണ് ഇന്ന് സഹേബ്. എന്നെ സേഠ് എന്ന് വിളിക്കേണ്ട. നിന്നെ തല്ലാൻ എനിക്ക് സർക്കാരിൽ

നിന്ന് കല്പന കിട്ടിയിട്ടുണ്ട്." ചൈത്യാ ഹാങ്വാ എന്ന് പേരായ എഴുപത് വയസ്സുള്ള ഒരു കിഴവിയെ അവളുടെ മകനെ ചെങ്കൊടിയുടെ യോഗങ്ങളിൽ പങ്കെടുക്കുന്നതിൽ നിന്ന് പിന്തിരിപ്പിക്കുന്നില്ല എന്ന കാരണം പറഞ്ഞ് മർദ്ദിച്ചു.

ദേവ്ജി രൂപ്ജിപാഠേരാ എന്നയാൾക്ക് ലക്ഷ്മി എന്ന് പേരായ ഇരുപത് വയസ്സ് പ്രായമുള്ള ഒരു മകൾ ഉണ്ടായിരുന്നു. "നിന്റെ അച്ഛന്റെ പക്കൽ തോക്കുണ്ട്, അത് പുറത്തെടുത്തു താ" എന്ന് പറഞ്ഞുകൊണ്ട് അവളെ ശല്യപ്പെടുത്താൻ തുടങ്ങി. "എന്റെ അച്ഛന്റെ കൈവശം തോക്കുണ്ടോ എന്നെനിക്കറിയില്ല" എന്നവൾ പറഞ്ഞപ്പോൾ പൊലീസുകാർ അവളെ കൈയേറ്റം ചെയ്ത്, അവളെ പിടിച്ച് മേലോട്ടും താഴോട്ടും ഇട്ട് പന്താടി, "നിന്നെ മാനം കെടുത്തിക്കളയും," എന്ന് ഭീഷണിപ്പെടുത്തി. അവൾ പൊട്ടിക്കരയാൻ തുടങ്ങിയപ്പോൾ വിട്ടയച്ചു. അംബോലി ഗ്രാമത്തിൽ റമീ എന്ന ഒരു പെൺകുട്ടിയെ പിടിച്ച് അവളുടെ വസ്ത്രങ്ങൾ ഉരിഞ്ഞെടുത്ത് അപമാനിക്കാൻ ശ്രമിച്ചു. ശരീരത്തിൽ തോക്കിന്റെ പാത്തി കടത്തുമെന്ന് ഭീഷണിപ്പെടുത്തി. പൊലീസ് പിടിക്കാതിരിക്കുന്നതിനായി സ്വന്തം പിതാവിനെ സഹായിച്ചതായിരുന്നു അവൾ ചെയ്ത കുറ്റം.

ഈ തരത്തിൽ ഒക്ടോബർ 15-ാം തീയതി മുതൽ 25 വരെ ജന്മികളും സാവ്കർമാരും പൊലീസും അക്രമങ്ങളുടെയും അനീതികളുടെയും ഘോഷയാത്ര തന്നെ നടത്തി. ജന്മികൾ പേർ പറഞ്ഞുകൊടുത്ത് മർദ്ദിപ്പിക്കും എന്ന് ഭയന്ന് അനേകം പേർ കാടുകളിൽ അഭയം തേടി.

ഈ ഭയങ്കര മർദ്ദനങ്ങൾമൂലം പരിഭ്രാന്തരായി ആദിവാസികൾ തങ്ങളെ ശരണം പ്രാപിക്കുമെന്നും പുല്ലരിയാൻ വരുമെന്നുമൊക്കെയായിരുന്നു ജന്മികൾ മനോരാജ്യം കണ്ടിരുന്നത്. "നല്ലപോലെ കഷ്ടപ്പെടുത്തിയാൽ രണ്ടു ദിവസത്തിനകം ജോലിക്ക് ഹാജരാകും!" എന്നായിരുന്നു അവരുടെ കണക്കുകൂട്ടൽ.

പക്ഷേ, നൂറ്റാണ്ടുകളുടെ ദീർഘനിദ്രയിൽ നിന്ന് ഉണർന്നെണീറ്റ ആദിവാസികൾ അവരുടെ (ജന്മികളുടെ?) മനോരാജ്യക്കൊട്ടാരങ്ങൾ തകർത്ത് തരിപ്പണമാക്കി. അവരുടെ സംഘടിതശക്തിയും നിശ്ചയദാർഢ്യവും അത്രയ്ക്ക് മികച്ചതായിരുന്നു. അവർ ഒട്ടും അധീരരായില്ല, ഒരൊറ്റ പുൽക്കൊടിപോലും അരിയപ്പെട്ടില്ല.

ആദിവാസികൾ എത്ര പ്രയാസം സഹിച്ചും ബോംബെയിൽ വന്ന് എന്നെ കാണാറുണ്ടായിരുന്നു. അവരുടെ സ്ഥിതിയെപ്പറ്റി ഹൃദയദ്രവീകരണങ്ങളായ കഥകൾ പറയും. ഈ അക്രമങ്ങളെ മുഖംമൂടിയില്ലാതെ തുറന്ന് കാണിക്കാൻ ബോംബെയിലെ പത്രങ്ങൾ വലിയ സഹായം നല്കിയിട്ടുണ്ട്. *ഫ്രീ പ്രസ് ജേർണ്ണലി*ലെ നടരാജൻ, *സെൻടിനൽ* പത്രത്തിലെ ഹോർണ്ണിമൻ എന്നിവർ വളരെയേറെ സഹായിച്ചിട്ടുണ്ട്. ഇത്തരം പ്രചാരണങ്ങളുടെ ഫലമായി താല്ക്കാലിക സർക്കാരിന് പൊതുജനാഭിപ്രായത്തിന്റെ സമ്മർദ്ദം നേരിടേണ്ടിവന്നു.

ബോംബെയിൽ പുല്ല് വന്നെത്താത്തതുകൊണ്ടുള്ള പ്രയാസങ്ങൾ പെരുകിവന്നു. ദിവസങ്ങൾ കഴിയുംതോറും പുല്ല് വാടിപ്പോകും. വില കിട്ടാതാവും. ആയിരക്കണക്കിന് രൂപയുടെ നഷ്ടം വരും എന്നീ ചിന്ത കൾ ജന്മികളെയും അലട്ടിത്തുടങ്ങി. നിരോധനാജ്ഞ പിൻവലിക്കുകയും അറസ്റ്റ് ചെയ്തവരെ വിട്ടയക്കുകയും ചെയ്യാതെ ഒരൊറ്റ പുൽക്കൊടി പോലും അറുക്കാൻ ആദിവാസികൾ തയ്യാറില്ലായിരുന്നു. തന്മൂലം ജന്മി കളുടെ പദ്ധതിയിൽ എല്ലാം പൊളിഞ്ഞു. വർളികൾ ശരണാർത്ഥികളായി തിരിച്ചുവരുമെന്ന അവരുടെ സ്വപ്നം തകർന്നു തുടങ്ങി.

പരിതഃസ്ഥിതികളുടെ സമ്മർദ്ദംമൂലം സർക്കാരിന് സ്ഥിതിഗതികൾ പുനരവലോകനം ചെയ്യേണ്ടിവന്നു. നിരോധനാജ്ഞ പിൻവലിക്കപ്പെട്ടു. അറസ്റ്റ് ചെയ്ത് വച്ചിരുന്നുവരെയെല്ലാം വിട്ടയക്കേണ്ടിവന്നു.

ആദിവാസികൾ വിജയിച്ചു. അവർ സന്തോഷംകൊണ്ട് തുള്ളിച്ചാടി നഷ്ടം വരാതിരിക്കുന്നതിനായി ജന്മികൾ കൂലിക്കാരെ കിട്ടാൻ വേണ്ടി പരക്കംപാച്ചിൽ തുടങ്ങി. കിസാൻസഭയുടെ ആവശ്യം രണ്ടര ഉറുപ്പികയും മൂന്നു ഉറപ്പികയും കൂലി കൊടുക്കണമെന്നായിരുന്നു. നഷ്ടം വരാതിരി ക്കാൻ എങ്ങനെയെങ്കിലും പുല്ല് അരിഞ്ഞു കിട്ടിയാൽ മതി എന്ന ഗതി കേടിലെത്തിയപ്പോൾ ഒന്നരരൂപയിൽ കൂടുതലൊന്നും കൊടുക്കില്ലെന്ന് ശഠിച്ചിരുന്ന ജന്മികൾ മൂന്നര, നാല്, നാലര ഉറുപ്പികവരെ കൂലി കൊടു ത്തുതുടങ്ങി. ഇഷ്ടാനിഷ്ടത്തിന്റെ പ്രശ്നം അവർക്ക് മുമ്പിലില്ലായിരുന്നു. ശരണാർത്ഥികളാകേണ്ടിവന്നത് ആദിവാസികൾക്കല്ല, ജന്മികൾക്കു തന്നെ.

ഇതിനെ വിജയത്തിലേക്കുള്ള വഴികാട്ടിയായി കണക്കാക്കി ഞങ്ങ ളുടെ പ്രവർത്തകർ കൂടുതൽ ഊർജ്ജസ്വലരായി. ആക്രമണങ്ങളുടെയും അനീതികളുടെയും കഥകൾ കേട്ട് മരവിച്ചുപോയിരുന്ന എന്റെ മനസ്സ് പതുക്കെ പതുക്കെ ഉണർന്നുതുടങ്ങി, പരുലേക്കറുടെ നേത്രങ്ങളിൽ കണ്ണുനീർ പൊടിഞ്ഞുനിന്നു.

വർഗ്ഗബോധമുള്ള ജനങ്ങളുടെ ഐക്യത്തിന്റെയും അതിനു നേതൃത്വം നല്കുന്ന സംഘടനയുടെയും കരുത്ത് തെളിയിക്കുന്ന ഒരു അനുഭവംകൂടി ആദിവാസികൾക്കുണ്ടായി. പക്ഷേ, വിജയത്തിൽ തെല്ലും അഹങ്കരിക്കാതെ അവർ ഭാവി പ്രവർത്തനങ്ങളിൽ ഗൗരവബുദ്ധിയോടെ വ്യാപൃതരായി, ഈ വിജയത്തിന്റെ യഥാർത്ഥ അവകാശികൾ കാടുക ളിലെ ചെങ്കൊടിക്കാരായ ആദിവാസികൾ തന്നെയായിരുന്നു.

അടുത്ത കാൽവയ്പ്

ആദിവാസി സേവാമണ്ഡലത്തിന്റെ 1945-46 ലെ റിപ്പോർട്ടിൽ ആദിവാസികളുടെ ധീരതയെപ്പറ്റി ഇങ്ങനെ പറയുന്നു: "ജന്മികളുടെയും സാവ്കർമാരുടെയും മർദ്ദനങ്ങൾ ഇനിമേലിൽ സഹിക്കാൻ അവർ തയ്യാറില്ല. സംഘടനമാത്രമാണ് തങ്ങളുടെ ശക്തിയെന്ന് അവർ മനസിലാക്കിക്കഴിഞ്ഞിരിക്കുന്നു."

ആദിവാസി പ്രക്ഷോഭത്തിന്റെ അടുത്ത ഘട്ടത്തെപ്പറ്റി ആലോചിക്കുന്നതിനായി 1946 ജനുവരി 21-ന് ഉംബർഗാവ്, ഡഹാണു എന്നീ താലൂക്കുകളിലെ ആദിവാസി കർഷകരുടെ ഒരു പൊതുസമ്മേളനം ഞങ്ങൾ മഹാലക്ഷ്മി ഗ്രാമത്തിൽ വിളിച്ചുകൂട്ടി. 'ചെങ്കൊടിയുടെ ശക്തിയെന്തെന്ന് അറിയാനായി' പാൽഘർ, ജവാർ എന്നീ താലൂക്കുകളിലെ ചില ആദിവാസികൾ ഈ സമ്മേളനത്തിൽ പങ്കെടുത്തിരുന്നു. അമ്പതു മൈൽ ദൂരത്തുനിന്നുപോലും കാൽനടയായി ആദിവാസികൾ ഈ സമ്മേളനത്തിൽ വന്നെത്തി. ഏകദേശം പതിനയ്യായിരം ആദിവാസികൾ പങ്കെടുത്തു. ജന്മികളോടും സാവ്കർമാരോടും പകപോക്കി വിജയശ്രീലാളിതരായ അവരുടെ സന്തോഷം അളവറ്റതായിരുന്നു. ഈ സമ്മേളനത്തിൽവച്ച് ഇദംപ്രഥമമായി ആദിവാസികൾ ആയിരം രൂപ പാർട്ടി ഫണ്ടിലേക്ക് സംഭാവന ചെയ്യുകയുണ്ടായി. അന്നു മുതൽ വളരെ കൊല്ലങ്ങളായി ആദിവാസികൾ കമ്യൂണിസ്റ്റ് പാർട്ടി ഫണ്ടിലേക്ക് പണം തരാറുണ്ട്. ഞങ്ങളുടെമേൽ നിരോധനാജ്ഞ പുറപ്പെടുവിച്ചതിനുശേഷം ദേവ് ഒരു ആദിവാസി വശം സൂക്ഷിക്കാൻ എല്പിച്ചിരുന്ന പാർട്ടി ഫണ്ടായ തൊണ്ണൂറു രൂപ ആ ആദിവാസി ബോംബെയിൽ പാർട്ടി ആപ്പീസിൽ വന്ന് എന്നെ ഏല്പിക്കുകയുണ്ടായി.

മഹാലക്ഷ്മിയിലെ സമ്മേളനത്തിൽ രണ്ട് പ്രധാന തീരുമാനം എടുത്തു.

ജന്മികൾ ആദിവാസികളിൽ നിന്ന് കിട്ടാനുള്ള പാട്ടത്തിന്റെ കണക്കുണ്ടാക്കി ഓരോ കൊല്ലവും പാട്ടബാക്കി കാണിച്ചിരുന്നു. മുൻകൊല്ലത്തെ പാട്ടബാക്കി, അതിനുള്ള പിഴ, നിയമവിരുദ്ധമായ നിരക്കിലുള്ള ആണ്ടുപാട്ടം എന്നിങ്ങനെ തെറ്റായ കണക്കുണ്ടാക്കി ആയിരക്കണക്കിന് മന്നിന്റെ ധാന്യം വർളികളുടെ പേർക്ക് എഴുതിവെക്കുന്നു. ജന്മികൾ ഭീഷണിപ്പെടുത്തി കിട്ടാവുന്നിടത്തോളം ധാന്യം വസുലാക്കും. കൊടുത്ത പാട്ടത്തിന് ഒരിക്കലും രസീത് കൊടുക്കാറില്ല. അവരുടെ തലയിൽ പാട്ടബാക്കിയുടെ ഒരു കണക്കും കയറുകയില്ല. തങ്ങൾ അരവയറുമായി കഴിഞ്ഞ് ഉണ്ടാക്കുന്ന ധാന്യം മുഴുവനും ജന്മിയുടെ വീട്ടിൽ നിറച്ചുകൊടുത്താലും ഇതെങ്ങനെ സംഭവിക്കുന്നു, കണക്കിൽ എന്തെങ്കിലും പിശകുകാണും. ജന്മി തങ്ങളെ ചതിക്കുന്നുണ്ടാവണം എന്നൊക്കെ ആദിവാസികൾ ചിന്തിക്കാറുണ്ട്. പക്ഷേ, ഇതവസാനിപ്പിക്കാൻ ഉപായമൊന്നും അവർക്കറിയില്ല.

ജന്മികൾ കൃഷിക്കാരുടെ പക്കൽനിന്ന് പാട്ടം മാത്രമല്ല വസൂലാക്കുന്നത്. അവരുടെ പക്കലുള്ള മുതിര, തുവര, ഉഴുന്ന് തുടങ്ങിയ ധാന്യങ്ങൾ, അവരുണ്ടാക്കുന്ന പച്ചക്കറികൾ, വളർത്തുന്ന കോഴി, അവയിടുന്ന മുട്ട, മാങ്ങ, മഴക്കാലത്ത് കറിവെക്കുന്നതിന് 'കർട്ടുൽ' (ഒരു പച്ചക്കറി) തുടങ്ങിയവയൊക്കെ തട്ടിയെടുക്കുന്നു. ഇവ കൊടുക്കാൻ വിസമ്മതിച്ചാൽ പാട്ടത്തിന്റെ കണക്ക് കൂട്ടിയെഴുതും. ഈ വിധത്തിൽ കൃഷിക്കാരുടെ തലയിൽ കൊല്ലംതോറും പാട്ടബാക്കിയുടെ ബാദ്ധ്യത ഏറിയേറിവരുന്നു. മഹാലക്ഷ്മിയിലെ സമ്മേളനം ഇതു സംബന്ധിച്ച് ഒരു സുപ്രധാന തീരുമാനം കൈക്കൊണ്ടു. കൃഷിക്കാരുടെ പേരിൽ എഴുതി കൂട്ടിയിട്ടുള്ള അന്യായമായ പാട്ടബാക്കി റദ്ദ് ചെയ്യണം എന്നായിരുന്നു ഈ തീരുമാനം. ഒരു മുദ്രാവാക്യ രൂപേണയാണ് പ്രചരിപ്പിച്ചത്. 'ഗേല്യാതിൻ വർഷാതീൽ വാഡ്ധേൽ ഖംണ്ട് ദേവുംനകാ' (കഴിഞ്ഞ മൂന്നുകൊല്ലങ്ങളിൽ കൂട്ടിയ പാട്ടം കൊടുക്കരുത്) 'ജൂന്യാ ബാക്യാ ദേവും നകാ' (പഴയ ബാക്കി കൊടുക്കരുത്).

പാട്ടത്തിന്റെ കണക്കിലേക്ക് കൃഷിക്കാർ നെല്ലുമാത്രം കൊടുത്താൽ മതി. മറ്റു ധാന്യങ്ങളോ പച്ചക്കറികളോ മറ്റ് സാധനങ്ങളോ കൊടുക്കേണ്ടതില്ല. ഇതായിരുന്നു രണ്ടാമത്തെ തീരുമാനം.

ഈ രണ്ടു തീരുമാനങ്ങളും ആദിവാസികൾ ഉടനെ അക്ഷരാർത്ഥത്തിൽ തന്നെ പ്രയോഗത്തിൽ കൊണ്ടുവന്നു. അന്യായമായി എഴുതിയുണ്ടാക്കിയിരുന്ന എല്ലാ പാട്ടബാക്കിക്കണക്കുകളും കാറ്റിൽ പറത്തിക്കളഞ്ഞു. വർഷമായി കൃഷിക്കാർക്ക് ചെയ്യാൻ കഴിയാതിരുന്നതെന്തോ അത് എല്ലാവരും ഒരുമിച്ച് പരസ്യമായി പ്രഖ്യാപിച്ചപ്പോൾ അവർക്ക് ചെയ്യാൻ കഴിഞ്ഞു. അന്യായമായി വസൂലാക്കിയിരുന്നതിനാൽ ജന്മികൾക്ക് ഇക്കാര്യത്തിൽ സത്യത്തിന്റെയോ നിയമത്തിന്റെയോ പിൻബലമില്ലായിരുന്നു. ധാർമ്മികമായ ധൈര്യവുമില്ല. ജന്മികൾ ഒരക്ഷരം ശബ്ദിക്കാതെ പിന്മാറി.

ഈ മുദ്രാവാക്യം എല്ലാ സ്ഥലങ്ങളിലും പ്രയോഗത്തിൽ വരുത്തുന്ന കാര്യത്തിൽ ആദിവാസികൾ അതീവ ജാഗ്രത പ്രദർശിപ്പിച്ചു. ഏതെങ്കിലും ജന്മിയോ, അയാളുടെ ശിങ്കിടികളോ നെല്ല് കൂടാതെ മറ്റെന്തെങ്കിലും സാധനങ്ങൾ പാട്ടമായി വസൂൽ ചെയ്യുന്നുവെന്നു വിവരം കിട്ടിയാലുടൻ അവർ അവിടെയെത്തി അവരെ തടഞ്ഞിരുന്നു. ജന്മിയോ ശിങ്കിടികളോ കളവായി ഒളിഞ്ഞും മറഞ്ഞും ഇത്തരം സാധനങ്ങൾ കൊണ്ടുപോകാൻ ശ്രമിച്ചാൽ ഉടനെ അവരെ തടഞ്ഞുവെച്ച് ചോദ്യംചെയ്ത് സാധനങ്ങൾ മടക്കിക്കൊടുപ്പിച്ചിരുന്നു. അത്യുത്സാഹികളായിരുന്ന ചില വർളികൾ ജന്മികളോട് ചെങ്കൊടിയുടെ കാല്ക്കൽ വീണ് മാപ്പുചോദിക്കാൻവരെ പറഞ്ഞിട്ടുണ്ട്. ജന്മികളുടെ ഭാഗത്ത് യാതൊരു ന്യായവുമുണ്ടായിരുന്നില്ല. ആദിവാസികളുടെ ഉത്സാഹം അവർണ്ണനീയമായിരുന്നു. അതിനാൽ വലിയ പ്രയാസമൊന്നും കൂടാതെ ഈ ആവശ്യം നേടിയെടുക്കാൻ അവർക്കു കഴിഞ്ഞു.

മഹാലക്ഷ്മിയിലെ സമ്മേളനത്തിന് പാൽഘറിൽ നിന്നും ജവാറിൽ നിന്നും ആദിവാസികൾ വന്നിരുന്നതായി പറഞ്ഞുവല്ലോ. അവരും ആദിവാസികളുടെ സംഘടനയിൽ ചേർന്നു. ഉംബർഗാവ്, ഡഹാണു താലൂക്കുകളിലെ കർഷകർ നേടിയ ആവശ്യങ്ങൾ അവരും നേടിയെടുത്തു. അവരും 'അടിയാൻപണി' അവസാനിപ്പിച്ചു. ഭൂദാസന്മാർ എന്ന സമ്പ്രദായം നാമാവശേഷമായി. പാട്ടബാക്കി റദ്ദ് ചെയ്യിച്ചു. പാട്ടം നെല്ലായി മാത്രം കൊടുത്താൽ മതിയെന്നു തീരുമാനിച്ചു. പാൽഘർ താലൂക്കിലെ കൃഷിക്കാരുടെ ആവശ്യമനുസരിച്ച് 1946 മേയ് മാസത്തിൽ ഞാൻ പാൽഘറിൽവെച്ച് ആ താലൂക്കിലെ കൃഷിക്കാരുടെ ആദ്യത്തെ യോഗം നടത്തി.

ആദിവാസികൾ സ്വയമേവ ഉംബർഗാവിൽ നിന്ന് ഡഹാണുവിലേക്കും ഡഹാണുവിൽ നിന്ന് പാൽഘർ, ജവാർവരെയും പ്രക്ഷോഭത്തിന്റെ വിസ്തൃതി വർദ്ധിപ്പിച്ചിരുന്നു. ഞങ്ങൾ അവർക്കൊരു സഹായമെന്ന നിലയിൽമാത്രം അവരോടൊപ്പം താമസിച്ചിരുന്നുവെന്നേയുള്ളു. 1946 ജനുവരി മുതൽ ഒക്ടോബർ വരെയുള്ള കാലഘട്ടത്തിൽ കിസാൻ സഭ, പാർട്ടി എന്ന രണ്ട് സംഘടനകളെയും ശാസ്ത്രീയാടിസ്ഥാനത്തിൽ രൂപീകരിക്കുന്നതിനുള്ള പ്രവർത്തനങ്ങൾ ഞങ്ങൾ ചെയ്തുകൊണ്ടിരുന്നു. ഈ പ്രവർത്തനങ്ങളിൽ പരുലേക്കറുടെ അമൂല്യസേവനം ലഭിച്ചിട്ടുണ്ട്. ഏറ്റവും ലളിതമായ ഭാഷയിൽ ആദിവാസികൾക്കുവേണ്ടി സ്റ്റഡി ക്ലാസുകൾ നടത്തുന്ന ജോലി എപ്പോഴും അദ്ദേഹമാണ് ചെയ്തിരുന്നത്. പക്ഷേ, ക്ലാസുകൾ തുടങ്ങുന്നത് ഞാനായിരിക്കണമെന്ന് അദ്ദേഹം എപ്പോഴും നിർബ്ബന്ധിച്ചിരുന്നു. ഞാൻ വർളികളുടെ കൂടെ ദിനംപ്രതി സഞ്ചരിക്കാറുണ്ടായിരുന്നു. അവരും ഞാനും തമ്മിലാണ് അടുത്ത ബന്ധം. അവരുടെ ജീവിതത്തിലെത്തന്നെ ഒരു സംഭവം ഉദാഹരണമായെടുത്ത് ഞാനൊരു ക്ലാസെടുത്താൽ പിന്നെയങ്ങോട്ട് പരുലേക്കർക്ക് തുടരാനൊക്കും. അദ്ദേഹത്തിന്റെ ജോലി നിർബ്ബാധം നടന്നു. ഒരു ഭാഗത്ത്

ഞങ്ങൾ കർഷകരെ രാഷ്ട്രീയമായും ബുദ്ധിപരമായും തയ്യാറാക്കിക്കൊണ്ടിരുന്നപ്പോൾ മറുഭാഗത്ത് അവരുടെ നിയമപരവും സാമ്പത്തികവുമായ പ്രശ്നങ്ങളും പരാതികളും പരിഹരിച്ചുകൊടുക്കുന്നതിന് കിസാൻ സഭയുടെ ഓഫീസ് അക്കാലങ്ങളിൽ തേനീച്ചക്കൂടുപോലെ എപ്പോഴും കർമ്മനിരതമായിരുന്നു. ദിവസംതോറും വിദൂരഗ്രാമങ്ങളിൽ നിന്ന് ഏതെങ്കിലും കാര്യങ്ങൾക്കായി ആദിവാസികൾ കൂട്ടംകൂട്ടമായി വന്നുകൊണ്ടിരുന്നു. അവർ കോടതിയിലെ കാര്യങ്ങളെല്ലാം കഴിഞ്ഞ്, രാത്രി അവിടെത്തന്നെ താമസിച്ച് രാവിലെ ആശ്വാസത്തോടെ, അഭിമാനത്തോടെ, സ്വന്തം ഗ്രാമങ്ങളിലേക്ക് മടങ്ങിപ്പോകും.

ദസറയ്ക്കും ദീപാവലിക്കും ശേഷം പുല്ലരിയുക, നെല്ല് കൊയ്യുക എന്നിവയെപ്പോലെതന്നെ, കാടുകളിൽ മരം മുറിക്കുന്ന ജോലിയും വൻതോതിൽ ആരംഭിക്കും. മറ്റു ജോലികളെ അപേക്ഷിച്ച് മരം മുറിക്കുന്നതിനുള്ള കൂലി വളരെ തുച്ഛമായിരുന്നു — നാലണ, എട്ടണ, ചില സ്ഥലങ്ങളിൽ ഒരണയോ രണ്ടണയോ മാത്രം. മരം മുറിക്കുന്ന ജോലിയും 'അടിയാൻപണി'യായി ചെയ്യുന്ന ഏർപ്പാടാണ് ഉണ്ടായിരുന്നത്. ഈ ജോലിക്ക് ന്യായമായ കൂലി വാങ്ങിക്കൊടുക്കാൻ കിസാൻസഭ തീരുമാനിച്ചു. അതോടൊപ്പം തന്നെ പുല്ലരിയുന്നതിന് 1945 ൽ കൊടുത്ത കൂലിനിരക്ക് 1946 ലും കിട്ടണമെന്ന മറ്റൊരാവശ്യവും കൂടി മുന്നോട്ടുവെച്ചു. ഈ നിരക്ക് കുറയ്ക്കുന്ന പ്രശ്നമേ ഇല്ലായിരുന്നു. 1945 ൽ ആവശ്യപ്പെട്ടതിൽ കൂടുതൽ കൂലിനിരക്ക് ജന്മികൾ കൊടുത്തിരുന്നുവല്ലോ.

1946 ൽ രാഷ്ട്രീയാന്തരീക്ഷം മാറി. താൽക്കാലിക സർക്കാരിനുപകരം കോൺഗ്രസ് മന്ത്രിസഭ ബോംബെയിൽ അധികാരമേറ്റു. ആദിവാസി സേവാമണ്ഡലത്തിന്റെ സ്ഥാപകനായ ബി ജി ഖേർ ബോംബെയിലെ മുഖ്യമന്ത്രിയായി. മൊറാർജി ദേസായി ആഭ്യന്തരമന്ത്രിയായി. ഠാണാ ജില്ലാ കലക്ടറായിരുന്ന ബെഡേക്കർക്ക് പകരം ബർദോളിലെ ഐതിഹാസിക സമരത്തെ മർദ്ദിച്ചൊതുക്കിയ അൽമോല ചാർജ്ജെടുത്തു. കോൺഗ്രസ് സർക്കാർ അധികാരത്തിൽ വന്നപ്പോൾ സാമ്രാജ്യത്വത്തിന്റെ കാവൽഭടനായിരുന്ന ഇയാൾ അവസരം നോക്കി കോൺഗ്രസ് അനുഭാവിയായി മാറിയിട്ടുണ്ടായിരുന്നു.

ആദിവാസികളുടെ പ്രദേശങ്ങൾ പർവ്വതപ്രദേശങ്ങളാണ്. അവിടെ വലിയ കാടുണ്ട്. ഈ കാടുകളിൽ ഒന്നാംതരം മരങ്ങൾ — കെട്ടിടം പണിക്ക് ഉപയോഗിക്കുന്നവയും മറ്റും ധാരാളം വളരുന്നു. കാടുകളിൽ മരങ്ങളുടെ പ്രത്യേക വിഭാഗങ്ങളുണ്ട്. ഓരോ പ്രത്യേക വിഭാഗത്തെയും കൂപ്പ് എന്ന് വിളിക്കുന്നു. വനംവകുപ്പ് മുഖാന്തരം സർക്കാർ ഈ കൂപ്പുകൾ ലേലത്തിൽ വില്ക്കുന്നു. കച്ചവടക്കാർ ഇവ ലേലത്തിലെടുത്ത് അവിടെ നൂറുകണക്കിന് തൊഴിലാളികളെ ജോലിക്ക് ഏർപ്പെടുത്തുന്നു. കൂപ്പുകളിൽ വന്മരങ്ങൾ വെട്ടിവീഴ്ത്തുക, അവ ഈർന്ന് മുറിക്കുക, കാളവണ്ടിയിലോ ലോറിയിലോ കയറ്റുക, തരം അനുസരിച്ച്

അടുക്കിവയ്ക്കുക, മരം വെട്ടിയാലുടൻ ആ സ്ഥലം വൃത്തിയാക്കുക തുടങ്ങിയ ജോലികളെല്ലാം ആദിവാസികളാണ് ചെയ്തിരുന്നത്. മരം വെട്ടുമ്പോൾ മരത്തിന്റെ തലയ്ക്കൽ ഒരു കയർകെട്ടുന്നു. അതിനുശേഷം കടഭാഗത്ത് രണ്ടുവശത്തുനിന്നും ഒരുപോലെ മഴുകൊണ്ട് വെട്ടുന്നു. കട മുറിയാറാകുമ്പോൾ കയർ വലിച്ച് വീഴ്ത്തുന്നു. ചില തൊഴിലാളികൾ ഈ പണി കരാറിലെടുക്കുന്നു. അതായത്, ഇത്ര ഇഞ്ചു വണ്ണമുള്ള മരങ്ങൾ മുറിക്കുന്നതിന് ഇന്ന കൂലി എന്ന കണക്കിൽ. ഇതിനെ കരാർ പണി എന്ന് പറയും. ഇപ്രകാരം പണിയെടുക്കുമ്പോൾ കൂലി കുറവായേ കിട്ടുകയുള്ളു. വണ്ണം കൂടിയവയും കുറഞ്ഞവയുമായ മരങ്ങളെ കൂപ്പ് ലേലത്തിലെടുത്ത ആൾ ഒരുമിച്ചുതന്നെ എണ്ണും. ചില തൊഴിലാളികൾ ദിവസക്കൂലി കണക്കിൽ ഈ ജോലി ചെയ്യും. ഇതിനെ 'ദിവസപ്പണി' എന്നു പറയുന്നു.

1946-ൽ കെട്ടിടം പണിക്ക് ഉപയോഗിക്കുന്ന മരത്തിന്റെയും വിറകിന് ഉപയോഗിക്കുന്ന മരത്തിന്റെയും കച്ചവടം വൻതോതിൽ നടന്നിരുന്നു. കച്ചവടക്കാർ കോടിക്കണക്കിന് രൂപ ലാഭമുണ്ടാക്കി. എന്നാൽ മരം മുറിക്കുന്ന തൊഴിലാളികൾക്ക് കരാർ നിരക്കിലായാലും, ദിവസക്കൂലി ക്കായാലും ദിനംപ്രതി നാലണയാണ് കിട്ടിയിരുന്നത്. സിമിങ്ടൺ റിപ്പോർട്ടിൽ ഇതിനെക്കുറിച്ച് പറയുന്നുണ്ട്;

"ദിവസക്കൂലി നാലണയാണ്. കരാർനിരക്കിൽ പണിയെടുക്കാൻ തന്നെ ഒരുമിച്ച് ജോലി ചെയ്യുന്ന ആറോ അതിൽ കൂടുതലോ ആളുകൾ ക്ക് ആകെ കിട്ടുന്ന സംഖ്യ വീതിച്ചെടുക്കുമ്പോൾ ഒരു ദിവസം കിട്ടുന്നത് മുന്നണയോ അതിലും കുറവായ കൂലിയോ ആയിരിക്കും."

കൂപ്പിൽ മരംമുറി ആരംഭിച്ചുകഴിഞ്ഞാൽ വനംകരാറുകാരൻ അവിടെ അടുത്തുതന്നെ താമസിക്കാൻ ഷെഡുകൾ ഉണ്ടാക്കും. മരം വെട്ടുന്നത് നോക്കി നടത്താൻ നിയോഗിതരായ കാര്യസ്ഥന്മാരും ചിലപ്പോൾ ഈ ഷെഡുകളിലാണ് മരം വെട്ടിക്കഴിയുന്നതുവരെ താമസിക്കുക. ആ കാലങ്ങളിൽ ഇത്തരം ഷെഡുകൾ മർദ്ദനങ്ങളുടെയും അക്രമങ്ങളുടെയും കേന്ദ്രങ്ങളായിരുന്നു. കാര്യസ്ഥന്മാർ ആദിവാസികൾക്ക് കിട്ടേണ്ട കൂലിയിൽ നിന്ന് 'വെട്ടിപ്പ് നടത്തി സ്വന്തം മടിശീല വീർപ്പിക്കും. മഴുകൊണ്ട് വെട്ടുന്നവർക്ക് ഒരു ബീഡി വലിക്കാനോ ഒരിറക്ക് വെള്ളം കുടിക്കാനോ സമയം കൊടുത്തിരുന്നില്ല. ആദിവാസികളുടെ ഉള്ളിൽ ഇത് സംബന്ധിച്ച് വലിയ അസംതൃപ്തി വളരുകയായിരുന്നു.

കിസാൻസഭ മരം മുറിക്കുന്നവരുടെ ദിവസക്കൂലി ഒന്നേകാൽ ഉറുപ്പികയാക്കണമെന്ന് ആവശ്യം ഉന്നയിച്ചു. കച്ചവടക്കാരുടെ ലാഭവും ആദിവാസികളുടെ അദ്ധ്വാനവും കണക്കിലെടുത്താൽ ഈ ആവശ്യം വളരെ മിതവും ന്യായവുമായിരുന്നു.

പുല്ലരിയുന്നതിന് 1945 ലെ നിരക്കുതന്നെ, അതായത് വനപ്രദേശത്ത് രണ്ടരരുപയും മറ്റിടങ്ങളിൽ മൂന്ന് രൂപയും. 1945 ൽ നേടിയെടുത്തതാണ് ഈ ആവശ്യം. അതിനാൽ ഇതിൽ തർക്കമുണ്ടാവുകയില്ലെന്നാണ്

ഞങ്ങൾ വിചാരിച്ചത്.

1946 ജൂലായ് മാസത്തിൽ ജില്ലാ കലക്ടർ അൽമോല പുല്പാട ങ്ങളുടെ ഉടമകളുടെ പ്രതിനിധികളെയും കിസാൻസഭയുടെ പ്രതിനിധി കളെയും പുല്ലരിയുന്നതിന്റെ കൂലിനിരക്ക് തീരുമാനിക്കുന്നതിനായി വിളിച്ചുവരുത്തി. പരുലേക്കറും ഞാനും യോഗത്തിൽ പങ്കെടുക്കാനായി ചെന്നപ്പോൾ യോഗം മാറ്റിവെച്ചു. എന്നാൽ കിസാൻസഭയെ ഒരുതര ത്തിലും അംഗീകരിക്കരുത് എന്ന സർക്കാർ നിർദ്ദേശം അനുസരിച്ചാ യിരുന്നു ഇത്.

മരം മുറിക്കുന്നതിനുള്ള ദിവസക്കൂലി ഒന്നേകാൽ ഉറുപ്പികയാക്ക ണമെന്ന് കിസാൻസഭ ആവശ്യപ്പെട്ടു. തൊഴിലാളികളുടെ അദ്ധ്വാനം സാധനങ്ങളുടെ തീപിടിച്ച വില, ഈ ജോലിക്ക് മറ്റിടങ്ങളിൽ കിട്ടുന്ന കൂലി എന്നിവ നോക്കിയാൽ താരതമ്യേന ഏറ്റവും കുറഞ്ഞതായിരുന്നു. കിസാൻസഭയുടെ ഈ ആവശ്യം, ഏറ്റവും കുറഞ്ഞ തോതിൽ ജീവിതച്ചെലവ് കണക്കാക്കിയാൽ കൂടി ഒരു കുടുംബത്തിന്റെ ആവശ്യ ങ്ങൾക്ക് മതിയാകുമായിരുന്നില്ല. കോടിക്കണക്കിന് രൂപ ലാഭമുണ്ടാക്കി യിരുന്ന വനംകരാറുകാർ ഒന്നേകാൽ രൂപ കൂലികൊടുക്കാൻ തയ്യാറി ല്ലായിരുന്നു. ജില്ലാ മജിസ്ട്രേട്ട് മരംവെട്ടുകൂലി ഒരു രൂപയായി (ദിവ സക്കൂലി) വിജ്ഞാപനം ചെയ്തു. അങ്ങനെ ഒന്നേകാൽ രൂപ കൂലി തരില്ലെന്ന് പറയാൻ വനംകരാറുകാരെ പരോക്ഷമായി പ്രേരിപ്പിച്ചു. 1946 ലെ പുല്ലിന്റെ വില 1945 ൽ ഉണ്ടായിരുന്നതിനേക്കാൾ കൂടുതലായിരുന്നു. 1945 ൽ കിസാൻസഭ ആവശ്യപ്പെട്ടതിലും കൂടുതൽ കൂലി ജന്മികൾ കൊടുക്കുകയും ചെയ്തിരുന്നു. വാംന്ദ്രേക്കറുടെ റിപ്പോർട്ടിൽ കിസാൻ സഭ ആവശ്യപ്പെട്ട നിരക്ക് മിതവും ന്യായവുമാണെന്ന് സമ്മതിച്ചിട്ടുണ്ട്. എന്നാൽ കിസാൻസഭയോടുള്ള വിരോധം മൂലം അൽമോല അഞ്ഞുറു റാത്തൽ തൂക്കം വരുന്ന അട്ടിയൊന്നിന് ഒന്നര ഉറുപ്പികയും, രണ്ടു റുപ്പികയും നിരക്ക് നിശ്ചയിച്ച് പരസ്യപ്പെടുത്തി. കൂടുതൽ കൂലി കൊടുത്തിരുന്ന ഉടമകൾ ഇതോടെ അത് കൊടുക്കാതായി. കുറഞ്ഞ നിരക്കിൽ പുല്ലരിയാൻ ആദിവാസികൾ തയ്യാറല്ല. ഈ പ്രശ്നത്തിന്മേൽ വീണ്ടും ഒരു സമരം ആരംഭിച്ചു. ഈ രണ്ട് പ്രശ്നങ്ങളിലും ആവശ്യങ്ങൾ അനുവദിച്ച് കിട്ടുന്നതുവരെ പണിമുടക്ക് നടത്താൻ കിസാൻസഭ തീരുമാനിച്ചു.

ആദിവാസികളുടെ സംഘടന അന്യൂനവും സുപ്രസിദ്ധവുമായി രുന്നു. മരംവെട്ട് നിർത്തിവെക്കാനുള്ള തീരുമാനമെടുത്ത് നാല്പത്തെട്ടു മണിക്കൂറിനുള്ളിൽ അനേകം മൈലുകൾ അകലെയുള്ള കൂപ്പുകളിൽ പോലും പണിമുടക്കാരംഭിച്ചു. ആദിവാസികളുടെ സംഘടനാശേഷിയും സാമർത്ഥ്യവും കണ്ട് ഞാൻ അമ്പരന്നുപോയി. ഈ പണിമുടക്ക് ഒരദ്ഭുതമായിത്തോന്നി. വൈദ്യുതിവിളക്കിന്റെ മെയിൻ സ്വിച്ച് ഓഫ് ചെയ്താൽ എപ്രകാരം വിളക്കുകൾ ക്ഷണനേരം കൊണ്ട് അണഞ്ഞുപോകുന്നുവോ അതേപോലെ ഡഹാണുവിൽ തീരുമാനമെ

ടുത്തപ്പോഴേക്കും നൂറുകണക്കിന് നാഴിക അകലെയുള്ള മരംവെട്ടു ജോലിയും പാടെ നിലച്ചു.

ആദിവാസികളുടെ സന്ദേശപ്രേഷണ സംവിധാനം പുതുമ നിറഞ്ഞതായി തോന്നി. അവർ ഒരു വടിയിൽ കരിമ്പനയുടെ ഓലകെട്ടി അതിന്റെ കൂടെ പണിമുടക്കുവാൻ തീരുമാനിച്ച വിവരത്തിനുള്ള കത്തും കെട്ടി ഒരു ഗ്രാമത്തിൽ നിന്ന് മറ്റൊരു ഗ്രാമത്തിലേക്ക് വടി എത്തിച്ചുകൊണ്ടിരുന്നു. വടി എത്തിച്ചേരുന്നിടത്തൊക്കെ പണിമുടക്കാരംഭിച്ചു. ചുരുങ്ങിയ കാലയളവിനുള്ളിൽ പണിമുടക്ക് പരിപൂർണ്ണ വിജയത്തിലെത്തി. പുല്ലരിയൽ നിർത്തിവെച്ചുവെന്ന് മാത്രമല്ല സാമാനങ്ങൾ കൊണ്ടുപോകാൻ ഉപയോഗിച്ചിരുന്ന കാളവണ്ടികൾ ഓടിക്കാനും ആദിവാസികൾ തയ്യാറായില്ല.

പണിമുടക്കം വിജയിച്ചപ്പോൾ അത് പൊളിക്കാനുള്ള ശ്രമങ്ങളും ആരംഭിച്ചു. സർക്കാർ നിശ്ചയിച്ചിരുന്ന കൂലിനിരക്കിൽ ജോലിക്കു തിരിച്ചുവരുന്നതിനായി ജനങ്ങൾക്കിടയിൽ പ്രചാരണയോഗങ്ങൾ വിളിച്ചുകൂട്ടാൻ താലൂക്കധികാരികൾക്ക് കലക്ടർ കല്പന കൊടുത്തു. 1946 ഒക്ടോബർ 22 ന് തഹസിൽദാർ ഒരു യോഗം വിളിച്ചു. ജനങ്ങൾ ഈ യോഗം ബഹിഷ്കരിച്ചു. സർക്കാർ ഉദ്യോഗസ്ഥരുടെ ഈ യോഗത്തിൽ ആരും സന്നിഹിതരായില്ല. ഉദ്യോഗസ്ഥർ നിരാശരായി. യോഗം നടത്താനുള്ള ശ്രമം അങ്ങനെ പരാജയപ്പെട്ടു.

കാളവണ്ടികൾ പ്രവർത്തിപ്പിക്കേണ്ടതില്ലെന്ന് ആദിവാസികൾ സ്വയം തീരുമാനിച്ചു. വണ്ടികൾ നിർത്തൽ ചെയ്യാൻ കിസാൻസഭ ആഹ്വാനം ചെയ്തിട്ടില്ലെന്നും, അതിനാൽ അവ ഓടിക്കാൻ തുടങ്ങണമെന്നും കച്ചവടക്കാരും കരാറുകാരും ജന്മികളും ആദിവാസികളോട് പറഞ്ഞു നോക്കി. റേഷൻ വാങ്ങുന്നതിന് കടകളിൽ പെർമിറ്റ് കാണിക്കേണ്ടിയിരുന്നതിനാൽ പെർമിറ്റ് സമ്പ്രദായം വർളികൾക്ക് പരിചിതമാണ്. വനംകരാറുകാർ തുടങ്ങിയവരോട് അവർ മറുപടി പറഞ്ഞു; “ന്യായമായ കൂലിക്ക് വണ്ടികളോടിച്ചുകൊള്ളാനുള്ള പെർമിറ്റ് കിസാൻസഭയുടെ ആപ്പീസിൽ പോയി കൊണ്ടുവരു, എന്നാൽ വണ്ടികളിറക്കാം.”

ഈ ദിവസങ്ങളിൽ ഒരിക്കൽ ഡഹാണുഗ്രാമത്തിൽ പാട്ടീലിന്റെ കെടിടത്തിലുണ്ടായിരുന്ന ആപ്പീസിൽ ചില കാര്യങ്ങൾക്കായി ഞാൻ പോയിരുന്നു. അപ്പോൾ കമാരണദിവെ ഒരു ചെറിയ പെട്ടി മുന്നിൽവെച്ച് തലകുനിച്ചിരുന്ന് എന്തോ എഴുതുകയാണ്. അവിടെ ഇരുന്ന ജന്മിക്ക് ഒരു കടലാസ് കഷണത്തിൽ എന്തോ എഴുതിക്കൊടുക്കുകയാണ്. ജന്മി നിശ്ശബ്ദനായി മുഖം വീർപ്പിച്ച് അവിടെ ഇരിക്കുന്നതെന്തിനെന്ന് എനിക്ക് മനസ്സിലായില്ല. പുല്പാടത്തിന്റെ ഉടമയായിരുന്ന അയാൾ പോയതിനുശേഷം കമ കാര്യം വിശദീകരിച്ചുതന്നു. കിസാൻസഭ ആവശ്യപ്പെട്ടിരുന്ന കുലി കൊടുക്കാൻ തയ്യാറായിരുന്ന ജന്മികളുടെ ചുല്ലുപോലും ചെങ്കൊടിയുടെ പെർമിറ്റില്ലാതെ അരിയാൻ വർളികൾ കൂട്ടാക്കിയില്ല. അതിനാൽ പെർമിറ്റ് എടുക്കാൻവേണ്ടി അയാൾ ആപ്പീസിൽ

വന്നതായിരുന്നു. അനാവശ്യ നഷ്ടം ഉണ്ടാക്കാൻ തയ്യാറില്ലാത്തവരും, കിസാൻസഭ ആവശ്യപ്പെട്ട കൂലിനിരക്ക് കൊടുക്കാൻ സന്നദ്ധരു മായവരുടെ പുല്ലരിഞ്ഞുകൊടുക്കണമെന്ന് ഞങ്ങൾ വർളികളെ അറിയിച്ചു.

ആദിവാസിപ്രക്ഷോഭം ശാന്തമായി തുടരുകയായിരുന്നു. ജന്മി മുതലാളികൾ 1945 ലെ സംഭവങ്ങൾ ആവർത്തിക്കാൻ പരിപാടികളു ണ്ടാക്കി. അവർ കൃഷിക്കാരുടെ മേൽ മൃഗീയ മർദ്ദനം അഴിച്ചുവിടാൻ തുടങ്ങി.

1946 ഒക്ടോബർ 10 ന് രക്തസാക്ഷികൾക്ക് സ്മരണാഞ്ജലി അർപ്പിക്കുന്നതിനായി കിസാൻസഭയുടെ ആഭിമുഖ്യത്തിൽ രക്തസാ ക്ഷിദിനം ആചരിക്കാൻ തൽവാഡയിൽ യോഗം നടത്തുന്നുണ്ടെന്ന് വീണ്ടും നുണപ്രചാരണമുണ്ടായി. ഇരുന്നൂറ്റമ്പത് സായുധപൊലീസിന്റെ അകമ്പടിയോടുകൂടി പൊലീസ് സൂപ്രണ്ടും കലക്ടറും അവിടെ എത്തിച്ചേർന്നു. ജന്മികളെ സഹായിക്കുകയായിരുന്നു കലക്ടറുടെ ഉദ്ദേശ്യം. പക്ഷേ, ജന്മികളുടെ തന്ത്രം പൊളിഞ്ഞു. ആദിവാസികൾ വഞ്ചിക്കപ്പെട്ടില്ല. ഒരാളും തൽവാഡയിൽ പോയില്ല.

144 പ്രഖ്യാപിച്ചുകൊണ്ട് മർദ്ദനം തുടങ്ങുവാൻ സർക്കാരും ജന്മികളും തയ്യാറായി. ഭവനഭേദനം, കളവ് തുടങ്ങിയ കള്ളക്കുറ്റങ്ങൾ ആരോപിച്ച് രായ്തളി ഗ്രാമത്തിൽനിന്നും അയൽഗ്രാമങ്ങളിൽനിന്നുമായി അമ്പത്തഞ്ച് ആദിവാസികളെ അറസ്റ്റ് ചെയ്ത് ഡഹാണു ലോക്കപ്പി ലടച്ചു. തങ്ങളുടെ ബന്ധുക്കളെയും സഹോദരരെയും ഒരു കാരണവു മില്ലാതെ പിടിച്ചു വച്ചതിൽ പ്രതിഷേധിച്ച് അവരെ വിട്ടയക്കണമെന്ന് ആവ ശ്യപ്പെട്ടുകൊണ്ട് ആയിരക്കണക്കിന് ആദിവാസികൾ ഡഹാണു ലോക്കപ്പിലേക്ക് ജാഥയായി പോകാനൊരുങ്ങി. ഇതറിഞ്ഞ ഉടൻ അനിഷ്ട സംഭവങ്ങൾ ഒഴിവാക്കാൻ കൂട്ടംകൂട്ടമായി വന്നിരുന്ന ആദിവാസികളെ കമാരണദിവെ വഴിയിൽ വച്ചുതന്നെ തടഞ്ഞു. അവരെ കാര്യങ്ങൾ പറഞ്ഞ് മനസ്സിലാക്കിയതിനുശേഷം തിരിച്ചയച്ചു. വിമനസ്കരായി, ചെങ്കൊടി പറഞ്ഞുവെന്നതുകൊണ്ടുമാത്രം ആദിവാസികൾ ശാന്തരായി തിരിച്ചുപോയി. ഇത്തരം അനേകം ശ്രമങ്ങൾ വിഫലമായപ്പോൾ ജന്മി കളും അവരുടെ ആശ്രിതരും ചേർന്ന് ആദിവാസികളുടെ നേരെ പ്രത്യക്ഷ മർദ്ദനംതന്നെ അഴിച്ചുവിട്ടു. വാൻഗാവ് ഗ്രാമത്തിനടുത്ത ഒരു ആദിവാസി കൃഷിക്കാരനെ മൃഗീയമായി മർദ്ദിച്ചതിന്റെ ഫലമായി നാല് ദിവസ ത്തിനകം അയാൾ ആശുപ്രതിയിൽവെച്ച് മരിച്ചു. ഇത്രയൊക്കെയായിട്ടും ആദിവാസികൾ ശത്രുവിന്റെ തന്ത്രങ്ങളിൽ കുടുങ്ങിയില്ല. അവർ ശാന്തഗംഭീരരായിത്തന്നെ വർത്തിച്ചു.

ദിവസങ്ങൾ കടന്നുപോയി. പണിമുടക്കം പരാജയപ്പെട്ടില്ല. പുല്ലരിയൽ നടക്കുകയില്ല എന്നു കണ്ടപ്പോൾ ചില പുല്പാടങ്ങളുടെ ഉടമകൾ ആവശ്യപ്പെടുന്ന കുലി കൊടുക്കാൻ തയ്യാറാവുകയും ആദിവാ സികൾക്കെതിരായി നടത്തിയ മർദ്ദനങ്ങൾ നിർത്താൻ സമ്മതിക്കുകയും

ചെയ്തു. ആദിവാസികൾ ഇതുകൊണ്ട് മാത്രം തൃപ്തരായില്ല. കള്ള ക്കേസുകളുണ്ടാക്കിയതിന് പിഴയായി ജന്മികൾ ഗ്രാമത്തിലെ ആചാര മനുസരിച്ച് ഒരു സംഖ്യ ഗ്രാമത്തിന് കൊടുക്കണമെന്ന് അവർ ആവശ്യ പ്പെട്ടു. കുറെപ്പേരെല്ലാം ഈ ആവശ്യം അംഗീകരിച്ചു. ആയിരക്കണക്കിന് ഉറുപ്പികയുടെ നഷ്ടം ഉണ്ടാകുന്നതിനേക്കാൾ നൂറോ നൂറ്റമ്പതോ രൂപ പിഴകൊടുക്കുകയാണ് നല്ലതെന്ന് പുല്ലുമുതലാളികൾക്കു തോന്നി. പതുക്കെ പതുക്കെ ഒട്ടനവധി ജന്മികൾ പുല്ലരിയുന്നതിന് കിസാൻസഭ ആവശ്യപ്പെട്ട കൂലിനിരക്ക് കൊടുക്കാൻ തയ്യാറായി. കലക്ടർ പരസ്യ പ്പെടുത്തിയിരുന്ന കൂലി നിരക്കുകളെപ്പറ്റി ആരും ഒന്നും ചോദിച്ചില്ല. എത്രതന്നെ നഷ്ടം സഹിക്കേണ്ടിവന്നാലും ആവശ്യപ്പെട്ട നിരക്ക് അനുവ ദിക്കുകയില്ല. സർക്കാരിന്റെ മർദ്ദനപരിപാടികളുടെ സഹായത്തോടെ പുല്ല രിഞ്ഞെടുക്കാമെന്ന് അക്കാലത്തെ ഒരു ലക്ഷാധിപതിയായിരുന്ന ജുഗൽകിശോർ എന്ന ജന്മി തീരുമാനിച്ചു. മർദ്ദനമൊക്കെ നടന്നു. പക്ഷേ, അയാളുടെ പുല്ലുമാത്രം അരിയാൻ ആളില്ലാതെ നിന്നു.

ഗ്രാമത്തിൽ ആരെങ്കിലും ഒരു കുറ്റം ചെയ്താൽ അയാളെ ഗ്രാമ മുഖ്യന്റെ മുമ്പിൽ ഹാജരാക്കും. കുറ്റം തെളിയിക്കപ്പെട്ടാൽ അയാൾ ഗ്രാമത്തിലേക്ക് പിഴയായി എന്തെങ്കിലും കൊടുക്കണം. തലമുറ തലമു റകളായി ആദിവാസികളുടെ ഇടയിൽ നിലനിന്നുപോന്ന ഒരാചാരമാ യിരുന്നു ഇത്. ഈ ആചാരമനുസരിച്ചാണ് ആദിവാസികൾ പുല്പാട ങ്ങളുടെ ഉടമകളോട് പിഴയൊടുക്കാൻ ആവശ്യപ്പെട്ടത്. ചിലരൊക്കെ കൊടുക്കുകയും ചെയ്തു. ഇതിൽ ഒരു പുതുമയും ആദിവാസികൾക്ക് തോന്നിയില്ല. പക്ഷേ, ആദിവാസി ഗോത്രങ്ങളുമായി, അവരുടെ ആചാരങ്ങളുമായി, മുഖപരിചയം പോലും ഇല്ലാത്ത സർക്കാർ മാത്രം 'കമ്യൂണിസ്റ്റുകാർ സമാന്തര സർക്കാർ' രൂപീകരിക്കാൻ തുടങ്ങിയെന്ന് പ്രചാരണം ആരംഭിച്ചു. ഞങ്ങൾക്കൊന്നും മനസ്സിലായില്ല. അന്വേഷിച്ച പ്പോഴാണ് ഈ പിഴവാങ്ങിയ സംഭവം മനസ്സിലായത്. സർക്കാരിന്റെ നടപടിയിൽ ചിരിക്കുകയോ കരയുകയോ വേണ്ടതെന്ന് ഞങ്ങൾക്കറി യാതെയായി.

മരംവെട്ടുകാരുടെ പണിമുടക്ക് ശാന്തമായി തുടരുകയായിരുന്നു. വ്യാപാരികൾ ഈ കച്ചവടത്തിൽ ഏതാണ്ട് രണ്ടരക്കോടി രൂപ മുതൽമുടക്കിയിരുന്നു. പണിമുടക്ക് അവസാനിക്കുന്ന ലക്ഷണമൊന്നും കണ്ടില്ല. കച്ചവടക്കാർ നിരാശരായിത്തുടങ്ങി. ആയിരക്കണക്കിനു രൂപ യുടെ നഷ്ടം സംഭവിക്കുമെന്നോർത്ത് അവർ അസ്വസ്ഥരായി. ഒത്തുതീർപ്പിന് അനുയോജ്യമായ അന്തരീക്ഷം സൃഷ്ടിക്കാനായി ഡഹാണുവിലെ വെൽഫയർ ആപ്പീസറും 'പ്രാന്ത്' ആപ്പീസറും (താലൂ ക്കധികാരി) ആയിരുന്ന എ എച്ച് ഖാൻ, ടിംബർ മർച്ചന്റ്സ് അസോസി യേഷൻ പ്രസിഡന്റ് ബാബുഭായി പോാദ, അദ്ദേഹത്തിന്റെ സഹപ്രവർ ത്തകർ എന്നിവരുമായും കിസാൻസഭയുടെ പ്രതിനിധികളായ പരുലേക്കറുമായും ഞാനുമായും ചർച്ചകൾ നടത്തി. കരാറുപണി

യായാലും ദിവസക്കൂലിയായാലും തൊഴിലാളികൾക്ക് "ഒന്നേകാൽ ഉറുപ്പിക ദിവസവും കിട്ടണമെന്ന് തീരുമാനിക്കപ്പെട്ടു. അതിനുപുറമെ ജോലിക്കിടയിൽ അംഗഭംഗം സംഭവിക്കുന്നവർക്കും തന്മൂലം ജോലി ക്ഷമത നശിക്കുന്നവർക്കും നഷ്ടപരിഹാരം നല്കുക തുടങ്ങിയ മറ്റ് ആവശ്യങ്ങളും അംഗീകരിക്കപ്പെട്ടു. ഇത് സംബന്ധിച്ച് ഒരു കരാർ എഴുതി തയ്യാറാക്കി. പ്രാന്ത് ആപ്പീസർ ഖാൻ അവർകളുടെ സാന്നിദ്ധ്യത്തിൽ അദ്ദേഹത്തിന്റെ ബംഗ്ലാവിൽ വെച്ച് കിസാൻസഭയുടെ പ്രതിനിധികളായി പരുലേക്കറും ഞാനും കച്ചവടക്കാരുടെ പ്രതിനിധികളായി ഡഹാണു വിലെ പോംദയും വേറെ ഒരാളും ഈ കരാറിൽ ഒപ്പുവെച്ചു. സ്വതന്ത്ര സാക്ഷി എന്ന നിലയിൽ പോംദ ഹൈസ്കൂളിലെ പ്രിൻസിപ്പൽ വി ബി കാർണ്ണിക്കും കരാറിൽ ഒപ്പുവെച്ചു. പ്രാന്ത് ആപ്പീസറുടെ മദ്ധ്യസ്ഥതയിൽ ഈ പ്രശ്നം എല്ലാവരുടെയും ഹിതാനുസരണം സമാധാനപരമായി അവസാനിച്ചു. ടിംബർ മർച്ചന്റ്സ് അസോസിയേഷൻ അവരുടെ ജനറൽബോഡി യോഗത്തിൽവെച്ച് ഈ കരാർ അംഗീകരിക്കുകയും ചെയ്തു. ആദിവാസികൾക്ക് കരാറിലെ തീരുമാനങ്ങൾ വിശദീകരി ച്ചുകൊടുത്ത് അവരോട് ജോലിക്ക് ഹാജരാകാൻ പറയാൻ ഞാൻ കാടുകളിലേക്ക് പുറപ്പെട്ടു.

തങ്ങളുടെ തന്നെ പ്രാന്ത് ആപ്പീസറുടെ സാന്നിദ്ധ്യത്തിൽ ഇരു കക്ഷികളും അംഗീകരിച്ച ഈ കരാറിനെ കോൺഗ്രസ് സർക്കാർ തള്ളിപ്പറയുമെന്ന് ആരും കരുതിയതേയില്ല.

കോൺഗ്രസ് സർക്കാരിന്റെ ഉദ്ദേശ്യം മറ്റൊന്നായിരുന്നു. വനം കരാറുകാരും കിസാൻസഭയും പ്രാന്ത് ആപ്പീസറുടെ മദ്ധ്യസ്ഥതയിൽ ഉണ്ടാക്കിയ ഒത്തുതീർപ്പ് കോൺഗ്രസ് മന്ത്രിസഭ അംഗീകരിച്ചില്ല. കിസാൻസഭയെയും കമ്യൂണിസ്റ്റ് പാർട്ടിയെയും തുടച്ചുനീക്കുന്നതിനു വേണ്ടി 1946 നവംബർ 15 ന് സർക്കാർ ഠാണാ ജില്ലയിൽ അടിയന്തരാ വസ്ഥ പ്രഖ്യാപിച്ചു. ഉദ്ദേശ്യം ഇരുന്നൂറ് ആദിവാസികളെ അറസ്റ്റ് ചെയ്തു. അനേകം പേരെ വീട്ടുതടങ്കലിൽ വെച്ചു. കിസാൻസഭയിലെ പ്രവർത്തകർ ഠാണാ ജില്ലയിൽ പ്രവേശിക്കുന്നത് നിരോധിച്ചുകൊണ്ട് ഉത്തരവ് പുറപ്പെടുവിച്ചു.

വനപ്രദേശങ്ങളിൽ കരാർ വിശദീകരിച്ചുകൊടുക്കുന്നതിനായി ഞാൻ ആദിവാസികളുടെ യോഗങ്ങൾ നടത്തിവരികയായിരുന്നു. ആദിവാസികളെ ഒത്തുതീർപ്പു വ്യവസ്ഥകൾ പറഞ്ഞു മനസിലാക്കി ഖത്തൽവാഡിൽ തിരിച്ചെത്തുന്നതുവരെ അടിയന്തരാവസ്ഥ പ്രഖ്യാപിച്ച വിവരം ഞാനറിഞ്ഞിരുന്നില്ല. ഖത്തൽവാഡിലെ ആപ്പീസിലെ ത്തിയപ്പോൾ മർദ്ദനത്തിന്റെ കൈയും കണക്കുമില്ലാത്ത വ്യാപ്തി കണ്ട് ഞാനമ്പരന്നുപോയി. പരുലേക്കറും ഞാനും കല്യാണിലേക്കു തിരിച്ചുപോന്നു. 1946 നവംബർ 21 ന് ഞങ്ങളുടെ പേരിലുള്ള നിരോധനാ ജ്ഞയുടെ നോട്ടീസ് ലഭിച്ചു. ഞങ്ങൾ ഠാണാ ജില്ലയിൽ നിന്നു പുറത്തുകടന്നു.

1946 നവംബർ 21 മുതൽ 1953 ജനുവരി 14 വരെ പരുലേക്കർക്കോ എനിക്കോ പരസ്യമായി ജില്ലയിൽ കാലുകുത്താൻ കഴിഞ്ഞില്ല. 1946 മുതൽ 1948 വരെ ഉണ്ടായിരുന്ന നിരോധനവും 1948 മുതൽ 1951 വരെയുള്ള ഒളിവുജീവിതവും 1951 മുതൽ 1953 വരെയുള്ള ജയിൽവാസവും കഴിഞ്ഞ് 1953 ഫെബ്രുവരിയിൽ ഞങ്ങൾ മടങ്ങിയെത്തി. ഞങ്ങളെ സ്വാഗതം ചെയ്യുന്നതിനായി മഹാലക്ഷ്മിഗ്രാമത്തിൽ ആയിരക്കണക്കിന് ആദിവാസികൾ തടിച്ചുകൂടിയിരുന്നു. അവരുടെ നിഷ്ഠയും സ്നേഹവും സന്തോഷവും കണ്ട് ഹൃദയം നിറഞ്ഞു. ഈ ബഹുമതിക്ക് ഞങ്ങൾ അർഹരാണോ എന്ന് ഞാൻ ശങ്കിച്ചു. ഈ തൊഴിലാളികളുടെ അന്തിമ ലക്ഷ്യം നേടിക്കൊടുക്കാൻ ഞങ്ങൾക്ക് കഴിയുമോ? പരുലേക്കർ വിവിധ ചിന്തകളിൽ ആമഗ്നനായി പലപ്പോഴും വളരെ നേരം ഇരിക്കാറുണ്ട്. അതുപോലെ അദ്ദേഹം ഇപ്പോഴും ഏറെനേരം ഇരുന്നു. കുറച്ചുസമയ ത്തിനുശേഷം പറഞ്ഞു; "ഈ ജനസമുദ്രത്തിനു മുമ്പിൽ നാമെത്ര ചെറിയവരാണ്! ഇവരുടെ നിഷ്ഠയും ഉൽസാഹവും പ്രതികാരശക്തിയും എത്ര വലിയതാണ്! ഇവർ സ്വന്തം ശക്തികൊണ്ടുതന്നെയാണ് അടിമ ത്തത്തിന്റെ കൂച്ചുചങ്ങലകൾ പൊട്ടിച്ചെറിഞ്ഞത്. നാം വെറും നിമിത്തങ്ങൾ മാത്രം."

ആദിവാസികളുടെ പ്രതികാരം

ഠാണാ ജില്ലയിലെ ആദിവാസി പ്രക്ഷോഭത്തിന്റെ ഇരുപതു കൊല്ലത്തെ ചരിത്രത്തിൽ ആദിവാസികൾക്ക് മൂന്നുതവണ സർക്കാർ മർദ്ദനങ്ങൾ നേരിടേണ്ടിവന്നിട്ടുണ്ട്. ഓരോ തവണയും അവ പൂർവ്വവൽ തീവ്രമായിരുന്നു. 1945 ൽ സർക്കാരിന്റെ ആദ്യത്തെ മർദ്ദനം നടന്നു. 1946 നും 47 നും ഇടയ്ക്കായിരുന്നു രണ്ടാമത്തേത്. 1956 ൽ സംയുക്ത മഹാരാഷ്ട്രാ പ്രക്ഷോഭകാലത്ത് മൂന്നാമത്തെ മർദ്ദനവും നടന്നു. സർക്കാരിന്റെ മർദ്ദനങ്ങൾക്കു പകരം ചോദിക്കുന്നതിനായി ആദിവാസികൾ അനുഭവിക്കേണ്ടിവന്ന കഷ്ടതകളെക്കുറിച്ചോർക്കുമ്പോൾ ഹൃദയം നൊന്തുപോകുന്നു.

1946–47 കാലത്തെ മർദ്ദനം കമ്യൂണിസ്റ്റുകാരുടെ സ്വാധീനം തകർക്കാൻ മാത്രം ഉദ്ദേശിച്ച് നടത്തിയതാണ്. കമ്യൂണിസ്റ്റുകാരുടെ പിന്തുണയോടെ സംഘടിച്ച് ഒരാവശ്യം നേടിയെടുത്തുകഴിഞ്ഞാൽ ആദിവാസികൾക്ക് കമ്യുണിസ്റ്റുകാരോടുള്ള അടുപ്പവും വിശ്വാസവും തകർക്കാൻ വലിയ പ്രയാസമാവുമെന്ന് കണ്ടറിഞ്ഞതുകൊണ്ടുതന്നെയാണ് ഒത്തുതീർപ്പുണ്ടായിട്ടും അതിനെ അവഗണിച്ച് മർദ്ദനങ്ങൾ അഴിച്ചുവിട്ടത്. 1947 ജനുവരി 22 ലെ *ഫ്രീപ്രസ് ജേർണലിൽ* വന്ന മൊറാർജി ദേസായിയുടെ പത്രസമ്മേളനത്തിന്റെ റിപ്പോർട്ടിൽ നിന്ന് ഇത് വ്യക്തമാകുന്നുണ്ട്. റിപ്പോർട്ടിന്റെ പ്രസക്തഭാഗം ഇങ്ങനെയാണ്:

> പ്രാന്ത് ആപ്പീസറുടെ ആഭിമുഖ്യത്തിൽ ടിംബർ മർച്ചന്റ്സ് അസോസിയേഷനും കിസാൻസഭയും തമ്മിലുണ്ടാക്കിയിരിക്കാവുന്ന ധാരണയെപ്പറ്റി അദ്ദേഹത്തിന് അറിവുണ്ടായിരുന്നില്ല. പ്രാന്ത്

ആപ്പീസർ അറിഞ്ഞോ അറിയാതെയോ ആ കരാറിൽ ഒരു കക്ഷിയായിരുന്നിരിക്കാം. അയാൾ ഇപ്പോൾ അവധിയിലാണ്. അയാളെ സ്ഥലം മാറ്റുകയും ചെയ്തു. പ്രാന്ത് ആപ്പീസർ സ്വയം മുൻകൈയെടുത്ത് ചെയ്യുന്ന എല്ലാ പ്രവൃത്തികൾക്കും സർക്കാരിന് ബാദ്ധ്യത ഏല്ക്കാനാവില്ല.

പ്രാന്ത് ആപ്പീസർ ഉണ്ടാക്കിയ കരാർ സർക്കാർ അറിഞ്ഞിട്ടില്ലെന്ന് നടിക്കുന്ന ഈ സർക്കാർനയത്തിൽ ഞങ്ങൾക്ക് ഒരു വിചിത്ര മാതൃക കാണാൻ കഴിഞ്ഞു. ഈ പുതിയ അനുഭവം ഒരു മുന്നറിയിപ്പായിരുന്നു. പ്രക്ഷോഭത്തെയും പാർട്ടിയെയും തച്ചുടയ്ക്കണമെന്ന് ഒരിക്കൽ തീരുമാനമെടുത്തുകഴിഞ്ഞാൽ അത് സാധിക്കുന്നതിനായി തോന്നിയതൊക്കെ ചെയ്ത് അവയെ സാധുകരിക്കേണ്ടത് അനിവാര്യമാണല്ലോ. പ്രാന്ത് ആപ്പീസർ ഖാൻ ഒത്തുതീർപ്പുണ്ടാക്കിയതിന് നല്ല സമ്മാനം ലഭിച്ചു! അദ്ദേഹത്തിന് അവധിയിൽ പോകേണ്ടിവന്നു. പിന്നീട് അദ്ദേഹത്തെ സ്ഥലം മാറ്റുകയും ചെയ്തു.

സർക്കാർ മർദ്ദനങ്ങൾ അഴിച്ചുവിട്ട് പ്രക്ഷോഭത്തെ തകർക്കുമെന്നും സർക്കാരിന്റെ സഹായം തങ്ങൾക്ക് ലഭിക്കുമെന്നും ഉറപ്പായതോടെ ടിംബർ മർച്ചന്റ്സ് അസോസിയേഷന്റെ പ്രതിനിധികൾ മൊറാർജി ദേസായിയേക്കാൾ ഒരുപടി കൂടി മുന്നോട്ടുപോയി. കിസാൻസഭയുടെ പ്രതിനിധികളുമായി തങ്ങൾ ഒരു കരാറും ഉണ്ടാക്കിയിട്ടില്ല എന്ന് പരസ്യമായി പ്രഖ്യാപിക്കുകവരെ ചെയ്തു. അവരുടെ പ്രഖ്യാപനം എത്രത്തോളം അപഹാസ്യവും അവിശ്വസനീയവുമായിരുന്നുവെന്ന് ഇതുസംബന്ധിച്ച് 29–1–1947 ലെ ഫ്രീപ്രസ് ജേർണലിൽ വന്ന റിപ്പോർട്ട് വായിച്ചാൽ മതി.

ടിംബർ മർച്ചന്റ്സ് അസോസിയേഷന്റെ അദ്ധ്യക്ഷൻ സംസാരിച്ചു. അടുത്ത അവസരത്തിൽ കമ്യൂണിസ്റ്റുകാരും വർളികളും സർക്കാരുമായി അദ്ദേഹം തന്നെ ചർച്ചകൾ നടത്തിയതാണ്. ഇതിൽ കമ്യൂണിസ്റ്റ് നേതാക്കന്മാരെ കണ്ട കാര്യംപോലും അദ്ദേഹം നിഷേധിച്ചു. ഇത് മാത്രമല്ല പ്രതിദിനം ഒരു രൂപ അദ്ദേഹം സമ്മതിച്ചതാണ്. കരാറിൽ ഒന്നേകാൽ രൂപ കൂലികൊടുക്കണമെന്ന മുഖ്യ ആവശ്യം അംഗീകരിച്ച വസ്തുത തന്നെ അദ്ദേഹം നിഷേധിച്ചു. ഇനി പോംദാ ടിംബർ മർച്ചന്റ്സ് അസോസിയേഷന്റെ പ്രസിഡന്റായിരുന്നില്ല, അവിടെ സ്പെഷ്യൽ ആപ്പീസർ ഉണ്ടായിരുന്നില്ല. അവിടെ കമ്യൂണിസ്റ്റുകാരും ഉണ്ടായിരുന്നില്ല, വർളികളും ഉണ്ടായിരുന്നില്ല, എല്ലാം ഭാവനാസൃഷ്ടിയാണ് എന്നുമാത്രമേ പറയാൻ ബാക്കിയുള്ളു!

1946 നവംബർ 21 മുതൽ ഡിസംബർ 5 വരെയുള്ള കാലത്ത് പരുലേക്കർ മന്ത്രിസഭയ്ക്ക് മുമ്പാകെ നിരവധി മെമ്മോറാണ്ടങ്ങളും നിവേദനങ്ങളും സമർപ്പിക്കുകയുണ്ടായി. ഒത്തുതീർപ്പുണ്ടായത് 17 നാണ്.

10 മുതൽ 21-ാം തീയതിവരെ പരിതഃസ്ഥിതിയിൽ ഒരു മാറ്റവും ഉണ്ടാകാതിരിക്കെ മർദ്ദനങ്ങൾ തുടങ്ങിയത് എന്തിനാണെന്ന് മനസ്സിലായില്ല. സത്യാവസ്ഥ അറിയാതെ ഒരുപക്ഷേ, തെറ്റിദ്ധരിപ്പിക്കാൻ സർക്കാർ തെറ്റായ മാർഗ്ഗങ്ങൾ സ്വീകരിച്ചതാവാം എന്നു കരുതിയാണ് യാഥാർത്ഥ്യങ്ങൾ വിശദീകരിച്ചുകൊണ്ട് നിവേദനങ്ങൾ സമർപ്പിച്ചത്. എന്നാൽ തെറ്റായ ധാരണയുണ്ടായത് സർക്കാരിനായിരുന്നില്ല. ദേശീയ ഗവൺമെന്റിനോടുള്ള ആഭിമുഖ്യവും ഭ്രമവും മൂലം സർക്കാരിൽ നിന്ന് പലതും പ്രതീക്ഷിച്ച ഞങ്ങളാണ് തെറ്റിദ്ധരിച്ചത്.

പരുലേക്കർ സമർപ്പിച്ച നിവേദനങ്ങൾകൊണ്ട് ഒരു ഉപയോഗവും ഉണ്ടായില്ല. സർക്കാർ ആദിവാസികളുടെ സംഘടനയെയും അവർക്ക് കമ്യൂണിസ്റ്റ് പാർട്ടിയോടുണ്ടായിരുന്ന കുറും തകർക്കുന്നതിനുവേണ്ടി വളരെ ശ്രദ്ധാപൂർവ്വം ചുവടുകൾ നീക്കുകയായിരുന്നു. 1947 ജനുവരി 20 ന് മൊറാർജി ദേസായി ഒരു പത്രസമ്മേളനം നടത്തി. അതില്പറഞ്ഞ കാര്യങ്ങൾ ഇതിന് വേണ്ടുവോളം തെളിവു നല്കുന്നു. 1947 ജനുവരി 21 ലെ *ടൈംസ് ഓഫ് ഇന്ത്യ*യിൽ ഇങ്ങനെ റിപ്പോർട്ട് ചെയ്തിട്ടുണ്ട്: ‘‘കമ്യൂണിസ്റ്റുകാരുമായി ഉണ്ടാക്കിയ ഒത്തുതീർപ്പിലും എനിക്ക് താല്പരയുമില്ല. തങ്ങളുടെ അനിഷ്ടകൃത്യങ്ങൾ നടത്താൻ കമ്യൂണിസ്റ്റുകാരെ സഹായിക്കുന്ന യാതൊന്നും അനുവദിക്കപ്പെടുകയില്ല.”

ഇതിനേക്കാൾ വ്യക്തമാണ് *നാഷണൽ സ്റ്റാൻഡേർഡി*ൽ വന്ന റിപ്പോർട്ട്. ‘‘വർളികളുടെമേൽ കമ്യൂണിസ്റ്റുകാർക്ക് പരിപൂർണ്ണ നിയന്ത്രണമുണ്ടാക്കുന്ന ഒരൊത്തുതീർപ്പും സർക്കാർ മാനിക്കുകയില്ല എന്നും ദേസായി സ്പഷ്ടമാക്കുകയുണ്ടായി.” കമ്യൂണിസ്റ്റ് പാർട്ടിയുടെ സ്വാധീനം നശിപ്പിക്കാൻ ബദ്ധകങ്കണരായി ഇറങ്ങിയ സർക്കാർ, മർദ്ദനം തുടങ്ങിയതിനുശേഷം അത് അനുദിനം വർദ്ധിപ്പിച്ചുകൊണ്ടേയിരുന്നു. ആദിവാസികളുടെ പ്രതികാരസമരത്തെ തല്ലിത്തകർക്കുന്നതിനു വേണ്ടി പട്ടാളത്തെ വിളിക്കുന്നതുവരെ സർക്കാർ നടപടികൾ ചെന്നെത്തി.

ഞങ്ങളെ പുറത്താക്കിയെന്നും, ആദിവാസി പ്രവർത്തകരെ അറസ്റ്റ് ചെയ്തു എന്നുമുള്ള വാർത്ത വായുവേഗത്തിൽ കാടുകളിൽ പരന്നു. ആദിവാസികൾ സ്വയം തീരുമാനിച്ച് പണിമുടക്കാൻ തുടങ്ങി. പുല്ലരിയൽ നിലച്ചു. മരം മുറിക്കുന്നവർ മഴുചുമലിൽവെച്ച് കൂപ്പുകളിൽ നിന്ന് മടങ്ങിപ്പോന്നു. ജന്മികളുടെ പുല്ലും വനംകരാറുകാരുടെ മരവും കൊണ്ടുപോയിരുന്ന വണ്ടികൾ എത്തിയേടത്ത് നിർത്തി വണ്ടിക്കാർ മടങ്ങി. ഒരു നേതാവോ ഒരു പ്രമുഖ പ്രവർത്തകനോ ഇല്ലാതിരുന്നിട്ടും കാടുകളിൽ എല്ലാ പ്രവർത്തനങ്ങളും നിമിഷനേരം കൊണ്ട് നിലച്ചുപോയി.

നേതാക്കളെ പുറത്താക്കി, പിന്നോക്കം നില്ക്കുന്ന ആദിവാസികളെ ഒറ്റപ്പെടുത്തിയാൽ അവർ വന്ന് കാലുപിടിക്കും; അവരുടെ സംഘടനയെ ക്ഷീണിപ്പിച്ചാൽ എല്ലാം സഹിച്ച് അവർ ജോലിയിൽ പ്രവേശിക്കും എന്ന

സർക്കാരിന്റെയും ജന്മിയുടെയും നിഗമനങ്ങൾ പാടെ പിഴച്ചു. ആദിവാസികളുടെ നിശ്ചയദാർഢ്യം സർക്കാരിനും ജന്മികൾക്കും ഊഹിക്കാവുന്നതിലേറെ ശക്തമായിരുന്നു. കമ്യൂണിസ്റ്റ് പാർട്ടിയുടെ സ്വാധീനം തുടച്ചുനീക്കാനുള്ള തന്ത്രം അമ്പേ പൊളിഞ്ഞു. 1945 ലെ സമരത്തിനുശേഷം പുതിയ ആദിവാസി ജന്മമെടുത്ത വിവരം അവരറിഞ്ഞില്ല, അവർ പരിപൂർണ്ണ നിരാശയിലാണ്ടു.

സമരത്തിന്റെ പ്രാരംഭഘട്ടത്തിൽ തന്നെ കിസാൻസഭ ഒത്തുതീർപ്പുണ്ടാക്കി സഹകരണഹസ്തം മുന്നോട്ടു നീട്ടിയിരുന്നു. അത് തട്ടിമാറ്റിയതിനാൽ സർക്കാരിന്റെ മുമ്പിൽ രണ്ടേ രണ്ട് മാർഗ്ഗങ്ങളേ ഉണ്ടായിരുന്നുള്ളു. ഒന്ന് ന്യായവും നിഷ്പക്ഷവുമായ നടപടി കൈക്കൊണ്ട് ഒത്തുതീർപ്പുവ്യവസ്ഥകൾ മാനിക്കുക. രണ്ട്, മർദ്ദനങ്ങൾ തുടർന്നു നടത്തി ആളുകളെ വരുതിയിൽ കൊണ്ടുവരാൻ ശ്രമിക്കുക. സർക്കാരും ജന്മികളും രണ്ടാമത്തെ മാർഗ്ഗമാണ് സ്വീകരിച്ചത്.

പണിമുടക്ക് പൊളിക്കുന്നതിനുവേണ്ടി വനം കരാറുകാരുടെ സേവകപ്പരിഷകൾ സാധുക്കളായ ചില ആദിവാസികളെ ഭീഷണിപ്പെടുത്തി ജോലിക്കുവരാൻ ആവശ്യപ്പെട്ടിരുന്നു. ഇക്കൂട്ടർ ജോലിക്ക് പോകുന്നതിനു മുമ്പ് അവരുടെ സുഹൃത്തുക്കളെക്കണ്ട് 'ഞങ്ങളെ വല്ലാതെ ഉപദ്രവിക്കുന്നു. കൊല്ലുമെന്നുപോലും പറയുന്നു. ഞങ്ങളെന്തുചെയ്യും? നിങ്ങൾവന്ന് സഹായിക്കൂ" എന്നുപറഞ്ഞു. പിറ്റേദിവസം ചെങ്കൊടിയുടെ ഗർജ്ജനവും മുഴക്കി നൂറുകണക്കിന് ആദിവാസികൾ മരംവെട്ടുന്ന സ്ഥലത്ത് ചെല്ലും. മരം വെട്ടിക്കൊണ്ടിരിക്കുന്നവർ ഗതികേടുകൊണ്ട് അങ്ങനെ ചെയ്യുകയാവും. അവർ ഉടനെ പണിനിർത്തി പ്രകടനക്കാരുടെകൂടെ ചെല്ലും. ഒന്നുരണ്ടിടങ്ങളിലൊഴിച്ച് മറ്റെല്ലായിടത്തും എല്ലാ മരംവെട്ടുകാരും പണിമുടക്കി. വനംകരാറുകാർ മരംവെട്ട് പുനരാരംഭിക്കുന്നതിനായി നാനാപ്രകാരത്തിലുള്ള പദ്ധതികൾ ആവിഷ്കരിച്ചുതുടങ്ങി.

എന്തെങ്കിലും നിസാരകാര്യങ്ങൾ പറഞ്ഞ് ആദിവാസികളുടെ പേരിൽ കള്ളക്കേസുണ്ടാക്കിത്തുടങ്ങി. ഉദ്ദേശം നാന്നൂറ് ആദിവാസികളുടെ പേരിൽ ഇങ്ങനെ കള്ളക്കേസുണ്ടാക്കി. നിരവധിപേരെ ലോക്കപ്പിലടച്ചു. ഈ ആദിവാസികളെ മര്യാദ' പഠിപ്പിക്കാൻ അവരെ ലോക്കപ്പുകളിൽതന്നെ ഇടുന്നതിനുവേണ്ടി ജില്ലാ കലക്ടർ അൽമോല നീതിന്യായത്തെപ്പോലും വളച്ചൊടിച്ചുതുടങ്ങി. സമരം തകർക്കാൻ സ്വന്തം വിവേചനാധികാരത്തെ ദുർവിനിയോഗം ചെയ്തു. ഈ ഉദ്ദേശ്യംവെച്ച് അദ്ദേഹം മൂന്ന് ഉത്തരവ് കൂടി പുറപ്പെടുവിച്ചു.

1. വർളികളുടെ പേരിൽ കുറ്റങ്ങളുടെയും അക്രമങ്ങളുടെയും കൊലപാതകത്തിന്റെയും, കള്ളക്കേസുകൾ ദിനംപ്രതി ഉണ്ടാക്കുക. വർളികൾക്ക് സ്വരക്ഷയ്ക്കുവേണ്ട ഏർപ്പാടുകൾ ചെയ്യാൻ സമയം

ലഭിക്കരുത്. ഒറ്റയടിക്ക് അവരെ തുറുങ്കിലടയ്ക്കുവാൻ കഴിയണം. ഇതായിരുന്നു ഉദ്ദേശ്യം.

2. വർളികളിൽ നിന്ന് ജാമ്യത്തുകയായി വൻതുകകൾ ആവശ്യപ്പെടണം. പാവപ്പെട്ട വർളികൾക്ക് ഈ തുക കൊടുക്കാനാവില്ല. അങ്ങനെ അവരെ കുറ്റം സ്ഥാപിക്കുന്നതിന് മുമ്പുതന്നെ ജയിലിൽ അടയ്ക്കണം എന്നായിരുന്നു പ്ലാൻ.

3. വർളികൾ തങ്ങൾ യോഗങ്ങൾക്ക് പോകുകയില്ലെന്നും കമ്യൂണിസ്റ്റ് പാർട്ടിയുടെ പരിപാടികളിൽ പങ്കെടുക്കുകയില്ലെന്നും സമ്മതിച്ചാലല്ലാതെ അവർക്ക് ജാമ്യം അനുവദിക്കരുത് എന്നായിരുന്നു മൂന്നാമത്തെ കല്പന. കമ്യൂണിസ്റ്റ് പാർട്ടിയുടെ പരിപാടികളിൽ പങ്കെടുക്കുന്നതിൽ നിന്ന് വിലക്കി അവരെ വിരട്ടുന്നതിനാണ് ഈ കല്പനയെന്ന് ഇതിൽ നിന്ന് വ്യക്തമാകുന്നുണ്ടല്ലോ.

ആദിവാസി കേസുകൾ വിചാരണ ചെയ്യുന്നതിനായി ഒരു അഡീഷണൽ മജിസ്ട്രേട്ടിനെ നിയമിച്ചുകൊണ്ട് വേറിട്ടൊരു കോടതിതന്നെ സ്ഥാപിതമായി. കേസുകൾ അത്ര വളരെയുണ്ടായിരുന്നു. ഈ കോടതിയിൽ ചെങ്കൊടിയുടെ പ്രക്ഷോഭത്തെ സംബന്ധിക്കുന്ന കേസുകൾ മാത്രമാണ് വിചാരണയ്ക്ക് വന്നിരുന്നത്. ആളുകൾ ഈ കോടതിയെ 'ചെങ്കൊടിക്കോടതി' എന്ന പേരിലാണ് അറിഞ്ഞിരുന്നതുതന്നെ.

ഈ കോലാഹലങ്ങൾ നടന്ന കാലത്ത് ബോംബെയിലെ സുപ്രസിദ്ധ വക്കീൽമാരായ ടി ഗോദിവാല, നിമച്‌വാല, ശ്രീ ഷാ, ഠാണായിലെ പ്രഭാകർ ഹെഗ്ഡെ എന്നിവരുടെയും ബോംബെയിലെ പേരുകേട്ട ബാരിസ്റ്ററായ രജനിപട്ടേൽ, ശ്രീമതി സുശീല പട്ടേൽ എന്നിവരുടെയും വിലമതിക്കാനാവാത്ത സഹായങ്ങൾ ഞങ്ങൾക്കു ലഭിച്ചു.

നിമച്‌വാല 1945–47 കാലങ്ങളിൽ ഡഹാണുവിൽ താമസിച്ചുകൊണ്ട് പാവങ്ങളായ വർളികളുടെ വക്കീലായി സേവനമനുഷ്ഠിച്ച് ഞങ്ങളെ വളരെയേറെ സഹായിച്ചു. ചെങ്കൊടിയുടെ സ്വന്തം വക്കീൽ ഡഹാണുവിൽത്തന്നെ എല്ലായ്പ്പോഴും സഹായത്തിനുണ്ടെന്നത് ആദിവാസികൾക്ക് വലിയ ആശ്വാസം പകർന്നു. ജില്ലാ മജിസ്ട്രേട്ട് ഈ നിയമസഹായംപോലും അധികാരമുപയോഗിച്ച് ഇല്ലാതാക്കാൻ തീരുമാനിച്ചു. 'യോഗങ്ങളിൽ പ്രസംഗിക്കുന്നു' എന്ന ദുരാരോപണത്തിന് ഗോദിവാല വിധേയനായി. വക്കീല്പണികൾക്കുവേണ്ടി അദ്ദേഹം ഡഹാണുവിൽ നിന്നു പുറത്തുപോകാറുണ്ട്. 'പ്രസംഗക്കുറ്റം' ചുമത്തി ഗോദിവാലയുടെ പേരിലും നിരോധനാജ്ഞ പുറപ്പെടുവിക്കപ്പെട്ടു. ആ ദിവസം രാത്രി അദ്ദേഹത്തെ ഒളിഞ്ഞിരുന്ന് മർദ്ദിക്കുകയും ചെയ്തു. രാത്രിവണ്ടിക്ക് ബോംബെയിലേക്ക് പോകാൻ ഡഹാണു സ്റ്റേഷനിൽ എത്തി, കുതിരവണ്ടിയിൽ നിന്നിറങ്ങുമ്പോൾ ജന്മികളുടെയും ഹുണ്ടികക്കാരുടെയും ഗുണ്ടകൾ അദ്ദേഹത്തിന്റെ തലയിലും കാലിലും

വടികൊണ്ടടിച്ചു. തലയിൽ തൊപ്പി ധരിച്ചിരുന്നതുകൊണ്ട് മാത്രമാണ് അദ്ദേഹം മരിക്കാതെ രക്ഷപ്പെട്ടത്. തൊപ്പിമാത്രം തകർന്നു. അൽമോല അഹങ്കരിച്ചു: "ഠാണാ ജില്ലയിലെ രാജാവ് ഞാൻ! എന്നോട് ചോദിക്കാൻ ആരുണ്ട്!"

ലോക്കപ്പിൽ കിടക്കുന്ന വർളികളെ കണ്ട് സംസാരിച്ച് കേസ് സംബന്ധിച്ച വിവരങ്ങൾ ശേഖരിക്കേണ്ടതുണ്ടായിരുന്നു. നിമച്വാലക്ക് അദ്ദേഹത്തിന്റെ ഈ ജോലിക്കിടയിൽ സാധാരണ പൊലീസുകാരും മറ്റുദ്യോഗസ്ഥന്മാരും തടസ്സം സൃഷ്ടിച്ചുകൊണ്ടിരുന്നു. അതുകൊണ്ടൊന്നും തൃപ്തിവരാതെ അൽമോല 1946 ഡിസംബർ 11–ന് നിമച്വാലയെയും ജില്ലയിൽനിന്ന് പുറത്താക്കിക്കൊണ്ട് ഉത്തരവ് പുറപ്പെടുവിച്ചു.

ഗോദിവാലയുടെയും നിമച്വാലയുടെയും പേരിൽ പുറപ്പെടുവിച്ച നിരോധനാജ്ഞകൾ അവരുടെ തൊഴിൽചെയ്യുന്നതിനുള്ള സ്വാതന്ത്ര്യത്തെ ധ്വംസിക്കുന്നവയും അങ്ങേയറ്റം നിയമവിരുദ്ധവുമായിരുന്നു. ഗോദിവാലയും നിമച്വലയും തങ്ങളുടെ പ്രതിഷേധം വ്യക്തമായി അറിയിച്ചുകൊണ്ട് മൊറാർജി ദേസായിക്കെഴുതി. ബോംബെ ബാർ അസോസിയേഷനിൻ നിവേദനം സമർപ്പിക്കുകയും ഈ സംഭവം അവരുടെ ശ്രദ്ധയില്പെടുത്തുകയും ചെയ്തു. പത്രങ്ങളിൽ നിരവധി പരാമർശങ്ങൾ വന്നു. അവസാനം അൽമോലയ്ക്ക് നിരോധനാജ്ഞ പിൻവലിക്കേണ്ടിവന്നു. നിമച്വാല വീണ്ടും ഡഹാണുവിലെത്തി അവിടെത്തന്നെ താമസിച്ച് അഹോരാത്രം അദ്ധ്വാനിച്ച് ആദിവാദിക്കേസുകളിൽ വിലപ്പെട്ട സഹായങ്ങൾ ചെയ്തുതന്നു.

ജന്മികളും സർക്കാരും യോജിച്ച് ഡഹാണു സ്റ്റേഷനു സമീപം 'വാകി' ഗ്രാമത്തിലെ 'മുസൽപാഡ' എന്ന ആദിവാസി സങ്കേതം തകർത്തുകളഞ്ഞു. ഏതോ ഒരു ഇറാണി ജന്മി 'ജോലിക്കു വാ' എന്ന് കല്പിച്ചുകൊണ്ട് മുസൽപാഡയിൽ ചെന്നപ്പോൾ അയാളും ആദിവാസികളും തമ്മിൽ എന്തോ വാക്കേറ്റമുണ്ടായി. ജന്മി മടങ്ങിപ്പോയി. അയാൾ ഉച്ചതിരിഞ്ഞ് ഏതാണ്ട് മൂന്നുമണിക്ക് പത്തുപന്ത്രണ്ട് പൊലീസുകാരുടെയും അമ്പതോളം ഗുണ്ടകളുടെയും അകമ്പടിയോടുകൂടി വാകിയിലെ മുസൽപാഡയിലേക്ക് ചെന്നു. പാഡയിലെ കുടിലുകൾ ഒന്നൊഴിയാതെ തകർത്ത് നിലംപരിശാക്കി. ആണുങ്ങളാരും വീടുകളിൽ ഉണ്ടായിരുന്നില്ല. ഗുണ്ടകളും പൊലീസും വർളികളുടെ കുടിലുകളിലേക്ക് കയറിച്ചെന്നു. അവിടെ ഉണ്ടായിരുന്ന പാത്രങ്ങളെടുത്ത് പുറത്തെറിഞ്ഞു. ചട്ടിയും കലവുമൊക്കെ തട്ടിയുടച്ചു. അലുമിനിയം പാത്രങ്ങൾ തല്ലി ഞെണുക്കി. തോക്കിന്റെ പാത്തിയും മഴുവും ഉപയോഗിച്ച് കുടിലുകൾ ഇടിച്ചുനിരത്തി. ചിലർ കാട്ടിൽനിന്നും ശേഖരിച്ച പച്ചത്തേൻ തട്ടിത്തൂവിക്കളഞ്ഞു. ചില കുടിലുകളിൽ ഉണ്ടായിരുന്ന അല്പസ്വല്പം ധാന്യമെടുത്ത് അവിടെത്തന്നെ വാരിവിതറി. കാളവണ്ടികൾ തല്ലിത്തകർത്തു. ചക്രങ്ങൾ

അടിച്ചുപൊട്ടിച്ച് കഷണങ്ങളാക്കി. വീടുകളിലുണ്ടായിരുന്ന വയസ്സായ ആളുകളെയും കുട്ടികളെയും മർദ്ദിച്ചു. അവരുടെ വസ്ത്രങ്ങൾ പിച്ചിക്കീറി. ഇങ്ങനെ പാഡ തല്ലിത്തകർത്ത് മടങ്ങുമ്പോൾ ധാന്യം വയ്ക്കുന്ന പാത്രങ്ങളിലോ പുരയുടെ മോന്തായത്തിലോ സൂക്ഷിച്ചുവച്ചിരുന്ന പൈസ, കുടിലുകളിലുണ്ടായിരുന്ന കോഴി, കോഴിമുട്ട എന്നിവയൊക്കെ അവർ കൂടെക്കൊണ്ടുപോയി. അതിനുശേഷം സർക്കാർ ഉദ്യോഗസ്ഥന്മാരും ജന്മികളുടെ സേവകന്മാരും ഗ്രാമങ്ങളിൽ എന്നും പോയിരുന്നു. "പണിമുടക്ക് അവസാനിപ്പിക്കുകയും ചെങ്കൊടി ഉപേക്ഷിക്കുകയും ചെയ്തില്ലെങ്കിൽ ഫലം മഹാകഷ്ടമായിരിക്കും. പട്ടാളംവന്ന് തല്ലിച്ചതയ്ക്കും" എന്ന് അവർ ദിനംപ്രതി ഭീഷണി മുഴക്കുകയും ചെയ്തിരുന്നു.

ഈ സംഭവത്തിനുശേഷം ആദിവാസികൾ ബോംബെയിൽ വന്ന് എന്നെക്കണ്ടു. ആ ഭാഗങ്ങളിൽ നിലനില്ക്കുന്ന അന്തരീക്ഷത്തെപ്പറ്റി അവർ എന്നോട് വിശദമായി സംസാരിച്ചു. അവിടെ നടന്നുകൊണ്ടിരുന്ന അക്രമങ്ങളെ അതേ രൂപത്തിൽത്തന്നെ മനസ്സിലാക്കിക്കൊടുക്കാനും അവയ്ക്ക് ഒരു ശമനമുണ്ടാക്കുന്നതിനുവേണ്ടിയും ബോംബെയിലെ പത്രമാപ്പീസുകളിലേക്കും ഞാൻതന്നെ ഈ ആദിവാസികളെ കൂട്ടിക്കൊണ്ടു പോയിട്ടുണ്ട്. ആദിവാസികൾ അവരുടെ തന്നെ വാക്കുകളിൽ എല്ലാ കാര്യങ്ങളും അവരെ പറഞ്ഞുകേൾപ്പിച്ചു. പത്രങ്ങളിലൂടെ ധാരാളം പ്രചാരണങ്ങൾ ഉണ്ടായപ്പോൾ സർക്കാർ വർളികളെ അനുനയിപ്പിക്കാനോ അതോ അപഹസിക്കാനോ എന്നറിയില്ല, തകർക്കപ്പെട്ട ഓരോ കുടിലിന്റെ ഉടമസ്ഥനും അഞ്ചുറുപ്പിക വീതം സഹായധനം പ്രഖ്യാപിച്ചു.

സർക്കാരിന്റെ സഹായത്തോടുകൂടി ജന്മികളും ഹുണ്ടികക്കാരും ആദിവാസികളെ പീഡിപ്പിച്ചു. അവരെ വരുതിയിൽ കൊണ്ടുവരുവാൻതന്നെ തീരുമാനിച്ചു. വർളികൾ ജയിൽവാസത്തെ ഒട്ടും ഭയപ്പെട്ടിരുന്നില്ല. അവർ ചഞ്ചലചിത്തരായില്ല. പല അവസരങ്ങളിലും അവർ അസാമാന്യമായ ധീരത പ്രദർശിപ്പിച്ചു. ഒരുവിധത്തിൽ പറഞ്ഞാൽ ഒരു പ്രത്യേക ആനന്ദം തന്നെ, അവർക്കതിൽ തോന്നിയിരുന്നു. അവർക്കു കിട്ടിയ ആഹ്വാനം അവർ സ്വീകരിച്ചു.

മുസൽപാഡയിലെ അക്രമങ്ങൾക്ക് ആദിവാസികൾ പകരം ചോദിച്ചു. ഡഹാണു സ്റ്റേഷന്റെ ഇരുഭാഗങ്ങളിലും ഇറാണി ജന്മിമാരുടെ വലിയ വലിയ തോട്ടങ്ങളുണ്ട്. ആദിവാസികളെ അടിയാൻപണിക്ക് വിളിച്ച് അവരെ ഇരുപത്തിനാല് മണിക്കൂറും പണിചെയ്യിപ്പിച്ച് ഉണ്ടാക്കിയതായിരുന്നു ഈ തോട്ടങ്ങളൊക്കെ. മറ്റു പല പണികളും അവരെക്കൊണ്ട് ചെയ്യിച്ചിരുന്നു. മുസൽപാഡയിൽ നടന്ന അക്രമങ്ങൾ തീയിൽവീണ എണ്ണയായി പരിണമിച്ചു. നൂറുകണക്കിന് ആദിവാസികൾ പ്രതികാരസന്നദ്ധരായി തോട്ടങ്ങളിൽ കടന്ന് അവിടെ വിളഞ്ഞുകിടന്ന ഫലങ്ങൾ പറിച്ചെടുത്ത് തിന്നു. തോട്ടം മുഴുവനും വെട്ടിനിരപ്പാക്കി.

1947 ഫെബ്രുവരി 6 ന് ഇന്ത്യൻ പീനൽകോഡിലെ 153–ാം വകുപ്പനുസരിച്ച് എന്നെ അറസ്റ്റ് ചെയ്തു. അക്രമം പ്രോത്സാഹിപ്പിക്കുന്ന പ്രസംഗം ചെയ്തുവെന്നാരോപിച്ച് എന്റെ പേരിൽ ഒരു കേസുണ്ടായിരുന്നു. എന്നെ ഠാണാ ജില്ലയിൽ നിന്ന് പുറത്താക്കിയിരുന്നുവല്ലോ. കേസ് ദിവസം കോടതിയിൽ ഹാജരാകുന്നതിനായി എന്റെ പേരിൽ സമൻസ് പുറപ്പെടുവിച്ചു. കോടതിയിൽ ഹാജരാകുന്നതിനായി ഞാൻ ഠാണായിൽപോയി. കോടതിയിൽ നിന്നു പുറത്തുവന്ന ഉടൻ, നിരോധനാജ്ഞ ലംഘിച്ചതിന്റെ പേരിൽ എന്നെ അറസ്റ്റ് ചെയ്തു. കോടതിയിൽ ഹാജരാകാൻ സമൻസയച്ചിട്ട് ജില്ലയിൽ പ്രവേശിച്ചുവെന്ന കാരണം പറഞ്ഞ് പിന്നീട് അറസ്റ്റ് ചെയ്തത് തികച്ചും തെറ്റും അങ്ങേയറ്റം അധിക്ഷേപാർഹവുമായിരുന്നു. പക്ഷേ, ഏതുവിധത്തിലെങ്കിലും എന്നെ അറസ്റ്റ് ചെയ്യണമെന്നായിരുന്നു ഉദ്ദേശ്യം. ഠാണാ ലോക്കപ്പിൽ രണ്ടുമൂന്ന് മണിക്കൂറുകളേ എനിക്ക് കഴിയേണ്ടിവന്നുള്ളു. ബാരിസ്റ്റർ രജനിപട്ടേൽ ഉടനെ തന്നെ എന്നെ മോചിപ്പിക്കാൻ വേണ്ട ഏർപ്പാടുകൾ ചെയ്തു.

ഞാൻ പ്രസംഗങ്ങളിലൂടെ 'അക്രമത്തെ പ്രേരിപ്പിക്കുന്നുവെന്ന' വളരെ മാസങ്ങളോളം വിരോധികൾ പ്രചാരണം നടത്തിയിരുന്നു. ജന്മികളും സാവ്കർമാരും ആദിവാസി സേവാമണ്ഡലത്തിന്റെ പ്രവർത്തകരും ഇതുസംബന്ധിച്ച് തോന്നിയതൊക്കെ പറഞ്ഞുപരത്തി. കേസു തെളിയിക്കാൻ കഴിഞ്ഞില്ല. കാരണം എല്ലാ ആരോപണങ്ങളും പച്ചക്കള്ളമായിരുന്നു. എന്റെ എല്ലാ പ്രസംഗങ്ങളിലും സർക്കാരിന്റെ റിപ്പോർട്ടർമാരും പൊലീസും ഹാജരുണ്ടാകും. അക്രമത്തെ പ്രേരിപ്പിക്കുന്ന പ്രസംഗം ഞാൻ ചെയ്തിരുന്നുവെങ്കിൽ സർക്കാർ എന്നെ അറസ്റ്റ് ചെയ്യാൻ ഒട്ടും മടിക്കേണ്ടതില്ലായിരുന്നു. ഉത്തരവാദിത്വമുള്ള കോൺഗ്രസ് പ്രവർത്തകർപോലും എന്റെ പ്രസംഗങ്ങളെ വളച്ചൊടിച്ച് സംസാരിക്കാറുണ്ടായിരുന്നു. ആദിവാസി സേവാമണ്ഡലത്തിന്റെ അക്കാലത്തെ കാര്യദർശി എസ് ആർ ഭിഡെ 1946 നവംബർ 25 ന് മറാഠി പത്രങ്ങൾക്കു കൊടുത്ത പ്രസ്താവനയിൽ പറയുന്നു: "റാണി ഗോദുതായ് പരുലേക്കർ ഒക്ടോബറിൽ ജഹാണു താലുക്കിലെ വനപ്രദേശത്ത് ഒരു യോഗത്തിൽ പ്രസംഗിച്ചു. അതിൽ വർളികൾ ശാന്തരായി ജീവിക്കാനാവശ്യപ്പെട്ടുകൊണ്ട് ഇപ്രകാരം ആഹ്വാനം ചെയ്യുകയുണ്ടായി; ഹുണ്ടികക്കാർ വലിയ ധിക്കാരികളായിരിക്കുന്നു. നാം ഒരു വലിയ കുഴി കുഴിച്ച് അതിലിട്ട് എല്ലാ ഹുണ്ടികക്കാരെയും തട്ടിമൂടണം. അതിൽ ഒരു മരംവെക്കണം. ആ മരത്തിനുമുകളിൽ നമ്മുടെ ചെങ്കൊടി നാട്ടണം!"

ഇത്തരമൊരു പ്രസംഗം ഞാൻ യഥാർത്ഥത്തിൽ ചെയ്തിരുന്നു എങ്കിൽ എന്നെ അറസ്റ്റ് ചെയ്യാൻ അതീവ തല്പരരായിരുന്ന സർക്കാർ ഒരു നിമിഷം പോലും എന്നെ പുറത്തുവെക്കുമായിരുന്നില്ല. ഭിഡെ സത്യസ്ഥിതി മനസിലാക്കാൻ ചെറിയൊരു ശ്രമമെങ്കിലും നടത്തിയിരു

ന്നുവെങ്കിൽ അദ്ദേഹത്തിന്റെ തെറ്റ് മനസിലാകുമായിരുന്നു. ഭിഡെയുടെ മനസ് അങ്ങേയറ്റം പൂർവ്വദുഷിതമായിരുന്നതിനാൽ സത്യാസത്യങ്ങൾ അന്വേഷിച്ചറിയുന്നത് ആവശ്യമാണെന്ന് അദ്ദേഹത്തിന് തോന്നിയില്ല. യാഥാർത്ഥ്യം മറ്റൊന്നായിരുന്നു; ഞാനെന്റെ പ്രസംഗത്തിൽ ഹുണ്ടികക്കച്ചവടത്തെയാണെതിർത്തത്. അതിനുമുമ്പ് 'ഹുണ്ടികവ്യാപാരം തുടരാനനുവദിച്ചുകൂടാ; തുടരേണ്ടതാണോ?' എന്ന് കോൺഗ്രസുകാർ തന്നെ എപ്പോഴും പാടി നടന്നിരുന്നില്ലേ? ചെങ്കൊടി കുഴികുഴിക്കാൻ തുടങ്ങിയിരിക്കുന്നു; വലിയ കുഴിവെട്ടി അതിൽ ഹുണ്ടികവ്യാപാരത്തെ കുഴിച്ചുമൂടണം എന്നർത്ഥം വരുന്ന പ്രസംഗം ഞാൻ ചെയ്തിരുന്നു. അതിൽ അക്രമത്തെ പ്രേരിപ്പിക്കുന്നതായോ നിയമവിരുദ്ധമായോ യാതൊന്നുമില്ലെന്ന് മനസിലാക്കുവാനുള്ള സാവകാശമോ ബുദ്ധിയോ എതിരാളികളിൽ അവശേഷിച്ചില്ല.

എന്റെ പേരിലുണ്ടായിരുന്ന കേസ് അധികകാലം നീണ്ടുനിന്നില്ല. ഞാൻ അക്രമത്തെ പ്രേരിപ്പിക്കുന്ന പ്രസംഗം ചെയ്തു എന്ന് തെളിയിക്കാനായി സർക്കാർ ഹാജരാക്കിയ എല്ലാ സാക്ഷികളുടെയും മൊഴികൾ 'ശാന്തരായി പ്രക്ഷോഭം നടത്തുക, സംഘടനയെ അന്യൂനമാക്കുക' എന്നു ഞാൻ വർളികളെ ഉപദേശിച്ചു എന്ന് അർത്ഥം വരുന്നവയായിരുന്നു. സർക്കാർസാക്ഷികളിൽ ഒരാൾ അയാളുടെ മൊഴിയിൽ പറഞ്ഞു: "ബായി ശാന്തരായിരിക്കുവാനാണ് പറഞ്ഞത്." ഇതുകേട്ടയുടൻ സർക്കാർ വക്കീൽ കുപിതനായി ചോദിച്ചു. "ശാന്തരായി ഇരിക്കുക എന്നു വെച്ചാൽ എന്താണെന്നുകൂടി ബായി പറഞ്ഞില്ലേ?" അയാൾ മറുപടി പറഞ്ഞും; "കലാപങ്ങൾ ഉണ്ടാക്കരുത്, കുഴപ്പങ്ങൾ സൃഷ്ടിക്കരുത് എന്നൊക്കെയാണ് ബായി പറഞ്ഞത്." എല്ലാ സാക്ഷികളെയും വിസ്തരിച്ചതിനു ശേഷം കുറ്റം തെളിയിക്കാൻ കഴിയാഞ്ഞതിനാൽ കേസ് തള്ളപ്പെട്ടു. ശത്രുക്കൾ എല്ലാവരും നിരാശരായി.

"ഒരു ഭാഗത്തുകൂടി ഗോദിവാലയെയും നിമച്വാലയെയും പുറത്താക്കി വർളികൾക്ക് ലഭിച്ചിരുന്ന സഹായം ഇല്ലാതാക്കുകയും മറുവശത്തുകൂടി കള്ളക്കേസുകൾ ചമച്ച് ബായിയെ തുറങ്കിലടയ്ക്കുകയും ചെയ്തു. ഇനി നിങ്ങളൊക്കെ ആരുടെ സമീപം പോകും?" എന്നു പറഞ്ഞുകൊണ്ട് ആദിവാസികളെ പരാജയപ്പെടുത്തി അവരെ വരുതിയിൽ കൊണ്ടുവരാനായിരുന്നു ശത്രുക്കളുടെ ഉദ്ദേശ്യം. പക്ഷേ, അവരുടെ ഈ പദ്ധതിയെല്ലാം തകർന്നു. അവർ തികച്ചും പേപിടിച്ചവരെപ്പോലെയായി. സർക്കാരിന്റെ സഹായത്തോടെ പൈശാചികവും മനുഷ്യത്വഹീനവുമായ മർദ്ദനങ്ങൾ അവർ നടത്തിത്തുടങ്ങി.

ആദിവാസികളുടെ മുമ്പിൽ രണ്ട് മാർഗ്ഗം ഉണ്ടായിരുന്നു: ഒന്ന്, ചെന്നു ശരണം പ്രാപിക്കുക; രണ്ട്, പകരം ചോദിക്കുക. അവർ രണ്ടാമത്തെ മാർഗ്ഗമാണ് സ്വീകരിച്ചത്. ഒരുവശത്ത് സർക്കാരും ജന്മികളും ഹുണ്ടിക

ക്കാരും അവരുടെ ഗുണ്ടകളും. മറുവശത്ത് ആദിവാസികളുടെ സംഘട നാശക്തി. ഈ രണ്ട് ശക്തികളും അഭിമുഖമായി നിലയുറപ്പിച്ചു.

കിസാൻസഭയുടെ എല്ലാ പ്രവർത്തകരെയും സർക്കാർ ജില്ലയിൽ നിന്നു പുറത്താക്കി. നൂറുകണക്കിന് ആദിവാസിപ്രവർത്തകരെ അറസ്റ്റ് ചെയ്ത് ജയിലിലടച്ചു. സമരത്തിന്റെ ആദ്യഘട്ടത്തിൽ നൂറും കുറച്ചു ദിവസങ്ങൾക്കുശേഷം അഞ്ഞൂറും അവസാനം ആയിരവും പൊലീസു കാരെ ബന്തവസിനായി വരുത്തി. 149 ഗ്രാമങ്ങളിൽ പൊലീസ് സ്റ്റേഷനു കളിലെ വിളക്ക് എരിഞ്ഞുകൊണ്ടിരുന്നു. രാപ്പകൽ അവർ റോന്തുചുറ്റി. തോന്നുമ്പോൾ തോന്നിയവരെയൊക്കെ മർദ്ദിക്കാൻ തുടങ്ങി. അവരുടെ സഹായത്തിന് കൂടുതൽ മോട്ടോർ വാഹനങ്ങളും വയർലസ് വാനുകളും, വന്നെത്തി. കമ്യൂണിസ്റ്റ് പാർട്ടിയുടെ പ്രവർത്തനങ്ങൾ തകർക്കുന്നതിനും ആദിവാസികളിൽ 'മാറ്റം' ഉണ്ടാക്കുവാനും സർക്കാർ വക പ്രചാരണം സംഘടിപ്പിക്കാൻ പൊലീസ് സൂപ്രണ്ട് പ്രോപ്പഗാണ്ട വാനുകൾ ആവശ്യപ്പെട്ടു.

പൊലീസ് അധികാരികളും പൊലീസുകാരും ജന്മികളുടെ കളങ്ങ ളിലാണ് താമസിച്ചിരുന്നത്. അവർ പൊലീസുകാർക്കുവേണ്ട എല്ലാ സൗകര്യങ്ങളും ചെയ്തുകൊടുത്തിരുന്നു. വാടകക്കു കിട്ടുന്ന ഗുണ്ടകളെ അവർ ഒരുക്കിനിർത്തി. പൊലീസുകാരോടൊപ്പം ജന്മികളുടെ ഈ കാളി കൂളിപ്പടകൾ അവരുടെ വഴികാട്ടികളായും സന്ദേശവാഹകരായും ചുറ്റി നടന്നുതുടങ്ങി. ജന്മികളുടെ ശിങ്കിടികൾ പൊലീസുകാർക്ക് ആദിവാ സികളുടെ പേരുകൾ പറഞ്ഞുകൊടുക്കുക, വിസമ്മതിക്കുന്നവരെ അറ സ്റ്റു ചെയ്യാൻ സഹായിക്കുക, ആദിവാസികളെ തിരിച്ചറിഞ്ഞുകൊടുക്കുക തുടങ്ങിയ പല സഹായങ്ങളും ചെയ്തുകൊടുത്തു. ഈ വിധം എല്ലാ സജ്ജീകരണങ്ങളും ചെയ്തതിനുശേഷം അവർ ആദിവാസികളെ മർദ്ദിച്ചൊതുക്കാൻ ശ്രമിച്ചുതുടങ്ങി, കോസ്ബഡയിൽ മാർവാഡി ജന്മിയും പൊലീസും ചേർന്ന് ഒരു സ്ത്രീയെ മർദ്ദിച്ചു. ആ സ്ത്രീയുടെ ഭർത്താവ് കാട്ടിൽ അഭയംതേടിയിരുന്നു. "അയാളെ മടക്കിവിളിക്ക്. അയാൾ വന്നില്ലെങ്കിൽ നിന്നെ മാനഭംഗപ്പെടുത്തും" എന്ന് സ്ത്രീയെ ഭീഷണിപ്പെടുത്തി.

ഘോൽവാഡ് ഗ്രാമത്തിൽ ദശരഥ എന്ന സേഠിന്റെ കളത്തിൽവെച്ച് ആദിവാസികളെ കൂട്ടത്തോടെ മർദ്ദിച്ചു. ഒരു പൊലീസുകാരൻ നവശ എന്ന ഒരു വർളിയെ നിലത്തുവീഴ്ത്തി അടിക്കാൻ തുടങ്ങി. മറ്റൊരാൾ അയാളുടെ പിൻകുടുമ പിടിച്ചുവലിച്ചു. മറ്റൊരു പൊലീസുകാരൻ അയാ ളുടെ വാരിയെല്ലുകളിൽ തുരുതുരെ ഇടിച്ചു. പൊലീസ് ആപ്പീസർ ചെകി ടത്തടിച്ചു. വേറെ ചിലരെ തലകീഴാക്കിപ്പിടിച്ചു. മറ്റു ചിലരെ രണ്ടുമൂന്നു ദിവസം പട്ടിണിക്കിട്ടു. ചിലരുടെ മുതുകിൽ നന്നു രക്ത പ്രവ ഹിക്കുന്നതുവരെ ഇടിച്ചു. പാർട്ടി സംഘടനയിൽ ആരൊക്കെയാണുള്ള

തെന്ന് പറഞ്ഞില്ലെന്നതായിരുന്നു ഈ വർളികൾ ചെയ്ത കുറ്റം. വർളികൾ പീഡനങ്ങൾ സഹിച്ചു; യാതനകൾ അനുഭവിച്ചു. പക്ഷേ, ഒരൊറ്റയാളുടെയും പേർ പറഞ്ഞുകൊടുത്തില്ല.

അന്നത്തെ സ്പെഷ്യൽ ആഫീസറായിരുന്ന സാവെ വർളികളെ അനുനയിപ്പിക്കുന്നതിനായി നികണാ, വധനാ തുടങ്ങിയ ഗ്രാമങ്ങളിൽ പോകുകയുണ്ടായി. അവിടെ അയാൾ വിളിച്ചുകൂട്ടിയ യോഗത്തിൽ ആളുകൾ പങ്കെടുക്കാതിരുന്നപ്പോൾ അയാൾ കുപിതനായി. വായിൽ വന്നതൊക്കെ പറയാൻ തുടങ്ങി. "ഒരിടത്ത് മൂന്നിൽ കൂടുതൽ വർളികളെ കണ്ടാൽ വെടിവയ്ക്കാൻ ഞാൻ പൊലീസിനുത്തരവ് കൊടുക്കും" എന്നയാൾ പറഞ്ഞതായി ഞാനറിഞ്ഞു. വർളികളുടെ ജീവൻ ഇവർക്കൊക്കെ പട്ടിയുടെയും പൂച്ചയുടെയും ജീവൻപോലെ തന്നെയായിരുന്നു. ഈ സംഭവം ഉടനെതന്നെ വർളികൾ ഞങ്ങളെ അറിയിച്ചു. പിന്നീട് ജില്ലാ കലക്ടർ തന്നെ കാസാ എന്ന ഗ്രാമത്തിൽ യോഗം നടത്തുന്നതിന് എത്തിയതായി ഞങ്ങളറിഞ്ഞു. ആ യോഗത്തിൽ പുരുഷന്മാരാരും വന്നില്ല എന്നുപറഞ്ഞ് അദ്ദേഹം ക്രുദ്ധനായത്രെ. കാടുകളിൽ പോയി ഒളിച്ചിരുന്ന വർളികളുടെ കുടുംബാംഗങ്ങളെ മർദ്ദിക്കുവാൻ അദ്ദേഹം പൊലീസിനോടാവശ്യപ്പെട്ടു. ഇങ്ങനെ ചെയ്താൽ വർളികൾ തിരിച്ചു വരുമെന്നും അവരെ അറസ്റ്റ് ചെയ്യാമെന്നുമായിരുന്നു കണക്കുകൂട്ടൽ.

പാൽഘർ താലൂക്കിലും മർദ്ദനത്തിന്റെ തനിനിറം കണ്ടുതുടങ്ങി. എട്ടുപത്തു വയസ്സുമാത്രം പ്രായമുള്ള രണ്ടു കുട്ടികളെ അവരുടെ അച്ഛനെ പിടികിട്ടിയില്ലെന്ന കാരണത്താൽ പൊലീസ് മർദ്ദിച്ചു. ഒരു വർളിയുടെ ശരീരം ഞെരിച്ചൊടിച്ചു. നവശാ വർഠാ, തഡ്ട്ടേ ബാബ എന്നീ രണ്ടു സമരനേതാക്കൾ നവരാനവരി എന്ന സ്ഥലത്തെ കുന്നിൻ പ്രദേശങ്ങളിൽ മാസങ്ങളോളം ഒളിവിൽ ജീവിച്ചു. അവരെ കൈയിൽ കിട്ടിയപ്പോൾ വയറ്റിൽ നിന്നും രക്തപ്രവാഹമുണ്ടാകുന്നതുവരെ പൊലീസുകാർ മർദ്ദിച്ചു. മകൻ പൊലീസിൽ ഹാജരായില്ലെങ്കിൽ അയാളെ കൊന്ന് ശവം ഹാജരാക്കാൻ ഉത്തരവുണ്ടെന്ന് ദേവ്ഡീ താംഡേൽ എന്ന പ്രവർത്തകന്റെ അമ്മയെ പൊലീസ് ഭീഷണിപ്പെടുത്തി. താനുവാൾവ എന്ന കൃഷിക്കാരന്റെ പുര ചുട്ടുചാമ്പലാക്കി. അയാൾ മൂത്തമകനോടൊപ്പം കാട്ടിലായിരുന്നു. ചെറിയ കുട്ടിയെ എടുത്ത് അയാളുടെ ഭാര്യ അടുത്ത ഗ്രാമത്തിലേക്ക് പോയി. മറ്റൊരു കുട്ടിയെപ്പറ്റി അവൾക്ക് ഒരു വിവരവും കിട്ടിയില്ല. അവളുടെ ജീവിതംതന്നെ തുലഞ്ഞു. മർദ്ദനങ്ങൾമൂലം അനേകംപേരുടെ ജീവിതം ഇപ്രകാരം തീരാദുഃഖത്തിലാണ്ടുപോയിട്ടുണ്ട്.

ഏതെങ്കിലും ആദിവാസിയെ പുരയിൽ കണ്ടെത്തിയാൽ പൊലീസ് അയാളെ അറസ്റ്റ് ചെയ്യുമെന്ന് ഭീഷണിപ്പെടുത്തി അയാളിൽനിന്നും ഭക്ഷണവും കോഴിയും കോഴിമുട്ടയുമൊക്കെ തട്ടിയെടുത്തിരുന്നു. ചന്ദ,

ദേവ്ജി, ചന്ദ്ര്യാ മഹാദേവ് എന്നിവരെ ജയിലിൽ അടയ്ക്കുമെന്ന് ഭീഷണിപ്പെടുത്തി. അവരുടെ പക്കൽ നിന്നും ഇരുപത് രൂപവീതം തട്ടിയെടുത്തു. ഇങ്ങനെ അനേകം പരാതികൾ പേരുസഹിതം ഞങ്ങളുടെ പക്കൽ എത്തിയിരുന്നു. സർവ്വശക്തിയും സമാഹരിച്ചുള്ള മർദ്ദനങ്ങളാണ് നടന്നിരുന്നത്. എന്നിട്ടും ഒരുകാലത്ത് ഒരു പൊലീസുകാരനെക്കണ്ടാൽ പേടിച്ചൊളിച്ചിരുന്ന വർളികൾ ഒരായിരം പൊലീസുകാർ തലങ്ങും വിലങ്ങും നടന്നപ്പോൾ തന്നെ പ്രതികാരസന്നദ്ധരായി ഉണർന്നെഴുന്നേറ്റു.

സർക്കാരും ജന്മികളും സാവ്കർമാരും തങ്ങളുടെ സംയുക്ത ശക്തികൊണ്ട് എട്ടുദിവസത്തിനകം വർളികളെ മുട്ടുകുത്തിക്കാമെന്ന് വ്യാമോഹിച്ചു. ആദിവാസികൾ വനസാനുക്കളിൽ തങ്ങളുടെ സംഘടന കെട്ടിയുറപ്പിച്ച്, അരയും തലയും മുറുക്കി ഈ ശക്തിയെ നേരിടാൻ തയ്യാറായി.

നൂറുകണക്കിന് ആദിവാസികൾ ജയിലിലടയ്ക്കപ്പെട്ടത് കണ്ടപ്പോൾ മറ്റുള്ളവർ പിടിക്കപ്പെടാതിരിക്കാനായി കാടുകളിലും കുന്നിൽപ്രദേശങ്ങളിലും അഭയം പ്രാപിച്ചു. നൂറുകണക്കിന് പാർട്ടി പ്രവർത്തകർ ഒളിവിൽ പോയി. അനേകം കൃഷിക്കാരും ഒളിവിലായി. ഒളിവില്പോയ സഖാക്കൾ കാടുകളിലിരുന്ന് സമരതന്ത്രങ്ങൾ ആവിഷ്കരിച്ചുതുടങ്ങി. ഒളിവിലുള്ളവരെ പിടിക്കുന്നതിനുവേണ്ടിയുള്ള മർദ്ദനപരിപാടികൾ കൂടുതൽ തീവ്രമാക്കി. ആദിവാസികൾ തങ്ങളുടെ അനുഭവങ്ങളുടെ വെളിച്ചത്തിൽ സമർത്ഥമായി രക്ഷപ്പെടുന്നതിനുള്ള മാർഗ്ഗങ്ങൾ തയ്യാറാക്കി. പൊലീസുകാർ ഒറ്റക്കൊറ്റക്ക് നടന്നിരുന്നില്ല. അവർ സംഘം ചേർന്നാണ് സഞ്ചരിച്ചിരുന്നത്. ആദിവാസികൾ ഇത് മനസ്സിലാക്കി അവരുടെ മാതൃക സ്വീകരിച്ചു. വർളികളും ഒറ്റക്കും തെറ്റക്കും സഞ്ചരിക്കാതായി. അവരും സംഘം ചേർന്നു നടക്കാൻ തുടങ്ങി. പൊലീസുകാരെ നേരിടുന്നതിനുവേണ്ടി അവർ നൂറും ഇരുന്നൂറും അഞ്ഞൂറും വീതം ആളുകൾ സംഘങ്ങളായി പിരിഞ്ഞു. അവർ എന്നോട് പറഞ്ഞിട്ടുണ്ട്: "പൊലീസ് പാർട്ടി ചുറ്റിനടക്കുമ്പോൾ ഞങ്ങളും ഞങ്ങളുടെ പാർട്ടി തയ്യാറാക്കി. പൊലീസുകാരുടേതിനേക്കാൾ വലിയ സംഘങ്ങളുണ്ടാക്കി ഞങ്ങളും ചുറ്റി നടക്കാൻ തുടങ്ങി." അവരുടെ സംഘങ്ങളിൽ അവർ ഉറച്ച ചട്ടങ്ങൾ ഉണ്ടാക്കിയിരുന്നു. ഓരോ വീട്ടിൽനിന്നും ഒരു ചെറുപ്പക്കാരൻ സംഘത്തിൽ അംഗമായിരിക്കണം. വീട്ടിൽ നിന്നിറങ്ങുമ്പോൾ തന്നെ തനിക്ക് ചുമതലപ്പെട്ട ദിവസങ്ങൾ ഏതൊക്കെയാണെന്ന് അയാൾ മനസിലാക്കുന്നു. അത്രയും ദിവസം സേവനമനുഷ്ഠിച്ചാൽ അയാൾ തിരിച്ചെത്തും. അപ്പോൾ മറ്റൊരാൾ സംഘത്തിൽ ചേരും. ഈ സംഘങ്ങൾ കാടുകളിൽ ജാഗ്രതയോടെ റോന്തുചുറ്റാൻ തുടങ്ങി. ഓരോ സംഘത്തിനും ഓരോ നേതാവുണ്ടായിരുന്നു. അയാൾ പറയുന്നിടത്ത് വിശ്രമത്തിനോ ഭക്ഷണത്തിനോ വേണ്ടി സംഘം താവളമടിക്കുന്നു. അയാളുടെ ഉത്തര

വുണ്ടാകുമ്പോൾ സംഘം മുന്നോട്ടുനീങ്ങുന്നു. രാത്രികാലങ്ങളിൽ നേതാവിന്റെ അനുവാദമില്ലാതെ ബീഡി കൊളുത്താനോ തീപ്പെട്ടി ഉരക്കാനോ പാടില്ല. തീ കണ്ട് പൊലീസിന് സങ്കേതസ്ഥാനം അറിയാതിരിക്കാനാണ് ഈ മുൻകരുതൽ. പൊലീസിന്റെയും ജന്മി—സാവ്കർമാരുടെയും മർദ്ദനങ്ങളുടെ വിവരങ്ങൾ ശേഖരിക്കാനും ആവശ്യം വന്നാൽ ഈ വിവരങ്ങൾ എല്ലായിടത്തും എത്തിക്കാനും പ്രത്യേകം ആളുകൾ നിയമിതരായി. ഞങ്ങളെ അപ്പപ്പോൾ വിവരം അറിയിച്ചുകൊണ്ടിരിക്കാൻ പ്രത്യേകം ആളുകളുണ്ടായിരുന്നു. അവരുടെ ജോലി അതാണ്. സർക്കാർ-ജന്മി-സാവകർമാരുടെ മർദ്ദനങ്ങളെ ഇവർ സശ്രദ്ധം നിരീക്ഷിച്ച്, വേണ്ട സമയത്ത് ആക്ഷൻ എടുത്തിരുന്നു.

ആദിവാസികളുടെ പ്രതികാരനടപടികൾമൂലം സർക്കാരിന്റെയും ജന്മിയുടെയും മർദ്ദനങ്ങൾക്ക് തെല്ല് ശമനം വന്നു. പക്ഷേ, ആദിവാസികൾക്ക് അവരുടെ സഹോദരന്മാരുടെ മേൽ നടത്തിയ അക്രമങ്ങൾ സഹിക്കാൻ കഴിഞ്ഞില്ല. അവരും അക്രമപരിപാടികൾ ആരംഭിച്ചു.

ബർജോർ എന്ന പാർസി ജന്മി ശ്രീനന്നുഘരത് എന്ന ഒരു വർളിയുടെ ദേഹത്തിൽ മണ്ണെണ്ണ ഒഴിച്ച് കത്തിക്കാൻ ശ്രമിച്ചതിന് വർളികൾ പകരം ചോദിച്ചു. ബർജോറും ചാംന്ദു വില്ലേജാപ്പീസറും ഹംപൾ ശേത് ഗ്രാമത്തിൽനിന്നു ലോറിയിൽ പോകുന്നത് ആദിവാസികൾ കണ്ടു. അവരുടെ ചലനങ്ങളിൽ അവർക്ക് സംശയം ജനിച്ചു. മൂവായിരത്തോളം ആദിവാസികൾ അവരെ വളഞ്ഞു. ലോറി തല്ലിത്തകർത്തു. അവരെ ഒരു പാഠം പഠിപ്പിച്ചതിനു ശേഷം ജീവനോടെ വിട്ടയച്ചു. ആദിവാസികളുടെ ഈ ആക്രമണത്തിനുശേഷം അവരെ ദ്രോഹിച്ചിരുന്ന പൊലീസിന്റെയും സാവ്കർമാരുടെയും അവരുടെ സേവകപ്പരിഷകളുടെയും ധൈര്യം ക്ഷയിച്ചുകൊണ്ടിരുന്നു.

ആദിവാസികൾ ആത്മരക്ഷാർത്ഥം വലിയ സംഘങ്ങളായി ചുറ്റി സഞ്ചരിക്കാൻ തുടങ്ങിയതോടെ പൊലീസും ജന്മികളും അവരുടെ ചലനങ്ങളെ സസൂക്ഷ്മം വീക്ഷിച്ചുതുടങ്ങി. ആദിവാസികളുടെ സാമൂഹ്യ പ്രചാരണ സംവിധാനത്തെയും പ്രതികാര സംവിധാനത്തെയും തകർക്കുന്നതിനുവേണ്ടി 1947 ജനുവരി 7 ന് പൊലീസ് പാൽഘർ താലൂക്കിലെ നാനിവലി ഗ്രാമത്തിൽ വെടിവെച്ചു. രണ്ടായിരത്തോളം വരുന്ന ആദിവാസിസംഘം നാനിവലി ഗ്രാമത്തിൽ പോകുന്നുവെന്നറിഞ്ഞ ഉടൻ പൊലീസ് സബ് ഇൻസ്പെക്ടറും ഒരുസംഘം പൊലീസുമായി നാനിവലിയിലെത്തി. അവർ ആദിവാസികളോട് പിരിഞ്ഞുപോകാൻ ആവശ്യപ്പെട്ടു. പക്ഷെ, അവരനങ്ങിയില്ല. പൊലീസ് വെടിവെച്ചു. അഞ്ചി നിരപരാധികളുടെ ജീവൻ ബലിയർപ്പിക്കപ്പെട്ടു. വെടിവെപ്പിൽ അനേകം പേർക്ക് വെടിയുണ്ടയേറ്റു. അനേകം പേർക്ക് മുറിവേറ്റു. ഒരു ആദിവാസിയുടെ ചുമലിൽ തുളച്ചുകയറിയ വെടിയുണ്ട അക്കാലത്തെ കമ്യൂണിസ്റ്റ് പാർട്ടി

ആപ്പീസിൽവെച്ച് ഡോ. കുൽക്കർണ്ണിയാണ് കീറിയെടുത്തത്. ആദിവാസികൾ ഒട്ടും അധീരരായില്ല. എന്നെ കാണാൻ വരാറുണ്ടായിരുന്ന വർളികൾ പറഞ്ഞിട്ടുണ്ട്. "ബായി, ഇപ്രകാരമൊരു സമരത്തിൽ ജീവൻ പോയാലും ഞങ്ങൾ പരാജിതരാവുകയില്ല. ഇത്രയും ആളുകൾ പോയി ഇത്രയും കഷ്ടപ്പാടുകൾ സഹിച്ചു. ഇനി പുറകോട്ടു മാറാനോ!" അവരുടെ ഈ നിശ്ചയദാർഢ്യം കണ്ട് ഞാൻ അദ്ഭുതപ്പെട്ടു. പരസ്യമായി എനിക്കൊന്നും ചെയ്യാൻ കഴിഞ്ഞില്ല. എനിക്ക് വല്ലാത്തൊരു ശ്വാസംമുട്ടൽ തന്നെ അനുഭവപ്പെട്ടു.

ഏതാണ്ട് അക്കാലത്തുതന്നെ കോസ്ബാഡ എന്ന സ്ഥലത്ത് മറ്റൊരു വെടിവെപ്പുകൂടി നടന്നു. എന്നെ കാണാൻ വന്ന ആളുകൾ തന്നെയാണ് ഇതും പറഞ്ഞത്. അവർ വെടിവെപ്പിന്റെ വിശദവിവരങ്ങൾ തന്നു. "ബായി, കോസ്ബാഡയിലെ കുന്നിനടുത്തുവെച്ച് വെടിവെപ്പു നടന്നു. പട്ടാളത്തിൽ പോയിവന്ന ഗോവിന്ദ് അന്ധേരെ ഞങ്ങളോട് ഉറങ്ങിക്കൊള്ളുവാൻ പറഞ്ഞു. ഞങ്ങൾ ഉറങ്ങുകയായിരുന്നു. ഞങ്ങൾക്കാർക്കും മുറിവുകളേറ്റില്ല. പക്ഷേ, കുന്ന് തകർന്ന് ചിതറിപ്പോയി." ഈ വെടിവെപ്പ് നടന്നിട്ടില്ലെന്നാണ് സർക്കാരിന്റെ വാദം. അതിനാൽ ഇതേക്കുറിച്ച് കൂടുതൽ എന്തെഴുതാൻ!

നാനിവലി വെടിവെപ്പിൽ വർളികൾ ഒരു കാരണവുമില്ലാതെ മരിക്കേണ്ടിവന്നു. വെടിവെപ്പിനെപ്പറ്റി പരസ്യാന്വേഷണം നടത്തണമെന്ന് ഞങ്ങളാവശ്യപ്പെട്ടു. സർക്കാർ അത് നിരസിച്ചു. 1945 ഒക്ടോബറിൽ ഇടക്കാല സർക്കാരിന്റെ ഭരണകാലത്തു നടന്ന വെടിവെപ്പിനെപ്പറ്റി പരസ്യാന്വേഷണം നടത്തണമെന്നാവശ്യപ്പെട്ടുകൊണ്ട് പരേതനായ ബി ജി ഖേർ പറഞ്ഞിട്ടുണ്ടായിരുന്നു; "മനുഷ്യജീവിതം പവിത്രമാണ്. വെടിവെപ്പിൽ മരണം സംഭവിക്കുമ്പോൾ വെടിവെപ്പിന്റെ കാരണങ്ങളെയും ന്യായാന്യായതകളെയുംപറ്റി നിഷ്പക്ഷമായ ഒരന്വേഷണം നടത്തേണ്ടത് തങ്ങളുടെ ചുമതലയായി സർക്കാർ കരുതേണ്ടതാണ്."

1945 ൽ മനുഷ്യജീവിതത്തിന്റെ പരിപാവനതയെച്ചൊല്ലി വെടിവെപ്പിനെപ്പറ്റി പരസ്യാന്വേഷണം ആവശ്യപ്പെട്ട ഖേർ 1947 ൽ ഈ പ്രസ്താവന മറന്നുപോയി. പട്ടാപ്പകൽ നിരപരാധികളായ അഞ്ച് ആദിവാസികളെ വെടിവെച്ചുകൊന്ന ഉദ്യോഗസ്ഥവൃന്ദത്തിന്റെ നേതാവായി അദ്ദേഹം സംസാരിക്കാൻ തുടങ്ങി. പരസ്യാന്വേഷണം വേണമെന്ന ആവശ്യം തള്ളിക്കളയപ്പെട്ടു.

ആദിവാസികളുടെ മേലുള്ള മർദ്ദനങ്ങൾ വർദ്ധിച്ചതോടെ അവരുടെ പ്രതികാരങ്ങളും ഏറിയേറിവന്നു. ഒടുവിൽ ആദിവാസിപ്രക്ഷോഭത്തെ മർദ്ദിച്ചൊതുക്കുന്നതിന് സർക്കാർ പട്ടാളത്തെ വിളിക്കുകപോലും ചെയ്തു.

നൂറുകണക്കിന് ആദിവാസികളെ യർവാദാ, ഠാണാ, നാസിക്, വിസാ

പൂർ എന്നീ ജയിലുകളിൽ അടച്ചു. എല്ലാ ജയിലുകളും നിറഞ്ഞു. ആളുകൾക്ക് ആറുമാസം മുതൽ ഏഴുവർഷംവരെ തടവുശിക്ഷ നല്കി. അനേകം പേർ — ചിലർ ഏഴുമാസം, ചിലർ ഒമ്പതുമാസം, ചിലർ വർഷം മുഴുവൻ — ഒളിവിലായി. ആവശ്യങ്ങൾ അനുവദിക്കപ്പെട്ടതിനുശേഷം ചിലർ സ്വമേധയാ സർക്കാരിനു പിടികൊടുത്തു. വളരെ പേരെ അവസാനംവരെ കണ്ടുപിടിക്കാൻ കഴിഞ്ഞില്ല. അവർ പിടികൊടുത്തതുമില്ല. ആദിവാസികൾ ഒളിവിലിരുന്ന് എല്ലാവർക്കും ധൈര്യവും മാർഗ്ഗദർശനവും നല്കി. അവർ കുന്നിൻപ്രദേശങ്ങളിലും കാടുകളിലും ജീവിച്ച് അപ്പപ്പോഴത്തെ പരിതഃസ്ഥിതികൾ നേരിട്ടു. കൂടുതൽ എളുപ്പം ജോലികൾ ചെയ്യുന്നതിനായി ഒരിക്കൽ ഒരു ആദിവാസി കൃഷിയിടത്തിലെ വീതിയേറിയ ഒരു ചിറ തുരന്ന് ഏതാണ്ടൊരു മാസത്തോളം അതിനുള്ളിൽ താമസിച്ചു.

പൊലീസുകാർ അക്രമങ്ങൾ നടത്തിയെങ്കിലും പിന്നീട് ഒറ്റക്ക് നടക്കാൻ അവർക്ക് ഭയം തോന്നിത്തുടങ്ങി. നിബിഢവനങ്ങളിലും കുന്നിൽപ്രദേശങ്ങളിലും ഉള്ള വഴികൾ നന്നായറിയുന്ന ആദിവാസികളുടെ മുൻപിൽ പറയത്തക്ക വിജയമൊന്നും സായുധ പൊലീസിനുണ്ടായില്ല. ഓരോ ദിവസവും വലിയ ജാഥകളിലും മറ്റു പ്രതികാര നടപടികളിലും പങ്കെടുക്കുന്ന ആദിവാസികൾ, അവരുടെ ജോലി പൂർത്തീകരിക്കുന്ന മുറയ്ക്ക് കാടുകളിൽ അപ്രത്യക്ഷരാകും. അവർ പൊലീസിന്റെ നീക്കങ്ങളെ തടഞ്ഞു. മലയിടുക്കുകളിൽക്കൂടിയുള്ള വഴികൾ സഞ്ചാരയോഗ്യമല്ലാതാക്കി. മറ്റു വഴികളിൽ ഉപരോധങ്ങൾ സൃഷ്ടിച്ചു. പൊലീസിന് കാടുകളിൽ സഞ്ചരിക്കുക ക്ലേശകരമായിത്തുടങ്ങി. വനം കോൺട്രാക്ടർമാരുടെ വണ്ടികൾ പോകുന്ന വഴികളിൽ കുഴികൾ കുഴിച്ച് അവ നിരുപയോഗങ്ങളാക്കി. സുകഡ് അംബാ എന്നൊരു ഗ്രാമം കാടിന് നടുവിൽത്തന്നെയാണ്. അവിടെ അഞ്ച് സായുധ പൊലീസുകാർ ബന്തവസ് ജോലിക്കായി പോയിരുന്നു. ആയിരക്കണക്കിന് ആദിവാസികൾ അവരെ സുകഡ് അംബായിലെ മലയിടുക്കിൽവെച്ച് തടഞ്ഞു. ആദിവാസികൾ അവരുടെ വഴി മുടക്കിനിന്നു. ചില പൊലീസുകാർ തങ്ങളുടെ തോക്കുപോലും താഴെയിട്ട് ഓടി. ആദിവാസികൾ ആ തോക്കുകൾ കൈവശപ്പെടുത്തി. ആ തോക്കുകൾ കിട്ടിയേടത്തുതന്നെ തിരിച്ചുകൊണ്ടുവെക്കാൻ ഞങ്ങൾ ആദിവാസികളോട് ആവശ്യപ്പെട്ടു.

ആദിവാസികളെ പലവിധത്തിലും ക്രൂരമായി മർദ്ദിച്ചിരുന്നു. സ്ത്രീകളുടെ ചാരിത്ര്യത്തിന് രക്ഷയുണ്ടായിരുന്നില്ല. ജന്മികളും സാവ്കർമാരും കൂടിയായപ്പോൾ ആദിവാസി സമൂഹം അത്യുഗ്രമായി തിരിച്ചടിക്കാൻ തുടങ്ങി. അവർ ആവേശോത്തേജിതരായി. ക്രോധാവേശത്താൽ അവരെന്തൊക്കെ ചെയ്യുമെന്ന് പറയാൻ കഴിയാതെയായി. അവരെ നിയന്ത്രിക്കുന്നതിനും ശാന്തരാക്കുന്നതിനും വളരെ പണിപ്പെ

ടേണ്ടിവന്നു. ആദിവാസി സമൂഹം ഒന്നടങ്കം സമരരംഗത്തിറങ്ങി.

അവർ ഭക്ഷണത്തിനായിപ്പോലും വീട്ടിൽ പോയിരുന്നില്ല. അവർ റേഷൻകൂടെ കൊണ്ടുപോകും. കുറച്ചുദിവസം കഴിഞ്ഞാൽ ഭാര്യമാർ ഒരു പ്രത്യേക സങ്കേതസ്ഥാനത്ത് ഭാക്രി കൊണ്ടുവെക്കും — ആദിവാസികൾ അവിടെവന്ന് അതെടുത്തുകൊണ്ടുപോകും. പൊലീസുകാർ പലപ്പോഴും കബളിപ്പിക്കപ്പെട്ടിരുന്നു. തുംഭ ഗ്രാമത്തിൽ ഇരുന്നൂറുപേരുള്ള ഒരു ആദിവാസി സംഘം വന്നെത്തുമെന്ന് വിവരം ലഭിച്ചു. നൂറ് സായുധ പൊലീസുകാർ എല്ലാ സന്നാഹങ്ങളുമായി അവിടെയെത്തി. പക്ഷേ, അവിടെ ആരും ഇല്ലായിരുന്നതിനാൽ അവർക്ക് ഇളിഭ്യരായി തിരിച്ചു പോകേണ്ടിവന്നു. ഇതുപോലെതന്നെ ജൾവായി ഗ്രാമത്തിലെ മലയിടുക്കിൽ ഒരിക്കൽ പോകേണ്ടിവന്നു. ഇത്തരം വാർത്തകൾ പത്രങ്ങളിൽ പ്രതിദിനം വന്നുകൊണ്ടിരുന്നു. വർളികൾ തന്നെയാണ് ഇങ്ങനെ ഊഹങ്ങൾ പരത്തി പൊലീസിനെ കബളിപ്പിച്ചിരുന്നത്. അവർ പൊലീസിനെ തെല്ലും ഭയപ്പെടാതായി. ഒരിക്കൽ നൂറുകണക്കിന് ആദിവാസികൾ ഘോൽവാഡ് സ്റ്റേഷനുസമീപം ചെന്നു. അവിടെ പുൽഗുദാമുകളിൽ കുറെ വർളികളെ പിടിച്ചുവെച്ചിരുന്നു. ആദിവാസികൾ അവരെ മോചിപ്പിച്ചു. ജയാരവത്തോടെ അവരെ തങ്ങളുടെ കുടെ കൊണ്ടുവന്നു.

ഇക്കാലത്തുതന്നെ ഒരിക്കൽ പതിനൊന്ന് ആദിവാസികളെ പിടിച്ച് പാൽഘറിലെ തഹസിൽദാർ കച്ചേരിക്കടുത്ത് ലോക്കപ്പിലിട്ടു. ഈ വിവരം കിട്ടിയ ഉടൻ ആയിരക്കണക്കിന് വർളികൾ തഹസിൽദാർ കച്ചേരി വളഞ്ഞ് 'പിടിച്ചുവെച്ചവരെ വിട്ടയക്കുക' എന്ന ആവശ്യം ഉന്നയിച്ചു. പിന്നീടൊരിക്കൽ എന്നെ കണ്ടപ്പോൾ ആദിവാസികൾ പറഞ്ഞതോർക്കുന്നു: അവരുടെ ആ വലിയ കൂട്ടം കണ്ടപ്പോൾ തഹസിൽദാരും അയാളുടെ ആപ്പീസിലെ മറ്റ് ജോലിക്കാരും കിടുകിടെ വിറച്ചു. അഞ്ച് ആദിവാസികളെ തഹസിൽദാർ അപ്പോൾത്തന്നെ വിട്ടയച്ചു. ബാക്കിയുണ്ടായിരുന്ന ആറുപേരെ പിറ്റേന്നുതന്നെ വിട്ടയക്കാൻ സമ്മതിക്കുകയും ചെയ്തു. ആദിവാസികളെ ഒരുകണക്കിന് സമാധാനിപ്പിച്ച് മടക്കി അയച്ചു. എന്നാൽ ശേഷിച്ച ആറുപേരെ അന്നുരാത്രി തന്നെ ഠാണാ ജയിലിലേക്കയക്കുകയാണ് തഹസിൽദാർ ചെയ്തത്. ചില ആദിവാസികൾ ഞങ്ങളെ കാണാൻ ബോംബെയിൽ വന്നു. അവരുടെ ആറ് സഹോദരങ്ങളെ ഠാണാ ജയിലിലേക്കുകൊണ്ടുപോയെന്നും, തഹസിൽദാർ തങ്ങളെ കബളിപ്പിച്ചുവെന്നും അറിഞ്ഞ് അവർ അത്യധികം ക്ഷുഭിതരായി. അവരുടെ ആവശ്യത്തിന് അംഗീകാരം തേടുന്നതിനുവേണ്ടി ഞങ്ങളെ സമീപിച്ചതാണ്. ആയിരക്കണക്കിന് ആദിവാസികൾ കാൽനടയായി ചെന്ന് ഠാണാ ജയിലിൽ കിടക്കുന്ന ആറ് ആദിവാസികളെ മോചിപ്പിച്ചുകൊണ്ട് വരണമെന്നതായിരുന്നു അവരുടെ ആവശ്യം — ഈ പരിപാടിക്ക് ഞങ്ങളുടെ അനുമതി ആവശ്യമാണെന്ന് അവർക്കു തോന്നി — അവരുടെ കണ

ക്കുകൂട്ടൽ വളരെ ലളിതമാണ്. നൂറുകണക്കിനാളുകൾ ചെന്ന് പാൽഘർ ലോക്കപ്പിൽ നിന്ന് അഞ്ചുപേരെ മോചിപ്പിച്ചുകൊണ്ടുവന്നുവല്ലോ. അതേ പോലെ ആയിരക്കണക്കിനാളുകൾ ചെന്ന് ഠാണാ ജയിലിൽ കിടക്കുന്ന വരെ സ്വതന്ത്രരാക്കിക്കൊണ്ടുവരണം! അവരുടെ ആശയം എത്രത്തോളം തെറ്റായതാണെന്ന് അവരെ പറഞ്ഞു മനസ്സിലാക്കാൻ ഒരു ദിവസം വേണ്ടിവന്നു. പരുലേക്കർ ആവർത്തിച്ചാവർത്തിച്ചു പറഞ്ഞ് കാര്യങ്ങൾ ധരിപ്പിച്ച് അവരെ മടക്കി അയച്ചു.

വർളികൾ എപ്പോൾ എങ്ങനെയാണ് സംഘം ചേരുന്നതെന്ന് ആർക്കും അറിഞ്ഞുകൂടാ. കാടുകളിൽ ആദിവാസികൾ അതിവിദഗ്ദ്ധമായി സംഘടന കെട്ടിപ്പടുത്തു. ക്ഷണാർദ്ധംകൊണ്ട് നാലുഭാഗങ്ങളിൽ നിന്നുമായി നൂറുകണക്കിനാളുകൾ വന്നണയും. ആർക്കും ഒരു സംശയവും തോന്നാതിരിക്കുന്നതിനായി ഒന്നും സംഭവിക്കാത്തമട്ടിലും ഭാവത്തിലുമാണ് എല്ലാവരും നടക്കുക. അവരുടെ എല്ലാ കാര്യങ്ങളും നിർവിഘ്നം നടന്നുകൊണ്ടിരുന്നു. ചിലർ പുറമെ ചെങ്കൊടിക്കെതിരായി സംസാരിക്കും. പക്ഷേ, അവരുടെ മനസ്സിലെ ഉദ്ദേശ്യം മറ്റെന്തെങ്കിലും ആയിരിക്കും. അവരുടെ സംസാരരീതിയും അംഗവിക്ഷേപങ്ങളും ചൂളം വിളിക്കുന്ന സമ്പ്രദായവുമെല്ലാം അവർക്ക് സഹായകമായിത്തീർന്നു. തുടക്കത്തിൽ എല്ലാം ശാന്തമായിരിക്കുമ്പോൾ, ഒരു ചലനവുമില്ലാത്തിടത്ത് പെട്ടെന്ന് നൂറുകണക്കിന് ആദിവാസികൾ തടിച്ചുകൂടുന്നതെങ്ങനെ എന്നതിനെപ്പറ്റി ചെറിയൊരു സൂചനപോലും ആർക്കും ലഭിച്ചിരുന്നില്ല.

ജന്മികൾ കളത്തിൽവെച്ച് വർഷങ്ങളായി തങ്ങളുടെ കാമപൂരണത്തിനായി ആദിവാസി സ്ത്രീകളെ ഉപയോഗിച്ചുവന്നിരുന്നു. അവിടെവെച്ചുതന്നെ അവരെ നിഷ്കരുണം മർദ്ദിക്കുകയും ചെയ്തിരുന്നു. തന്മൂലം ആദിവാസികളുടെ മനസ്സ് നീറിപ്പുകഞ്ഞുകൊണ്ടിരുന്നു. ഇതിനെതിരെ നടന്ന സമരകാലത്തും ഈ കളങ്ങളിൽത്തന്നെ താമസിച്ച് പൊലീസുകാരും ആക്രമണങ്ങൾ തുടങ്ങി. അപ്പോൾ ആദിവാസികൾ കളങ്ങൾ ഇടിച്ചു തകർക്കാൻ തന്നെ തീരുമാനിച്ചു.

ചിലയിടങ്ങളിൽ ഇടിഞ്ഞുപൊളിഞ്ഞ ഭിത്തികൾ കുറെ ദിവസങ്ങളോളം കാണാമായിരുന്നു. മറ്റിടങ്ങളിൽ കളങ്ങളുടെ പേരെഴുതിവെച്ചിരുന്ന ബോർഡുകൾപോലും അവശേഷിച്ചില്ല. ആദിവാസി സ്ത്രീകളെ മാനഭംഗപ്പെടുത്താൻ ഉപയോഗിച്ചിരുന്ന കളങ്ങൾ സ്വന്തം ശക്തിയെപ്പറ്റി ബോധവാന്മാരായ വർളികൾ നശിപ്പിച്ചുവെന്നതിൽ സംസ്കാരമുള്ള ഒരു വ്യക്തിയും അദ്ഭുതപ്പെടുകയില്ല. ഫ്രാൻസിലെ ജനത അവിടത്തെ ജയിൽ ഇടിച്ചുതകർത്തു. ചരിത്രം അവർക്ക് മാപ്പുകൊടുത്തുവെന്നു മാത്രമല്ല, അവർ സ്വർഗ്ഗാരൂഢരായതായി വിശ്വസിക്കപ്പെടുകയും ചെയ്യുന്നു. തങ്ങളുടെയും തങ്ങളുടെ സ്ത്രീകളുടെ രക്ഷക്കുവേണ്ടി മർദ്ദനങ്ങളുടെ പ്രഭവസ്ഥാനങ്ങളായിരുന്ന കളങ്ങൾ ആദിവാസികൾ

നശിപ്പിച്ചുവെങ്കിൽ അത് തികച്ചും ക്ഷന്തവ്യം തന്നെയാണെന്ന് ചരിത്രം വിധിയെഴുതാതിരിക്കുകയില്ല.

നൂറുകണക്കിന് ആദിവാസികൾ കൽത്തുറുങ്കുകളിലായിരുന്നു. അവരെ കാൽക്കീഴിൽ കൊണ്ടുവരുന്നതിനുള്ള ശ്രമത്തിന്റെ ഭാഗമായി അവരെ കാണാൻ ആർക്കും അനുമതി കൊടുത്തിരുന്നില്ല. എന്നാൽ ഒരു സമൂഹം മുഴുവൻ ഒരു സമരത്തിൽ ആമഗ്നരായിരിക്കുമ്പോൾ ഇത്തരം ഉപായങ്ങളൊന്നും വിജയിക്കുകയില്ല. ജയിലുകളിൽ കിടക്കുന്ന ആദിവാസികൾക്ക് ധൈര്യം നല്കുന്നതിനുവേണ്ടി അവരുടെ ബന്ധുക്കളും സുഹൃത്തുക്കളും എഴുതിയ കത്തുകളിൽ നിന്ന് അവരുടെ നിശ്ചയദാർഢ്യവും സംഘടനാബോധവും അചഞ്ചലസ്വഭാവവും മനസിലാക്കാൻ കഴിയും. ജയിലിൽ പോയവരുടെ വയലുകൾ തരിശായി കിടന്നില്ല. ഗ്രാമത്തിലെ മറ്റ് കൃഷിക്കാർ ആ വയലുകളിലെ ജോലികൾ ചെയ്തുകൊടുത്തു. താഴെ ചേർത്തിരിക്കുന്ന കത്തുകൾ ജയിലിൽ കഴിയുന്ന ബന്ധുജനങ്ങൾക്ക് പുറത്തുള്ള വർളികൾ എഴുതിയ കത്തുകളുടെ സ്വഭാവം വെളിപ്പെടുത്തുന്നവയാണ്.

കത്ത്–1

ലക്ഷ്മൺ ബാർക്യാക്കും രൺകോളിൽ നിന്നുള്ള മറ്റ് വർളികൾക്കും അവരുടെ വീട്ടുകാരുടെ നമസ്കാരം. ഞങ്ങളെല്ലാം സുഖമായി കഴിയുന്നു. വിൻ ബാർക്യായോട് അദ്ദേഹത്തിന്റെ വിളകൊയ്ത്തലൊക്കെ ഞങ്ങൾ ചെയ്തിട്ടുണ്ടെന്നു പറയണം. താങ്കളുടെ വീട്ടുകാർക്കെല്ലാം സുഖം തന്നെ. ഒന്നുകൊണ്ടും വിഷമിക്കരുത്. നിങ്ങളുടെ ഭാര്യയുടെയും കുട്ടികളുടെയും കാര്യങ്ങൾ ഗ്രാമത്തിലെ ആളുകൾ അന്വേഷിക്കുന്നുണ്ട്. ഞങ്ങളാരും ധൈര്യം കൈവിട്ടിട്ടില്ല. നിങ്ങളും അധീരരാകരുത്. കുറച്ചുദിവസങ്ങൾ കുടി ജയിലിൽ കഴിയേണ്ടിവന്നാലും ധൈര്യം വെടിയരുത്. നമ്മുടെ ചെങ്കൊടിയുടെ വക്കീൽ നിങ്ങൾക്കുവേണ്ടി ശ്രമിക്കുന്നുണ്ട്. അതിനാൽ നിങ്ങൾ വിഷമിക്കാതെ ജയിലിൽ സ്വസ്ഥനായി കഴിയൂ. രൺകോളിലും ശെൽടായിലും ഉള്ള എല്ലാവരുടെയും കൊയ്ത്ത് കഴിഞ്ഞിരിക്കുന്നു. അതുകൊണ്ട് നിങ്ങൾ ഒട്ടും വിഷമിക്കാതിരിക്കുക.

താങ്കളുടെ,
മായാദേവ്ജി വായ്ഡാ,
ലഹാൻ നവ്ശ്യാ വർഠാ
ഹർജീ ബാജ്യാ സുതാർ
റിശ്യാ ശിഡ്വാ ലാബഡ്

കത്ത് – 2

ദാജീ മാത്സ്യാ സാൽകർ, രാജാ വിഠ്യാ ദോമർ എന്നിവർക്കും രായ്തളിയിൽനിന്നുള്ള മറ്റ് ബഹുമാന്യ വ്യക്തികൾക്കും അവരുടെ വീട്ടുകാരുടെ നമസ്കാരം. ഞങ്ങളെപ്പറ്റി നിങ്ങൾ വിഷമിക്കരുത്. നിങ്ങളുടെ വിള കൊയ്യുന്നത് സംബന്ധിച്ച കാര്യങ്ങളെല്ലാം ഞങ്ങൾ ശരിയാക്കിയിട്ടുണ്ട്. എല്ലാവരുടെയും കൊയ്ത്ത് കഴിഞ്ഞ് ധാന്യം ശേഖരിച്ചുവെച്ചിട്ടുണ്ട്. കുറച്ചുദിവസം കൂടി നിങ്ങൾക്കു ജയിലിൽ കഴിയേണ്ടി വന്നാൽത്തന്നെയും കുഴപ്പമൊന്നുമില്ല. രായ്തളിയിലെ ആളുകളുടെ ഒത്തൊരുമ വളരെ പ്രസിദ്ധമാണ്. എല്ലാവരും ഞങ്ങളെ സഹായിക്കുന്നുണ്ട്. അതിനാൽ യാതൊരു ബുദ്ധിമുട്ടുകളും ഞങ്ങൾക്കില്ല. അതുകൊണ്ട് നിങ്ങളും സ്വസ്ഥതയോടെ സന്തോഷമായിരിക്കു. ഞങ്ങൾക്ക് ധൈര്യമുണ്ട്. നിങ്ങളും ധൈര്യം കൈവെടിയരുത്. ഇവിടത്തെ കാര്യങ്ങളെക്കുറിച്ചോർത്ത് വിഷമിക്കരുത്. നിങ്ങളുടെ നിലത്തിനുവേണ്ടി ചെങ്കൊടിയുടെ വക്കീൽ പരിശ്രമിക്കുന്നുണ്ട്. അതിനാൽ സന്തോഷത്തോടെ കഴിയൂ.

ലാൽസലാം,
കോംസ്യാ ദേവ്ജി വാർഠാ
മാദ്യാ താന്യാ ശേൽകർ,
വിഠൽ ജാന്യാ വർഠാ,
രത്നാ ദാവിയുടെ അമ്മ
പതേതി രാജാ

ആദിവാസികളുടെ അണ്ടർഗ്രൗണ്ട് സംഘടനയുടെ കാര്യക്ഷമത വാക്കുകൾക്കതീതമായിരുന്നു. എല്ലാവിധ ബന്തവസുകളും ഉണ്ടായിരുന്നിട്ട് ജയിലുകളിൽ കത്തുകൾ എത്തിച്ചിരുന്നു. ഓരോ സ്റ്റേഷനിലും ഗ്രാമങ്ങൾതോറും പൊലീസ് കാവലുണ്ടായിരുന്നിട്ടും അതിൽ നിന്ന് രക്ഷപ്പെട്ട് പരുലേക്കറെയും എന്നെയും അവർ വന്ന് കാണാറുണ്ട്. ഞങ്ങളുടെ പ്രവർത്തകർ രഹസ്യമായി കാടുകളിൽ പോയിരുന്നു. ഇക്കാലത്തൊരിക്കൽ പാർട്ടി പ്രവർത്തകർക്ക് നിർദ്ദേശങ്ങൾ കൊടുക്കുന്നതിനും അവർക്ക് ധൈര്യം പകരുന്നതിനുമായി ഞാൻ ഈ പ്രദേശങ്ങളിൽ 15 ദിവസം കാൽനടയായി സഞ്ചരിച്ച് സുരക്ഷിതമായി വീട്ടിൽ തിരിച്ചെത്തി.

പ്രക്ഷോഭപരിപാടികൾ തുടരുന്നതോടൊപ്പം ആദിവാസികൾ തങ്ങളുടെ ആവശ്യങ്ങൾ വിവിധ മാർഗ്ഗങ്ങളിലൂടെ വീണ്ടും വീണ്ടും പരസ്യപ്പെടുത്തുകയും ചെയ്തിരുന്നു. താഴെ കാണുന്ന ആവശ്യങ്ങളടങ്ങിയ ഒരു പോസ്റ്റർ അവർ ചാരോട്ടി ഗ്രാമത്തിൽ സ്ഥാപിച്ചു.

1. മരം വെട്ടുന്നതിന് ഒന്നേകാൽ രൂപ ദിവസക്കൂലി അനുവദിക്കുക. 2. പുല്ലും മരവും കൊണ്ടുപോകുന്ന വണ്ടികൾക്ക് വാടക നിശ്ചയിക്കുക. 3. പിടിച്ചുവെച്ചിട്ടുള്ള ആദിവാസികളെ വിട്ടയക്കുക. 4. നേതാക്കന്മാരുടെ

പേരിലുള്ള നിരോധനാജ്ഞ പിൻവലിക്കുക.

ഇത്തരം ആവശ്യങ്ങളടങ്ങിയ പോസ്റ്ററുകൾ ജന്മികൾ, സാവ്കർമാർ, വനം കരാറുകാർ, സർക്കാർ അധികാരികൾ എന്നിവർ സഞ്ചരിക്കുന്ന വഴികളിലും അവരുടെ താമസസ്ഥലങ്ങളിലും വഴിയിലെ പ്രധാന കേന്ദ്രങ്ങളിലും മരങ്ങളിലും ആദിവാസികൾ സ്ഥാപിച്ചു. ശത്രുക്കൾ ഇതു കണ്ടമ്പരന്നു. ഇത്രയും കർശനമായ ബന്തവസുകൾക്കിടയിൽ ഇക്കൂട്ടർ എപ്പോൾ വരുന്നു, രഹസ്യമായി ഇത് ചെയ്ത് എങ്ങനെ മടങ്ങിപ്പോകുന്നു എന്നറിയാതെ സർക്കാർ അധികാരികളും സേവകന്മാരും കുഴങ്ങി.

ഈ പോസ്റ്ററുകളുടെ കൂടെ പൊലീസുകാരെ ഉദ്ദേശിച്ച് മറ്റൊരു പോസ്റ്റർകൂടെ ഒട്ടിച്ചിരുന്നു. ഇതൊക്കെ കണ്ട് ഇത് ചെയ്തത് കൃഷിക്കാരാണെന്നു കരുതി പൊലീസുകാർ അവരെ മർദ്ദിക്കരുത്. അവരുടെ നേരേ നിറയൊഴിക്കരുത്. കൃഷിക്കാരുടെ രക്തം ചിന്തരുത് എന്നൊക്കെയായിരുന്നു ഈ പോസ്റ്ററിലെ ഉള്ളടക്കം. ഈ പോസ്റ്ററുകളത്രയും കാടുകളിൽ ഒരൊറ്റ രാത്രികൊണ്ടാണ് പ്രത്യക്ഷപ്പെട്ടത്! നിർവ്വീര്യരായിത്തീർന്ന അധികാരികൾക്ക് പിറ്റേന്ന് ഇതെല്ലാം കണ്ട് മിഴിച്ച് നില്ക്കാനേ കഴിഞ്ഞുള്ളൂ. ആദിവാസികളുടെ ദാരിദ്ര്യപൂരിതവും ദയനീയവുമായ ജീവിതം കണ്ട് 'ഇതെന്ത് സ്ഥിതി!' എന്ന് ചില പൊലീസുകാർക്ക് തോന്നിത്തുടങ്ങിയിരുന്നു. അവർ സ്വയം പറഞ്ഞു: "നല്ല തിരിച്ചടി തുടങ്ങിക്കഴിഞ്ഞിരിക്കുന്നു." സർക്കാരിന്റെ ഉന്നതാധികാരികളുടെ ദൃഷ്ടിയിൽ നിന്ന് ഇവർ രക്ഷപ്പെട്ടില്ല. അക്കാലത്ത് ഏഴ് പൊലീസുകാരെ സസ്പെന്റ് ചെയ്തതായി റിപ്പോർട്ടുണ്ട്. മേലന്വേഷണം കൂടുതൽ കാര്യക്ഷമമാക്കുന്നതിനായി കൂടുതൽ മേലുദ്യോഗസ്ഥന്മാരെ വരുത്തി. പത്രങ്ങൾക്ക് നല്കിയ ഒരഭിമുഖസംഭാഷണത്തിൽ ആദിവാസികളുടെ അഭേദ്യമായ സംഘടനാശക്തിയെപ്പറ്റി പൊലീസ് സൂപ്രണ്ട് പറഞ്ഞിട്ടുണ്ട്: "വർളികൾ അവരുടെ ചെറിയ ചെറിയ സംഘങ്ങൾ ഉണ്ടാക്കിയിട്ടുണ്ട്. അവരുടെ സംഘടനയെപ്പറ്റി പറയുകയാണെങ്കിൽ അത് ജില്ലാ വ്യാപകമായ സുശക്തമായ ഒന്നാണ്. അവർക്ക് അവരുടെ സ്വന്തം സന്ദേശവാഹകരുണ്ട് (കോറിയേഴ്സ്). എല്ലാ വിവരങ്ങളും അവർക്ക് ലഭിക്കുന്നു."

ഗ്രാമങ്ങൾതോറും ഉണ്ടായിരുന്ന പാർട്ടി പ്രവർത്തകർ ജീവൻ തൃണവൽഗണിച്ചുകൊണ്ട് സമരനേതൃത്വം ഏറ്റെടുത്തു. അവർ അവസാനം വരെ ഉറച്ചുനിന്നു. അവർ അറസ്റ്റ് ചെയ്യപ്പെടുകയോ ഒളിവിൽ പോവുകയോ ചെയ്താൽ അവരുടെ സ്ഥാനം ഏറ്റെടുത്ത് ജനങ്ങളെ നയിക്കുന്നതിനുവേണ്ടി പുതിയ പ്രവർത്തകരെ നിയമിച്ചു. നൂറുകണക്കിനു പൊലീസുകാർ ഈ സംഘടനക്ക് മുൻപിൽ മുട്ടുകുത്തിയപ്പോൾ സർക്കാർ പട്ടാളത്തെ വിളിക്കാൻ തീരുമാനിച്ചു.

മറാഠാ ലൈറ്റ് ഇൻഫൻട്രിയുടെ ഒരു വിഭാഗം കല്യാണിൽ സ്ഥാനമുറപ്പിച്ചു. റജിമെന്റിന്റെ അഡ്വാൻസ് ഗാർഡ് ഡഹാണുവിൽ പ്രവേശി

ച്ചു. ഈ വിഭാഗത്തെ താമസിയാതെ തിരിച്ചയക്കേണ്ടിവന്നപ്പോൾ സത്താറയിലെ സർക്കാർ മർദ്ദനങ്ങളുടെ ശില്പിയെന്ന നിലയിൽ കുപ്രസിദ്ധനായിരുന്ന എം എം മുർഗ്ഗിൽബർട്ടിനെ അഡീഷണൽ പൊലീസ് സൂപ്രണ്ടായി നിയമിച്ചു. പക്ഷേ, ജനസമ്മർദ്ദത്തിനു വഴങ്ങി അയാളെയും വേഗത്തിൽ തിരിച്ചയക്കേണ്ടിവന്നു.

പട്ടാളം വന്നപ്പോൾ ആദിവാസികൾ ഒട്ടും സംഭീതരായില്ല. സർവ്വശക്തിയും സംഭരിച്ച് അവർ ജീവന്മരണ സമരത്തിന് തയ്യാറെടുത്തു. ഈ അടിയന്തരഘട്ടത്തിൽ സംസ്കാര സമ്പന്നരായ മുഴുവൻ ജനതയും ആദിവാസികളോടൊപ്പം നിന്നു. *ഫ്രീപ്രസ് ജേർണ്ണൽ, ദി സെന്റിനൽ, ബോംബെ ക്രോണിക്കിൾ, നവയുഗ്, ജയ്ഹിന്ദ്* തുടങ്ങിയ പത്രങ്ങൾ ആദിവാസികളോടൊപ്പം നിന്നു ശബ്ദമുയർത്തി. ഈ പത്രങ്ങളൊക്കെ കമ്യൂണിസ്റ്റ് വിരോധികളായിരുന്നു. പാർട്ടിയെ നിർദ്ദാക്ഷിണ്യം വിമർശിച്ചിരുന്നു. കമ്യൂണിസ്റ്റ് പരിപാടികൾക്കെതിരായി പ്രചാരണങ്ങൾ നടത്തിയിരുന്നു. എന്നിട്ടും പരമ്പരാഗതമായ അടിമത്തത്തിൽ കഴിയുന്ന ജനങ്ങളുടെ ആവശ്യം ന്യായീകരിക്കത്തക്കതായിരുന്നതിനാൽ അവർക്കെതിരായി പട്ടാളത്തെ ഉപയോഗിക്കുന്നത് ശരിയല്ലെന്നുതന്നെ അവർ ഉറപ്പിച്ചു പറഞ്ഞു. പരേതനായ എൻ എം ജോഷി, മഹാമഹോപാദ്ധ്യായൻ, ദത്താവാമൻ, പോദ്ദാർ, പ്രൊ. വാഡിയ തുടങ്ങിയ മഹാരാഷ്ട്രയിലെ പ്രമുഖ പുരോഗമനാശയക്കാരായ മാന്യനേതാക്കൾ ആദിവാസികളുടെ ഭാഗം ചേർന്ന് പട്ടാളത്തെ ഉപയോഗിക്കുന്ന പരിപാടിയെ പരസ്യമായി എതിർത്തു. മഹാരാഷ്ട്ര കോൺഗ്രസ് കമ്മിറ്റി നിയമിച്ച ഒരു സബ് കമ്മിറ്റിയുടെ റിപ്പോർട്ടിന്റെ വെളിച്ചത്തിൽ ആ കമ്മിറ്റി ചെയ്ത താൽക്കാലിക ശുപാർശകൾ ആദിവാസികളുടെ ആവശ്യങ്ങൾ ന്യായയുക്തങ്ങളായിരുന്നുവെന്ന് തെളിയിക്കുന്നുണ്ട്.

മഹാത്മാഗാന്ധിയുടെ ശിഷ്യനും പ്രമുഖ സർവ്വോദയ പ്രവർത്തകനുമായ നരഹരി പരേഖ് പ്രക്ഷോഭത്തെക്കുറിച്ച് *ഹരിജൻ* പത്രത്തിലെഴുതിയപ്പോഴൊക്കെ ആദിവാസികളുടെ ഭാഗത്ത് ന്യായമുണ്ടെന്ന് വ്യക്തമായി അഭിപ്രായപ്പെട്ടിട്ടുണ്ട്. പ്രധാനപ്പെട്ട വർത്തമാനപത്രങ്ങൾ, മഹാരാഷ്ട്രത്തിലെ സ്വതന്ത്രാഭിപ്രായമുള്ള് പുരോഗമനവാദികളായ നേതാക്കൾ, പൊതുജനങ്ങൾ എന്നിവരുടെ സമ്മർദ്ദംമൂലം ഒടുവിൽ സർക്കാരിന് പിന്മാറേണ്ടിവന്നു. പട്ടാളത്തെ മടക്കി അയച്ചു. മുർഗ്ഗിൽബർട്ട് തിരിച്ചുപോയി. 1947 ഏപ്രിൽ ടന് പരേതനായ ബി ജി ഖേർ ആദിവാസികളെ മോചിപ്പിച്ചുകൊണ്ട് ഉത്തരവും പുറപ്പെടുവിച്ചു. മറ്റു ചില ആനുകൂല്യങ്ങളും പ്രഖ്യാപിക്കപ്പെട്ടു.

ജയിൽ മോചിതരായി വർളികൾ വന്നുതുടങ്ങിയപ്പോൾ ഗ്രാമങ്ങൾ തോറും ഈ വീരയോദ്ധാക്കൾക്ക് ഗംഭീര സ്വീകരണം ലഭിച്ചു. ധനോരി ഗ്രാമത്തിൽ മോചിതരായി വന്ന ആദിവാസികൾക്ക് ഭക്ഷണം നല്കുന്ന

തിനായി ഗ്രാമവാസികൾ 45 രൂപ പിരിച്ചെടുത്ത് തങ്ങളുടെ നേതാക്കൾക്ക് മൃഷ്ടാന്നഭോജനം നല്കി. ജയിൽവിട്ടു വന്നവർക്ക് കുറേ നാളുകൾക്കു ശേഷമാണ് സ്വന്തം വീടുകളിൽ നിന്ന് ഭക്ഷണം കഴിക്കാൻ കഴിഞ്ഞത്. അപ്പോഴേക്കും മറ്റു ഗ്രാമങ്ങളിൽ നിന്ന് ഭക്ഷണത്തിന് ക്ഷണം ലഭിച്ചു തുടങ്ങും. അവിടങ്ങളിലൊക്കെ സ്വീകരണങ്ങളുമുണ്ടാകും. ആദിവാസി ജനത അവരെ ധീരനേതാക്കളായി സമാദരിച്ചു. എന്നാൽ മൊറാർജി ദേസായിയും കോൺഗ്രസ് മന്ത്രിസഭയും അവരെ ഗുണ്ടകളെന്ന് വിളിച്ചപമാനിക്കുകയാണ് ചെയ്തത്. ഈ പാവങ്ങളെ ഗുണ്ടകളെന്നു വിളിക്കുന്നവർ അവരുടെ ഇടയിലുള്ള അല്പത്തവും വിവരക്കേടും പാവങ്ങളോടുള്ള അനാസ്ഥയും പൂർവ്വദുഷിത മനോവൃത്തിയും തന്നെയാണ് സ്വയം പ്രദർശിപ്പിക്കുന്നത്.

ആദിവാസികളെ മോചിപ്പിച്ചുവെങ്കിലും ഞങ്ങളുടെ പേരിലുണ്ടായിരുന്ന നിരോധനാജ്ഞ പിൻവലിക്കപ്പെട്ടില്ല. ആദിവാസികളെ മോചിപ്പിച്ച് അവർക്ക് എന്തെങ്കിലും സൗജന്യങ്ങൾ ചെയ്തുകൊടുത്താൽ ഞങ്ങളോടുള്ള നിഷ്ഠയെ തകർക്കാമെന്ന് സർക്കാർ വ്യാമോഹിച്ചു എന്നാൽ അവർ പരിപൂർണ്ണമായും നിരാശരാവുകയാണുണ്ടായത്. ഞങ്ങൾ 1953 ൽ മടങ്ങിച്ചെന്നു. അതുവരെ ലഭിച്ച ആനുകൂല്യങ്ങൾ സ്വീകരിച്ച് ആദിവാസികൾ ശാന്തഗംഭീരരായി കഴിയുകയായിരുന്നു. പക്ഷേ, ഞങ്ങളുടെ പേരിലുണ്ടായിരുന്ന നിരോധനാജ്ഞയും ഞങ്ങളുടെ ജയിൽവാസവും അവരെ വളരെയേറെ വേദനിപ്പിച്ചിരുന്നു. "വർളികൾക്ക് ചെങ്കൊടി മടുത്തുകഴിഞ്ഞു. അവർ കോൺഗ്രസിന്റെ കൊടിക്കീഴിൽ അണിനിരന്നു" എന്ന് വിരോധികൾ അവരുടെ പത്രങ്ങളിലൂടെ എപ്പോഴും പ്രചാരണം നടത്തി. ഞങ്ങളോ വർളികളോ ഒരിക്കലും ഇത് കാര്യമായി എടുത്തില്ല. 1953 മാർച്ചിൽ ഏഴുകൊല്ലത്തെ നിരോധനത്തിനുശേഷം പരുലേക്കറും ഞാനും മഹാലക്ഷ്മിയിൽ ആദ്യത്തെ യോഗം നടത്തി. യോഗത്തിൽ ചെങ്കൊടിക്ക് ജയ് വിളിച്ചുകൊണ്ട് നൂറുകണക്കിന് ചെങ്കൊടികൾ ഉയർത്തിപ്പിടിച്ചുകൊണ്ട് പരശതം ആദിവാസികൾ അണിയണിയായി ദാഹിച്ചുവലഞ്ഞ ജീവികൾ വെള്ളം കണ്ടോടിയെത്തുന്ന കണക്കെ ഓടിയണഞ്ഞു. മേല്പറഞ്ഞ പ്രചാരണം കൊണ്ടുപിടിച്ചു നടത്തിയിരുന്ന എല്ലാ ശത്രുപക്ഷക്കാരുടെയും മുഖം അപ്പോൾ കാണേണ്ടതു തന്നെയായിരുന്നു!

1945 മുതൽ കത്തിത്തുടങ്ങിയ സമരത്തിന്റെ ഹോമാഗ്നിയിൽ ഭൂദാസപദവി, വിവാഹക്കടസമ്പ്രദായം, അടിമവേലസമ്പ്രദായം, രണ്ടണയ്ക്കു മരം മുറിക്കുകയും പുല്ലരിയുകയും ചെയ്യുക, ഒരിക്കലും തീരാത്ത പാട്ടബാക്കി തുടങ്ങിയ ഒട്ടനവധി ചൂഷണമാർഗ്ഗങ്ങൾ ആഹുതി ചെയ്യപ്പെട്ടു. ഒരുവശത്ത് ആദിവാസികൾ ശൂരതയുടെ പാരമ്യം പ്രദർശിപ്പിച്ചു. മറുവശത്ത് സർക്കാരും ജന്മികളും വനംകരാറുകാരും

സർവ്വായുധസജ്ജരായി അടിച്ചമർത്തൽ നടത്തി. ശക്തി, സായുധ പൊലീസ്, പണം, ഗുണ്ടകൾ തുടങ്ങിയ സാമഗ്രികളുമായി പടക്കളത്തിലിറങ്ങിയ ഈ മദാന്ധരെ, എല്ലാം ത്യജിക്കാനുള്ള സന്നദ്ധതയും സംഘടനാപരമായ ഐക്യവും അചഞ്ചലമായ ലക്ഷ്യബോധവും മാത്രം കൈമുതലായുണ്ടായിരുന്ന അരപ്പട്ടിണിക്കാരും അർദ്ധനഗ്നരുമായ ഒരു കൂട്ടം ആളുകൾ തോല്പിച്ചോടിച്ച് വിജയശ്രീലാളിതരായി. ഈ സമരത്തിൽ നിന്നു വർഗ്ഗബോധമുള്ള വർളികൾ ജന്മംകൊണ്ടു.

രൂപ്ജികഡു, ഗോവിന്ദ അംധേരെ, ശിഡ്വാ സാപ്ടാ, ദേവ്ജി താംണ്ടേൽ, നവ്ശാ, വാർഠാ, ശിരാഡ് ഭോതർ, ത്ധാട്ടേ ബാബാ, താനു വൾവി, മര്യാഹരീം, ഫേല്യാധാംഗ്ഡാ, കാക്ഡ്യാ സുതാർ, ധാകട് സുതാർ...

ആരുടെയൊക്കെ പേരുകളാണ് പറയേണ്ടത്! പരശതം ആദിവാസികൾ കുന്നിൻപുറങ്ങളിൽ, പകലിന്റെ കൊടും ചൂടിൽ വനാന്തർഭാഗങ്ങളിൽ അസംഖ്യം യാതനകൾ സഹിച്ചു. അവർ പറയുമായിരുന്നു: "ബായി ഞങ്ങളുടെ സ്ഥിതിയെന്താ! ഞങ്ങളെവിടെ? ഞങ്ങളുടെ ഭാര്യാ — മക്കൾ എവിടെ? ഉണക്ക റൊട്ടി കിട്ടിയാൽ കിട്ടി, ഇല്ലെങ്കിൽ ഇല്ല. നടന്നും കുന്നുകയറിയും കാലുകൾ തളർന്നു. ചിലപ്പോൾ കാലുകൾ പൊട്ടി ചോരയൊലിക്കും. പൊലീസ് എപ്പോഴും പിന്നിൽ. നെട്ടോട്ടം ഓടണം. പിടിയില്പെട്ടുകഴിഞ്ഞാൽ പിന്നത്തെ കഥ ചോദിക്കുകയും വേണ്ട." ഒരുകാര്യം എപ്പോഴും എന്നിൽ ആശ്ചര്യമുളവാക്കിയിരുന്നു. ഈ മനുഷ്യർ ഒരിക്കലും ധനത്തിൽ കൊതിച്ചിരുന്നില്ല. പ്രസിദ്ധി ആഗ്രഹിച്ചില്ല. ആരും അവരെ മാലയിട്ട് സ്വീകരിച്ചില്ല. അവരുടെ ഫോട്ടോ ആരും പ്രസിദ്ധീകരിച്ചില്ല. നല്ല ജോലി വാങ്ങിക്കൊടുക്കാമെന്ന് ആരും വാഗ്ദാനം നല്കിയില്ല. അവർക്ക് ഒരേയൊരു ആഗ്രഹമേ ഉണ്ടായിരുന്നുള്ളു. ബായിയെ (എന്നെ) കാണുക. അവർ എത്ര ശൗര്യത്തോടെയാണ് മർദ്ദനങ്ങളെ നേരിട്ടിരുന്നത്, ഒരിക്കലും അവർ പതറിയിട്ടില്ലെന്ന്, പരുലേക്കറെ അറിയിക്കുക, അദ്ദേഹത്തിൽ നിന്ന് അഭിനന്ദനങ്ങൾ നേടുക. പരുലേക്കർ "നിങ്ങൾ ധീരന്മാരാണ്, ശൂരന്മാരാണ്' എന്ന് ഒരിക്കൽ അവരോട് പറഞ്ഞാൽ അവർ ആനന്ദപുളകിതരായി. അവർക്ക് മറ്റൊന്നും ആവശ്യമില്ല. മറ്റൊന്നിനെയും അവർ കണക്കാക്കിയിരുന്നില്ല. അവിടെ അടിമത്തം അവസാനിപ്പിക്കുന്നതിനായി പ്രക്ഷോഭം നടത്തുകയാണെന്ന് അവർക്കറിയാം. പ്രക്ഷോഭത്തിൽ തങ്ങളുടെ ഉത്തരവാദിത്വത്തെക്കുറിച്ച് അവർ തികച്ചും ബോധവാന്മാരായിരുന്നു. ഇന്നും അവർക്കൊരാഗ്രഹമേയുള്ളു. പാവങ്ങളുടെ സ്ഥിതി മെച്ചപ്പെടുത്തണം, ദാരിദ്ര്യം അവസാനിപ്പിക്കണം, ദരിദ്രരുടെ സംഘടിത ശക്തിക്കു മാത്രമേ അതിനു കഴിയൂ. അതിനുവേണ്ടി എന്തു കൂട്ടുകെട്ടുണ്ടാക്കാനും അവർ തയ്യാറാണ്.

ഡഹാണു, ഉംബർഗാവ്, പാൽഘർ എന്നീ താലൂക്കുകളിൽ 1945

മുതൽ 47 വരെ നടത്തിയ സമരം മഹാരാഷ്ട്രത്തിലെ കർഷക സമരങ്ങളുടെ ചരിത്രത്തിൽ തങ്ക ലിപികളിൽ എഴുതപ്പെടേണ്ടതാണ്. 1945 നു ശേഷം മഹാരാഷ്ട്രത്തിലെ ചൂഷിതരായ കർഷകവർഗ്ഗത്തിന് നിയമാനുസൃതമായി എന്തെങ്കിലും ആനുകൂല്യങ്ങൾ ലഭിച്ചിട്ടുണ്ടെങ്കിൽ അതിന്റെ മുഴുവൻ ബഹുമതിയും വർളി കർഷകർക്കും അവർ നടത്തിയ സമരത്തിനുമാണ്. മിനിമം വേജസ് നിയമം, കർഷകത്തൊഴിലാളികളുടെ കൂലിവർദ്ധനവ്, പാട്ടക്കൃഷിക്കാരുടെ പാട്ടത്തിൽവന്ന വെട്ടിക്കുറവ് തുടങ്ങി അനേകം നിയമപരമായ ആനുകൂല്യങ്ങൾ മഹാരാഷ്ട്രത്തിലെ ഇതര കർഷകർക്ക് ലഭിച്ചിട്ടുണ്ട്. എങ്കിലും കർഷകസംഘടനകളുടെ അഭാവംമൂലം ഇവയെല്ലാം പലയിടങ്ങളിലും കടലാസിൽ മാത്രമായി അവശേഷിച്ചിരിക്കയാണ്. ഈ ആനുകൂല്യങ്ങൾ പിടിച്ചുപറ്റി അവയിലൂടെ കൃഷിക്കാർക്ക് എന്തെങ്കിലും നേടിക്കൊടുക്കാൻ കഴിവുള്ള കർഷകസംഘടനകൾ മഹാരാഷ്ട്രത്തിൽ വളരുകയും സംഘടനാശക്തിയിലൂടെ മുന്നോട്ട് നീങ്ങാൻ അവ കൃഷിക്കാരെ സജ്ജമാക്കുകയും ചെയ്താൽ ആദിവാസികൾക്ക് തങ്ങളുടെ സമരത്തിന്റെ ഫലപൂർത്തി കൈവന്നു എന്ന് കൃതാർത്ഥതയോടെ ആനന്ദിക്കാം.

മറുകരയിൽ

ഠാങ്ങളുടെ പേരിൽ നിരോധനം ഏർപ്പെടുത്തുകയും മറ്റനേകം പേരെ അറസ്റ്റ് ചെയ്ത് ജയിലിൽ അടയ്ക്കുകയും ചെയ്തതിനുശേഷം ഞങ്ങളുടെ അസാന്നിദ്ധ്യത്തെ ശരിക്കും മുതലെടുക്കാൻ ജന്മികളും ഹുണ്ടികക്കാരും ദൃഢപ്രതിജ്ഞ ചെയ്തു. വിജയം തങ്ങൾക്കുതന്നെ എന്ന് ധരിച്ച മദോന്മത്തരായ ജന്മികളും സാവ്കർമാരും അവരുടെ കൂലിപ്പടയും പശ്ചിമ റെയിൽവേയിൽ ഡഹാണു, ഉംബർഗാവ് തുടങ്ങി എല്ലാ സ്റ്റേഷനുകളിലെയും പ്ലാറ്റ്ഫോറങ്ങളിൽനിന്ന് അടുത്തെങ്ങാനും വർളികളെ കണ്ടാൽ അവരെ പരിഹസിക്കാൻ തുടങ്ങി. ഹസ്തവിക്ഷേപങ്ങളോടെ അവർ ആദിവാസികളോട് പറയും: "ഇപ്പോൾ എവിടെപ്പോയി നിങ്ങളുടെ ചെങ്കൊടി? എവിടെയാണ് നിങ്ങളുടെ ബായി? ഞങ്ങളുടെ സർക്കാർ ഓടിച്ചു; തുറുങ്കിലടച്ചു. നിങ്ങളുടെ 'ലാൽശിപായി'കൾ (ചെങ്കൊടിയുടെ പ്രവർത്തകർ) സ്ഥലംവിട്ടിരിക്കുന്നു. ബായിയും പോയി. ബാവ്ട(കൊടി)യും പോയി. ഇപ്പോൾ ഞങ്ങൾതന്നെയാണ് യജമാനന്മാർ. എവിടെപ്പോകും? എത്ര ബഹളം വെച്ചാലും ആരും വരില്ല. മരത്തിൽ തലകീഴായി കെട്ടിയിട്ട് ശരിപ്പെടുത്തിക്കളയും. കലപ്പയിൽക്കെട്ടി അടിയാൻപണി ചെയ്യിക്കും." ചിലർ പറയും: "ചെല്ല് ചെല്ല്, ബായിയുടെ അടുത്ത് ചെല്ല്! ചെങ്കൊടിയുടെ അടുത്തുപോ. അവർ തരും നിങ്ങൾക്ക് 'ബാവ്ടി' (മുൻകൂർ ധാന്യം)! അവർ തരും കൂലി! ഇപ്പോൾ എന്തിന് ഞങ്ങളുടെ അടുത്ത് വരുന്നു!" ആദിവാസികളുടെ മേൽ അഴിച്ചുവിട്ട മർദ്ദനങ്ങൾ മൂലം മദോന്മത്തരായി ജന്മികളും സാവ്കർമാരും ആനന്ദസാഗരത്തിൽ കഴുത്തോളം മുങ്ങിയിരുന്നു. വീടുകളിലും കൃഷിയിടങ്ങളിലും മറ്റ് സ്ഥലങ്ങളിലും ആദിവാസികളുടെ മുമ്പിൽവെച്ച് കളിയാക്കി സംസാരിച്ചു. ഹാസ്യചേഷ്ടകൾ കാണിച്ചും അവർ അവരുടെ ആനന്ദം വ്യക്തമാ

ക്കിയിരുന്നു. ആദിവാസികൾ എന്നോട് പറഞ്ഞിട്ടുണ്ട്; "ജന്മികൾ നൃത്തം ചെയ്ത് ഞങ്ങളെ കളിയാക്കി." അവർ ഇത്തരം അധിക്ഷേപങ്ങളെ ഒട്ടും ഗൗനിച്ചില്ല; നിർവ്വികാരരായിത്തന്നെ തങ്ങളുടെ ജോലികൾ ചെയ്തുകൊണ്ടിരുന്നു. എന്നാൽ അവർക്ക് വലിയ മനപ്രയാസം തോന്നിയിരുന്നു. ഞാൻ ഒരുപ്രാവശ്യം ചെല്ലണം, ജമീന്ദാർമാരുടെ വൈകൃതങ്ങളെക്കുറിച്ച് എന്നോട് സംസാരിക്കണം. ഇനിയെന്ത് സംഭവിക്കുമെന്നും എന്തൊക്കെ ചെയ്യണമെന്നും അറിയണം. ഒരിക്കൽ എന്നെ കൺമുമ്പിൽക്കണ്ട് മതിവരുവോളം സംസാരിക്കണം — എന്നൊക്കെ ആദിവാസികൾക്കു തോന്നി. വളരെ ദിവസങ്ങളോളം എന്നെ കാണാതിരുന്നപ്പോൾ തീരെ അജ്ഞരായ ചിലയാളുകൾക്ക് ഭയം തോന്നിത്തുടങ്ങി. ബായി ഇനിയൊരിക്കലും വരില്ലേ എന്നവർ സംശയിച്ചു. പിന്നെ എങ്ങനെ കാര്യങ്ങൾ നടക്കും! അവർ സന്ദേശമയക്കാറുണ്ട്: "ഞങ്ങൾ നിങ്ങളെ ജീവന് തുല്യം സംരക്ഷിക്കാം. നിങ്ങളൊരിക്കൽ വന്നുപോയാൽ ആളുകളുടെ ധൈര്യം വർദ്ധിക്കും." അനേകം വർഷങ്ങൾ ജയിലിൽ കഴിഞ്ഞിട്ടുള്ളതിനാൽ അറസ്റ്റിനെപ്പറ്റി ഒരു ഭീതിയും എനിക്കുണ്ടായിരുന്നില്ല. പക്ഷേ, ഞാൻ പുറത്തുണ്ടാവുന്നത് ആളുകൾക്ക് കൂടുതൽ സഹായകമായിരുന്നു. ആ പ്രദേശങ്ങളിൽ പോയ ഉടൻ അറസ്റ്റ് ചെയ്യപ്പെട്ടാൽ പ്രക്ഷോഭത്തെ അതെങ്ങനെ ബാധിക്കുമെന്നതിനെപ്പറ്റി മാത്രമായിരുന്നു ചിന്ത.

പരിതഃസ്ഥിതികൾ ആകെ പരിഗണിച്ച് ഞാൻ ഒരുപ്രാവശ്യം അവിടെ പോയിവരാം എന്ന് തീരുമാനിച്ചു. ഞാൻ പ്രവർത്തകരുടെയെല്ലാം വിവരങ്ങൾ ശേഖരിച്ചു. പരുലേക്കർ എന്റെ പുറത്ത് തട്ടിപ്പറഞ്ഞു; "പോകൂ, സൂക്ഷിക്കണം, പിന്നെ സംഭവിക്കുന്നത് സംഭവിക്കും!" ജീവിതത്തിൽ ലക്ഷ്യപ്രാപ്തിക്കുവേണ്ടി പലപ്പോഴും വികാരങ്ങളെ മാറ്റി നിർത്തേണ്ടിവരും. എന്നെ അറസ്റ്റ് ചെയ്താൽ വലിയ ശിക്ഷതന്നെ ലഭിക്കുമെന്ന് എല്ലാവർക്കും അറിയാമായിരുന്നു. ആ അവസരത്തിൽ ഞാൻ അറസ്റ്റ് ചെയ്യപ്പെട്ടിരുന്നുവെങ്കിൽ ചുരുങ്ങിയത് നാല് കൊല്ലത്തേക്കെങ്കിലും എനിക്കും പരുലേക്കർക്കും തമ്മിൽക്കാണാൻ കഴിയുമായിരുന്നില്ല. അദ്ദേഹത്തിനും എനിക്കും 1947 മുതൽ 1951 വരെ ഒളിവിൽ കഴിയേണ്ടിവന്നു. പക്ഷേ, ഞാൻ അറസ്റ്റ് ചെയ്യപ്പെട്ടില്ല. അങ്ങനെയൊരവസരം ഉണ്ടായില്ല. ആദിവാസികളുടെ സ്നേഹാതിരേകാമൂലം, രാഷ്ട്രീയനിഷ്ഠമൂലം, ഉദ്യോഗസ്ഥവൃന്ദത്തിന്റെ കഴിവുകേടുമൂലം ഞാൻ ഡഹാണു ഉംബർഗാവ് താലൂക്കുകളിൽ പതിനഞ്ചുദിവസം കാൽനടയായി സഞ്ചരിച്ച് ബോംബെയിൽ സസുഖം തിരിച്ചെത്തി.

മഹാലക്ഷ്മിയിലേക്ക് പോകാനായി ഞങ്ങൾ മൂന്നുനാലുപേർ കാറിൽ പുറപ്പെട്ടു. ബോംബെയിലെ ആളുകൾ മഹാലക്ഷ്മി*യിൽ പോകാറുണ്ട് – ഈ ദേവി പ്രതിജ്ഞകൾ നിറവേറ്റാൻ സഹായിക്കുമെ

---

* ബോംബെയിലെ ഒരു സ്ഥലം — പ്രസിദ്ധമായ ഒരു മഹാലക്ഷ്മിക്ഷേത്രം ഇവിടെയുണ്ട്.

ന്നാണ് വിശ്വാസം – വഴിയിൽ ആരും തടഞ്ഞില്ല. ഡഹാണു താലൂക്കിലെ ചാരോട്ടി ഗ്രാമത്തിന് കുറച്ച് ഇപ്പുറത്തുള്ള വളവിൽ ഞാനിറങ്ങി. കാർ മുന്നോട്ടുപോയി. ആ പ്രദേശങ്ങളെപ്പറ്റി എനിക്കുണ്ടായിരുന്ന വിവരം വളരെ ഉപയോഗപ്രദമായിത്തീർന്നു. ഞാൻ അവിടെ എനിക്ക് അറിയാമായിരുന്ന ഒരു പാട്ടീലിന്റെ വീട്ടിലേക്ക് വിശ്വാസത്തോടെ കയറിച്ചെന്നു. എന്നെക്കണ്ട് പാട്ടീലിന്റെ ഭാര്യ മുന്നോട്ടുവന്നു. അവർ ഉച്ചത്തിൽ സംസാരിക്കാൻ തുടങ്ങി: "എന്റെ ഭർത്താവിനെ ജയിലിൽ അടച്ചിരിക്കുന്നു. പോ, ആദ്യം എന്റെ ഭർത്താവിനെ കൊണ്ടുവാ!" ഇതുകേട്ട് ഞാനാകെ അമ്പരന്നുപോയി. അടിച്ചമർത്തൽ തുടങ്ങുന്നതിനു മുമ്പ് ഞാൻ ചാരോട്ടിയിൽ പോയിരുന്നപ്പോൾ പൊലീസ്പാട്ടീൽ വലിയ വീരസ്യങ്ങൾ പറയാറുണ്ടായിരുന്നു. അപ്പോൾ ഞാനയാളോട് പറയാറുണ്ട്. "നിങ്ങൾ പൊലീസ് പാട്ടീലാണ്, നിങ്ങൾതന്നെ ആലോചിക്കൂ." അപ്പോഴൊക്കെ വളരെ ആവേശത്തോടെ അയാൾ പറയും: "എനിക്കൊരു പേടിയുമില്ല. ഞാനാരേയും കൂട്ടാക്കില്ല." ഞാൻ താമസിച്ചിരുന്ന വീട്ടിൽ തന്നെയാണ് ആ രാത്രി പാട്ടീലും താമസിച്ചത്. ഞങ്ങൾ രാത്രി വളരെനേരം സംസാരിച്ചുകൊണ്ടിരുന്നു. അയാൾക്ക് കിട്ടിയിരുന്ന നേതൃസ്ഥാനത്തിൽ അയാൾ സ്വയം മറന്നിരുന്നു. അതിനാൽ കമ്യൂണിസ്റ്റുകാരനാണെന്നു കരുതി അയാളെ പിടിച്ച് മർദ്ദനം തുടങ്ങിയപ്പോഴേക്കും അയാളുടെ സർവ്വ ആവേശവും ചോർന്നുപോയി. പാട്ടീൽ സ്ഥാനം നഷ്ടപ്പെടുമെന്ന് കരുതി അയാളും ഭാര്യയും പരിഭ്രമിച്ചു. ജയിലിൽ ചെന്ന പാട്ടീൽ പിന്നീട് മാപ്പ് ചോദിച്ച് പുറത്തിറങ്ങി. ഞാൻ ചെന്നപ്പോൾ അയാളുടെ ഭാര്യ ഈ ബഹളത്തിലായിരുന്നു. എനിക്കൊന്നും അറിയാമായിരുന്നില്ല. അവരുടെ ആ രൂപം കണ്ട് ഞാൻ വിഷണ്ണയായി എനിക്ക് വല്ലാത്ത നിരാശ തോന്നി. മനസ്സിൽ പല സംശയങ്ങളും കടന്നുവന്നു. ഇനിയങ്ങോട്ട് എന്തൊക്കെയാണുണ്ടാവുന്നതെന്ന് ആർക്കറിയാം എന്ന് തോന്നിത്തുടങ്ങി.

ആ സ്ത്രീ ഒന്നും കേൾക്കാൻ തയ്യാറില്ല. അവർക്കൊരേ പല്ലവിയേ ഉണ്ടായിരുന്നുള്ളൂ. "എന്റെ ഭർത്താവിനെ കൊണ്ടുവാ!" അവിടെ താമസിക്കുന്നത് അപകടമായിരുന്നു. ഞാൻ വെച്ച കാൽ പിന്നോട്ടെടുത്തു. അടുത്തുള്ള ഒരു പാഡയിലെ ഒരു കുടിലിൽ ചെന്നു. ഏതു കുടിലിലും എനിക്ക് ചെല്ലാമായിരുന്നു. അതുകൊണ്ട് മാത്രമാണ് രക്ഷപ്പെട്ടത്. അല്ലെങ്കിൽ കാര്യം വലിയ പ്രയാസമായിരുന്നേനെ. ആ കുടിലിൽ രണ്ട് സ്ത്രീകൾ നെല്ലു കുത്തുകയാണ്. എന്നെ കണ്ട ഉടൻ ആ സ്ത്രീകൾ പുരുഷന്മാരെ വിളിക്കാനായി പുറപ്പെട്ടു. പുരുഷന്മാർ വന്നെത്താൻ സമയമെടുക്കുമായിരുന്നു. അവിടെ നില്ക്കുന്നത് അപകടമാണെന്നു പറഞ്ഞ ഉടൻ അവർക്കെല്ലാം മനസ്സിലായി. ഒരുത്തി മുഷിഞ്ഞ തുണികൊണ്ട് പൊതിഞ്ഞ എന്റെ ഭാണ്ഡം തലയിലേറ്റി, ഞാൻ പറഞ്ഞ ആളുടെ വീട്ടിൽ എന്നെ എത്തിക്കാൻ വേണ്ടി പുറപ്പെട്ടു. ഞങ്ങൾ കുന്നും കാടുമായി കിടക്കുന്ന ദേശത്തിൽ നിന്നു കുറച്ചു വിട്ടൊഴിഞ്ഞ് വഴിമുറിച്ച്

കടന്ന് അടുത്തുതന്നെയുള്ള വധന ഗ്രാമത്തിലേക്ക് പോയി.

ദൂരെനിന്ന് എന്നെ കണ്ടപ്പോൾത്തന്നെ ആളുകൾ ഇളകിത്തുടങ്ങി. കുട്ടികൾ വരമ്പുകളിൽ നിന്നു ചൂളമടിച്ചുകൊണ്ട് വിവരം കൊടുത്തുകൊണ്ടിരുന്നു. ഒരാൾ വീട്ടുമുറ്റം അടിച്ചുവെടിപ്പാക്കി. അവിടെ പായ വിരിക്കാൻ തുടങ്ങി. ആരും ഒന്നും സംസാരിച്ചിരുന്നില്ല. പക്ഷേ, മാറിയ അന്തരീക്ഷത്തെക്കുറിച്ചും വന്നുചേർന്നിട്ടുള്ള സ്ഥിതിവിശേഷത്തെക്കുറിച്ചും അവർ തികച്ചും ബോധവാന്മാരായിരുന്നു. അതിനാൽ എനിക്ക് ധൈര്യം വീണ്ടുകിട്ടി. കുട്ടികളുടെയും വലിയവരുടെയും പ്രകടവും മൂകവുമായ ആനന്ദാതിരേകങ്ങൾ അന്തരീക്ഷത്തിൽ നിറഞ്ഞുനിന്നു. ഞാൻ ചെന്നെത്തിയ കുടിൽ ഡഹാണു–കാസാ മെയിൻറോഡിനടുത്തായിരുന്നതിനാൽ അവിടെ അധികനേരം നില്ക്കുന്നത് അപകടമായിരുന്നു. ആളുകൾ വളരെവേഗം ചായ ഉണ്ടാക്കിത്തന്നു. യോഗം എവിടെ നടത്തണമെന്ന് തീരുമാനിച്ചതിനുശേഷം അടുത്ത പ്രദേശങ്ങളിലെ പ്രവർത്തകർക്ക് വിവരം കൊടുക്കാനായി ഞാൻ ആളുകളെ അയച്ചു. കുന്നുചുറ്റി പോകുന്ന വഴിയിലൂടെ ഞങ്ങൾ ഇറങ്ങാൻ തുടങ്ങി. ഞങ്ങൾ കണ്ണിൽ നിന്നു മറയുവോളം ആളുകൾ നോക്കിനിന്നു. ഞങ്ങളുടെ യോഗസ്ഥലം മറ്റാരും അറിയാതിരിക്കാനായി ഞങ്ങൾ വഴി വളഞ്ഞു തിരിഞ്ഞ് കാലത്ത് ഏതാണ്ട് പതിനൊന്നു മണിയോടുകൂടി ഒരു മലയുടെ താഴ്‌വരയിൽ എത്തിച്ചേർന്നു. ചായ കഴിച്ചതിനാലും വർളികളുടെ ആശ്വാസം കണ്ടതുകൊണ്ടും എന്റെ ശാരീരികവും മാനസികവുമായ എല്ലാ ക്ഷീണവും മാറിയിരുന്നു. മലയുടെ താഴ്‌വരയിലായിരുന്നു യോഗം നടത്താൻ തീരുമാനിച്ചിരുന്നത്. രണ്ടു ഭാഗങ്ങളിലും മലകൾ. അടുത്തുതന്നെ ഒരു നീരരുവി. കുറെ ആദിവാസികൾ അവിടെ ഇരിപ്പുണ്ട്. ചിലർ കാവലിനായി അവിടവിടെ നിന്നു. അരമണിക്കൂറിനുള്ളിൽ ഇരുപത്തഞ്ച് മുപ്പത് പ്രമുഖ ആദിവാസികൾ അവിടെ വന്നുചേർന്നു. ചിലർ ചായയും മറ്റു ചിലർ ഉണക്ക റൊട്ടിയും കൊണ്ടുവന്നു. യോഗം ഏതാണ്ട് രണ്ടുമണിക്കൂർ നീണ്ടുനിന്നു. എല്ലാ കാര്യങ്ങളെക്കുറിച്ചും ചർച്ച നടന്നു. എന്നെ നേരിൽ കണ്ടപ്പോൾ ആദിവാസികൾക്ക് അത്യധികം ധൈര്യവും ഉത്സാഹവും കൈവന്നു. കുഴപ്പമൊന്നുമില്ലാതെ യോഗം നടന്നതിൽ എനിക്കും ആശ്വാസം തോന്നി.

ഉച്ചക്ക് രണ്ടുമണിയോടുകൂടി ഞങ്ങൾ താവളത്തിലെത്തി. ഒരുപാട് നടക്കേണ്ടിവന്നു. മരത്തണലുകളും തണുത്തകാറ്റും. അതിനാൽ കുന്നു കയറാൻ പ്രയാസം തോന്നിയില്ല. കുന്നിൻചെരുവിലൂടെയുള്ള വഴികൾ ചെങ്കുത്തായവയും വീതി കുറഞ്ഞവയുമാണ്. ഒരുവശത്ത് ഉയർന്നുനില്ക്കുന്ന മല, മറുവശത്ത് അഗാധമായ താഴ്‌വര, കയറിപ്പോകാനുള്ള വഴി വളരെ ദുർഘടംതന്നെ. മൃഗങ്ങളെപ്പോലും ആ വഴിക്ക് കൊണ്ടുവരാറില്ലെന്ന് വർളികൾ പറഞ്ഞു. കൈയിലെ വടിയുടെ സഹായത്തോടെ പതുക്കെ പതുക്കെ അടിവെച്ചടിവെച്ചാണ് ഞാൻ നടന്നത്. കൈകളിൽ വടികളും അമ്പും വില്ലും ഏന്തിയ ആദിവാസികൾ എന്റെ മുന്നിലും

പിന്നിലും ഉണ്ടായിരുന്നു. വർളികൾ നിർദ്ദേശങ്ങൾ തരും. "ബായീ, സൂക്ഷിച്ചുനടക്കു" വേണ്ടിവന്നാൽ എന്റെ കൈപിടിച്ച് സഹായിക്കും.

മലമുകളിലെ കാടുകളിലൂടെ നടക്കുമ്പോൾ സന്ധ്യയായതു പോലെ തോന്നിയിരുന്നു. ഞാൻ വിചാരിച്ചു; ഈ കൊടുംകാട്ടിൽ ഒരു കാലടിപ്പാടുപോലും കാണാനില്ല. മരക്കൂട്ടങ്ങൾക്കിടയിലൂടെ എവിടേക്കാണവർ എന്നെ കൊണ്ടുപോകുന്നത്! ഇതിനിടയിൽ കൃത്യം പതിനഞ്ചടി സമചതുരത്തിൽ ഒഴിഞ്ഞുകിടന്ന ഒരു സ്ഥലത്ത് ഞങ്ങൾ എത്തിച്ചേർന്നു. മലയുടെ ഒത്ത മുകളിൽത്തന്നെയായിരുന്നു ഈ സ്ഥലം. വർളികൾ ഉടനെതന്നെ വടികൾ നാട്ടി അതിനു മുകളിൽ കാട്ടിലെ ഇലകൾ വിരിച്ച് ഒരു ഷെഡ് കെട്ടിയുണ്ടാക്കി. ഇരിക്കാൻ പായ വിരിച്ചു. മലയിൽ എവിടെനിന്നോ തണുത്ത ശുദ്ധജലം കൊണ്ടുവന്നു. കൂടെക്കൊണ്ടുവന്ന സാധനങ്ങളെടുത്ത് ചായയുണ്ടാക്കി. ഭാക്രിയും കൊണ്ടുവന്നിരുന്നു. ഭാക്രി തിന്ന് ചായ കുടിച്ചുകൊണ്ടിരിക്കുമ്പോഴാണ് മനസിലായത്; വൃത്തിയാക്കിവെച്ചിരുന്ന ചെറിയ ചതുഷ്കോണാകൃതിയിലുള്ള ആ സ്ഥലം മയിൽവേട്ടക്കാരുടേതായിരുന്നു. മലമുകളിൽ മയിൽവേട്ടക്കുവേണ്ടി തയ്യാറാക്കിവെച്ചിരുന്ന ഇത്തരം സ്ഥലങ്ങൾ വേറെയുമുണ്ട്.

പതുക്കെ പതുക്കെ സൂര്യൻ അസ്തമിച്ചു തുടങ്ങി. ഇരുട്ടു പരന്നപ്പോൾ വിറക് കൂട്ടിക്കത്തിച്ച് വർളികൾ സൊള്ളാൻ തുടങ്ങി. വിറക് കത്തുന്നതിന്റെ പ്രകാശം ദൂരെ നിന്നെങ്ങാനും കണ്ടാലോ എന്നു സംശയം പ്രകടിപ്പിച്ചപ്പോൾ അവർ പറഞ്ഞു: "അതിനെപ്പറ്റി പേടിക്കേണ്ട. ഈ കാട്ടിൽനിന്ന് പ്രകാശം പുറത്തേക്ക് കാണുകയേ ഇല്ല. അതിനും പുറമെ വിറക് എരിയുകയാണ്. അധികം ജ്വാല ഉണ്ടാവുകയില്ല." കത്തുന്ന വിറകിൻ കുമ്പാരത്തിനടുത്തിരുന്ന് ഞങ്ങൾ വളരെ വൈകുവോളം സംസാരിച്ചു. യാതൊരു വിപൽശങ്കയുമില്ലാതെ മനസ്സു തുറന്ന് സംസാരിക്കാൻ പറ്റിയതായിരുന്നു ആ സ്ഥലം. ഏത് സാവ്കർ, എന്തുചെയ്യുന്നു, ആരൊക്കെ കൂലി തരുന്നു, ആരൊക്കെ തരുന്നില്ല, ആരാണ് അക്രമങ്ങൾ കാണിക്കുന്നത്, പൊലീസ് എവിടെയാണ്, എത്രയുണ്ട്. അവരെന്തു ചെയ്യുന്നു, സർക്കാരിന്റെയും സാവ്കർമാരുടെയും പിടിയിൽ ആരൊക്കെ പെട്ടു, പുതിയ ആളുകൾ ആരൊക്കെയാണ്, എത്രപേരെ അംഗങ്ങളായി ചേർത്തു, ആരൊക്കെ എങ്ങനെയൊക്കെ, എവിടെയൊക്കെ ഒളിവിൽ കഴിയുന്നുണ്ട്, ആളുകൾ എന്തു പറയുന്നു, ജയിലിൽ പോയവരുടെ വീടുകളിലെ സ്ഥിതിയെന്താണ്, ഭാവിപരിപാടികൾ എങ്ങനെ ആസൂത്രണം ചെയ്യണം, ഏതുതരം തന്ത്രമാണ് പ്രയോഗിക്കേണ്ടത്, മർദ്ദനങ്ങളെ നേരിടാൻ എന്തു നയം സ്വീകരിക്കണം തുടങ്ങിയ പ്രശ്നങ്ങളെപ്പറ്റി സവിസ്താരം ചർച്ച നടന്നു.

അവസാനം നേരം പുലരാറായപ്പോഴാണ് ഞാനൊന്നുറങ്ങിയത്. പിറ്റേന്ന് നേരത്തെ എഴുന്നേല്ക്കേണ്ട ആവശ്യമുണ്ടായിരുന്നില്ല. വൈകി ഉണർന്നു. പാലില്ലായിരുന്നു. പാലൊഴിക്കാത്ത ശർക്കരച്ചായ കുടിച്ചു. അടുത്ത സ്ഥലങ്ങളൊക്കെ കാണുന്നതിനായി നടന്നു. ആ സ്ഥലത്തിനു

ചുറ്റും ഇടതൂർന്നു വളർന്ന മരങ്ങളുണ്ടായിരുന്നു. ആ മരങ്ങൾക്കിടയിൽ ചുറ്റി നടക്കാൻ തുടങ്ങിയപ്പോൾ വർളികൾ എന്നെ തടഞ്ഞു. അവർ പറഞ്ഞു; "ബായി കാട്ടിൽ നടന്നു തുടങ്ങിയാൽ വഴി നിങ്ങൾക്കറിയുകയില്ല; വഴി തെറ്റിപ്പോകും. വിശപ്പും ദാഹവും സഹിച്ച് ചുറ്റിക്കറങ്ങേണ്ടിവരും." അവർ പറഞ്ഞത് ശരിയാണ്. ആ സ്ഥലത്തിനു ചുറ്റും നോക്കിയപ്പോൾ പുറത്തേക്കുള്ള വഴി ഏതാണെന്നു മനസ്സിലായതേയില്ല. ഏതു വഴിയിൽ കൂടിയാണ് ഞാനിവിടെ എത്തിയതെന്നുപോലും മനസ്സിലായില്ല. കാലടിപ്പാടൊന്നും കണ്ടില്ല. അപരിചിതരായ ആളുകൾക്ക് വഴിയറിയാൻ പ്രയാസമെന്നുതന്നെയല്ല തീരെ അസാദ്ധ്യവുമായിരുന്നു. ആ വഴിയും ആ സ്ഥലവും അവർക്കു മാത്രമേ അറിയാമായിരുന്നുള്ളു.

ഉംബർഗാവ് താലൂക്കിന്റെ വടക്കുഭാഗത്ത് എത്തുന്നതുവരെ എത്ര ശ്രദ്ധിച്ചാൽ തന്നെയും എന്നെ പിടിക്കാൻ സാദ്ധ്യതയുണ്ടെന്ന് ഞാൻ ആദിവാസികളോടു പറഞ്ഞു. പിടിക്കപ്പെട്ടാൽ തന്നെ സംഘടനയെ ശക്തിപ്പെടുത്തി എല്ലാ പ്രതിബന്ധങ്ങളെയും തരണം ചെയ്ത് ദൃഢനിശ്ചയത്തോടെ സമരത്തെ മുന്നോട്ടു നയിച്ചാൽ വിജയം കരഗതമാകുമെന്ന് ഞാൻ അവരോടു പറഞ്ഞു.

സന്ധ്യയോട് അടുത്തപ്പോൾ ഞങ്ങൾ മറുവശത്തുകൂടി മലയിറങ്ങി അവംഭാണി ഗ്രാമത്തിലേക്കു പോയി. കുരിയാറ്റക്കിളി പറന്നുയരുന്ന വേഗതയോടെ ഒരു കൊച്ചുകുട്ടി യോഗവിവരം ഗ്രാമത്തിലെത്തിക്കുന്നതിനായി പാഞ്ഞുപോയി. നവശ്യയുടെ വീട്ടിൽ ഒരു കുഞ്ഞുതൊട്ടിലുണ്ടായിരുന്നു. രാത്രി ഉറങ്ങി. രാവിലെ നേരത്തെ എഴുന്നേറ്റപ്പോൾ ആളുകൾ പറയാൻ തുടങ്ങി: "ബായീ, രാത്രി ഒരു കുഞ്ഞു ജനിച്ചിട്ടുപോലും നിങ്ങളുണർന്നില്ലേ?" ആദിവാസികൾ രാത്രി മുഴുവനും വർത്തമാനം പറഞ്ഞ് ഉറക്കമൊഴിച്ചിരിക്കുകയായിരുന്നു. കുഞ്ഞിനെയും അമ്മയെയും കാണുവാനായി ഞാൻ അകത്തേക്കുപോയി. ഒരു പായയിൽ ഒരു ചെറിയ സാരിക്കഷണം വിരിച്ച് കുട്ടിയെ കിടത്തിയിരുന്നു. ഇളംചൂടുള്ള വെള്ളംകൊണ്ട് ദേഹം കഴുകി, അതിന്റെ അമ്മ 'ശേകോട്ടി' (കത്തുന്ന വിറകിൻകൂമ്പാരം)ക്ക് അടുത്ത് കിടക്കുകയായിരുന്നു. ഭക്ഷണത്തെക്കുറിച്ച് അന്വേഷിച്ചപ്പോൾ കിട്ടുന്നതിൽവെച്ച് നല്ല അരിയും ചോറും കഞ്ഞിയും ചില ദിവസങ്ങളിൽ കോഴിയുണ്ടെങ്കിൽ അതും കള്ള് കിട്ടുന്ന ദിവസങ്ങളിൽ അതും മാത്രമാണ് പ്രസവിച്ചു കിടക്കുന്ന സ്ത്രീക്ക് കൊടുക്കുന്നതെന്ന് മനസ്സിലായി. ഈ സ്ത്രീ രണ്ടു മൂന്നു ദിവസത്തിനുശേഷം കൃഷിപ്പണിക്കോ മറ്റു പണികൾക്കോ പോയിത്തുടങ്ങും. മുളയലുകൾ കൊണ്ടുണ്ടാക്കിയ, ഇടുങ്ങിയ, പരിതാപകരമായ സ്ഥിതിയിലുള്ള ഒരു മുറിയിൽ ഒരു സാരിത്തുണിയിൽ കിടന്നിരുന്ന ആ രാഷ്ട്രസമ്പത്ത് കണ്ടപ്പോൾ എന്റെ ഹൃദയം തേങ്ങിപ്പോയി. പരിഷ്കൃതരായ ഉപരിവർഗ്ഗക്കാരുടെ കുട്ടികളെയും അമ്മമാരെയും മനസ്സിൽ താരതമ്യപ്പെടുത്താതിരിക്കാൻ കഴിഞ്ഞില്ല.

രാത്രി ഭക്ഷണം കഴിക്കാൻ വളരെ വൈകി. സ്ത്രീകൾ പുരുഷ

ന്മാരെ അപേക്ഷിച്ച് വിശുദ്ധി കുറഞ്ഞവരാണെന്നാണ് വർളികളുടെ വിശ്വാസം. അവർ വിരുന്നുകാർക്കുള്ള ഭക്ഷണം പാകം ചെയ്യരുത്. വിരുന്നുകാരെ ആദരിക്കണമെങ്കിൽ പുരുഷന്മാർ തന്നെ പാചകം നടത്തണം. പെണ്ണുങ്ങൾ അരി വൃത്തിയാക്കി മസാല അരച്ചുകൊടുക്കണം. അവം ഭാണിയിലെ യോഗത്തിനുശേഷം പിറ്റേന്ന് അടുത്ത താവളത്തിലേക്കു പുറപ്പെട്ടു. വഴി വളഞ്ഞ് സഞ്ചരിച്ചതിനാൽ താവളത്തിലെത്താൻ കൂടുതൽ സമയമെടുത്തു. ശരിക്കു നടക്കുവാൻ പറ്റാത്ത വഴിയായിരുന്നു. മുളകളും മറ്റു മരങ്ങളും തിങ്ങിനില്ക്കുന്ന കാട്ടിലൂടെയാണ് ഞങ്ങൾ പോയത്. തുറന്ന ശരീരഭാഗങ്ങളിലും കൈകാലുകളിലും മുഖത്തും കൊതുകുകൾ കടിച്ചിരുന്നു. വലിയ വലിയ ഈച്ചകളും നല്ല കടിപറ്റിച്ചു. രക്തം വന്നു. ഉടുത്തിരുന്ന സാരികൊണ്ട് ശരീരം മുഴുവൻ മൂടിനടന്നാൽ മുളംകമ്പുകളിലും മറ്റു മരച്ചില്ലകളിലും വസ്ത്രം ഉടക്കും. മുന്നോട്ടു ഒരടിവെക്കാൻ പ്രയാസമായി. ഞാൻ തീരെ തളർന്നു. കാൽ നിലത്തുവെക്കാൻ വിഷമമായിത്തുടങ്ങി. ഇങ്ങനെയുള്ള അവസരങ്ങളിൽ വർളികൾ എന്തെങ്കിലും തമാശ പറയും. എന്നെ സഹായിക്കും. ശരീരം മുഴുവനും ചൊറിഞ്ഞും ദേഹത്തിൽ വന്നിരിക്കുന്ന ഈച്ചകളെ കൈകൊണ്ട് തുടച്ചുനീക്കിയും രക്തം ഒപ്പിയെടുത്തും ഞങ്ങൾ ഒരു വിധം ആ വഴി നടന്ന് അവസാനിപ്പിച്ചു. ശരീരം നീറിത്തുടങ്ങിയിരുന്നു

പഠാര എന്ന ഒരു പാർട്ടി പ്രവർത്തകൻ ജയിലിൽ ഉണ്ടായിരുന്നു; അയാളുടെ അമ്മയെ ഞാൻ ഒരു വയലിൽവെച്ച് കണ്ടുമുട്ടി. അവർ പറഞ്ഞു; എനിക്കൊരു പേടിയുമില്ല. ചെങ്കൊടി കല്പിച്ചു. എന്റെ മകൻ ഒരു മെമ്പറാണ്. അവനെ ഞാൻ ചെങ്കൊടിക്ക് സമർപ്പിച്ചിരിക്കുന്നു." മകൻ എപ്പോൾ മടങ്ങിവരും, തന്നെ എന്നു കാണാൻ വരും എന്നതിനെപ്പറ്റിയൊന്നും ചോദിക്കാതെ അഭിമാനത്തോടുകുടി "ചെങ്കൊടിയുടെ മെമ്പർ ആണ്," എന്ന് ആ വയോവൃദ്ധയുടെ മുഖത്തുനിന്ന് കേട്ടപ്പോൾ എന്റെ അന്തരാത്മാവ് നൊമ്പരപ്പെട്ടു. പ്രയാസങ്ങളും ക്ഷീണവും ഈച്ച കടിയും കീറിയ വസ്ത്രങ്ങളും ശരീരത്തിലെ നീറ്റലും എല്ലാം എല്ലാം ഞാൻ മറന്നുപോയി. പരുലേക്കറെ ഓർത്ത് കണ്ണുകൾ ഈറനായി. ഇവിടെ കണ്ടതും കേട്ടതുമെല്ലാം അദ്ദേഹത്തെ പറഞ്ഞുകേൾപ്പിക്കാൻ ഞാൻ തിരിച്ചെത്തുമോ അതോ പിടിക്കപ്പെടുമോ എന്നിപ്രകാരം ചിന്തിക്കാൻ തുടങ്ങി. വളരെനേരം ഞാൻ ഈ സംഭവത്തെക്കുറിച്ചും ഞങ്ങളുടെ അനുഭവസമ്പന്നമായ ജീവിതത്തെക്കുറിച്ചും ചിന്തിച്ചുകൊണ്ടിരുന്നു

ബാപ്ഗാവിലെ അടുത്ത താവളം ശരിയായില്ല. ഞാൻ താമസിച്ച വീട്ടിലെ ഗൃഹനാഥന്റെ സഹോദരനും സഹോദരപത്നിയും വല്ലാതെ പരിഭ്രമിച്ചിരുന്നു. പഠാരയുടെ വൃദ്ധയായ അമ്മയെവിടെ, ഈ പേടിത്തൊണ്ടന്മാരായ ചെറുപ്പക്കാരെവിടെ! അവർ ഞാൻ ഗ്രാമത്തിൽ നിന്ന് പോകുന്നതും കാത്തിരിക്കുകയാണ്. ആദ്യം എനിക്ക് വല്ലാതെ കോപം തോന്നി. ഞാൻ അവരോട് സംസാരിച്ചുനോക്കി. അതുകൊണ്ടെന്നും ഒരു

ഫലവുമുണ്ടായില്ല. ഞാൻ തീരെ നിരാശയായി. മനസ് വിഷണ്ണമായി ത്തീർന്നു. ഈ പുലിവാൽ എന്തിനുപിടിച്ചു എന്നുപോലും ഒരു അവസരത്തിൽ തോന്നിപ്പോയി. ബോംബെയിൽ സുഖമായി ഇഷ്ടാനുസ രണം ജോലിചെയ്യാമായിരുന്നു. പക്ഷേ, പിന്നീടു തോന്നി: ഇത്രയും വലിയ ഒരു സമൂഹത്തിൽ ചില ഭീരുക്കളും സ്വാർത്ഥികളും ഉണ്ടാകാതി ക്കില്ലല്ലോ. വർളി സമൂഹത്തിന്റെ ത്യാഗവും ലക്ഷ്യബോധവും വീണ്ടും എന്നെ സ്വയം നിയന്ത്രിക്കാൻ സഹായിക്കുകയും എന്റെ ചുമതലയെ ക്കുറിച്ചോർമ്മിക്കുകയും ചെയ്തു.

ബാപ്ഗാവിലെ സംഭാഷണങ്ങൾക്കിടയിൽ 'വീട് തുന്നുക' എന്ന പ്രയോഗം ഞാൻ കേൾക്കുകയുണ്ടായി. വസ്ത്രങ്ങൾ തുന്നുന്നത് മന സ്സിലാക്കാം. 'വീട് തുന്നുക' എങ്ങനെയാണെന്ന് മനസ്സിലായില്ല. എന്നാൽ യഥാർത്ഥത്തിൽ സംഗതി ഇങ്ങനെയാണ്: പ്ലാശിന്റെ ഇലകൾ ചേർത്ത് മുളംചിന്തുകൾകൊണ്ട് ബന്ധിപ്പിച്ച് വീടിന്റെ മോന്തായത്തിലിടുന്നു. ഇല കൾ മുളംചീന്തുകളുപയോഗിച്ചു തുന്നുന്നു എന്നതു ശരിതന്നെ. അതി നാൽ വെള്ളം മുഴുവനും പുറത്തേക്ക് ഒഴുകിപ്പോകും. വീട്ടിനുള്ളിൽ ചോർച്ച ഉണ്ടാവുകയില്ല. ഓടിന്റെ അഭാവത്തിൽ ആദിവാസികൾ വെയിലും മഴയും കൊള്ളാതെ കഴിഞ്ഞിരുന്നത് ഇങ്ങനെയാണ്.

ആ രാത്രി ബാപ്ഗാവിൽ നൃത്തമുണ്ടായിരുന്നു. വാദ്യങ്ങളുടെ ശബ്ദം കേട്ടുതുടങ്ങി. ഞാൻ പുറത്തുവന്നു നൃത്തം കണ്ടുകൊണ്ടുനിന്നു. വർളികളുടെ നൃത്തം ചെയ്യാനുള്ളതാണ്; കാണാനുള്ളതല്ല. നൃത്തം ചെയ്യുമ്പോൾ ഒരുതരം ലഹരികയറിയപോലെയാണ്. നാലും അഞ്ചും മണിക്കൂറുകൾ തപ്പുകൊട്ടുന്നതിന്റെയും കോലടിക്കുന്നതിന്റെയും താളമൊപ്പിച്ച് വർളികൾ നൃത്തം ചെയ്തുകൊണ്ടിരിക്കും. യുവതീ — യുവാക്കൾ പിൻപേക്കു പിൻപേ അമ്പിളിക്കലപോലെ അർദ്ധ വർത്തുളാകൃതിയിൽ നിന്ന് നൃത്തം ചെയ്യുന്നു. നിഷ്കളങ്കമായ ജീവി താനന്ദം അനുഭവിച്ചിരുന്നത് അവരായിരുന്നു. ബാപ്ഗാവിൽ ചിലരെ കണ്ടതിനുശേഷം അപ്പോൾത്തന്നെ ഞങ്ങൾ അടുത്ത താവളത്തിലേക്കു പുറപ്പെട്ടു.

ഞങ്ങൾ താവളത്തിലെത്തിയപ്പോഴേക്കും നേരം പുലർന്നിരുന്നു. ഇവിടത്തെ യോഗം നന്നായി നടന്നു. വളരെ ഉള്ളിലേക്ക് മാറിയാണ് സഞ്ചരിച്ചിരുന്നത്. വളരെ നാളുകളായി കുളിച്ചിട്ടില്ല. തണുപ്പു കാലമാണ്. നടന്നു ക്ഷീണിച്ചെത്തിയപ്പോൾ തണുത്ത വെള്ളത്തിൽ കുളിക്കുക ജീവൻ പോകുന്നതിന് തുല്യമായി തോന്നി. ഒടുവിൽ പിറ്റേന്ന് പുലർച്ചെ അഞ്ചുമണിക്ക് 'ശേകോട്ടി'യുടെ വെളിച്ചത്തിൽ സൂത്രത്തിൽ ഒന്നു കുളിച്ചു. എന്റെ കുളിയെച്ചൊല്ലി എന്തൊക്കെ ബദ്ധപ്പാടുകളായിരുന്നു; രാത്രിതന്നെ വെള്ളം കൊണ്ടുവന്നുവെച്ചിരുന്നു. പുരുഷന്മാർ മറകെട്ടിയുണ്ടാക്കി. രാത്രി ഒരുമണി മുതൽക്കുതന്നെ സ്ത്രീകൾ ചോദിച്ചു കൊണ്ടിരുന്നു; "വെള്ളം വെക്കട്ടെ, സമയമായോ?"

ഞാൻ ഗ്രാമത്തിൽ ചെല്ലുന്ന വിവരം എല്ലാവരും അറിഞ്ഞിരുന്നു.

എന്നെ നേരിൽ കണ്ടില്ലെങ്കിലും 'ബായി വന്നുപോയി' എന്ന സമാധാനം ഉണ്ടായിരുന്നു. ഗ്രാമങ്ങളിൽ നിന്ന് പുറപ്പെടുമ്പോൾ പുരുഷന്മാരും സ്ത്രീകളും കുട്ടികളും എന്തെങ്കിലും ചെയ്യുകയാണെന്ന ഭാവത്തിൽ വഴിനീളെ നില്പുണ്ടാകും. പുരുഷന്മാരും സ്ത്രീകളും ജോലികൾക്കാണെന്ന ഭാവത്തിൽ, കുട്ടികൾ കാലിമേക്കുന്നു എന്ന നാട്യത്തിലും, ആരെയോ കാത്തുനില്ക്കുകയാണെന്ന ഭാവത്തിലും നില്ക്കും. പലപ്പോഴും എവിടെയെങ്കിലും കുന്നിന്മുകളിൽ നീണ്ട വരികളായി നിന്ന് കണ്ണിമയ്ക്കാതെ ഞാൻ കാഴ്ചയിൽ നിന്ന് മറയുവോളം നോക്കി നില്ക്കും. ഇത്തരം അവസരങ്ങളിൽ എനിക്ക് തോന്നാറുണ്ട്: 'ഇത്രയും ജനങ്ങളുടെ പിന്തുണയുള്ളപ്പോൾ എന്നെ ആരു പിടിക്കാനാണ്?' എന്നെ എങ്ങനെ കിട്ടും! ഒരു പകലോ രാത്രിയോ കൂടുതൽ എവിടെയും താമസിക്കാറില്ല. അക്കാലങ്ങളിൽ ആദിവാസികളുടെ കുടിലുകളിൽ ആർക്കും എപ്പോഴും കടന്നുചെല്ലാം. അനുവാദമില്ലാതെ ആരെയും തങ്ങളുടെ വീടുകളിൽ പ്രവേശിപ്പിക്കരുതെന്ന് അവർ അറിഞ്ഞിരുന്നില്ല. അതിന്റെ ആവശ്യവും അവർക്ക് തോന്നിയില്ല. പൂട്ടും താക്കോലും എങ്ങുമില്ല. കാത്തുസൂക്ഷിക്കത്തക്കതായി ഒന്നുമില്ല. അതിനാൽ അധികം ദിവസം ഒരിടത്തുതന്നെ കഴിയുന്നത് വലിയ അപകടമായിരുന്നു.

ഞാൻ അടിവെച്ചടിവെച്ച് നടക്കുമ്പോൾ ഒരിക്കൽ കരിമ്പനത്തോട്ടങ്ങളിലുള്ള ആളുകളും കുശവന്മാരും എന്നെ കണ്ടു. വേഷം മാറിയിരുന്നുവെങ്കിലും ഉള്ളിൽ പേടി തോന്നി. അടുത്ത താവളം ഏതെന്ന് തീർച്ചപ്പെടുത്തിയിട്ടില്ല. ഇങ്ങനെയുള്ള സമയങ്ങളിൽ കുട്ടികൾ വളരെ നന്നായി പണിയെടുക്കും. ആളുകളുടെ പിറകെ പോയി അവരുടെ വിവരങ്ങളെല്ലാം ഞങ്ങൾക്കെത്തിച്ചുതരും. അതിനാൽ, ഞങ്ങളുടെ ജോലി എളുപ്പമാവുകയും ചെയ്യും.

എനിക്ക് യാത്ര മുഴുവൻ കാൽനടയായിത്തന്നെ ചെയ്യേണ്ടിവന്നു. കാളവണ്ടിയിൽ പോകുവാൻ സാദ്ധ്യമല്ല. നടന്നുപോകുമ്പോൾ വഴിയിൽ ആരെങ്കിലും കാണുകയോ, ആരെങ്കിലും ആ വഴിക്ക് വരുന്നുണ്ടെന്ന് വിവരം ലഭിക്കുകയോ ചെയ്താൽ, വഴി ഒഴിവാകുന്നതുവരെ ഒരുവശത്ത് മാറിനില്ക്കാൻ കഴിയും. കാളവണ്ടിയിൽ നിന്നിറങ്ങി പെട്ടെന്ന് ഒരു വശത്തേക്ക് മറയാൻ എളുപ്പമല്ല. അതിനും പുറമെ കാളവണ്ടിയിൽ പോയാൽ കാര്യങ്ങൾ പുറത്തറിയാനുള്ള സാദ്ധ്യതയും കൂടുതലാണ്.

അടുത്ത ഗ്രാമത്തിലെത്തിയപ്പോൾ അവിടെയുള്ള കുറെ ആളുകൾ വട്ടമിട്ടിരിക്കുന്നു. നടുക്ക് ഒരാൾ നിൽക്കുന്നുണ്ട്. ആ ഗ്രാമത്തിൽ ഗ്രാമഭരണകൂടത്തിനുമുമ്പിൽ ഏതോ പ്രശ്നത്തെക്കുറിച്ച് ന്യായവിചാരം നടക്കുകയായിരുന്നു. ആദിവാസികളുടെ സമ്പ്രദായമനുസരിച്ച് ഒരു പ്രശ്നത്തെപ്പറ്റി തീർച്ചപ്പെടുത്തണമെങ്കിൽ ഇതുമാതിരി ഇരുന്ന് ന്യായവിചാരം ചെയ്യണമായിരുന്നു. തീർപ്പനുസരിച്ച് ഇരുഭാഗത്തുമുള്ളവർ സാധനങ്ങൾ കൊടുക്കുകയോ വാങ്ങുകയോ ചെയ്യും. ന്യായവിചാരം ചെയ്യുന്നവർക്ക് കള്ള് കൊടുക്കണം.

15 ഗ്രാമങ്ങളിൽ താമസിച്ച് യോഗങ്ങൾ നടത്തുകയും പ്രമുഖരായ ആദിവാസികളെ കാണുകയും ചെയ്തതിനുശേഷം ഞാൻ ഉംബർഗാവ് താലൂക്കിലെ അംകലാസ് ഗ്രാമത്തിൽ എത്തിച്ചേർന്നു. പൊലീസിന്റെ നീക്കങ്ങളും ഗ്രാമത്തിലെ അന്തരീക്ഷവും എല്ലാം നല്ലപോലെ മനസ്സിലാക്കിയതിനുശേഷം വേണമായിരുന്നു ഞങ്ങൾക്ക് മുന്നോട്ട് നീങ്ങാൻ.

അംകലാസ് ഗ്രാമത്തിനടുത്ത് വനങ്ങളൊന്നുമില്ല. കരിമ്പനകളല്ലാതെ മറ്റു വൃക്ഷലതാദികളില്ല. പകൽസമയത്ത് തുറസായ സ്ഥലത്തുകൂടി യാത്ര ചെയ്തതിനാൽ ആപൽശങ്കതോന്നാതിരുന്നില്ല. അതിനാൽ ഗ്രാമത്തിൽ നിന്നകന്ന്, വയലിൽ ഉള്ള ഒരു ഷെഡിൽ താമസിക്കാമെന്ന് തീരുമാനിച്ചു..... എന്റെ യാത്ര തുടങ്ങിയിട്ട് 13 ദിവസം തികഞ്ഞിരിക്കുന്നു. ഞാൻ ആ പ്രദേശങ്ങളിൽ സഞ്ചരിക്കുന്നുണ്ടെന്ന വസ്തുത മിക്ക ആദിവാസികൾക്കും അറിയാം. പൊലീസുകാർ എങ്ങനെയെങ്കിലും മണത്തറിഞ്ഞ് എത്തുമോ എന്നുതോന്നി. സാധാരണ ജനങ്ങളെ വിശ്വസിക്കാമായിരുന്നെങ്കിലും, ആയിരക്കണക്കിനാളുകളിൽ ഒന്നോ രണ്ടോ പേർ ജൂദാസുകളായിക്കുടെന്നില്ലല്ലോ. വൻതോതിലുള്ള പ്രക്ഷോഭങ്ങളിൽനിന്ന് അനേകം നേതാക്കന്മാരും പ്രവർത്തകരും ഉയർന്നുവരുന്നതു പോലെതന്നെ വർഗ്ഗവഞ്ചകരും ജനിക്കുന്നു. 1951 ൽ ഇത്തരമൊരു അനുഭവമുണ്ടായി. എന്നെ പിടിച്ചുകൊടുക്കുന്നവർക്ക് സമ്മാനത്തുക പ്രഖ്യാപിക്കപ്പെട്ടു. സമ്മാനം കൊതിച്ച് എന്നെ കാണാൻ വന്ന ആദിവാസികൾ തന്നെ എന്റെ സ്ഥലം കാണിച്ചുകൊടുത്തു. അടുത്ത് കുന്നോ മരങ്ങളോ ഒന്നുമില്ലാത്തതിനാൽ തുറന്ന വയലിൽ രാത്രി കഴിച്ചുകൂട്ടേണ്ടി വന്നു. വയലോരത്തെ ഷെഡിൽ താമസിച്ചു. കട്ടിലിൽ പായവിരിച്ചു കിടന്നതോടെ ശാരീരികവും മാനസികവുമായ ക്ഷീണത്താൽ ഞാൻ ഉറങ്ങിപ്പോയി

ഭക്ഷണം തയ്യാറാക്കി രാത്രി ഏതാണ്ട് ഒമ്പതുമണിയായപ്പോൾ ആദിവാസികൾ എന്നെ ഉണർത്തി. ഭക്ഷണം തയ്യാറായിക്കഴിഞ്ഞിരുന്നു. ഞാൻ മുഖം കഴുകി ചൂടുള്ള ഭാക്രിയും ഉപ്പുചേർത്ത് അപ്പോൾ പാകം ചെയ്ത തുവരയും വയറുനിറയെ ഭക്ഷിച്ചു. ആദിവാസികൾക്ക് എണ്ണയും നെയ്യുമെല്ലാം അപരിചിത വസ്തുക്കളായിരുന്നു. അവയെപ്പറ്റി കേട്ടിട്ടുള്ളവരാകട്ടെ, അവ ഇഷ്ടപ്പെട്ടിരുന്നുമില്ല. ഒരു വലിയ യോഗം അവിടെ നടത്താൻ സാദ്ധ്യത ഇല്ല. ചുറ്റുമുള്ള ഗ്രാമങ്ങളിൽ നിന്ന് തെരഞ്ഞെടുക്കപ്പെട്ട ആദിവാസികൾ വന്ന് ബീഡിയും വലിച്ചിരിപ്പുണ്ട്. ഒരാൾ എവിടെനിന്നോ കുറച്ച് പശുവിൻപാൽ കൊണ്ടുവന്നു. തണുപ്പുകാലം വയലോരത്ത് നല്ല തണുപ്പും തോന്നിയിരുന്നു. ഞങ്ങൾ ചൂടുള്ള ശർക്കരച്ചായ കുടിച്ചു. എല്ലാവർക്കും ഉന്മേഷം തോന്നി. യോഗം രാത്രി ഒരുമണിവരെ നീണ്ടുപോയി. രാത്രി മുഴുവൻ കത്തിക്കൊണ്ടിരുന്ന 'ശേകോട്ടി'ക്കു സമീപം കിടന്നുറങ്ങി. ചില ആദിവാസികൾ കാവലിരുന്നു. വെളുപ്പാൻകാലത്ത് മൂന്നുമണിക്ക് ആദിവാസികൾ എന്നെ ഉണർത്തി. അത്യധികം ക്ഷീണം തോന്നിയതിനാൽ എന്റെ യാത്രക്കിടയിൽ ആ ദിവസം ഞാൻ

സ്വല്പം അബദ്ധം കാണിച്ചു. ഞാൻ എഴുന്നേറ്റില്ല. ഒടുവിൽ നാലുമണി ആകാറായപ്പോൾ ആദിവാസികൾ പോകാൻ ധൃതികൂട്ടി. പാലും ചായയും ശർക്കരയുമെല്ലാം രാത്രിതന്നെ തീർന്നതിനാൽ വെറുതെ മുഖം കഴുകി പുറപ്പെട്ടു. ആ ദിവസം മുമ്പോട്ടു നടക്കുക വലിയ പ്രയാസമായിത്തന്നെ തോന്നി. അപ്പോൾ പുറപ്പെട്ടില്ലായിരുന്നുവെങ്കിൽ തീർച്ചയായും പിടിയിൽ പെട്ടേനെ. ഒന്നും സംസാരിക്കാതെ നടന്നുതുടങ്ങി. യാത്ര വളരെ പ്രയാസമായിത്തീർന്നു. കൊടും തണുപ്പ്, വയറ്റിലാണെങ്കിൽ ഒരു തുള്ളി ചായ പോലും ചെന്നിട്ടില്ല. വഴി അവസാനിക്കുന്നേ ഇല്ലെന്നുതോന്നി. പുല്ലരിയൽ തുടങ്ങിയിട്ടില്ല. തണുപ്പുകാലത്തുവീണ മഞ്ഞിന്റെ ഭാരംകൊണ്ട് താഴെ വീണുകിടക്കുന്ന പുല്ലിൽ ചവിട്ടിയാൽ വഴുതിപ്പോകും. പുല്ല് കൈകൊണ്ട് മാടിയൊതുക്കി നടക്കാനും വയ്യ. ചെറിയ കല്ലുകൾ കാലിൽ തറയ്ക്കും. ഒരു കല്ല് തറച്ചാൽ ജീവൻ പോകും. വഴിയരികിലെ വീടുകളിലെ 'ഇവരെ കാണൂ, അവരെ കാണൂ' എന്ന് ആദിവാസികൾ പറഞ്ഞുകൊണ്ടിരുന്നതിനാൽ ഭിലാഡിൽ എത്തിയപ്പോൾ കാലത്ത് ഏഴുമണിയായി. വെളിച്ചം നല്ലപോലെ പരന്നു. ഞാൻ കാണിച്ച അബദ്ധം എന്താണെന്ന് എനിക്കുമനസ്സിലായിത്തുടങ്ങി. പക്ഷേ, പശ്ചാത്താപം കൊണ്ട് ഉപയോഗമൊന്നുമില്ല. ചുറ്റും തുറന്ന മൈതാനം. ഡേറ്റ് മരങ്ങളല്ലാതെ മറ്റൊരു വൃക്ഷവും ഇല്ല. സൂര്യൻ ഉദിച്ചുയർന്ന ആ സമയത്ത് തുറന്ന മൈതാനത്തിൽവെച്ച് എന്നെ പിടിക്കുമെന്നും അറസ്റ്റ് ചെയ്യുമെന്നും തോന്നിത്തുടങ്ങി. അറസ്റ്റ് ചെയ്യുകയാണെങ്കിൽ കൂടെയുള്ളവർ അതില്പെടാതിരിക്കാനായി അവരെ മടക്കിയച്ചു. 14 ദിവസം ഒരുകുഴപ്പവുമില്ലാഞ്ഞിട്ട് എന്റെ അശ്രദ്ധമൂലം ഇപ്പോൾ പൊലീസിന്റെ പിടിയിൽപ്പെട്ട് പോകുമെന്നോർത്ത് മനസ്സ് വ്യാകുലപ്പെട്ടു. കണ്ണിൽ വെള്ളം നിറഞ്ഞു. പ്രവർത്തകർ എന്തുപറയും, സഖാവ് പരുലേക്കർക്ക് എത്ര വിഷമം തോന്നും, സർവ്വോപരി പ്രക്ഷോഭത്തെ ഇതെങ്ങനെ ബാധിക്കും എന്നൊക്കെ വിചാരിച്ച് എനിക്ക് തല ചുറ്റുന്നതുപോലെ തോന്നി.

മിലാഡിൽ ഞാൻ ചെന്നെത്തിയ വീട്ടിലെ ആദിവാസിക്ക് അവിടെ ഞാൻ താമസിച്ചാലുണ്ടാകുന്ന അപകടത്തെക്കുറിച്ച് ഒന്നും അറിഞ്ഞുകൂടാ. അയാൾ വളരെ സന്തോഷിച്ചു. അയാൾ തന്ന ചായ കുടിച്ചുകഴിഞ്ഞ ഉടൻ കാര്യങ്ങളുടെ കിടപ്പ് അയാളെ പറഞ്ഞു മനസ്സിലാക്കി. അയാൾ ചിന്താധീനനായി. ഘോഡി, ദുബ്ലെ തുടങ്ങിയ ഗോത്രങ്ങളില്പെട്ട ധാരാളം ആദിവാസികൾ എന്നെ വന്നു കണ്ടു. ഭിലാഡ് പൊലീസ് സ്റ്റേഷൻ ആ പാഡയുടെ വളരെ അടുത്താണ്. അവർ വിവരം അറിയാനിടയുണ്ട്. പകൽവെളിച്ചത്തിൽ നടന്നുപോകുന്നതും അപകടം തന്നെ. പക്ഷേ, അവിടെ താമസിക്കുന്നത് നടന്നുപോകുന്നതിനേക്കാൾ അപകടകരവും. ആദിവാസികളുടെ സഹാനുഭൂതിയും മറ്റനേകം സഹായങ്ങളും ഉണ്ടായി. ഞാൻ വേഷപ്രച്ഛന്നയായി ഒരു കുട്ടിയെയും കൂടെക്കൂട്ടി ബോർലായി ഗ്രാമത്തിലേക്കു പുറപ്പെട്ടു. വയലുകളിലെ പണിക്കാരെയും കാര്യസ്ഥന്മാരെയും കുള്ളുഷാപ്പുകളെയും കടന്ന്, ചിലപ്പോൾ

പെട്ടെന്നു നടന്നും ചിലപ്പോൾ വേഗം വേഗം നടന്നും ഒമ്പതര പത്തുമണിയോടുകൂടി ഞാൻ ബോർലായിയിൽ എത്തിച്ചേർന്നു.

ചില കൃഷിക്കാർ ഞാൻ ബോർലായിലേക്കാണ് പോകുന്നതെന്ന് അറിഞ്ഞിരിക്കണം. അവർ ഒളിച്ചും പതുങ്ങിയും എങ്ങനെയെങ്കിലും എന്നെക്കണ്ട് രണ്ടുവാക്ക് സംസാരിച്ചേ പോയിരുന്നുള്ളൂ. ഏത് വഴിയാണ് കൂടുതൽ സുരക്ഷിതം എന്നും പറഞ്ഞുതന്നു. ബോർലായിയിൽ പോയി ഭക്ഷണം കഴിച്ച് കുറച്ച് വിശ്രമിച്ചശേഷം യാത്ര തുടരാനായിരുന്നു ഉദ്ദേശ്യം. അവിടെ മരക്കൂട്ടങ്ങൾക്കിടയിൽ ഒരു കട്ടിലിൽ കിടന്നു. രാവിലെ ഒരു ചായ മാത്രം കുടിച്ചിറങ്ങിയതാണ്. ചായ തയ്യാറാവുന്നതുവരെ ജയിലിൽ കഴിഞ്ഞ ആദിവാസികളുടെ വീട്ടുകാരെപ്പറ്റി അന്വേഷിച്ചുകൊണ്ടിരുന്നു.

എന്നാൽ എനിക്ക് അവിടെനിന്ന് ചായ കുടിക്കാനുള്ള യോഗം ഉണ്ടായില്ല. എന്റെ അശ്രദ്ധയുടെ ഫലം അനുഭവിക്കേണ്ടിവന്നു. ഞാൻ കട്ടിലിൽ കിടക്കുമ്പോൾ ജന്മിയുടെ കാര്യസ്ഥൻ അവിടെ വന്നു. എന്റെ തൊണ്ട വരണ്ടുപോയി. ആദിവാസികളുടെ ഇടയിൽ ആരെങ്കിലും ശബ്ദമുയർത്തി സംസാരിച്ചാൽ മതി ആളുകൾ പരിഭ്രമിക്കും. ഞാൻ അയാളോട് ഗൗരവത്തോടെ ഗുജറാത്തിയിൽ ചോദിച്ചു: "തമേശാമാടേ അഹിയാ ആവ്യാ?" (നിങ്ങൾ എന്തിനിവിടെവന്നു?) അയാൾ പറഞ്ഞു: "ഘാസ് കാപ്വാ" (പുല്ലരിയുന്നതിന്) ഞാൻ ഉടനെ മറുപടി പറഞ്ഞു: "ഘാസ് ബാസ് നഥിം തമേ അഹിയാഥിം ചാലി ജാവ്" (പുല്ലൊന്നും ഇല്ല, നിങ്ങൾ ഇവിടെ നിന്ന് പോകൂ). അയാൾ പോയി. പൊലീസ് സ്റ്റേഷനിൽ വിവരം കൊടുക്കാനായിരിക്കണം അയാൾ പോയത് എന്നു തോന്നി. ആ സംശയം ശരിയായിരുന്നു. അയാൾ കണ്ണിൽനിന്ന് മറഞ്ഞ ഉടൻ ഞാനെഴുന്നേറ്റു. പിന്നെ എന്തു ചായ! ഞാനിരുന്ന സ്ഥലത്തുനിന്നു സുമാർ അഞ്ചു മൈൽ ദൂരെയാണ് ഫിരംഗി (നഗർഹവേലി). അവിടേക്ക് ഒളിച്ചുകടക്കാൻ ആദിവാസികൾ എന്നെ ഉപദേശിച്ചു. പാഡകളില്ലാത്ത ഭാഗങ്ങളിൽ പൊലീസ് അധികം ചുറ്റിനടക്കുകയില്ല. പരിചയക്കാരെ ആരേയും കാണാനിടയില്ലാത്ത ഒരു സ്ഥലത്തേക്ക് പോകാൻ തീരുമാനിച്ചു. ആദിവാസികൾക്ക് ആ പ്രദേശങ്ങളെക്കുറിച്ച് വളരെ നന്നായറിയുന്നതിനാൽ അവർ എനിക്ക് തെറ്റായ ഉപദേശം നല്കുകയില്ലെന്ന വിശ്വാസത്തോടെ ഞാൻ പുറപ്പെട്ടു. ഞാൻ ചുവന്ന കരയുള്ള ഒരു കറുത്ത സാരി ഗുജറാത്തി സ്ത്രീകൾ ഉടുക്കുന്നതുപോലെ ഉടുത്തു. മുഖം കാണാൻ കഴിയാത്ത വിധത്തിൽ സാരി തലയിലൂടെ ഇട്ടു. മുഷിഞ്ഞ തുണിയിൽ പൊതിഞ്ഞിരുന്ന എന്റെ ഭണ്ഡം തലയിലേറ്റി ഒരു വർളി എന്നോടൊപ്പം പുറപ്പെട്ടു. അയാൾ മുമ്പിലും ഞാൻ പിമ്പിലുമായി നടന്നുതുടങ്ങി. പുല്പാടങ്ങളുടെ ഉടമകളും കാര്യസ്ഥന്മാരും മേലന്വേഷണത്തിനായി അവിടവിടെ നിന്നിരുന്നു. ഞങ്ങൾ ഒന്നും സംസാരിക്കാൻ പാടില്ല. എന്നെപ്പറ്റി ആരെങ്കിലും എന്തെങ്കിലും ചോദിച്ചാൽ മുമ്പിൽ നടക്കുന്ന വർളി "മാഘാരീൺ' (യുവവധു) എന്നു പറഞ്ഞുകൊള്ളണം.

ഇത് സത്യമാണെന്നുതന്നെ വിശ്വസിക്കുമായിരുന്നു. ദീപാളി കാലമായിരുന്നതിനാൽ മാതാപിതാക്കളോടൊപ്പം താമസിക്കുന്ന വിവാഹിതകളായ സ്ത്രീകൾ ഇങ്ങനെ വന്നും പോയുമിരുന്നു. വലതുഭാഗത്ത് എന്തെങ്കിലും അനക്കം കേട്ടാൽ ഞാൻ ഇടത്തോട്ടുനോക്കും. ഇടത്തുവശത്ത് ആരെങ്കിലുമുണ്ടെന്നു തോന്നിയാൽ വലത്തോട്ടും നോക്കിനടക്കും. ആ ആദിവാസിയുടെ ഊഹം ശരിയായി. വഴിയിൽ ഒരാൾ "അതാര്" എന്നു ചോദിക്കുകയുണ്ടായി. വർളി "മാഘാരീൺ' ആണെന്നു പറയുകയും ചെയ്തു. ഞങ്ങൾ മുന്നോട്ടുനീങ്ങി. ഇത്തരം സന്ദർഭങ്ങളിൽ വഴി വേഗം അവസാനിക്കുകയില്ല. ഒടുവിൽ ആരുമില്ലെന്ന് ഉറപ്പുവരുത്തിയശേഷം ഞാൻ കുറച്ചുദുരം ഓടുകതന്നെ ചെയ്തു. ഒരുവിധത്തിൽ ഞങ്ങൾ നഗർഹവേലിയുടെ അതിർത്തിയിൽ എത്തിച്ചേർന്നു. ബാഭളി* മരങ്ങൾ മാത്രമുള്ള ഒരു മൈതാനമായിരുന്നു. മുമ്പെങ്ങും ഒരു തണലുമില്ല. അടുത്തെവിടെയും വെള്ളവും കിട്ടാനില്ല. വാച്ച് ഭാണ്ഡക്കെട്ടിനകത്താണ്. അതഴിച്ച് സമയം നോക്കാൻ തോന്നിയതുമില്ല. നോക്കിയിട്ടെന്താണ് പ്രയോജനം! അടുത്തവഴി ഇറങ്ങേണ്ടത് അനിവാര്യമായിരുന്നു. ഞങ്ങൾ കുറച്ചു സാവധാനത്തിൽ നടന്നുതുടങ്ങി. ചെളി ധാരാളമുള്ള വഴി. ചെറിയ തോടുകളും അരുവികളും. ഇറങ്ങിക്കടക്കുമ്പോൾ കല്ലുകുത്തി കാലടികൾ നൊന്തുതുടങ്ങി.

ഏകദേശം പന്ത്രണ്ടൊരുമണിയോടുകൂടി ഞാൻ ഠാണാ ജില്ലാതിർത്തിയിലുള്ള ബാണഗംഗയുടെ തീരത്തെത്തി. അവിടെയോ? ബോർലായിയിലെയും അയൽഗ്രാമങ്ങളിലെയും പതിനഞ്ച്-ഇരുപത് പ്രമുഖ ആദിവാസികൾ എന്നെ കാണാനായി വന്നുചേർന്നിട്ടുണ്ടായിരുന്നു. എനിക്കെന്ത് സംഭവിക്കും എന്നകാര്യത്തിൽ അവർക്ക് ഉൽക്കണ്ഠയുണ്ടായിരുന്നു. ആശങ്കയോടെ അവർ എന്നെ കാത്തു നില്ക്കുകയാണ്. അവരുടെ ഉൽസാഹവും സ്വയരക്ഷയെക്കുറിച്ചുള്ള അവരുടെ ഉദാസീനതയും കണ്ട് എന്റെ ഹൃദയം നിറഞ്ഞു. ചായയെപ്പറ്റി ഓർത്തതുപോലുമില്ല.

ഞാൻ ആ പ്രദേശങ്ങളിൽ ഉള്ളപ്പോൾത്തന്നെ ആദിവാസികളെ അനുനയിപ്പിക്കുന്നതിനായി തഹസിൽദാർ അവിടങ്ങളിൽ ചുറ്റിസഞ്ചരിക്കുന്നുണ്ടായിരുന്നു. ആദിവാസികൾ ഈ 'ടൂർ' വിജയകരമായി ബഹിഷ്കരിക്കുകയും ചെയ്തു. എന്റെ ഉത്സാഹം ഇരട്ടിച്ചു. പൊലീസ് വന്ന് പിടിക്കുന്നത് എപ്പോഴാണെന്നറിയില്ല. വളരെ പ്രധാനപ്പെട്ട കാര്യങ്ങളെക്കുറിച്ച് നിർദ്ദേശങ്ങൾ നല്കിയതിനുശേഷം ഞാൻ വീണ്ടും പുറപ്പെട്ടു. ബാണഗംഗ കടന്ന എനിക്ക് സൂറത്ത് ജില്ലയിലേക്ക് പോകേണ്ടിയിരുന്നു. മഴക്കാലം അവസാനിച്ചിട്ടേ ഉള്ളു. ഗംഗയിൽ വെള്ളം ധാരാളമുണ്ടായിരുന്നു. ഒഴുക്കും ധാരാളം. എനിക്ക് ഒറ്റയ്ക്കു നദി കടക്കാൻ സാദ്ധ്യമല്ല. ഇറങ്ങേണ്ട സ്ഥലം നോക്കി രണ്ട് ആദിവാസികളോടൊപ്പം

* പശയെടുക്കുന്ന ഒരുതരം മരം

ഞാൻ വെള്ളത്തിലിറങ്ങി. വെള്ളത്തിനടിയിലുള്ള കല്ലുകളിൽ ചവിട്ടുമ്പോൾ കാൽ വഴുതിത്തുടങ്ങി. എന്റെ കാലുകൾ ഉറയ്ക്കാതായി. എന്നെ ആദിവാസികൾ രണ്ടുഭാഗത്തു നിന്നും പിടിച്ചു. എന്റെ ഭാണ്ഡം അവർ തലയിലേറ്റി. അരയ്ക്കൊപ്പമുള്ള വെള്ളത്തിൽ നിന്ന് എന്നെ അവർ മറുകര എത്തിച്ചു. മറുകരയിലുള്ള 'ലവാഛാ' ഗ്രാമത്തിൽ ഞാൻ എത്തിച്ചേർന്നു. അവിടത്തെ ആളുകൾ എന്നെക്കുറിച്ച് കേട്ടിട്ടുണ്ട്. ഞാൻ നല്ല വസ്ത്രങ്ങളണിഞ്ഞു. വാപി സ്റ്റേഷനിലേക്ക് പോകുന്ന ബസിന്റെ സമയമടുത്തതിനാൽ ബസിനടുത്തേക്ക് പോയി.

വാപി സ്റ്റേഷനിൽ ഇറങ്ങിയ ഉടനെ രക്ഷപ്പെട്ടതിന്റെ ആശ്വാസം. ശ്വാസം നേരെവീണു. 15 ദിവസത്തിനുശേഷം ടീസ്റ്റാളിൽ നിന്നു തെളിഞ്ഞ മുഖത്തോടെ ഭീതി ലേശമില്ലാതെ രണ്ടു കപ്പു ചായ കുടിച്ചു. ബോംബെക്കു പോകുന്ന പാസഞ്ചർ വണ്ടിയിൽ കയറി ഇരുന്നപ്പോഴാണ് എട്ടുപത്ത് മൈൽ നടന്നതിന്റെയും രണ്ടുനാല് ഫർലോങ് ഓടിയതിന്റെയും ക്ഷീണം തോന്നിത്തുടങ്ങിയത്. രാവിലെ മുതൽ വയറ്റിൽ അന്നത്തിന്റെ കണികപോലും എത്തിയിട്ടില്ല. കാലുകളിലേക്കു നോക്കിയപ്പോൾ നീരുവന്നിരിക്കുന്നു. എങ്ങനെയെങ്കിലും ഒരുവിധത്തിൽ വീടെത്തി എന്ന സ്ഥിതിയായി.

രാത്രി എട്ടുമണിയോടുകൂടി ഞാൻ ഖാറിൽ* ഉള്ള വീട്ടിലെത്തി. പരുലേക്കറും ഗോദിവാലയും ഞാൻ എപ്പോൾ തിരിച്ചെത്തുമെന്ന് കരുതി ഉൽക്കണ്ഠാകുലരായിരിക്കയാണ്. എന്നെക്കണ്ട ഉടൻ ഗോദിവാല പറഞ്ഞു. "സോ യൂ ഹാവ് അറ്റ് ലാസ്റ്റ് അറൈവ്ഡ്" (അങ്ങനെ അവസാനം നിങ്ങൾ വന്നെത്തിയിരിക്കുന്നു). ക്ഷീണംകൊണ്ടും വികാരക്ഷോഭം മൂലവും എനിക്ക് ഭക്ഷണം കഴിക്കാനോ ഉറങ്ങാനോ കഴിഞ്ഞില്ല. 15 ദിവസം നടന്ന സംഭവങ്ങളെപ്പറ്റി ഞങ്ങൾ വളരെനേരം സംസാരിച്ചു. പരുലേക്കർ സ്വതവേ മിതഭാഷിയാണ്. പക്ഷേ അദ്ദേഹത്തിനു തോന്നിയ ആനന്ദവും അഭിമാനവും അദ്ദേഹത്തിന്റെ കണ്ണുകളിൽ ദൃശ്യമായി. പിറ്റേന്നു മുഴുവൻ ഞാൻ കിടന്നുറങ്ങി. പുലി, സിംഹം, കാട് എന്നിവയൊക്കെ സ്വപ്നത്തിൽ വന്നിരുന്നു. പിടിക്കപ്പെടുന്നു എന്നും സ്വപ്നം കണ്ടു. കാലുകളിൽ നീരുണ്ടായിരുന്നു. കണ്ണുമിഴിക്കാൻ കഴിഞ്ഞിരുന്നില്ല. മൂന്നാംദിവസത്തേക്ക് ക്ഷീണം കുറച്ചുകുറഞ്ഞു. ഞാൻ മനുഷ്യനെപ്പോലെയായി.

ആദിവാസികൾ എത്ര ശ്രദ്ധയോടെയാണ് എന്നെ കാത്തുരക്ഷിച്ചിരുന്നതെന്ന് ഞാനപ്പോഴും അറിഞ്ഞിരുന്നില്ല. വളരെക്കാലം സമരം മുന്നോട്ടുകൊണ്ടുപോകുന്നതിന് അവർ സുസജ്ജരായിരുന്നു. അവർ കെട്ടിപ്പടുത്ത സംഘടനയും കൈക്കൊണ്ട നിലപാടും ശരിയായിരുന്നോ തെറ്റായിരുന്നോ എന്നതിനെപ്പറ്റി അവർക്ക് സംശയമേ ഇല്ല. ഞാൻ അവിടെ പോയതിനാൽ അവർക്ക് വലിയ ആശ്വാസമായി. "നിങ്ങളുടെ

---

* ഖാർ – ബോംബെയിലെ ഒരു സ്ഥലം

ബായി ഇപ്പോൾ എവിടെ? സർക്കാർ അവരെ തുറുങ്കിലടച്ചു" എന്ന് ജന്മികൾ കള്ളപ്രചാരണങ്ങൾ നടത്തിയിരുന്നു. ബായി ഇവിടെ വന്നു. ഞങ്ങൾ അവരെ കണ്ടു, അവരെ കാത്തുരക്ഷിച്ചു . എന്നതിൽ അവർക്കഭിമാനം തോന്നിയിരുന്നു. സാവ്കർമാർ പറയുന്നത് പച്ചക്കള്ളമാണെന്ന അവരുടെ വിശ്വാസം ദ്വിഗുണീഭവിച്ചു. ജന്മികൾ എത്രതന്നെ അവഹേളിച്ചാലും 'ബായി ഇവിടെത്തന്നെയുണ്ട്, ഞങ്ങൾ നേരിൽ കണ്ടു' എന്ന ആശ്വാസം ഉള്ളിൽ ഉള്ളതിനാൽ അവർ ഒരക്ഷരം ഉരിയാടിയിരുന്നില്ല. 'തോന്നുന്നതൊക്കെ പറഞ്ഞുകൊള്ളു, ഒരുദിവസം നിനക്കൊക്കെ മനസ്സിലാകും' എന്ന ഭാവമായിരുന്നു അവർക്ക്. എന്നാൽ, വിവരമില്ലാത്ത ചില ആദിവാസികൾ ഭയപ്പെട്ടിരുന്നു. 'ബായിയെ ആട്ടിയോടിച്ചു' എന്ന് ജന്മികൾ പ്രചാരണം നടത്തുമ്പോൾ അവർ പറയും 'ബായി ബോംബെയിലുമുണ്ട്, കാട്ടിലുമുണ്ട്. ഒരുദിവസം ജയിലിലാണെങ്കിൽ അടുത്ത ദിവസം കാട്ടിലെത്തും.' ഇതുകേട്ടാൽ "എന്തു വിവരംകെട്ട വർഗ്ഗം!" എന്ന് സർട്ടിഫിക്കറ്റും നല്കി ജന്മികൾ സ്ഥലംവിടും. ആദിവാസികൾ പറയുന്നതിൽ സത്യമുണ്ടെന്നു മനസ്സിലാകുമ്പോൾ "വലിയ മിടുക്കുതന്നെ. വിവരം അറിഞ്ഞതേ ഇല്ല' എന്ന് അഭിപ്രായപ്പെടും. അവരുടെ ഇത്തരം പ്രവൃത്തികൾ ഈ പാവങ്ങളോട് അവർക്കുണ്ടായിരുന്ന മാനസികമായ വെറുപ്പും വിദ്വേഷവും ദ്യോതിപ്പിക്കുന്നവയായിരുന്നു.

മർദ്ദനത്തെ ഒട്ടും കണക്കിലെടുക്കാതെ ഞാൻ ഏകദേശം 15 ഗ്രാമങ്ങളിൽ സഞ്ചരിക്കുകയുണ്ടായി. ഏതു ഗ്രാമത്തിൽ നിന്ന് ഏതു ഗ്രാമത്തിലേക്കാണ് പോയതെന്ന് ഇപ്പോൾ എനിക്ക് ശരിക്കോർമ്മയില്ല. ഈ 15 ദിവസം ഏതാണ്ട് നൂറു മൈലോളം ഞാൻ കാൽനടയായി സഞ്ചരിച്ചത് ആദിവാസികളുടെ മനസ്സിൽ വളരെയധികം അനുകൂല പ്രതികരണങ്ങൾ ഉണ്ടാക്കി. അവരുടെ ധൈര്യവും കമ്യൂണിസ്റ്റ് പാർട്ടിയോടുണ്ടായിരുന്ന കൂറും വർദ്ധിച്ചു. സമൂഹം മുഴുവനും പ്രത്യേക വികാരങ്ങളാൽ വീർപ്പുമുട്ടി. നിഷ്ഠാപരമായ പ്രവർത്തനത്തിന്റെ മാസ്മരശക്തി ഒന്ന് വേറെതന്നെയാണെന്ന് ഒരിക്കൽക്കൂടി ബോദ്ധ്യംവന്നു.

ഞാൻ ആ പ്രദേശങ്ങളിൽ ചുറ്റിസഞ്ചരിച്ച വിവരം കാറ്റുപോലെ പരന്നു. സ്ത്രീകളും കുട്ടികളും 'ബായി വന്നിട്ടുണ്ടെന്ന് കേൾക്കുന്നത് ശരിതന്നെയാണോ? എന്ന് അന്വേഷിച്ചുതുടങ്ങി. ജന്മികളുടെ കളങ്ങളിലും വയലുകളിലും ഗ്രാമങ്ങളിലും ജോലി ചെയ്യുന്നവർ വിവരങ്ങൾ അപ്പപ്പോൾ എനിക്കെത്തിച്ചുതന്നും. അവർ പെട്ടെന്ന് അങ്ങുമിങ്ങും ഓടി അപകടസൂചനകൾ നല്കിയിരുന്നു. വഴി ഒഴിഞ്ഞുകിടക്കുകയാണെങ്കിൽ ആ വിവരവും അറിയിച്ചിരുന്നു. ആദിവാസികൾ വഴിയിൽ വെച്ച് കണ്ടുമുട്ടിയാൽ പരിചയം നടിച്ചില്ല. ചിലർ രാത്രിവന്ന് സംസാരിച്ച് മടങ്ങിപ്പോകും. എല്ലാവർക്കും എന്നെ നേരിൽ വന്നുകാണാൻ കഴിഞ്ഞില്ലെങ്കിലും വളരെയേറെ കഷ്ടപ്പാടുകൾ സഹിച്ചു ജീവിച്ചവർക്ക് എന്റെ ഈ ദൗത്യം മൂലം വലിയ മനഃശക്തി കൈവന്നു.

ജന്മികളുടെയും സാവ്കർമാരുടെയും മുമ്പിൽ ചെങ്കൊടി

എന്നാലെന്തെന്ന് തങ്ങൾക്കറിയില്ല. തങ്ങൾ ആ നാട്ടുകാരേയല്ല എന്ന് നടിച്ചുകൊണ്ട് ആദിവാസികൾ ഭയം അഭിനയിച്ചിരുന്നു. സർക്കാർ അധികാരികൾ എത്രതന്നെ അവഹേളിച്ചാലും ശകാരിച്ചാലും നിർവ്വികാരമായി ഒന്നുമറിയാത്തവരെപ്പോലെ നടിക്കും. ശരിയായ വിവരങ്ങൾ ചോർത്തിയെടുക്കാൻ ജന്മികളും സാവ്കർമാരും മർദ്ദിക്കും. പക്ഷേ, ഒരിക്കലും അതുകൊണ്ട് പറയത്തക്ക ഉപയോഗമൊന്നും ഉണ്ടായിട്ടില്ല.

നഗർഹവേലിയുടെ വിമോചനസമരകാലത്ത് ഞാൻ ഉംബർഗാവിലെ ഉധവാ ഗ്രാമത്തിൽ ഉണ്ടായിരുന്നു. അവിടെനിന്ന് ഏതാണ്ട് അമ്പത് വാര അകലെയാണ് ഠാണാ ജില്ലാ സുപ്രണ്ട് പരിവാരസമേതം ക്യാമ്പ് ചെയ്തത്. എന്റെ താമസസ്ഥലത്തിനു ചുറ്റും ഏതാണ്ട് പത്തടി ദൂരെ സായുധപൊലീസ് അഹോരാത്രം കാവലുണ്ടായിരുന്നു, രാവിലെ സുപ്രണ്ട് എന്നെ കാണാനെന്ന ഭാവേന വന്ന് വീട് പരിശോധിച്ച് മടങ്ങും. ഈ പൊലീസ് വലയം ഉണ്ടായിട്ടും ഇരുപത്തൊന്നുപേർ നഗർഹവേലിയിൽ പ്രവേശിച്ചതായി ഞാൻ അദ്ദേഹത്തോടു പറഞ്ഞപ്പോൾ അദ്ദേഹം പ്രതിവചിച്ചു. “ഇവിടത്തെ സസ്യലതാദികളും പക്ഷിമൃഗാദികളും കല്ലും മുള്ളും എല്ലാം നിങ്ങൾ കയറിയിറങ്ങുന്നവയല്ലേ? ജനങ്ങൾ മുഴുവൻ നിങ്ങളുടെ കൂടെയുള്ളപ്പോൾ ഇവിടെ ഞങ്ങളെപ്പോലുള്ളവർക്കെന്തു ചെയ്യാൻ കഴിയും? തല പൊട്ടിത്തെറിച്ചാൽ പോലും ഒരാക്ഷേപവും ഉണ്ടാവുകയില്ല!”

അദ്ദേഹം പറഞ്ഞതത്രയും വാസ്തവമായിരുന്നു. ഈ 15 ദിവസത്തെ പാദയാത്രയിൽ അതേ അനുഭവമാണെനിക്കുണ്ടായത്. സമുദ്രത്തിൽ വിഹരിക്കുന്ന മത്സ്യങ്ങളെപ്പോലെ, 15 ദിവസം ആ പ്രദേശങ്ങളിൽ നിർവിഘ്നം സഞ്ചരിച്ച് പൊലീസിന്റെയും ജന്മിഭൃത്യന്മാരുടെയും കാവല്പടയിൽ നിന്നു രക്ഷപ്പെട്ട്, ആദിവാസികളുടെ ഹൃദയം കവർന്ന് യാത്ര വിജയകരമാക്കി ഞാൻ സസുഖം ബോംബെയിൽ തിരിച്ചെത്തി.

"ഒഴുകിയത് ഗംഗ; ശേഷിച്ചത് തീർത്ഥം"

അത്യുഗ്രമായ ആദിവാസി സമരത്തിനുശേഷം ഈ പ്രദേശങ്ങളിൽ സാമൂഹ്യപരിവർത്തനങ്ങളുണ്ടായി. ആദിവാസി സമൂഹത്തിലുണ്ടായ പരിവർത്തനങ്ങൾ പോലെ ജന്മികളുടെയും സാവ്കർമാരുടെയും ഇടത്തരക്കാരുടെയും നയങ്ങളിലും മാറ്റമുണ്ടായി.

1945–ൽ ആദിവാസികളെപ്പോലെ തന്നെ ജന്മി– സാവ്കർമാരും വളരെ പിന്നോക്കാവസ്ഥയിലായിരുന്നു. അവരുടെ മക്കൾ പൂനയിലോ ബോംബെയിലോ ഉള്ള കോളേജുകളിൽ പഠിച്ചിരുന്നുവെങ്കിലും അവരുടെ മിത്തിലോ സംസ്കാരത്തിലോ ഇതുകൊണ്ടൊരു മാറ്റവും സംഭവിച്ചിട്ടില്ലായിരുന്നു. നഗരങ്ങളിലെ സംസ്കാരവും ചിന്താഗതിയുമെല്ലാം അവിടെ, അതൊരു പ്രത്യേക ലോകം; ഇവിടെ ഇങ്ങനെയൊക്കെത്തന്നെ നടത്തണം എന്നതാണ് അവരുടെ ധാരണ. ഒരേ പാലിലൂടെ ഒഴുകിക്കൊണ്ടിരിക്കുന്ന സങ്കുചിതവും പരമ്പരാനുഗതവുമായ ഒരു ജീവിതരീതിയായിരുന്നു അവരുടേത്. അവരുടെ ഇടയിൽ നിന്ന് വിരലിലെണ്ണാവുന്നവർ മാത്രമാണ് രാഷ്ട്രീയപ്രക്ഷോഭത്തിൽ പങ്കെടുത്തത്.

ജന്മി– സാവ്കർ വർഗ്ഗത്തിൽ പ്രധാനമായി ഹിന്ദുക്കൾ, മറാഠികൾ, ഗുജറാത്തികൾ, മാർവാഡികൾ, ഉത്തർപ്രദേശിൽനിന്നുള്ള ഭയ്യമാർ, പാർസികൾ, ഇറാണിമുസൽമാന്മാർ എന്നിവരാണ് ഉണ്ടായിരുന്നത്. സംഘത്തിൽ അംഗങ്ങളായി ചില കണക്കെഴുത്തുകാരുമുണ്ട്. എല്ലാവരുടെയും സാമൂഹ്യ ജീവിതക്രമം ഒന്നുതന്നെയായിരുന്നു.

ഹിന്ദുക്കളുടെയും മുസ്ലീങ്ങളുടെയും വകയായി പഴയ സമ്പ്രദായത്തിലുള്ള വലിയ കെട്ടിടങ്ങളുണ്ടായിരുന്നു. വീട്ടിൽ മുന്നു നാലു മരക്കസേരകളും ഒരു പഴയ ബഞ്ചും കാണും. അകത്തളത്തിലോ വരാന്തയിലോ ആട്ടുകട്ടിലുണ്ടാകും. പാർസികളും വിശേഷിച്ച് ഇറാണികളും

വലിയ സുഖലോലുപരായിരുന്നു. അവരിൽ ചിലർ പാശ്ചാത്യരെ അനുകരിച്ചിരുന്നു. അവരുടെ വീടുകളിൽ മേശകളും കസേരകളും പഴയമാതൃകയിലുള്ള കോച്ച് എന്നിവയും കാണാം. പഴയ സമ്പ്രദായത്തിലുള്ള കൂറ്റൻ കെട്ടിടങ്ങളിലാണ് ഇവർ താമസിച്ചിരുന്നത്. പക്ഷേ, ചൂഷണസമ്പ്രദായത്തിൽ ഒരു വ്യത്യാസവും ഉണ്ടായിരുന്നില്ല. ഒരു പാർസി ജന്മി മുട്ടയുടെ വിലയ്ക്ക് കോഴികളെ വാങ്ങിച്ചിരുന്നു. എന്താണിങ്ങനെയെന്നു ചോദിച്ചാൽ ഞാൻ പാട്ടക്കാരുടെ കൈയിൽ മുട്ടകൊടുത്തിരുന്നു. അതിൽ നിന്നല്ലേ കോഴികളുണ്ടായത് അതിനാൽ മുട്ടയുടെ വില കൊടുക്കുന്നു എന്നുപറയും. പാൽ, നെയ്യ്, ധാന്യം, പച്ചക്കറികൾ ഇവയൊക്കെ വെറുതെ കിട്ടും. തന്മൂലം ദൗർഭിക്ഷ്യത്തിന്റെ പ്രശ്നമേ ഇല്ല. ദേഹാദ്ധ്വാനം ഒരിക്കലും വേണ്ടിവന്നില്ല. മിക്ക കുടുംബങ്ങളിലും കൃഷിപ്പണി നടത്തുന്നതിന് കുടുംബത്തിലെ തന്നെ ആശ്രിതരായ ആളുകളുണ്ടാവും. കണക്കു സൂക്ഷിപ്പ് തുടങ്ങിയ ജോലികൾ മാത്രമേ ജന്മികൾ ചെയ്യേണ്ടി വന്നിരുന്നുള്ളൂ. പ്രത്യേകിച്ചൊരു പണിയും ഇല്ലായിരുന്നതിനാൽ ഒഴിവു സമയം ധാരാളമാണ്.

എത്ര 'വലിയ' ആളായിരുന്നാലും വീട്ടിൽ വിറകടുപ്പും കിണറ്റിൽ പാട്ടയും കയറും കാണാം. വിറക് വെറുതെ കിട്ടും. അതിനാൽ മിക്കപ്പോഴും അടുപ്പുതന്നെയാണ് ഉപയോഗിക്കുക. വല്ലപ്പോഴും ഒരിക്കൽ സ്റ്റൗ ഉപയോഗിച്ചാലായി.

അവരുടെ ചർച്ചകളുടെയും സംഭാഷണങ്ങളുടെയും വിഷയങ്ങൾ വളരെ പരിമിതമായിരുന്നു. ഹിന്ദുക്കൾ ദിവസത്തിൽ പല പ്രാവശ്യം ചായ കുടിക്കും. വീടിന്റെ വരാന്തയിലെ തിണ്ണയിൽ പുകയിലവായിലിട്ടോ, മുറുക്കിയോ ഇരിക്കും. പാർസികളും ഇറാണികളും കസേരകളിലും ബെഞ്ചിലും ഇരുന്ന് 'വെടി' പറയും. അവരുടെ വായന മറാഠി, ഗുജറാത്തി ദിനപത്രത്തിനപ്പുറം പോകാറില്ല.

തിന്നാനും കുടിക്കാനുള്ള പദാർത്ഥങ്ങളെക്കുറിച്ചായിരിക്കും അധികസമയവും ചർച്ച. ഗ്രാമത്തിൽ എന്തെങ്കിലും വിശേഷമോ ശ്രാദ്ധമോ ഉണ്ടായാൽ അതിന്റെ സദ്യവട്ടങ്ങളെപ്പറ്റി വിശാലമായ ചർച്ചകൾ നടക്കും. ഒരു ധോത്തിയും ഉടുത്ത് അകത്തളത്തിലോ വരാന്തയിലോ ഉള്ള ആട്ടുകട്ടിലിൽ ഇരുന്ന്, ഒരു കാൽ നിലത്തുകുത്തി പതുക്കെ പതുക്കെ ആടിക്കൊണ്ട് വഴുതിനങ്ങാക്കറിയെക്കുറിച്ചോ തുവരപ്പരിപ്പു രസത്തെക്കുറിച്ചോ മണിക്കൂറുകളോളം ചർച്ച നടത്തും. വയലിലെ ചെറുപയർ, ഉരുളക്കിഴങ്ങ്, മത്തങ്ങ കൃഷിക്കാരുടെ വീടുകളിലുള്ള മറ്റു പച്ചക്കറികൾ എന്നിവ വീട്ടിൽ കൊണ്ടുവന്ന് തന്നുവോ എന്നതും ചർച്ചാവിഷയമാകാറുണ്ട്. ഹോളിക്കാലത്ത് ഉണ്ടാക്കുന്ന അഗ്നികുണ്ഡങ്ങളിൽ വെച്ച് ഉരുളക്കിഴങ്ങുവടയും കാപ്പിയും തയ്യാറാക്കിക്കൊടുക്കുന്ന പ്രത്യേക പരിപാടിയും ഉണ്ട്.

കളക്ടർ, പൊലീസ് സൂപ്രണ്ട് എന്നിവരുടെ 'ടൂർ' തഹസീൽദാർ, പൊലീസധികാരികൾ, വനംവകുപ്പുദ്യോഗസ്ഥന്മാർ എന്നിവരുടെ ഗ്രാമ

ത്തിലെ താമസം എന്നിവയെക്കുറിച്ചും ചർച്ചകൾ ഉഷാറായി നടക്കാറുണ്ട്. ഇവരെ എല്ലാവരേയും നന്നായി സൽക്കരിച്ചയക്കുന്നതിനുള്ള ബദ്ധപ്പാടുകളും കാണാറുണ്ട്.

ആവേശപൂർണ്ണമായ ചർച്ചക്ക് വിഷയം ആദിവാസിസ്ത്രീകളാണ്. ആദിവാസി സ്ത്രീകളെയും അവരുടെ സന്താനങ്ങളെയും കുറിച്ച് യഥേഷ്ടം അധിക്ഷേപിച്ചു സംസാരിക്കുന്നത് സദാചാരവിരുദ്ധമാണെന്ന് ജന്മികൾക്കും സാവ്കർമാർക്കും തോന്നിയിട്ടില്ല. ഇപ്രകാരം വെപ്പാട്ടികൾ ഉണ്ടാകുന്നത് സുഖലോലുപതയുടെയും ഐശ്വര്യത്തിന്റെയും സ്വാഭാവിക ചിഹ്നങ്ങളായി കണക്കാക്കപ്പെട്ടിരുന്നു. അതിലാർക്കും ലജ്ജയോ അറപ്പോ തോന്നിയിട്ടില്ല.

ഇവയ്ക്കു പുറമേ, വയലിലെയും പുല്പാടങ്ങളിലെയും കാടുകളിലെയും ഉല്പന്നങ്ങളും ആദിവാസികളും ചർച്ചാ വിഷയമാകാറുണ്ട്. അനുസരണക്കേടുകാണിച്ച ആദിവാസിയെ ചാട്ടവാറുകൊണ്ടടിച്ച് 'എങ്ങനെ മര്യാദക്കാരനാക്കി' എന്നു വിവരിക്കുന്നതിൽ അവർ എല്ലാം മറന്ന് അലിഞ്ഞുചേരും. ഒരു ഭാഗത്ത് ആട്ടുകട്ടിൽ ആട്ടിക്കൊണ്ട് ആദിവാസികളെ ചാട്ടവാർ കാണിച്ച് ഭീഷണിപ്പെടുത്തുന്നതും അശ്ലീലവും കേൾക്കാൻ കൊള്ളാത്തതുമായ ഭാഷയിൽ അവരെ ശകാരിക്കുന്നതും ഇവർക്കിഷ്ടപ്പെട്ട ഒരു 'ഹോബി'യാണ്. പാവങ്ങളോട് സംസാരിക്കുന്നത് അശ്ലീലശകാരങ്ങൾ കലർന്ന ഭാഷയിൽ തന്നെ ആയിരിക്കണമെന്നായിരുന്നു ഇവരുടെ പ്രമാണം. ഒരാളെ മർദ്ദിക്കുന്നത് മർദ്ദിക്കുന്നവന്റെ അധഃപതനമാണ് കാണിക്കുന്നതെന്ന് തോന്നാൻതക്ക സംസ്കാരവൈശിഷ്ട്യം എങ്ങും കണ്ടിരുന്നില്ല.

ഇവരിൽത്തന്നെ ചിലർ വക്കീൽമാരും വക്കീൽ പരീക്ഷ പാസായവരും പ്രത്യേകസ്ഥാനങ്ങളുള്ളവരും ബാരിസ്റ്റർമാരും ഒക്കെയാണെന്നോർത്ത് എനിക്ക് ആശ്ചര്യം തോന്നി. ഇവരുടെ സംസ്കാരവും വർഗ്ഗതാല്പര്യങ്ങൾക്കനുസരിച്ച് രൂപപ്പെടുത്തപ്പെട്ടിരുന്നു. ചിലരുടെ മക്കൾ വക്കീൽമാരും ഡോക്ടർമാരുമെല്ലാം ആയി പട്ടണങ്ങളിൽ നല്ല തൊഴിലുകളിൽ ഏർപ്പെട്ടവരാണ്. പക്ഷേ, അവരും വർളികളെ ഭീഷണിപ്പെടുത്തി, മത്തങ്ങയും കുമ്പളങ്ങയുമെല്ലാം വസൂലാക്കിയല്ലാതെ മടങ്ങിപ്പോകാറില്ല. ഇത് സ്ഥലത്തിന്റെ 'പ്രത്യേകത'യാണോ എന്ന് ഞാൻ സംശയിച്ചിട്ടുണ്ട്. പക്ഷേ, ചൂഷകരുടെ മനുഷ്യത്വംപോലും നഷ്ടപ്പെടുന്നു എന്നാണ് വർഗ്ഗസമൂഹത്തിന്റെ സവിശേഷത.

സംസ്കാരത്തെപ്പറ്റി ഇവിടെ നിലനിന്ന ധാരണ പഴഞ്ചനും നെറികെട്ടതുമാണ്. പുതിയ സമൂഹത്തിന്റെ ഉദയം, പുതിയ സംസ്കാരം, രാഷ്ട്രീയപ്രബുദ്ധത, രാഷ്ട്രത്തിലെ ജനതയുടെ ദാരിദ്ര്യം അവരുടെ ഉന്നമനം– ഒന്നിനെപ്പറ്റിയും ഇവർക്ക് ഒരു ബോധവുമില്ല. സംസ്കാരത്തെയും സാമൂഹ്യജീവിതത്തെയും കുറിച്ച് അവർ പുലർത്തിയ ധാരണകൾ തികച്ചും വിഭിന്നങ്ങളായിരുന്നു. അവിടത്തെ പൊതുജീവിതം കെട്ടിനില്ക്കുന്ന വെള്ളം പോലെയായിരുന്നു. ഇപ്രകാരം ഉൽക്കണ്ഠാ

ലേശമില്ലാതെ ശാന്തമായി കഴിഞ്ഞുപോന്ന വിലാസജീവിതത്തെ ആദിവാസി സമൂഹം തിത്വാളയിൽ നിന്ന് ചെങ്കൊടി കൊണ്ടുവന്ന് നന്നായിട്ടൊന്ന് ഇളക്കി മറിക്കുക തന്നെ ചെയ്തു.

ആദ്യത്തെ കുറെ ദിവസങ്ങളിൽ ധനികവർഗ്ഗത്തിന് അത് കാര്യമായി അനുഭവപ്പെട്ടില്ല. എന്നാൽ ചെങ്കൊടിയുടെ, കമ്യൂണിസ്റ്റ് പാർട്ടിയുടെ, പുരോഗമനേച്ഛുക്കളും ജനാധിപത്യവാദികളുമായ ജനതയുടെ, പുരോഗമന ചിന്താഗതിക്കാരായ നേതാക്കന്മാരുടെ പിന്തുണയോടെ ആദിവാസികൾ ആവശ്യങ്ങൾ ഒന്നൊന്നായി പിടിച്ചുപറ്റാൻ തുടങ്ങിയതോടെ അവർക്ക് സ്വയം ചിന്തിക്കേണ്ടതായി വന്നു. കണ്ണുതുറന്ന് സ്വന്തം ലോകത്തിനപ്പുറം നോക്കേണ്ടതായി വന്നു.

ജന്മി-സാവ്കർ വർഗ്ഗത്തെ ആദ്യത്തെ പാഠം പഠിപ്പിച്ചത് ജില്ലാ കളക്ടർ ബെഡേക്കറാണ്. 1945 ഒക്ടോബർ 10-നു ശേഷം ജന്മികളുടെ യോഗം ഹോമിദവിയർവാലയുടെ സംജാണിലെ ബംഗ്ലാവിൽ ബയഡേക്കർ വിളിച്ചുകൂട്ടി. ആ യോഗത്തിൽ അദ്ദേഹം '1945 ൽ രണ്ടാം ലോകമഹായുദ്ധം അവസാനിച്ചിരിക്കുകയാണ്, ലോകത്തിന്റെ കാറ്റ് എങ്ങോട്ട് വീശുന്നു എന്ന് മനസ്സിലാക്കി ജന്മികൾ ആദിവാസികളെ ദ്രോഹിക്കുന്ന പരിപാടി മാറ്റിയേ പറ്റൂ' എന്നർത്ഥം വരുന്ന വിധത്തിൽ സംസാരിക്കുകയുണ്ടായി.

കളക്ടർ സാഹേബ് എഴുന്നേറ്റു പോയി. ജന്മികൾ അദ്ദേഹത്തിന്റെ പേരിൽ കോപിച്ചിരുന്നു. അവർക്കു തോന്നി ഇയാൾ ആദിവാസികളുടെ ഏജന്റാണ്; മാത്രമല്ല ബെഡേക്കർ നമ്മെ എന്തു പറഞ്ഞ് മനസ്സിലാക്കാനാണ്! ബെഡേക്കറുടെ പ്രസംഗത്തിൽ കലിപൂണ്ട് ജന്മികൾ എന്തൊക്കെയോ പുലമ്പിക്കൊണ്ടിരുന്നു. അപ്പോൾ പരുലേക്കർ അവിടെത്തന്നെ ഒരു കസേരയിൽ ഇരിക്കുന്നുണ്ടായിരുന്നു. അദ്ദേഹം അവരുടെ സംഭാഷണം മുഴുവനും കേൾക്കുകയുണ്ടായി. അതേ ദിവസം തന്നെ ബെഡേക്കർ കൂടിക്കാഴ്ചക്കായി ഞങ്ങളെയും ക്ഷണിച്ചിരുന്നു, ഞാൻ ഒന്നാമത്തെ നിലയിലേക്കു പോയി. കുറച്ചുകഴിഞ്ഞെത്തിച്ചേർന്ന പരുലേക്കർ താഴെ ഇരിക്കുകയായിരുന്നു. ജന്മികളിൽ ആർക്കും അദ്ദേഹത്തെ പരിചയമില്ല. അതിനു പുറമേ ക്രോധാവേശം മൂലം അവരുടെ ശ്രദ്ധ പരുലേക്കറിൽ പതിഞ്ഞതുമില്ല. ആദിവാസികളോട് പെരുമാറിയിരുന്ന സമ്പ്രദായത്തെക്കുറിച്ച് ജന്മികൾക്കാർക്കും ഒരു തെറ്റും തോന്നിയിരുന്നില്ല. അവർക്ക് കളക്ടർ എന്തുപദേശമാണ് നല്കിയത് എന്ന് ജന്മികളിൽ നിന്നു തന്നെ ഞങ്ങളറിഞ്ഞു.

ജന്മികൾ രണ്ടുതരത്തിലായിരുന്നു പരിശ്രമിച്ചിരുന്നത്. ഒന്ന് എന്നെ വരുതിയിൽ കൊണ്ടുവന്ന് തിരിച്ചോടിക്കാൻ. രണ്ട്, ആദിവാസികളെ മർദ്ദിച്ച് കാൽക്കീഴിൽ കൊണ്ടുവരാൻ. കുറെ ചെലവ് ചെയ്ത് പത്തമ്പതു ഭയ്യകളെ (ഗുണ്ടകളെ) ആ ഭാഗത്തു കൊണ്ടുവന്നു. അവരുടെ കൈകൊണ്ട് ആദിവാസികളെ അടിച്ചമർത്താനുള്ള പദ്ധതി ജന്മികളും സാവ്കർമാരും ചേർന്ന് ആവിഷ്കരിച്ചിരുന്നു. ഇതോടൊന്നിച്ച് ഈ

പദ്ധതിക്ക് സർക്കാരിന്റെ പിൻതുണ ലഭിക്കാനായി ഈ മർദ്ദനം നടക്കുമ്പോൾ അവിടേക്കു തിരിഞ്ഞു നോക്കരുതെന്ന് അവർ സർക്കാരിനോട് അപേക്ഷിച്ചിരുന്നു. അതിൽ ഇടപെടാതിരിക്കണം. പുതുതായി സ്ഥാനമേറ്റ ദേശിയസർക്കാർ, പുരോഗമനവാദികളായ എല്ലാ നേതാക്കളെയും ജനാധിപത്യവാദികളായ ജനങ്ങളെയും അവഗണിച്ചുകൊണ്ട്, ഉടനേ ജന്മികൾക്ക് ഇത്തരമൊരു തുറന്ന സമ്മതം കൊടുക്കുമെന്ന് ധരിച്ച ഇവർ അത്രത്തോളം വിവരം കെട്ടവരായിരുന്നു.

ഈ പദ്ധതിയെപ്പറ്റി, സംയുക്ത മഹാരാഷ്ട്രാപ്രക്ഷോഭം സംബന്ധിച്ച്, ഉംബർഗാവിലെ ഒരു പ്രമുഖ ജന്മിയുടെ വീട്ടിൽവച്ച് നടന്ന ഒരു യോഗത്തിൽ അയാൾ തന്നെയാണ് പറഞ്ഞത്. സർക്കാർ അന്ന് അവരുടെ ആവശ്യം അതേ രൂപത്തിൽ തന്നെ അംഗീകരിച്ചില്ലെന്നതിൽ അവർ വളരെ നിരാശരായിരുന്നു.

ഒരു ദിവസം കാലത്ത് പത്തുമണിയോടടുത്ത സമയം, ബോംബെയിലേക്കു പോകുന്ന പാസഞ്ചറും കാത്ത് ഞാൻ സംജാൺ സ്റ്റേഷനിലെ വിശ്രമമുറിയിൽ ഇരിക്കുകയാണ്. അവിടെ ഒരു പാർസി ജമീന്ദാരണി ഓടിക്കിതച്ച് വന്നെത്തി. അവർ എന്നെ കെട്ടിപ്പിടിച്ചു പറയാൻ തുടങ്ങി "ഞാനൊരു പാവപ്പെട്ട സ്ത്രീയാണ്. എന്റെ അടിയാൻ പണി നിർത്തലാക്കരുത്, നിങ്ങളും ഒരു സ്ത്രീയാണ്. എന്റെ കാര്യം നിങ്ങൾ പരിഗണിക്കുമെന്ന് എനിക്കുറപ്പുണ്ട്." "ഞാൻ ഒരു സ്ത്രീയായതു കൊണ്ടാണ് പട്ടിണി കിടക്കുന്ന അനേകം ആദിവാസി സ്ത്രീകളുടെയും കുട്ടികളുടെയും കാര്യങ്ങൾ നോക്കുക എന്നത് എന്റെ കർത്തവ്യമായി ഞാൻ കാണുന്നത്. അതുപോലെ നിങ്ങളും ചെയ്യൂ. ന്യായമായ കൂലികൊടുത്ത് പണിയെടുപ്പിക്കൂ." ഇങ്ങനെ ഞാൻ പറഞ്ഞപ്പോൾ ആ സ്ത്രീക്ക് ആദ്യം ഒന്നും വിശദമായി മനസ്സിലായില്ല. അവർ എന്നെ തുറിച്ചു നോക്കിക്കൊണ്ടു നിന്നു. കാര്യം മനസ്സിലായപ്പോൾ ആ സ്ത്രീയും അവിടെ വന്നെത്തിയ അവരുടെ സഹായികളും കോപത്തോടെ അംഗവിക്ഷേപങ്ങളോടെ എന്നെനോക്കി ഉച്ചത്തിൽ സംസാരിച്ചു തുടങ്ങി. ഞാനും ഒരു സ്ത്രീയാണെന്ന വസ്തുത അവർ അപ്പോൾ മറന്നു.

ഞാൻ സ്റ്റേഷനിലെ പ്ളാറ്റ്ഫോമിൽ നിൽക്കുകയാണെങ്കിൽ ചില ജന്മി സേവകന്മാർ സ്റ്റേഷനിൽ നിന്നുകൊണ്ട് കൈയും കലാശവും കാട്ടി സംസാരിക്കും. എന്റെ നേരെ വിരൽചൂണ്ടിക്കൊണ്ട് പരിഹസിക്കും. വികൃതശബ്ദങ്ങൾ പുറപ്പെടുവിക്കും. പാട്ടുകൾ പാടും. ഒരിക്കൽ ഒരുവനെ കള്ളുകുടിപ്പിച്ച് എന്നെ അപമാനിക്കുന്നതിനായി പറഞ്ഞുവിടുകപോലും ചെയ്തിട്ടുണ്ട്. ജന്മി–സാവ്കർമാരുടെ ഗ്രാമങ്ങളിൽ ഓഫീസിനായി ഞങ്ങൾക്ക് സ്ഥലമൊന്നും ലഭിക്കരുത്, ഞങ്ങൾക്കാരും അഭയം നൽകരുത്, കവിൾ നിറച്ച് വെള്ളം പോലും തരരുത് എന്നു കരുതി അവർ അത്യധികം പ്രയത്നിച്ചിരുന്നു.

എന്നെയും ദൾവിയെയും കൊലപ്പെടുത്തണമെന്ന് അവരുടെ പ്രതിനിധി സമ്മേളനത്തിൽ ആരോ അഭിപ്രായപ്പെട്ടതായി ഞങ്ങൾക്കറി

യാൻ കഴിഞ്ഞിട്ടുണ്ട്.

എന്നെ അപമാനിച്ച് തിരിച്ചോടിക്കുകയോ അഥവാ വധിച്ചുകളയുകയോ ചെയ്താൽ ജോലി എളുപ്പമാകുമെന്നത് ജന്മികൾക്കു തോന്നിയിരുന്നു. കമ്യൂണിസ്റ്റ് പാർട്ടി, അതിന്റെ രാഷ്ട്രീയം, കാര്യനിർവ്വഹണ സമ്പ്രദായം, ലക്ഷ്യം എന്നിവയൊക്കെ അവർക്ക് പുതുമകളായിരുന്നു. ഈ തത്വശാസ്ത്രത്തെ അങ്ങനെയൊന്നും നശിപ്പിക്കാനാവില്ലെന്ന് അവർക്ക് മനസ്സിലായിരുന്നില്ല.

1945 ലെ വെടിവെപ്പിനുശേഷം ജന്മികളുടെ പിന്മാറ്റം ആരംഭിച്ചു. ആദിവാസികളുടെ ആവശ്യങ്ങൾ ഒന്നിനു പിമ്പേ ഒന്നായി അവർക്ക് ലഭ്യമായിത്തുടങ്ങി. പാട്ടം ധാന്യമായിക്കൊടുക്കുന്ന സമ്പ്രദായം നിർത്തലാക്കി. പണമായി കൊടുക്കാൻ നിയമമുണ്ടായി. ആകെ വിളവിന്റെ അഞ്ചിലൊന്നോ ഏക്കറൊന്നിനു ഇരുപത് രൂപയോ ഇതിൽ ഏതാണ് കുറവെങ്കിൽ അത് പാട്ടത്തോതായി കുടിയാൻ നിയമങ്ങളിൽ അംഗീകരിക്കപ്പെട്ടു, ഉണർന്നുകഴിഞ്ഞിരുന്ന ആദിവാസികൾ ഈ നിയമമനുസരിച്ച് ലഭിച്ചിട്ടുള്ള ആനുകൂല്യങ്ങൾ കിസാൻസഭയുടെയും പ്രവർത്തകരുടെയും സഹായത്തോടെ കണക്കുപറഞ്ഞ് വാങ്ങി തുടങ്ങിയപ്പോൾ ജന്മികളുടെയും സാവ്കർമാരുടെയും കണ്ണുതുറന്നു. ആദിവാസികളുടെ ആവശ്യം സർക്കാരിനംഗീകരിക്കേണ്ടി വന്നതിനാൽ, കാലത്തിന്റെ ഗതി എങ്ങോട്ടാണെന്ന് അവർക്ക് ശരിക്കും മനസ്സിലായി. ജന്മി-മുതലാളിത്ത ശക്തിക്കുപരിയായി – ഇത്തരമൊരു ശക്തിയുണ്ടെന്നു മനസ്സിലായതോടെ ഗ്രാമത്തിൽ അവരുടെ പ്രതിഷ്ഠക്കും സ്ഥാനത്തിനും അധികാരത്തിനും ഇളക്കം തട്ടിത്തുടങ്ങി. നിയമവിധേയമായ ആനുകൂല്യങ്ങൾ ആദിവാസികൾ കണക്കുപറഞ്ഞു വാങ്ങിത്തുടങ്ങിയതോടെ ചൂഷണം കുറഞ്ഞു. ജന്മികളും ആദിവാസികളും തമ്മിലുള്ള ബന്ധങ്ങളിലും ചില മാറ്റങ്ങളുണ്ടായി.

വർഗ്ഗബോധമുള്ള ആദിവാസികളുടെ സംഘടനാശക്തി മൂലം ജമീന്ദാർ- സാവ്കർമാരുടെ ശകാരം ഉടൻ നിലച്ചു. അടിക്കാൻ ചാട്ടവാറോങ്ങിയിരുന്ന കൈകൾ വിറച്ചുതുടങ്ങി. 'ഇവരെ മര്യാദ പഠിപ്പിക്കും' എന്ന ഊറ്റം കാറ്റിൽ പറന്നുപോയി.

ജമീന്ദാർ-സാവ്കർമാരുടെ പെരുമാറ്റത്തിൽ വന്ന ഈ മാറ്റത്തെപ്പറ്റി ആദിവാസികൾ സരസമായി വർണ്ണിക്കാറുണ്ട്. "സാവ്കർ പാകപ്പെട്ടിരിക്കുന്നു. ശകാരം കൂടാതെ ഉത്തരവിട്ടിരുന്നില്ല, സംസാരിച്ചിരുന്നില്ല." ഇപ്പോൾ പറയുന്നു "നവ്ശ്യാ ദാദ രാം രാം"* ഇതേ വ്യത്യാസം സർക്കാരുദ്യോഗസ്ഥന്മാരിലും ഉണ്ടായി. വില്ലേജുദ്യോഗസ്ഥന്മാരും സാധാരണ പൊലീസുകാരും ആദിവാസികളെ കണ്ടാൽ "രാം രാം" എന്നു പറഞ്ഞു തുടങ്ങി. ശകാരം അവസാനിച്ചു.

ജമീന്ദാർ-സാവ്കർമാരുടെ ജോലിക്കും തങ്ങളുടെ സ്വന്തം ജോലി

* മറാഠികൾ പരസ്പരം അഭിവാദ്യം ചെയ്യുന്നത് 'രാം രാം' എന്നു പറഞ്ഞാണ്.

ക്കുമായി ജന്മികളുടെ വീട്ടിൽ ആദിവാസികൾ പോയിരുന്നപ്പോൾ ഒന്നു കിൽ മുറ്റത്തു നിൽക്കുകയോ അല്ലെങ്കിൽ അടങ്ങിയൊതുങ്ങി തലകുനിച്ച് ഒരു കോണിൽ ഇരിക്കുകയോ വേണമായിരുന്നു. ആദിവാസികൾ ഉണർന്നതിനുശേഷം അതേ ആദിവാസികളോടുതന്നെ ജന്മി പറയാൻ തുടങ്ങി. "വരു ദേവ്ജി, ഇങ്ങോട്ടു കയറി വരൂ. കയറി ഇരിക്കൂ, താഴെ എന്തിനാണിരിക്കുന്നത്" ആദിവാസി മറുപടി പറയും. "വേണ്ട എനി ക്കിവിടെത്തന്നെയാണ് സുഖം." അവർ ഉള്ളിന്റെ ഉള്ളിൽ ചിരിക്കും. ചെങ്കൊടിയെ ഉന്മൂലനാശം ചെയ്യുമെന്ന് പറഞ്ഞവരെ ചെങ്കൊടി തന്നെ ശരിയാക്കി എന്നവർക്ക് തോന്നിയിരുന്നു. ജന്മി 'വരു' 'ഇരിക്കു' എന്നൊക്കെ പറയുന്നത് എന്തുകൊണ്ടാണെന്ന് ആദിവാസികൾക്ക് നല്ല പോലെ അറിയാമായിരുന്നു. ഈ കാര്യങ്ങളെല്ലാം ആഹ്ലാദപുരസരം ആദിവാസികൾ എന്നെ അറിയിച്ചിരുന്നു. മാറിയ പരിതസ്ഥിതിയിൽ ജന്മികൾ ചില കാര്യങ്ങളിൽ നിന്ന് പിൻവലിയാൻ തയ്യാറായി. എന്നാൽ അതവരുടെ മാനസിക പരിവർത്തനത്തിന്റെ അടയാളമായിരുന്നില്ല. പ്രത്യുത ആദിവാസികളുടെ സംഘടനാശക്തിക്കു മുമ്പിൽ പറയേണ്ടിവന്ന അടിയറവായിരുന്നു.

ജമീന്ദാർ-സാവ്കർമാർ തങ്ങളുടെ സേവകരിൽ കൂടിയാണ് ആദിവാസികളെ ചൂഷണം ചെയ്യുകയും മർദ്ദിക്കുകയും ചെയ്തിരുന്നത്. ഈ സേവകന്മാർ അവരുടെ കുടുംബങ്ങളിലെ ആശ്രിതന്മാരായിരിക്കും. ചൂഷണസംവിധാനം തകർന്നതോടെ ഈ സേവകരുടെ ആവശ്യമില്ലാ തായി. അവർ തൊഴിൽരഹിതരായി. 1945 നുമുമ്പ് തങ്ങളുടെ നിർദ്ദേശ മനുസരിച്ച് ഈ സേവകന്മാർ ചെയ്തുകൊടുത്ത 'സേവനങ്ങൾ' ഒരി ക്കൽ അവരുടെ യജമാനന്മാരായിരുന്നവർ വളരെവേഗം മറന്നു. ഇപ്പോൾ ഇവർ ഒന്നിനും കൊള്ളാത്തവരായി. ഈ സാമന്തന്മാർ നിസഹായരായി. അവരുടെ രൂപവും ഭാവവും അപ്പാടെ മാറി.

ഉംബർഗാവ് താലൂക്കിൽ ഖത്തൽവാഡ് ഗ്രാമത്തിൽ പിപുംട്കറുടെ വീട്ടിൽ കാര്യസ്ഥത നടത്തിയിരുന്ന, വിരലു നിറയെ മോതിരമിട്ട, വടി ചുഴറ്റി സ്ഥാനത്തും അസ്ഥാനത്തും ആളുകളെ ഭീഷണിപ്പെടുത്തി ചുറ്റിനടന്ന വീർക്കറെ 1953-നുശേഷം ഞങ്ങൾ കാണുകയുണ്ടായി. അയാൾ അപ്പോൾ പിംപുട്കറുടെ വീട്ടിന് പുറത്തൊരു മുറിയിൽ, ശ്രദ്ധി ക്കാനാരുമില്ലാതെ കിടക്കവിട്ട് എഴുന്നേൽക്കാൻ വയ്യാത്ത നിലയിൽ കിട ക്കുകയായിരുന്നു. അയാളുടെ അവസാന ദിവസങ്ങളിൽ ഒരിക്കൽ പരുലേക്കറും ഞാനും വിവരമന്വേഷിക്കാനായി ചെന്നപ്പോൾ നിറഞ്ഞ കണ്ണുകളോടെ അയാൾ പറഞ്ഞു: "ഞാൻ നിങ്ങളെ ദ്രോഹിച്ചിട്ടുണ്ട്. എനിക്കറിഞ്ഞുകൂടായിരുന്നു. എനിക്കു മാപ്പുതരു. ഞാൻ മരിക്കാതെ രക്ഷപ്പെട്ടാൽ നിങ്ങളോടൊപ്പം നിങ്ങളുടെ പാർട്ടിയിൽ പ്രവർത്തിക്കും' ആരെങ്കിലും ഇങ്ങനെ ആശ്രയഭാവത്തിൽ തന്നോട് മാപ്പുചോദിച്ചാൽ തന്നെക്കുറിച്ചുതന്നെ ലജ്ജതോന്നുന്ന പ്രകൃതമായിരുന്നു പരുലേക്കറു ടേത്. അദ്ദേഹത്തിന്റെ സ്വഭാവം അത്രയ്ക്ക് വികാരപരവും നിർമലവു

മാണ്. അദ്ദേഹം വീർക്കറെ സമാശ്വസിപ്പിച്ചു. ധൈര്യം പകരുന്ന ഒന്നു രണ്ടു വാക്കുകൾ അയാളോട് സംസാരിച്ചശേഷം ഞങ്ങൾ പുറത്തിറങ്ങി. ഞങ്ങൾ രണ്ടുപേരും കുറേനേരത്തേക്ക് സ്തബ്ധരായിപ്പോയി.

മാമ എന്ന കാര്യസ്ഥൻ ഢാപ്പരെ എന്ന ജന്മിയുടെ അമ്മാവനാണ്. അയാളാണ് ജന്മിയുടെ കൃഷികാര്യങ്ങൾ കൊണ്ടു നടത്തിയിരുന്നത്. അയാൾക്ക് വമ്പിച്ച മാറ്റം സംഭവിച്ചു. 1952 ൽ കമ്യൂണിസ്റ്റ് പാർട്ടിയുടെ പിന്തുണയോടുകൂടി അയാൾ ജില്ലാ ബോർഡിലേക്ക് തിരഞ്ഞെടുക്കപ്പെട്ടു. കാര്യസ്ഥൻ മാമ പാർട്ടി പിന്തുണയോടെ തിരഞ്ഞെടുക്കപ്പെട്ട വിവരം ഞാൻ ജയിലിൽവെച്ചറിഞ്ഞു. ആദ്യം ആ വാർത്ത വിശ്വസിക്കാൻ കഴിഞ്ഞില്ല. അത്രത്തോളം അപ്രതീക്ഷിതമായിരുന്നു അത്. ഈ മാറ്റം കണ്ട് ഞാൻ അന്തംവിട്ടുപോയി. ഇനിയും ഇത്തരം അനേകം ഉദാഹരണങ്ങൾ നല്കാൻ കഴിയും.

ആദിവാസികളുടെ വിജയത്തിൽ ഞങ്ങൾ വെറും മാർഗ്ഗദർശികൾ മാത്രമായിരുന്നു. ആദിവാസികൾ വിജയപീഠമേറിയതോടെ, ആശ്രയദാതാക്കൾ ആശ്രിതന്മാരെ അവഹേളിക്കാൻ തുടങ്ങിയതുപോലെതന്നെ ആശ്രിതർക്ക് ഞങ്ങളുടെ പേരിൽ പ്രത്യേക കൗതുകം ജനിക്കുകയും ചെയ്തു. ഞങ്ങൾക്ക് വ്യക്തിപരമായി ഒരു വൈരവുമുണ്ടായിരുന്നില്ല. അതിനാൽ അവർ പതുക്കെപ്പതുക്കെ ഞങ്ങളോടടുത്തു; വ്യത്യസ്തരാവുകതന്നെ ചെയ്തു.

1952 ലെ തിരഞ്ഞെടുപ്പിൽ ശിഡ്വാ സാപ്ടായും ഞാനും സ്ഥാനാർത്ഥികളായിരുന്നു. ജയിലിൽ നിന്നാണ് പൊലീസ് കാവലോടുകൂടി ഞങ്ങൾ വോട്ടെണ്ണുന്ന സ്ഥലത്തേക്കുപോയത്. അവിടെ വിശ്രമമുറിയിൽ ഞങ്ങളെ കാണുന്നതിനായി, സമരകാലത്ത് പൊലീസ് സഹായത്തോടെ ക്രൂരമർദ്ദനങ്ങൾ നടത്തി കുപ്രസിദ്ധി നേടിയ ബർജോർ കാത്തിരിപ്പുണ്ടായിരുന്നു. അയാളോടു സംസാരിക്കുവാൻ പോലും ഞാൻ തയ്യാറായില്ല. പക്ഷേ ശിഡ്വാസാപ്ടാ പറഞ്ഞു: “ബായി ഇപ്പോൾ അയാളോടു സംസാരിക്കു. ഇപ്പോൾ അയാൾ പാടെ മാറിയിട്ടുണ്ടെന്ന് എനിക്കു നന്നായി അറിയാം” ഇത്തരം മാറ്റങ്ങൾ പലരുടേയും പെരുമാറ്റത്തിൽ ഉണ്ടായിട്ടുണ്ട്. ഖത്തൽവാഡിലെ ഢാപ്പരെ എന്ന ജന്മിയുടെ കെട്ടിടത്തിൽ ഒരിക്കൽ ജില്ലാ കമ്യൂണിസ്റ്റ് പാർട്ടി പ്രതിനിധി താമസിച്ചിരുന്നു.

ചെറിയവരും ഇടത്തരക്കാരുമായ നിരവധി ജന്മികൾ ഈ കാലഘട്ടത്തിൽ മാറ്റത്തിനു വിധേയരായിട്ടുണ്ട്. കാരണം കുടിയാൻ നിയമങ്ങൾ എല്ലാവരെയും ആഞ്ഞടിച്ചു തുടങ്ങി. വൻകിട ജന്മികൾക്ക് അതിന്റെ ആഘാതം അത്രത്തോളം അനുഭവപ്പെട്ടില്ല. ചെറിയ ഇടത്തരക്കാരായ ജന്മികൾക്ക് അവരുടെ ഉപജീവനമാർഗ്ഗം തന്നെ നഷ്ടപ്പെടുന്നതുപോലെയായി. പ്രതികാരം ചെയ്യുന്നതിനുള്ള ശക്തിയും സംഘടനയും ഇല്ലായിരുന്നതിനാൽ അവരുടെ സ്ഥിതി ദയനീയമായിത്തീർന്നു.

ആദിവാസിപ്രക്ഷോഭ കാലത്തും ഞങ്ങൾ ‘അയിത്തക്കാരാ’യിരുന്ന കാലത്തും ഇവർ വൻകിട ജന്മികൾക്കെതിരായി ഒരിക്കലും ഞങ്ങളുടെ

ഭാഗത്ത് നിന്നിട്ടില്ല. വലിയവരുടെ കാരുണ്യം അവർക്കാവശ്യമായിരുന്നു. അവരുടെ സ്വാധീനത്തിൽ തന്നെയായിരുന്നു ഇവർ. പുതിയ പരിതഃസ്ഥിതികളിൽ ജന്മികളുടെ ശക്തി ഉടഞ്ഞതോടെ ഇവർക്ക് ഞങ്ങളോട് സംസാരിക്കാൻ ആഗ്രഹം തോന്നി. പക്ഷേ ധൈര്യം വന്നില്ല. വളരെ സങ്കോചമുണ്ടായിരുന്നു. ഞങ്ങൾ തുറന്ന മനസ്സോടെ അവരുമായി സംസാരിക്കാൻ തുടങ്ങിയപ്പോൾ അവർ അദ്ഭുതപ്പെട്ടു. ഞങ്ങളും അവരും അടുത്തിടപഴകാൻ തുടങ്ങി. ഞങ്ങളുടെ പശ്ചാത്തലം മനസ്സിലായിത്തുടങ്ങിയതോടെ, ഇരുകൂട്ടരും തമ്മിലുള്ള അകലം കുറഞ്ഞുവന്നു. മാത്രമല്ല, അവർക്ക് ഞങ്ങളോട് സഹൃദം തോന്നിത്തുടങ്ങി. ഞങ്ങളെ അയിത്തക്കാരായി കണ്ട ചില ജന്മിമാരുടെയും വീക്ഷണം മാറി. ഇതൊരു വൻശക്തിയാണ്, ഇതിനെ അംഗീകരിക്കാതെ നിർവ്വാഹമില്ല, എന്നവർക്ക് മനസിലായി.

1953–നുശേഷമുള്ള കാലഘട്ടത്തിൽ ഈ പ്രദേശങ്ങളിൽ കമ്യൂണിസ്റ്റ് പാർട്ടിക്കുണ്ടായ ശക്തിയും സ്ഥാനവും ബഹുജനങ്ങളോടൊപ്പം ലക്ഷ്മൺബാപു ധൻഗർ, ബി എം നാർവേകർ, സ. ധാകട്ട് സുതാർ, സ. റാക്കാർവാലോ, സ. ജ്ഞാനേശ്വർ ഡേരെ, സ. ഹരിഭാവുവീർകർ, സ. രാമാകാന്ത് ഗുപ്തെ, സ.രുപ്ജിഡു, സ. ലഹാനുകോം. സ. വാഡാൺ തുടങ്ങിയ അനേകം ആദിവാസി പാർട്ടി പ്രവർത്തകരുടെയും ലക്ഷ്യബോധമുള്ളവരും ത്യാഗശീലരും അഹോരാത്രം ദൃഢനിശ്ചയത്തോടെ പണിയെടുക്കുന്നവരുമായ പ്രവർത്തകരുടെയും അശ്രാന്ത പരിശ്രമം മൂലം കൈവന്നതാണ്.

മാറിയ ഈ അന്തരീക്ഷത്തിലാണ് സംയുക്ത മഹാരാഷ്ട്രത്തിനു വേണ്ടിയുള്ള പ്രചാരണം ആരംഭിച്ചത്. 1953–ൽ ഠാണാജില്ലയിൽ സംയുക്ത മഹാരാഷ്ട്രാ പരിഷത്ത് രൂപീകരിക്കുന്നതിനുവേണ്ടി വിളിച്ചുകൂട്ടിയ സമ്മേളനത്തിൽ, ആയിരക്കണക്കിന് ആദിവാസികളുടെ സാന്നിദ്ധ്യത്തിൽവെച്ച് ഈ പ്രഖ്യാപനം ഞാൻ നടത്തിയപ്പോൾ രംഗമാകെ മാറിപ്പോയി. കുറച്ചു ദിവസത്തിനു ശേഷം ചേർന്ന ശീർഗാവിലെ യോഗത്തിൽ ഒഴുകിയത് ഗംഗാ, ശേഷിച്ചത് തീർത്ഥം എന്നു പറഞ്ഞുകൊണ്ട് ജന്മികൾ യോജിപ്പിനുള്ള ആഗ്രഹം പ്രകടിപ്പിച്ചു. ഈ അന്തരീക്ഷത്തിൽ തുറന്ന മനസോടെ ചർച്ചകൾ നടന്നു.

ഇന്ന് ഇതെഴുതുമ്പോൾ ഉംബർഗാവ് താലൂക്കിൽ മറാഠി ഭാഷ മാത്രം സംസാരിക്കുന്ന പതിനാറ് ഗ്രമങ്ങൾ മഹാരാഷ്ട്രത്തിൽ ചേർക്കപ്പെട്ടിട്ടില്ല എന്ന വസ്തുത എന്നെ അലട്ടുന്നുണ്ട്. ഈ 16 ഗ്രാമങ്ങളെ മഹാരാഷ്ട്രത്തിൽ ഉൾപ്പെടുത്തുന്നതുവരെ ഈ വസ്തുത എന്റെ മനഃസാക്ഷിയെ പീഡിപ്പിക്കുകതന്നെ ചെയ്യും.

ഈ കാലങ്ങളിൽ ഠാണാ ജില്ലയിലെ കമ്യൂണിസ്റ്റ് പാർട്ടിയുടെ ആഭിമുഖ്യത്തിൽ ആയിരങ്ങൾ പങ്കെടുത്ത വൻ സമ്മേളനങ്ങൾ നടന്നിട്ടുണ്ട്. ഈ സമ്മേളനത്തിൽ ആദിവാസി പ്രക്ഷോഭത്തിന്റെ മുഴുവൻ വസ്തുതകളും അതിൽ വഹിച്ച പങ്കും ബഹുജനങ്ങളുടെ മുമ്പിൽ അവ

രുടെ വിചിന്തനത്തിനായി ഞാൻ സമർപ്പിച്ചിട്ടുണ്ട്. ഞങ്ങളുടെ പേരിലുണ്ടായിരുന്ന തെറ്റിദ്ധാരണകൾ നീങ്ങി. 'അയിത്തം' ഇല്ലാതായി. അനേകം ഇടത്തരക്കാർ സൗഹൃദബന്ധങ്ങൾ ആരംഭിച്ചു. ചിലർ പറഞ്ഞു; "എന്താഹേ, ഈ സ്ത്രീ ഇപ്പോൾ അടുക്കളവരെ കടന്നു വന്നിരിക്കുന്നു. അവരോട് സഹാനുഭൂതി തോന്നിത്തുടങ്ങിയിരിക്കുന്നു!" മറ്റു ചിലർ, പറഞ്ഞു: "ആ ബായി വളരെ നല്ല കൂട്ടത്തിലാണ്. ആളുകൾ വല്ലതുമൊക്കെ പറയുകയായിരുന്നു." ഇപ്രകാരം വളരെയേറെ ആളുകൾ വർളി സമൂഹത്തിന്റെ വിജയവുമായി, ഞങ്ങളിൽ മറ്റു പലരുമായി സൗഹൃദബന്ധം സ്ഥാപിച്ചുതുടങ്ങി.

എല്ലാവരും ഇനിയിപ്പോൾ ഒഴുകിയത് ഗംഗാ, ശേഷിച്ചത് തീർത്ഥം എന്നു മനസ്സിലാക്കി. ചൂഷിതരായ ദരിദ്രവർഗ്ഗത്തില്പെട്ട കർഷകരുടെയും കർഷകത്തൊഴിലാളികളുടെയും സംഘടന കെട്ടിപ്പടുത്തു. ഇടത്തരക്കാർ അവരുടെ സംഘടന പടുത്തുയർത്തി. തൊഴിലാളിവർഗ്ഗത്തിന്റെ നേതൃത്വത്തിൽ ദാരിദ്ര്യ നിർമ്മാർജനവും ചൂഷിതരുടെ സർവ്വാധിപത്യവും സാധിക്കേണ്ട കാര്യം അവശേഷിച്ചിരിക്കയാണ്. അത് സാധിക്കുക തന്നെ വേണം. അതു സാധിച്ചുകാണാനുള്ള ഭാഗ്യം എനിക്കുണ്ടാകുമെന്ന് ഇപ്പോഴും എനിക്ക് പ്രതീക്ഷയില്ല. ചൂഷിത വർഗ്ഗവും ചരിത്രവും തങ്ങളുടെ കർത്തവ്യം നിറവേറ്റാതിരിക്കുകയില്ലെന്ന് എനിക്കു വിശ്വാസമുണ്ട്. ചരിത്രസ്വഭാവം അതാണ്. വഴിയിൽ തടസങ്ങളുണ്ടാവും. കുണ്ടും കുഴിയും കാണും. കല്ലും മുള്ളും കുത്തി രക്തപ്രവാഹമുണ്ടാകും. പക്ഷേ ബഹുജനസമരങ്ങളുടെ പ്രവാഹം മുന്നോട്ട് കുതിച്ചുകൊണ്ടിരിക്കും.... ഗംഗ ഒരിക്കലും പിറകോട്ടൊഴുകാറില്ലല്ലോ.

ലോകകവാടം തുറന്നു

ആദിവാസികൾ ഇതര സമൂഹങ്ങളിൽ നിന്ന് തീരെ വിച്ഛേദിക്കപ്പെട്ടവരായിരുന്നു. പുറത്തുള്ള ലോകവുമായി തങ്ങൾക്ക് ചില ബന്ധങ്ങളുണ്ടെന്നോ, അതുമായി ഒരിക്കൽ സമരസപ്പെടേണ്ടി വരുമെന്നോ അവരോട് ആരും പറഞ്ഞുകൊടുത്തിരുന്നില്ല. ആദിവാസികളെ ബാഹ്യലോകവുമായി ബന്ധിപ്പിക്കുന്നതിന് പ്രാഥമികമായ ചില കാര്യങ്ങൾ ചെയ്യേണ്ടതുണ്ടായിരുന്നു. അവരുടെ ശബ്ദകോശം വളരെ പരിമിതമാണ്. കൂടുതൽ വാക്കുകൾ അറിയേണ്ട ആവശ്യവും അവർക്കില്ല. പരിമിതപദങ്ങളും മുറിവാക്യങ്ങളും മാത്രമേ ആവശ്യമായിരുന്നുള്ളൂ. നഗരവാസികളെപ്പോലെ, സമയത്തെപ്പറ്റി ഒരു ധാരണയും അവർക്കുണ്ടായിരുന്നില്ല. കുഗ്രാമങ്ങളിൽ പോയിരുന്നപ്പോൾ ചിലപ്പോൾ ബസ് തെറ്റിയാൽ അവർ പറയും: “അതിനെന്താ? ഇന്നത്തെ ബസുപോയാലും നാളെ വരില്ലേ!” ഇന്നും നാളെയുമൊക്കെ അവർക്കൊരുപോലെയാണ്. പലപ്പോഴും കേസിന്റെ ദിവസം കോടതിയിൽ ഹാജരാകുന്നതിനു പകരം പിറ്റേന്നോ അല്ലെങ്കിൽ രണ്ടുദിവസം കഴിഞ്ഞോ ആണ് വരുക. കേസിനായി വന്നതാണെന്ന് പറയും. സമയത്തിന്റെ വിലയെക്കുറിച്ചോ കാലത്തിന്റെ ഗതിയെക്കുറിച്ചോ അവർ തെല്ലും ശ്രദ്ധിച്ചില്ല. അങ്ങനെ ശ്രദ്ധിക്കേണ്ട ആവശ്യവും അവർക്കില്ല വയലിലെ പണി പൂർത്തിയാക്കാൻ മാത്രം തിരക്കുകൂട്ടിയിരുന്നു. അതവരുടെ ജീവിതോപാധിയായിരുന്നല്ലോ. കൃഷിപ്പണി കൃത്യസമയത്തു ചെയ്തുതീർക്കാൻ അവർ ജാഗ്രത കാണിച്ചു. വയലിൽ വിളയിറക്കുമ്പോൾ അവർ സൃഷ്ടിയുടെ ആനന്ദം അനുഭവിച്ചിരുന്നു. അടുത്തകാലത്തായി കിസാൻ സഭയുടെയും പാർട്ടിയുടെയും യോഗങ്ങളിൽ കൃത്യ സമയത്ത് എത്തിച്ചേരേണ്ടതിന്റെ

ആവശ്യകതയും ജോലിയിൽ സമയത്തിന്റെ പ്രാധാന്യവും അവരെ ഒരു തരത്തിൽ പറഞ്ഞു മനസിലാക്കിയിട്ടുണ്ട്.

ജീവിതത്തിന് ഒരു വിധത്തിലുള്ള വേഗതയുമില്ലാതിരുന്നതിനാൽ അവർ വളരെ സാവകാശത്തിലേ സംസാരിക്കൂ. ഞങ്ങൾ പറഞ്ഞാൽ അത് മനസിലാക്കാൻ തന്നെ സമയമെടുക്കും. ചിലപ്പോൾ കളിയാക്കിക്കൊണ്ട് ഞാൻ പറയാറുണ്ട്; "എന്താ ചെവിയിലൂടെ കേട്ട് തലയിൽ എത്തുമ്പോഴേക്കും സമയമെടുക്കും അല്ലേ?" ജന്മികളും സാവ്കർമാരും എപ്പോഴും അവരോട് ഒച്ചയിട്ടേ എന്തെങ്കിലും പറയൂ. അതിനാൽ പതുക്കെപ്പറഞ്ഞാൽ അവർക്ക് മനസ്സിലായിരുന്നില്ല. അവർക്ക് ശരിക്കും മനസിലാകാൻ വേണ്ടി ഒച്ചയിട്ട് സംസാരിക്കേണ്ടി വന്നു. ആദ്യകാലങ്ങളിൽ യോഗാനന്തരം "എണീക്കൂ, കാര്യം കഴിഞ്ഞു" എന്നു പറയാതെ യോഗം അവസാനിച്ചാലും അവർ എഴുന്നേറ്റിരുന്നില്ല. എന്നും ഭയന്നു ജീവിക്കേണ്ടിയിരുന്നതിനാൽ വികാരമോ ദുഃഖമോ ആനന്ദമോ ഒന്നും അവരുടെ മുഖത്ത് നിഴലിച്ചിരുന്നില്ല.

വർളികളുടെ മുമ്പിൽനിന്നു പ്രസംഗിക്കുമ്പോൾ ആദ്യമാദ്യം ഞങ്ങൾക്ക് വലിയ അമ്പരപ്പു തോന്നിയിട്ടുണ്ട്. ആദ്യത്തെ ആറുമാസങ്ങളിൽ ഞാനും പരുലേക്കറും അനേകം പ്രസംഗങ്ങൾ ചെയ്തു. അവയിൽ എത്രയൊക്കെ അവർക്കു മനസ്സിലായി, എന്തൊക്കെ അവരുടെ തലയിൽ കയറി എന്ന് അവർക്കു മാത്രമേ അറിയാവൂ! ജന്മികളുടെയും സാവ്കർമാരുടെയും ചൂഷണം, ആക്രമണങ്ങൾ, സംഘടനയുടെ ആവശ്യം മുതലായവ അവർക്കു മനസിലായിരുന്നു. അതൊക്കെ അവർക്ക് പ്രത്യക്ഷാനുഭവമുള്ള വസ്തുതകളായിരുന്നുവല്ലോ. മറ്റു കാര്യങ്ങളൊക്കെ വളരെ കുറച്ചേ മനസ്സിലാക്കിയിരുന്നുള്ളു.

വർളികളെ പഠിപ്പിക്കുമ്പോഴുള്ള ഒരു സംഭവം ഇപ്പോഴും അതേപോലെ ഓർമ്മയിലുണ്ട്. ജഹ്രി പരിഷത്തിനുശേഷം നാലഞ്ച് മിടുക്കന്മാരായ വർളികളോട് ഞാൻ രാത്രി അവിടെ നിൽക്കാൻ പറഞ്ഞു. അടുത്ത ദിവസം കാലത്ത് കമ്യൂണിസ്റ്റ്പാർട്ടിയുടെ അടിസ്ഥാനതത്വങ്ങൾ അവരെ പഠിപ്പിക്കാമെന്നു തീരുമാനിച്ചിരുന്നു.

പിറ്റേന്ന് ഞാൻ ആ നാലഞ്ചു പേർക്കുവേണ്ടി സ്റ്റഡിക്ലാസെടുക്കാനിരുന്നു. സമൂഹം എന്നാലെന്ത് എന്നുതൊട്ട് പറയാൻ ആരംഭിച്ചു. വർഗ്ഗബന്ധങ്ങൾ, ഉല്പാദനരംഗത്തെ ബന്ധങ്ങൾ, വർഗ്ഗസമരം എന്നിവയെക്കുറിച്ച് പറയാൻ ശ്രമിക്കുകയായിരുന്നു. കുറച്ചു സമയത്തിനുള്ളിൽ രൂപ്ജികഡു കോട്ടുവായിട്ടു തുടങ്ങി. അയാളുടെ മുഖത്തെ നിർവ്വികാരതയും വിരസതയും കണ്ട് എന്റെ ഉത്സാഹം പമ്പകടന്നു. ആത്മവിശ്വാസം നഷ്ടപ്പെട്ടു. മറ്റുള്ളവരും പതുക്കെപ്പതുക്കെ ഉറക്കം തൂങ്ങിത്തുടങ്ങി. എനിക്ക് വലിയ നിരാശയായി. ദയനീയഭാവത്തോടെ ക്ലാസ് അവസാനിപ്പിച്ച് എഴുന്നേറ്റു. പിന്നീട് രണ്ടു മൂന്ന് വർഷത്തിനുള്ളിൽ ഇതേ

രൂപ്ജി കഡു പാർട്ടിയുടെ വിശ്വസ്തപ്രവർത്തകനും പ്രഗത്ഭരാഷ്ട്രീയ നേതാവുമായിത്തീർന്നു. ആയിരങ്ങൾ പങ്കെടുക്കുന്ന സമ്മേളനങ്ങളിൽ ഒന്നാംതരം രാഷ്ട്രീയ പ്രസംഗങ്ങൾ ചെയ്തു തുടങ്ങി.

പ്രക്ഷോഭത്തിന്റെ ആദ്യ ഘട്ടത്തിൽ ഞങ്ങളുടെ പ്രസംഗങ്ങൾ എങ്ങനെയാണ് ആളുകളുടെ തലയ്ക്കകത്ത് കയറിയത് എന്നതിന്റെ ഒരു ഉത്തമോദാഹരണം എനിക്കോർമ്മ വരുന്നു. 'സാമ്രാജ്യത്വം' എന്ന വാക്ക് പലപ്പോഴും ഞങ്ങളുടെ പ്രസംഗങ്ങളിൽ വന്നിരുന്നു. ഈ വാക്ക് ഞങ്ങളുടെ ശ്രോതാക്കൾക്ക് മനസ്സിലാകുന്നില്ലെന്ന് എനിക്ക് എപ്പോഴും തോന്നിയിരുന്നു. ഒരു ദിവസം ഞാൻ ഒരു വർളി യുവാവിനോട് ചോദിച്ചു: 'സാമ്രാജ്യത്വം'എന്നു പറഞ്ഞാലെന്താണ്? നിനക്കെന്ത് മനസിലായി? അയാൾ കുറച്ചുനേരം മിണ്ടാതിരുന്നു. പിന്നീട് ആലോചിച്ച് ഒരു ഊഹ മെന്നപോലെ പറഞ്ഞു: "ഹുണ്ടിക വ്യാപാരംപോലെ ഞങ്ങൾക്കെതി രായിട്ടുള്ള എന്തെങ്കിലുമായിരിക്കും" ഊഹിച്ചുണ്ടാക്കിയ അയാളുടെ മറുപടി കേട്ട് എനിക്ക് തമാശ തോന്നി. ഞാൻ പറഞ്ഞു; "എടാ സുർജീ, ഈ വാക്കുപോലും ശരിക്കു മനസ്സിലാവുന്നില്ലല്ലോ. എത്ര തവണയായി ഞാനീ വാക്കു പറയുന്നു. ഇനിയെന്തു ചെയ്യും! നിങ്ങളെയൊക്കെ എങ്ങ നെയാണ് പഠിപ്പിക്കുക!" എന്റെ വാക്കുകേട്ട അയാൾ ഒത്തിരി നിരാശ നായി, പക്ഷേ ഉടനെതന്നെ പറഞ്ഞു: "ഞങ്ങൾക്ക് എങ്ങനെ മനസി ലാകും, ബായി? ഞങ്ങൾ ഈ വാക്ക് ഒരിക്കലും കേട്ടിട്ടില്ല. പിന്നെങ്ങനെ ഈ വാക്കറിയാൻ സാധിക്കും." അയാളുടെ ഉത്തരം ശരിയായിരുന്നുവെന്ന് മാത്രമല്ല സമർത്ഥവുമായിരുന്നു. വാസ്തവത്തിൽ ജന്മികളും ഇതേപോലെ വിവരമില്ലാത്തവരായിരുന്നു. അവർക്ക് മനസിലാകുന്ന ഭാഷയിൽ 'സാമ്രാജ്യത്വം' എന്ന വാക്കിന്റെ അർത്ഥം ഉടനേ പറഞ്ഞു കൊടുക്കാൻ എനിക്കു കഴിഞ്ഞില്ല.

അതിനുശേഷം ഞങ്ങൾ സാധാരണരാഷ്ട്രീയ പ്രസംഗങ്ങളിൽ ഉപയോഗിക്കേണ്ടി വരുന്ന വാക്കുകളെല്ലാം ഓർമ്മിച്ച് ആ വാക്കുകളുടെ അർത്ഥം എങ്ങനെ പറഞ്ഞുകൊടുക്കാൻ കഴിയും എന്നതിനെപ്പറ്റി ചിന്തിച്ചു. ഞങ്ങൾ പരസ്പരം ചർച്ച നടത്തി. ആദിവാസികളുമായും ഇക്കാര്യം ചർച്ചചെയ്തു. രാഷ്ട്രീയ പദപ്രയോഗത്തിൽ എപ്പോഴും ഉപയോ ഗത്തിൽ വരുന്ന വാക്കുകളുടെ ആശയം വളരെ ലളിതമായ ഭാഷയിൽ എങ്ങനെ പറഞ്ഞു മനസ്സിലാക്കാം എന്നതിന്റെ ഒരു കരടു രൂപരേഖ ഞങ്ങൾ തയ്യാറാക്കി. ഈ പദങ്ങൾ പഠിപ്പിക്കുന്നതിനുവേണ്ടി സ്റ്റഡി ക്ലാസുകൾ നടത്തി. അതിനും പുറമേ ഗ്രാമങ്ങളിൽ ക്യാമ്പുചെയ്തി രുന്നപ്പോഴൊക്കെ ഇതിനെപ്പറ്റി സംസാരിച്ചു. എപ്പോഴും കേട്ട് കേട്ട് ആദി വാസികൾ ഈ പദങ്ങളുമായി പരിചയപ്പെട്ടു. കുറച്ചു ദിവസങ്ങൾക്കുളിൽ അവർക്ക് ഈ വാക്കുകൾ നല്ലപോലെ മനസിലായിത്തുടങ്ങി. ഇപ്പോൾ അവർ സ്വയം ഈ പദങ്ങൾ വേണ്ടരീതിയിൽ ഉപയോഗിക്കാൻ തുടങ്ങിയിട്ടുണ്ട്.

പരുലേക്കറും ഞാനും ഞങ്ങളുടെ പ്രവർത്തകരും ചേർന്ന് ഈ ഭാഗങ്ങളിൽ അസംഖ്യം പ്രവർത്തകയോഗങ്ങളും പൊതുയോഗങ്ങളും നടത്തിയിട്ടുണ്ട്. വളരെയേറെ ഗ്രാമങ്ങളിൽ ക്യാമ്പു ചെയ്തു. ഈ ദരിദ്രജനതയ്ക്കു മനസ്സിലാകുന്ന ഭാഷയിൽ ഞങ്ങൾ രാത്രിക്കുരാത്രി രാഷ്ട്രീയ പ്രസംഗങ്ങൾ തയ്യാറാക്കിയിട്ടുണ്ട്. ഇംഗ്ലീഷുകാരുടെ ഒരു കുടുംബത്തിൽ കുറേ ദിവസം താമസിച്ചാൽ സന്തതസഹവാസംകൊണ്ട് അയാൾക്ക് എപ്രകാരം ഇംഗ്ലീഷ് ഭാഷ മനസിലാകുന്നുവോ അയാൾ ഇംഗ്ലീഷ് സംസാരിക്കാൻ തുടങ്ങുന്നുവോ, അതുപോലെ ഞങ്ങളുമായുള്ള നിത്യസമ്പർക്കവും ഞങ്ങളുടെ ബുദ്ധിപൂർവ്വമായ പ്രവർത്തനങ്ങളും മൂലം ആദിവാസികൾ രാഷ്ട്രീയം മനസ്സിലാക്കിത്തുടങ്ങി. മാത്രമല്ല, അവർ രാഷ്ട്രീയം സംസാരിക്കാനും തുടങ്ങി, പുതിയ അറിവുകൾ ഉൾക്കൊള്ളാനുള്ള അവരുടെ ജിജ്ഞാസയും അവരെ പറഞ്ഞു മനസിലാക്കാൻ ഞങ്ങൾ ചെയ്ത ബോധപൂർവ്വമായ ശ്രമങ്ങളും മൂലം അവർ വളരെവേഗം പുരോഗമിച്ചു.

പിന്നോക്കാവസ്ഥയിൽ കിടന്ന ഈ ജനസമൂഹത്തെ മനുഷ്യത്വമെന്തെന്ന് മനസിലാക്കി അവരെ രാഷ്ട്രീയ പ്രബുദ്ധരാക്കാൻ പരുലേക്കറും ഞാനും ബദ്ധകങ്കണരായി പ്രവർത്തിച്ചു. കുറച്ചു കാലത്തിനുള്ളിൽ ഇവരിൽ വ്യത്യാസങ്ങൾ കണ്ടുതുടങ്ങി. ഏതെങ്കിലും ഒരു വർളി പ്ലാറ്റ്ഫോമിൽ കയറിനിന്ന് രാഷ്ട്രീയ പ്രസംഗം ചെയ്തുതുടങ്ങിയാൽ, ഒരു പ്രവർത്തക യോഗത്തിൽ ശരിയായ തന്ത്രത്തെക്കുറിച്ച് സൂചിപ്പിച്ചാൽ ഞങ്ങൾ അകംനിറഞ്ഞ് ആനന്ദിച്ചിരുന്നു. കഴിഞ്ഞ ഇരുപത് വർഷത്തിനുള്ളിൽ ആദിവാസി മേഖലയിൽനിന്ന് നിരവധി പ്രവർത്തകർ ഉയർന്നു വന്നിട്ടുണ്ട്.

ഞങ്ങൾ പറയുന്നത് തങ്ങൾക്കു മനസിലായാലും, എന്താണ് മനസ്സിലായത് എന്നു വിശദമായി പറയാൻ ആദിവാസികൾക്കു കഴിഞ്ഞിരുന്നില്ല. പറഞ്ഞത് മനസ്സിലായിട്ടുണ്ടോ എന്നറിയാനായി ഞങ്ങൾ ചോദ്യങ്ങൾ ചോദിച്ചു തുടങ്ങി. തങ്ങൾക്ക് ഉത്തരം പറയാൻ കഴിയുന്നില്ല എന്നതിൽ അവർക്ക് വിഷമം തോന്നിയിരുന്നു. ഒരിക്കൽ ഒരാൾ എഴുന്നേറ്റുനിന്ന് അയാളുടെ വിഷമം വിശദമാക്കി. അയാൾ പറഞ്ഞു; “ബായി, സംഗതികളൊക്കെ മനസ്സിലാവുന്നുണ്ട്. പക്ഷേ പറഞ്ഞു ഫലിപ്പിക്കാൻ കഴിയുന്നില്ല” അവർക്കെല്ലാം മനസ്സിലാവുന്നുണ്ടെന്നും പറയുന്നതെല്ലാം സ്വാംശീകരിക്കുന്നുണ്ടെന്നും, പക്ഷേ മനസിലായ കാര്യങ്ങൾ ശരിയായ വാക്കുകളിൽ പ്രകടിപ്പിക്കാൻ സാധിക്കുന്നില്ലെന്നുമായിരുന്നു അയാൾ പറഞ്ഞതിനർത്ഥം. പിന്നീട് പിന്നീട് ചില ആദിവാസികൾ ശരിയായ ഉത്തരം പ്രയാസമില്ലാതെ നല്കിത്തുടങ്ങി.

1955ൽ ഞങ്ങൾ മുന്നൂറ് ആദിവാസികളുടെ ഒരു രാഷ്ട്രീയ സ്റ്റഡി ക്ലാസ് എടുക്കുകയുണ്ടായി. തെരഞ്ഞെടുക്കപ്പെട്ട സഖാക്കളടങ്ങിയ ഈ ക്ലാസ് സംഘടിപ്പിച്ചത് സ. താർവേകറും സ. ധൾഗറും ആയിരുന്നു.

പരുലേക്കറും ഞാനും ഏതെങ്കിലും ഗ്രാമത്തിൽ പൊതു സമ്മേളനത്തിനു പോവുകയാണെങ്കിൽ രാവിലെ തന്നെ അവിടെ എത്തും. അവിടെ അയൽഗ്രാമങ്ങളിലെ പ്രമുഖ സഖാക്കളെ വിളിച്ച് സ്റ്റഡിക്ലാസെടുക്കും. ഇത്തരം ക്ലാസുകളിൽ നിന്ന് അനേകം ആദിവാസികൾക്ക് രാഷ്ട്രീയ ജ്ഞാനം സിദ്ധിച്ചു. പ്രസംഗത്തിനുശേഷം പരുലേക്കർ ആദിവാസികളോട് ചോദ്യങ്ങൾ ചോദിക്കും. ഉത്തരം നല്കാൻ അവർക്ക് പ്രയാസം തോന്നിയിരുന്നു. ചിലർ പറയും: “എന്റെ തൊണ്ട വേദനിക്കുന്നു. എനിക്ക് സംസാരിക്കാൻ വയ്യ.” ചിലർ വെള്ളംകുടിക്കാനോ മറ്റുചിലർ ബീഡി വലിക്കാനോ പോകും. ഇങ്ങനെ ഉത്തരം പറയുന്നതിൽ നിന്നു രക്ഷപ്പെടാം എന്നവർ കരുതിയിരുന്നു. പ്രായംചെന്ന ഈ മനുഷ്യർ കുട്ടികളെപ്പോലെ പേടിക്കുന്നതു കണ്ടപ്പോൾ ഞങ്ങൾക്കു തമാശ തോന്നി. ചിലപ്പോൾ അവർ ഉത്തരം പറയാൻ ശ്രമിച്ചുനോക്കും. ഒരിക്കൽ കുറച്ചു സ്വാതന്ത്ര്യം കൊടുത്താൽ ഉടനെ അവർ തമ്മിൽതമ്മിൽ സംസാരിച്ചു തുടങ്ങും. ശരിയായ ഉത്തരം കണ്ടുപിടിച്ചതിനുശേഷം ഒരാൾ മറുപടി പറയും. സ്റ്റഡിക്ലാസിൽ വന്നാൽ ഒന്ന് ഒന്നര മണിക്കൂർ ഇടവിട്ട് ബീഡിവലിക്കാനും മറ്റുമായി പതിനഞ്ച് ഇരുപത് മിനിട്ട് ഒഴിവുകൊടുക്കേണ്ടിയിരുന്നു. രണ്ടുമുന്നു, മണിക്കൂർ തുടർച്ചയായി ഇരുത്തിയാൽ പിന്നെ അവരുടെ ശ്രദ്ധ നിൽക്കുമായിരുന്നില്ല. ഇന്നും ഒരു കാര്യം സശ്രദ്ധം മനസിലാക്കേണ്ടതുണ്ടെങ്കിൽ ഒന്നൊന്നരമണിക്കൂറിനപ്പുറം അവരെ ഇരുത്തിയിട്ട് ഒരു പ്രയോജനവുമില്ല. അവരുടെ ബുദ്ധിശക്തി അത്രയ്ക്കേ വളർന്നിട്ടുള്ളു. ബുദ്ധിപരമായി അധികം ക്ലേശങ്ങൾ സഹിക്കാൻ അവർക്ക് ശക്തിയില്ല. കോട്ടുവായിട്ട തുടങ്ങും. ഇനിയെന്തു പറഞ്ഞാലും അവരുടെ തലയിൽ കയറുകയില്ലെന്ന് അവരുടെ മുഖം കണ്ടാലറിയാം.

ഡഹാണു താലൂക്കിൽ പരുലേക്കർ മഹാലക്ഷ്മി എന്ന സ്ഥലത്തുവെച്ച് ഏകദേശം മൂവായിരം ആദിവാസികൾക്കായി രണ്ടു ദിവസം പഠനക്ലാസുകൾ എടുത്തു. ആളുകൾ അവരവർക്കുള്ള ഭാക്രി കെട്ടിക്കൊണ്ട് വന്നിരുന്നു. രണ്ടു ദിവസത്തിനുള്ളിൽ അനേകം ആദിവാസികൾക്ക് ചില പുതിയ അറിവുകൾ കൈവന്നു. അവരുടെ ഏറ്റവും അടുത്ത പ്രശ്നങ്ങളിലേക്ക് പുതിയ കവാടങ്ങൾ തുറക്കപ്പെട്ടതുപോലെ തോന്നി. പിറ്റേന്ന് തിരിച്ചു പോകുന്നതിനുമുമ്പ് അവർ സസന്തോഷം പരുലേക്കർക്ക് ചുറ്റും കൂടി. അവരുടെ സ്നേഹാദരങ്ങളും ആനന്ദവും പ്രകാശിപ്പിക്കേണ്ടതെങ്ങനെ എന്നവർക്ക് അറിയില്ല, സ്നേഹപൂർവ്വം അദ്ദേഹത്തെ കൺകുളിർക്കെ കണ്ട് അദ്ദേഹത്തിനു ചുറ്റും കൂട്ടംകൂടി നിന്നു.

എപ്പോഴും ക്ലാസ് തുടങ്ങുന്നത് ഞാനാണ്. ഞാൻ ആദ്യം സംസാരിച്ചില്ലെങ്കിൽ അദ്ദേഹം ഒരക്ഷരം സംസാരിക്കുകയില്ല. ഇത്

സംബന്ധിച്ച് അദ്ദേഹത്തിന്റെ ശാഠ്യം കഠിനം തന്നെയാണ്. എനിക്ക് വയ്യെന്നോ മറ്റോ പറഞ്ഞാൽ അദ്ദേഹം പറയും "ശരി ഞാനും സംസാരിക്കുന്നില്ല." പരാജയം സമ്മതിച്ച് എപ്പോഴും ഞാൻ ആദ്യം സംസാരിക്കേണ്ടതായിത്തന്നെ വന്നിരുന്നു.

ചില ജന്മികളും അവരുടെ സേവകന്മാരും പറയും: "ചെങ്കൊടിയുടെ ആളുകൾ നിങ്ങളോടെന്തൊക്കെയോ പറയുന്നു. സർക്കാരിന് ശക്തിയുണ്ട്, പട്ടാളമുണ്ട്. നിങ്ങൾക്ക് എങ്ങനെ ഭൂമി ലഭിക്കും?" ആദിവാസികൾ ഉടനേ മറുപടി പറയും: "സർക്കാരിനു ശക്തിയും പട്ടാളവുമുള്ളപ്പോൾ തന്നെയാണല്ലോ, അടിയാൻപണി നിർത്തലാക്കിയതും പാട്ടം വെട്ടിക്കുറച്ചതും. അതുപോലെ ഭൂമിയും ഞങ്ങൾ കൈവശമാക്കും" തിരിച്ചൊന്നും പറയാൻ കഴിയാതെ ജന്മികൾ പല്ല് ഞെരിക്കും. "ശരി ശരി" എന്ന് മാത്രം പറഞ്ഞ് തർക്കിക്കാനൊന്നും നിൽക്കാതെ സ്ഥലം വിടും.

ആദിവാസികളെ എന്തെങ്കിലും പറഞ്ഞ് മനസിലാക്കണമെങ്കിൽ വളരെ പ്രയാസപ്പെടേണ്ടിവന്നു. താലൂക്ക്, ജില്ല, സംസ്ഥാനം, രാഷ്ട്രം ലോകം— ഒന്നിനെപ്പറ്റിയും അവർക്കൊരു വിവരവുമില്ല. അന്തർദേശീയ തൊഴിലാളി വർഗ്ഗത്തിന്റെ ഐക്യത്തെക്കുറിച്ചു പറഞ്ഞു മനസിലാക്കാൻ വളരെ ബുദ്ധിമുട്ടേണ്ടി വന്നു, വളരെയേറെ പ്രയത്നിക്കേണ്ടി വന്നു. പത്തടി നീളവും ആറടി വീതിയുമുള്ള ഒരു ഭൂപടം തയ്യാറാക്കി. അതിൽ വ്യത്യസ്ത നിറങ്ങളിൽ ലോകത്തിലെ രണ്ടു ചേരിയില്പെട്ട രാഷ്ട്രങ്ങൾ അടയാളപ്പെടുത്തി. ഓരോ പ്രവർത്തകയോഗത്തിലും പൊതുസമ്മേളനത്തിലും അതുകൊണ്ടുവന്നുവെച്ച് അവരെ പഠിപ്പിക്കാൻ തുടങ്ങി. അങ്ങനെ പതുക്കെപ്പതുക്കെ അവർക്ക് ലോകത്തെക്കുറിച്ച് ചില ധാരണകൾ ഉണ്ടായിത്തുടങ്ങി. ഞങ്ങളുടെ ഓഫീസിൽ വെച്ച് ഭാരതം, മഹാരാഷ്ട്ര, ജില്ല മുതലായവയുടെ ഭൂപടങ്ങളുടെ സഹായത്തോടെ അവരെ പഠിപ്പിച്ചിരുന്നു. തന്മൂലം അവർക്ക് ഭാരതീയർ മുതലായ സങ്കല്പങ്ങൾ ഉണ്ടായിത്തുടങ്ങി.

ആദിവാസികളുടെ ജീവിതവീക്ഷണം വിശാലമാകുന്നതിനും അറിവും അനുഭവങ്ങളും വർദ്ധിപ്പിക്കുന്നതിനും യാത്രകൾ വളരെ സഹായമായിട്ടുണ്ട്. ഠാണാ ജില്ലയിൽ അടിയന്തരാവസ്ഥ പ്രഖ്യാപിക്കപ്പെട്ട കാലം. ഞങ്ങൾ എല്ലാവരുടെയും പേരിൽ നിരോധനാജ്ഞകൾ പുറപ്പെടുവിക്കപ്പെട്ടു. അതിനാൽ 1947 ൽ ഠാണ ജില്ലയിലെ പാർട്ടി സമ്മേളനം ബോംബെയിൽ ബ്ളാവത്സ്കി ലോഡ്ജിൽ വച്ച് നടത്തേണ്ടി വന്നു. ആ സമ്മേളനത്തിനായി ഇരുന്നൂറ് ആദിവാസികൾ ബോംബെയിൽ വന്നു. ജില്ലാസമ്മേളനത്തിലേക്കും മഹാരാഷ്ട്ര സംസ്ഥാന സമ്മേളനത്തിലേക്കുമുള്ള പ്രതിനിധികളും നിരീക്ഷകരുമായിവന്ന അനേകം ആദിവാസികൾ ധൂലിയ, ജലഗോൺ, അഹമ്മദ് നഗർ, നാസിക്, പുന തുടങ്ങിയ

സ്ഥലങ്ങളിൽ പോയിവന്നു. ജില്ലയിലെ പാർട്ടി മെമ്പർമാർ അന്യോന്യം നല്ലതുപോലെ പരിചയപ്പെട്ടു. സ്വന്തം ഗ്രാമത്തിനപ്പുറം ഇറങ്ങിയിട്ടില്ലാത്ത ആദിവാസികൾ ജില്ലയിലെ മറ്റ് ആദിവാസികളുമായി സൗഹൃദഭാവേന സംസാരിച്ചു തുടങ്ങി. അന്യോന്യം സ്നേഹിച്ചു തുടങ്ങി, സമൂഹത്തിന്റെ വിസ്തൃതിയെക്കുറിച്ച് അവർ ബോധവാന്മാരായി. മഹാരാഷ്ട്രയിലെ ആദിവാസികളല്ലാത്ത കൃഷിക്കാരുമായി അവർ പരിചയപ്പെട്ടു. അഖിലേന്ത്യാ കിസാൻ സമ്മേളനങ്ങൾക്കായി ആദിവാസികൾ ഗാജീപൂർ, മോഹം, മായവാരം, തൃശ്ശൂർ തുടങ്ങിയ ദൂര സ്ഥലങ്ങളിൽ പോയി. പര്യടനങ്ങൾ മൂലം അനേകം ആദിവാസികളുടെ സങ്കുചിതവീക്ഷണം ഇല്ലാതായി; വിശാലവീക്ഷണം കൈവന്നു; സംഘടനയുടെ പരിധി വ്യാപിച്ചു.

ആയിരം, ലക്ഷം, കോടി എന്നൊക്കെപ്പറഞ്ഞാൽ എത്രയാണെന്ന് ആദിവാസികൾ അറിഞ്ഞിരുന്നില്ല. എന്നാൽ അവർ അരിഞ്ഞ പുല്ലിൻകെട്ടുകൾ എണ്ണാൻ അവർക്ക് എളുപ്പമായിരുന്നു. അഞ്ചുകെട്ടിന്റെ ഒരട്ടി, അഞ്ഞൂറുകെട്ടിന്റെ അട്ടി, ഒരു ലക്ഷം പുല്ലിൻകെട്ടുകൾ എന്നിങ്ങനെ കണക്കുകൾ ചിലർക്കറിയാം. കോടി എന്നുപറഞ്ഞാൽ എത്രയാണെന്ന് അറിഞ്ഞിരുന്നില്ല. ദൈനംദിന ജീവിതത്തിൽ അതിന്റെ ആവശ്യമില്ലായിരുന്നു. അവരുടെ നിത്യ ജീവിതത്തിലെ കാര്യങ്ങളുമായി ബന്ധപ്പെടുത്തി അക്കങ്ങളെപ്പറ്റി പറഞ്ഞുകൊടുത്തപ്പോൾ അവർക്ക് കുറച്ചൊക്കെ മനസിലായിത്തുടങ്ങി. എല്ലാ കാര്യങ്ങളും അവരുടെ ജീവിതവുമായി ബന്ധിപ്പിച്ച് പഠിപ്പിക്കാൻ ഞങ്ങൾക്ക് വളരെ പണിപ്പെടേണ്ടി വന്നു.

താൻ ലോകത്തുള്ള ലക്ഷക്കണക്കിന് പാർട്ടിഅംഗങ്ങളിൽ ഒരാളാണ്; ലോകത്തിൽ ചൂഷണം അവസാനിപ്പിക്കുന്നതിന് താനും ഒരു വഴികാട്ടിയാണ് എന്നതിൽ ഓരോ ആദിവാസിയും അഭിമാനം കൊണ്ടു തുടങ്ങി. ലോകത്തിലെ കമ്യൂണിസ്റ്റ്പാർട്ടി അംഗങ്ങൾ കോടിക്കണക്കിനുണ്ടെന്നു പറഞ്ഞപ്പോൾ 'കോടി' എന്നുവെച്ചാൽ എത്രയാണെന്നറിയാൻ അവർക്കാഗ്രഹം തോന്നി. ശരിക്കും മനസ്സിലാക്കുന്നതിനായി രണ്ടു കുട്ടകളിൽ തുവര എടുത്ത് എണ്ണാൻ തുടങ്ങി! കുറച്ചുകഴിഞ്ഞ് മുഷിപ്പ് തോന്നി കുറച്ചെണ്ണിയതിനു ശേഷം ഏതാണ്ടൂഹിച്ച് തുടർന്നെണ്ണുന്ന കിറുക്ക് ഉപേക്ഷിച്ചു.

അഭൂതപൂർവ്വമായ സമരത്തിൽനിന്ന് അല്പകാലത്തിനുള്ളിൽ ആദിവാസികൾ അമൂല്യമായ പലതും പഠിച്ചു എന്നത് തർക്കമറ്റ സംഗതിയാണ്. അനേകം പ്രവർത്തകരുമായുള്ള നിത്യസമ്പർക്കവും ഒരു കാരണമാണ്. അനേകം പ്രവർത്തകരുടെ അശ്രാന്ത പരിശ്രമം മൂലമാണ് വർളികളുടെ ഇന്നത്തെ രാഷ്ട്രീയ പ്രബുദ്ധതയും സംഘടനാശേഷിയും വളർന്നത്. തങ്ങളുടെ ചോരനീരാക്കി തന്നെയാണ് അവർ ഈ സംഘടന

പടുത്തുയർത്തിയത്. ഈ കാര്യം വെറുതെ പര്യടനം നടത്തിയതു കൊണ്ടോ പ്രസംഗിച്ചതുകൊണ്ടോ എപ്പോഴെങ്കിലും ഒരിക്കൽചെന്ന് നേരിട്ടു കണ്ടതുകൊണ്ടോ ആറുമാസമോ ഒരു കൊല്ലമോ ഒരു വിഷയത്തെ അധികരിച്ച് പഠനക്ലാസുകൾ നടത്തിയതുകൊണ്ടോ നേടാവുന്ന ഒന്നല്ല. പ്രത്യുത, ഗ്രാമങ്ങളിൽ താമസിച്ച് പ്രത്യക്ഷ അനുഭവങ്ങളിലൂടെ മാത്രമേ ഇത്തരം സംഘടനകൾ കെട്ടി ഉയർത്താൻ കഴിയൂ. അഭ്യസ്തവിദ്യരും പുരോഗമനാശയക്കാരും സംസ്കാരമുള്ള വരെന്ന് കണക്കാക്കപ്പെടുന്നവരുമായ നിരവധി കർഷകരുടേതിനേക്കാൾ മികച്ചതാണ് ഈ കൃഷിക്കാരുടെ ഇന്നത്തെ രാഷ്ട്രീയ പ്രബുദ്ധത.

ജന്മികളേക്കാൾ കൂടുതൽ അറിവും വിവരവും തങ്ങൾക്കുണ്ടാ കണമെന്ന് ആദിവാസികൾക്ക് തോന്നി. ചിലപ്പോൾ മന്ദബുദ്ധികളെന്നു തോന്നിക്കുന്ന കൃഷിക്കാർ സംസാരിച്ചു തുടങ്ങിയാൽ സാവ്കർമാർ പോലും നാണിച്ചുപോകും.

ഇപ്രകാരം ജന്മികളാൽ മനുഷ്യത്വം ക്രുശിക്കപ്പെട്ട്, തങ്ങൾ മനു ഷ്യരാണെന്ന വസ്തുത മറന്നുപോയി. ആക്രമണങ്ങൾ കൊണ്ടും പട്ടിണികൊണ്ടും അധഃപതിച്ചു പോയിരുന്ന, ഈ ആദിവാസിസമൂഹം അവരുടെ ഏകാന്തവും വിരസവുമായ ജീവിതത്തിൽ നിന്ന് പുറത്തേക്ക് കൊണ്ടുവരപ്പെട്ടതോടെ, അവരുടെ വീക്ഷണം വിശാലമായിത്തീർന്ന തോടെ നൊടിയിടകൊണ്ട് ഉണർന്നെണീറ്റു. സംഘടനാബോധവും പ്രതി കാരശക്തിയും ആദിവാസികൾക്കിടയിൽ ആത്മവിശ്വാസം ഉണ്ടാക്കി. ആത്മാഭിമാനം തിളച്ചുപൊങ്ങി. തീവ്രസമരത്തിന്റെ അഗ്നികുണ്ഡത്തിൽ വെച്ച്, പ്രക്ഷോഭത്തിന്റെ മുശയിൽ വെച്ച് സ്ഫുടപാകംചെയ്തെ ടുക്കപ്പെട്ട വർളി, ആപാദചൂഡം മാറിയ, പുതുതായി ജന്മമെടുത്ത, വർഗ്ഗബോധമുള്ള വർളിയായി. മറ്റു തരത്തിൽ വർഷങ്ങളോളം സമാർജി ക്കാൻ കഴിയാത്ത ജ്ഞാനവും അനുഭവങ്ങളും വിപ്ലവകരമായ ഉണർച്ചയുടെ ഫലമായി കുറച്ചു ദിവസത്തിനുള്ളിൽ ലഭ്യമായി. തങ്ങളുടെ അദ്ധ്വാനത്തിൽ നിന്ന് മുതലെടുത്ത് തങ്ങളെ പട്ടിണിക്ക് ഇട്ടിരുന്നവരുടെ ആനന്ദം നഷ്ടപ്പെടുന്നുവെന്ന് അവർക്ക് മനസിലായി. "ഞാൻ പട്ടിണി കിടക്കാൻ തയ്യാറല്ല" എന്നവർ പറഞ്ഞു തുടങ്ങി.

പ്രക്ഷോഭകാലത്ത് എന്തെങ്കിവും കാരണങ്ങൾ പറഞ്ഞ് അനേകം ആദിവാസികളെ ലോക്കപ്പുകളിൽ വെച്ചിരുന്നു. അവരുടെ പേരിൽ കേസെടുത്തിരുന്നു. ആദിവാസികൾക്ക് ധൈര്യം പകരുന്നതിനും, അവരെ ജാമ്യത്തിലിറക്കി കൊണ്ടുവരുന്നതിനും വേണ്ടി 1945 ലെ വെടി വെപ്പിനുശേഷം പലപ്രാവശ്യവും ഞാൻ കോടതിയിൽ പോകാറുണ്ടാ യിരുന്നു. ദിവസങ്ങളോളം പൊലീസ് ഓഫീസർമാരുടെയും തഹസീൽദാരുടെയും ആപ്പീസുകളുടെ വരാന്തകളിൽ കയറിയിറങ്ങേണ്ടി വന്നിരുന്നു. ആപ്പീസുകളുടെ വരാന്തകളിൽ ആദിവാസികൾ കൂട്ടംകൂ

ട്ടമായി ഇരിക്കുന്നുണ്ടാവും. വ്യത്യസ്തഗ്രാമങ്ങളിൽ നിന്നെത്തുന്ന നിരവധി കൃഷിക്കാരെ കണ്ടുമുട്ടുന്നതിന് അങ്ങനെ സാധിച്ചു. ഈ ജോലി നടത്തിയിരുന്നപ്പോൾ ആദിവാസികൾ എങ്ങനെ മാറിയിരിക്കുന്നു എന്നതിന്റെ രസകരങ്ങളായ നിരവധി അനുഭവങ്ങളും ഉണ്ടായിട്ടുണ്ട്.

ഒരിക്കൽ ഉച്ചതിരിഞ്ഞ സമയം. ഉംബർഗാവിലെ ശ്രീമുളെ എന്ന ആളുടെ വീട്ടിനടുത്തുള്ള തഹസീൽദാർ കച്ചേരിയിലേക്ക് ഞാൻ പോവുകയാണ്. ഉംബർഗാവിലെ ഉന്നതസ്ഥാനീയരായ ആളുകളൊന്നും സാധാരണയായി ഞങ്ങളോട് സംസാരിക്കില്ല. അവരുടെ കണ്ണിൽ ഞങ്ങൾ തൊട്ടുകൂടാത്തവർ തന്നെയാണ്.

ആ ദിവസം വഴിനടന്നു പോകുമ്പോൾ കണ്ണട ധരിച്ച വൃദ്ധനായ ഒരു മാന്യൻ പെട്ടെന്ന് എന്റെ പിന്നിൽ വന്ന് ചോദിച്ചു: "എന്തു മന്ത്ര വാദമാണ് നിങ്ങൾ ചെയ്തിരിക്കുന്നത്? മജിസ്ട്രേട്ടിന്റെ മുമ്പിൽ വെറുതെ ഒന്ന് നിൽക്കാൻ പറഞ്ഞാല്പോലും ആദിവാസികൾ കോടതികളിൽ പരിഭ്രമിച്ച് വിറച്ചിരുന്നു. അവരുടെ വായിൽ നിന്ന് ഒരക്ഷരം പുറത്തുവരുന്നില്ല. വളരെ കൊല്ലമായി ഞങ്ങളിതു കാണുന്നു! ഇപ്പോൾ എന്തു ചുറുചുറുക്കോടെയാണ് മറുപടി പറയുന്നത്. സാധാരണ ശിപായി പോയിട്ട് മജിസ്ട്രേട്ടിനെപ്പോലും അവർക്ക് ഭയമില്ല. എത്ര വലിയ മജിസ്ട്രേട്ടിനോടു പോലും അവർ 'ശട ശട' എന്നു മറുപടി പറഞ്ഞുവെന്നോ! എന്താണ്,നിങ്ങളെന്താണ് ചെയ്തത്!" എന്നോട് ഇങ്ങനെ ചോദിച്ച വൃദ്ധൻ തഹസീൽദാർ കച്ചേരിയിൽ ജോലി ചെയ്തിരുന്നു. അയാൾ പറഞ്ഞതിന്റെ മുഴുവൻ സാരവും എനിക്കു മനസിലായില്ല. കുടുതൽ അന്വേഷിച്ചപ്പോൾ അയാളിൽ നിന്നുതന്നെ എല്ലാ വിവരവും അറിയാൻ കഴിഞ്ഞു.

ഉംബർഗാവ് ലോക്കപ്പിൽ അനേകം ആദിവാസികളെ തടവിലിട്ടിരുന്നു. അവരിൽ ചുറുചുറുക്കുള്ള ഒരു വർളി യുവാവുണ്ടായിരുന്നു. പിടിക്കപ്പെട്ട ആദിവാസികൾ ലോക്കപ്പിലുള്ളപ്പോൾ ഒരിക്കൽ മജിസ്ട്രേട്ട് അവിടെ ചെന്ന് ലോക്കപ്പിന്റെ വാതിലിനു പുറത്തുനിന്നു. വർളികളോട് രണ്ടു വാക്ക് സംസാരിക്കാൻ അദ്ദേഹം ശ്രമിച്ചുനോക്കി. മജിസ്ട്രേട്ട് നേരിട്ടുചെന്ന് ആദിവാസികളോട് സംസാരിക്കുക എന്നത് അവർക്കൊരു പുതുമയായിരുന്നു. ജോ്യാ എന്ന് പേരായ ഒരു വർളിയോട് ചെങ്കൊടിയുടെ 'കിറുക്ക്' ഉപേക്ഷിക്കാൻ മജിസ്ട്രേട്ട് ആവശ്യപ്പെട്ടു. നല്ല ജോലി വാങ്ങിക്കൊടുക്കാമെന്ന് പ്രലോഭിപ്പിച്ചു. ചെങ്കൊടിയുടെ "കിറുക്ക്" പിടിപെട്ട് ലോക്കപ്പിൽ കിടക്കുന്നതിനേക്കാൾ ഭേദം ഒരു നല്ല ജോലി വാങ്ങി സുഖമായി ജീവിക്കുന്നതാണെന്ന് അദ്ദേഹം ഉപദേശിച്ചു. ജോ്യാ എല്ലാം കേട്ടുനിന്നു. അവസാനം മറുപടി പറഞ്ഞു. "സർക്കാർ എത്ര ദിവസം ഞങ്ങളെ ജയിലിൽ വെച്ചുകൊണ്ടിരിക്കും? ഒരു കൊല്ലം അല്ലെങ്കിൽ രണ്ടു കൊല്ലം. പക്ഷേ, എപ്പോഴെങ്കിലും പുറത്തു വിടുമല്ലോ.

ഞങ്ങളുടെ ഭരണവും വരും. അന്ന് നിങ്ങൾക്ക് ഉപയോഗിക്കാനായി ഈ ലോക്കപ്പുമുറി സൂക്ഷിച്ചുവെക്കണം!"

പ്രാകൃതനായ, ലങ്കോട്ടി മാത്രം ധരിച്ച അയാളുടെ വാക്കുകൾ കേട്ടപ്പോൾ 'ശേറ്' നാണിച്ചുപോയി. ആ കൃഷിക്കാരന്റെ മറുപടി ശേറിന് തീരെ അപ്രതീക്ഷിതവും ആശ്ചര്യകരവും അപമാനമുണ്ടാക്കുന്നതുമായിരുന്നു. ശേറ് തിരിച്ചുപോയി. ആ വർളിയുടെ മറുപടി കേട്ട് കച്ചേരിയിലുണ്ടായിരുന്നവരൊക്കെ തരിച്ചിരുന്നുപോയി എന്ന് ആ മനുഷ്യൻ എന്നോടു പറഞ്ഞു. അയാൾ തുടർന്നു: "ഇപ്പോൾ അപ്രതീക്ഷിതമായി നിങ്ങളീവഴി പോകുന്നതുകണ്ടു. എനിക്കിത് പറയാതിരിക്കാൻ കഴിയാത്തതുകൊണ്ട് നിങ്ങളെ തടഞ്ഞുനിർത്തി ഞങ്ങൾ നേരിൽ കണ്ടതും കേട്ടതുമായ ഈ സംഗതി നിങ്ങളോട് പറഞ്ഞു. ഇത് ആരെങ്കിലും എന്നോട് പറഞ്ഞതായിരുന്നുവെങ്കിൽ ഞാൻ ഒരിക്കലും വിശ്വസിക്കുമായിരുന്നില്ല. അതുകൊണ്ട് പറയൂ. നിങ്ങളെന്ത് ഇന്ദ്രജാലമാണ് കാണിച്ചത്?" ഇന്ദ്രജാലം കാണിച്ചത് ഞാനായിരുന്നില്ല; മാർക്സിസവും കമ്യൂണിസ്റ്റ് പാർട്ടിയുമാണ്. വിപ്ലവാത്മകമായ പ്രക്ഷോഭങ്ങളുടെ ആഘാതമേറ്റ് അല്പകാലത്തിനുള്ളിൽ സമൂഹത്തിൽ എന്തെന്ത് പരിവർത്തനങ്ങൾ ഉണ്ടാകുകയില്ല എന്നതിനെപ്പറ്റി ആ മനുഷ്യന് എന്തറിയാം! ഈ സംഭവം ഓർമയിൽ ഇന്നും പച്ചപിടിച്ചു നില്ക്കുന്നു.

സർക്കാർ ഉദ്യോഗസ്ഥന്മാരെ, പ്രത്യേകിച്ച് പൊലീസ് ഉദ്യോഗസ്ഥന്മാരെ, കണ്ടാൽ ഭയപ്പെട്ടിരുന്ന അതേ ആദിവാസികൾ ഈ സമരകാലത്ത് ഒരു സബ്ഇൻസ്പെക്ടർ തയ്യാറാക്കിയ കുറ്റപ്രതം അയാളെക്കൊണ്ടുതന്നെ റദ്ദാക്കിക്കുകയുണ്ടായി.

രായ്തളി ഗ്രാമത്തിലെ ചില ആദിവാസികൾ മദ്യപിച്ച് ഡഹാണുവിൽ നിന്ന് രായ്തളിയിലേക്ക് മടങ്ങുകയാണ്. മദ്യലഹരി കാരണം അവർ വഴിയുടെ ഒത്തനടുവിലൂടെയാണ് നടന്നത്. പിന്നിൽനിന്ന് ജന്മിയുടെ ടോംഗാ വരുന്നുണ്ടായിരുന്നു. വഴിയുടെ നടുവിൽ വർളികളെ കണ്ടപ്പോൾ ജമീന്ദാർ പതിവുപോലെ അവരെ പുലഭ്യം പറയുകയും വഴിവിട്ട് നടക്കാൻ പറഞ്ഞുകൊണ്ട് ടോംഗ മുന്നോട്ടു കൊണ്ടുപോകാൻ തുനിയുകയും ചെയ്തു. ശകാരം കേട്ടപ്പോൾ വർളികൾക്ക് ശുണ്ഠി വന്നു. അവർ ടോംഗ നിർത്തിച്ചു. മദ്യലഹരി തലയ്ക്ക് പിടിച്ചിരുന്ന അവർ ജന്മിയുടെ ശകാരം പലിശകൂട്ടി തിരിച്ചുകൊടുത്തു. ജന്മിയും ആദിവാസികളും തമ്മിലുള്ള ഈ ഏറ്റുമുട്ടലിനു ശേഷം ടോംഗ മുന്നോട്ടുപോയി. ജന്മിയും അയാളുടെ ഒരു ബന്ധുവും ചേർന്ന് ആദിവാസികളോട് പക പോക്കാൻ തീരുമാനിച്ചു. ആദിവാസികൾ, അമ്പതു രൂപ അപഹരിച്ചതായി ആരോപിച്ച് പൊലീസ് സബ് ഇൻസ്പെക്ടരെയും കൂട്ടി രായ്തളിലേക്കു പോയി. അവർ വർളികളുടെ വീടുകളിൽ പരിശോധനക്കായി കയറിച്ചെന്നു. അപ്പോഴേക്കും അടുത്തുള്ള ആളുകളൊക്കെ അവിടെവന്നു ചേർന്നു. ജന്മിയുടെ

ബന്ധു പുറത്തുനിൽക്കുകയായിരുന്നു. അയാൾ കുടിലിന്റെ വാതിലിനടുത്ത് സൂത്രത്തിൽ പത്തുറുപ്പികയുടെ അഞ്ചു നോട്ടുകളടങ്ങുന്ന ഒരു പൊതിവെച്ചു. ജന്മിയും പൊലീസും അകത്തെ പരിശോധന കഴിഞ്ഞ് പുറത്തേക്കിറങ്ങുമ്പോൾ അയാൾ ഈ നോട്ടിന്റെ പൊതിയെടുത്ത് അവരുടെ കൈയിൽ കൊടുത്തു. കളവുകണ്ടുപിടിച്ചു എന്നുപറഞ്ഞ് സബ് ഇൻസ്പെക്ടർ കുറ്റപ്രതം തയ്യാറാക്കി. അത്രയും ആയപ്പോഴേക്കും ധാരാളം ആദിവാസികൾ അവിടെ വന്നെത്തി. കുറ്റപ്രതം തയ്യാറാക്കി വായിച്ചുകേൾപ്പിച്ചതോടെ ആദിവാസികൾ അവരുടെ പുതിയരൂപം പ്രദർശിപ്പിച്ചു. സൂത്രത്തിൽ പണം വയ്ക്കുന്നത് ആളുകൾ കണ്ടിരുന്നു. കുറ്റപ്രതം പച്ചക്കള്ളമാണ് എന്നവർ ഒരുമിച്ച് ആർത്തുവിളിച്ചു. അവസാനം സബ് ഇൻസ്പെക്ടർക്ക് വർളികളുടെ അഭിപ്രായത്തിൽ കള്ളമായിരുന്ന ആ കുറ്റപ്രതം അവരെത്തന്നെ ഏല്പിച്ച് തടിക്ക് കേടുപറ്റാതെ ഡഹാണുവിലേക്ക് മടങ്ങപ്പോകേണ്ടി വന്നു.

സാവ്കർമാർ കള്ളക്കേസുകൾ ഉണ്ടാക്കുന്നതിന്റെ തെളിവായി ചെങ്കൊടിയുടെ ആപ്പീസിൽ കൊടുക്കാൻ ആദിവാസികൾക്ക് ഈ കുറ്റപത്രം ആവശ്യമായിരുന്നു.

ജന്മികളും സർക്കാരും അസ്വസ്ഥരായി. ആദിവാസികൾ കവർച്ച നടത്തിയെന്ന് അവർ ആക്ഷേപമുന്നയിച്ചു. പിറ്റേന്നു രാവിലെ പൊലീസ് സൂപ്രണ്ട് ഷെരീഫ്ഖാൻ ഒരു സംഘം പൊലീസുകാരുമായി രായ്തളിയിലെത്തി. രായ്തളിയിലും സമീപപ്രദേശങ്ങളിലുമുള്ള ജന്മികൾക്ക് വിരോധമുണ്ടായിരുന്ന അമ്പത്തിയഞ്ച്! ആദിവാസികളെ അറസ്റ്റ ചെയ്ത് ഡഹാണുവിൽ കൊണ്ടുപോയി. അറസ്റ്റ് വാർത്ത അറിഞ്ഞ ഞാൻ ഞെട്ടിപ്പോയി. ഇത്രയുടെ ആളുകൾക്ക് ആയിരം രൂപാവീതം ജാമ്യത്തുക എങ്ങനെയുണ്ടാക്കും എന്നതായിരുന്നു മുഖ്യപ്രശ്നം. ഒരു കാരണവുമില്ലാതെ ആദിവാസികളെ തുറങ്കിലടയ്ക്കാൻ തുടങ്ങിയാൽ അത് അവരുടെ ആത്മവീര്യത്തെ എങ്ങനെ ബാധിക്കും, ജന്മികൾ ഈ സാഹചര്യത്തിൽ നിന്ന് എത്രകണ്ട് മുതലെടുക്കും എന്നൊന്നും അറിഞ്ഞിരുന്നില്ല. പരുലേക്കറും ഞാനും ചിന്താധീനരായി. 'ഉടനേ ജാമ്യത്തിനേർപ്പാടുണ്ടാക്കൂ' എന്ന് വക്കീലിന്റെ കമ്പി ഒന്നിനുപുറകേ ഒന്നായി വരാനും തുടങ്ങി. ബായ വന്ന് തങ്ങൾക്കു വേണ്ടി എന്തെങ്കിലും ചെയ്യും' എന്ന പ്രതീക്ഷയിൽ കഴിയുകയായിരുന്നു ആദിവാസികൾ. ഒരു വഴിയും തോന്നാതിരുന്നപ്പോൾ ഞങ്ങൾ ഠാണായിലുള്ള ചന്ദ്രകാന്ത വൈദ്യയുടെ വീട്ടിൽ ചെന്നു. തടസങ്ങളെല്ലാം അവിടെ ചെന്നതോടെ തീർന്നു. സ. ചന്ദ്രകാന്ത് വൈദ്യയുടെ പിതാവ് പരേതനായ ശ്രീധർ പത് വൈദ്യ ഉടനേതന്നെ ജാമ്യം നിന്നുകൊള്ളാമെന്ന് സമ്മതിച്ചു. അതിനാൽ എല്ലാ ആദിവാസികളേയും ജാമ്യത്തിൽ വിട്ടയച്ചു. പ്രക്ഷോഭത്തിന് ഫലമുണ്ടായി. വൈദ്യയോട് കൃതജ്ഞതപ്രകടിപ്പിക്കാൻ ഞങ്ങൾക്ക് വാക്കുകളില്ലായി

രുന്നു. മരിക്കുന്നതുവരെ പരുലേക്കർ രായ്തളിയിലെ പ്രശ്നം പരാമർശിക്കപ്പെടുമ്പോഴൊക്കെ വൈദ്യയെ കൃതജ്ഞതാപൂർവ്വം സ്മരിച്ചിരുന്നു. ചില മാസങ്ങൾക്കുശേഷം അമ്പത്തിഅഞ്ച് ആദിവാസികളെയും നിരപരാധികളായി വിട്ടയച്ചു. ചെങ്കൊടിക്ക് ജയ് വിളിച്ചുകൊണ്ട് അവർ വീടുകളിൽ തിരിച്ചെത്തി.

ആദിവാസികൾ പ്രബുദ്ധരായി തീർന്നതോടെ വില്ലേജധികാരികളുടെ ചൂഷണങ്ങളും അവസാനിച്ചു. കൃഷിക്കാർക്ക് ചിലപ്പോഴെല്ലാം വില്ലേജാപ്പീസുകളിലെ രേഖകളുടെ കോപ്പികൾ ആവശ്യമായി വരാറുണ്ട്. അക്കാലത്ത് ഇതിന് സർക്കാർ നിശ്ചയിച്ചിരുന്ന ഫീസ് ഒമ്പതു പൈസയാണ്. വില്ലേജാപ്പീസറാണ് ഇത് കൊടുക്കേണ്ടിയിരുന്നത്. ഒരു വില്ലേജാപ്പീസർ ആളുകളുടെ ആവശ്യം മുതലെടുത്ത് അവരെ പിഴിഞ്ഞ് ഓരോ കോപ്പിക്കും പത്തും പന്ത്രണ്ടും രൂപാ വാങ്ങിച്ച് മുന്നൂറോളം രൂപ സമ്പാദിച്ചു. ആളുകൾ ആ വില്ലേജാപ്പീസറെ പിടിച്ച് അയാളോട് ചെങ്കൊടിയുടെ കാൽതൊട്ട് വണങ്ങാൻ പറഞ്ഞു. മുന്നൂറുറുപ്പിക തിരിച്ചു കൊടുപ്പിക്കുകയും ചെയ്തു. ആദിവാസികൾ കൂടുതൽ വിവരമുള്ളവരായിത്തീർന്നതോടെ നിയമവിരുദ്ധമായ ചൂഷണത്തെ ചെറുക്കാൻ തുടങ്ങി.

ഞാൻ നിരോധനാജ്ഞ അനുസരിച്ച് ജില്ലക്കു പുറത്തായിരുന്നപ്പോഴും ആദിവാസികൾ ചില ജന്മികളെ സംഘടനയുടെ ശക്തി കാണിച്ചുകൊടുത്ത് അക്രമങ്ങളെ നേരിട്ടുകൊണ്ടിരുന്നു. ഒരു ജന്മിയെ ആദിവാസികൾ പിടിച്ച് അയാളുടെ വസ്ത്രങ്ങളഴിച്ചെടുത്തു. അയാൾക്ക് ലങ്കോട്ടി ഉടുക്കാൻ കൊടുത്തു. അയാളുടെ തലയിൽ ഒരു ഭാരം കയറ്റിവെച്ച് ആദിവാസികൾ അയാൾക്കു ചുറ്റും വട്ടത്തിൽ നിന്നു. ഒരാൾ അയാളെ 'യൂ യൂ' എന്നു വിളിക്കും അയാൾ അവിടെ എത്തുന്നതിനുമുമ്പ് 'യൂ യൂ' എന്ന് ശബ്ദമുണ്ടാക്കി മറ്റൊരു വശത്തേക്കു വിളിക്കും. ഇങ്ങനെ തലയിൽ ഭാരവും ചുമന്ന് അയാൾക്ക് അങ്ങുമിങ്ങും ഓടേണ്ടിവന്നു. ഓടിത്തളർന്ന അയാൾ "എന്നെ വിട്ടയക്കൂ" എന്ന് ആദിവാസികളോട് കേണപേക്ഷിച്ചു. അപ്പോൾ ആദിവാസികൾ അയാൾക്കു മനസിലാക്കി കൊടുത്തു; "ഇപ്പോൾ എങ്ങനെയുണ്ട്— ഭാരം വളരെ അധികമൊന്നുമില്ല. ഞങ്ങളെ ദേഹം മുഴുവനും ഭാരം ചുമപ്പിച്ച് മൈലുകളോളം നടത്തിച്ചിരുന്നപ്പോൾ ഞങ്ങൾക്കെങ്ങനെയുണ്ടായിരുന്നിരിക്കണം?" എന്നൊക്കെ. ഇത്രയും ആയതിനുശേഷം ആദിവാസികൾ ജന്മിയെ വിട്ടയച്ചു. അയാളുടെ ഒരു മുടിയിഴയിൽ പോലും കൈവെച്ചില്ല. മുണ്ടും തുണിയുമെടുത്ത് ജന്മി അവിടെനിന്നു പോയി. ഈ സംഭവം ആദിവാസികൾ ഇന്നുവരെ എന്നോട് പറഞ്ഞിട്ടില്ല. ജന്മിയുടെ കാര്യസ്ഥനിൽ നിന്നാണ് ഞാനറിഞ്ഞത്. ഇത്തരം കാര്യങ്ങൾക്ക് എന്റെ അംഗീകാരം ലഭിക്കില്ലെന്ന് ആദിവാസികൾക്കറിയാം. ഈ സംഭവം ന്യായീകരിക്കത്തക്കതാണെന്ന് വിവേകമുള്ള ആരെങ്കിലും പറയുമോ?

പക്ഷേ, ആദിവാസികളുടെ നേരെ നടത്തിയ മർദ്ദനങ്ങളെപ്പറ്റി ഓർത്താൽ, ഐകമത്യത്തിന്റെ മഹാബലത്തിനു മുമ്പിൽ ലോകത്തിലെ ഏത് ക്രൂരശക്തിയുടേയും കാലൊടിയുമെന്ന് അനുഭവത്തിലൂടെ അറിയുമ്പോൾ, ഈ സംഭവം ക്ഷന്തവ്യമാണെന്ന് പറയേണ്ടി വരും.

ഞങ്ങൾ എല്ലാ പ്രവർത്തകരും ജില്ലയിൽനിന്ന് പുറത്തായിരുന്ന കാലത്ത് ഇത്തരം ചില അനാശാസ്യ സംഭവങ്ങൾ നടന്നിരിക്കാം. പക്ഷേ, പ്രശ്നമിതാണ്: ഇതിന് ഉത്തരവാദികൾ ആരാണ്? ഇത്തരം മാർഗ്ഗങ്ങളിലേക്ക് ആദിവാസികളെ ഇറക്കിവിടത്തക്കവണ്ണം മർദ്ദനങ്ങൾ നടത്തിയ ജന്മികളല്ലേ ഇതിനുത്തരം പറയേണ്ടത്?

നിയമം എന്നൊന്ന് ഉണ്ടെന്നുപോലും ആദിവാസികൾക്കറിയാമായിരുന്നില്ല. ഞങ്ങൾ അതവരെ പഠിപ്പിച്ചു. സമരത്തിലൂടെ സാമ്പത്തികമായ ആവശ്യങ്ങൾ ആദിവാസികൾ നേടിയെടുത്തു. എന്നാൽ ജന്മികളെയും സർക്കാരിനെയും നേരിടാൻ തുടങ്ങിയതോടെയാണ് അവർ രാഷ്ട്രീയ പ്രബുദ്ധരായത്. രാഷ്ട്രീയ അവകാശങ്ങളെപ്പറ്റി ബോധവാന്മാരായി. 1947–ലെ തിരഞ്ഞെടുപ്പിൽ പ്രായപൂർത്തിയായവർക്കെല്ലാം വോട്ടവകാശം ഇല്ലായിരുന്നു. എന്നിട്ടും തിരഞ്ഞെടുപ്പുദിവസം സർക്കാർ കല്പന കൂട്ടാക്കാതെ നൂറുകണക്കിന് ആദിവാസികൾ തലേദിവസം മുതൽക്കുതന്നെ തിരഞ്ഞെടുപ്പ് കേന്ദ്രങ്ങളിൽ ചെന്ന് താമസം തുടങ്ങി. എല്ലാവർക്കും വോട്ടവകാശമില്ലെന്നറിഞ്ഞ് അവർക്ക് വലിയ നിരാശ തോന്നി.

ഞങ്ങളുടെ യോഗങ്ങളിൽ നിന്നും സ്വാനുഭവങ്ങളിൽ നിന്നും ആദിവാസികൾ രാഷ്ട്രീയം പഠിച്ചു തുടങ്ങി. അവരുടെ മുമ്പിൽ രണ്ട് കൊടികളും രണ്ട് രാഷ്ട്രീയ പാർട്ടികളും ഉണ്ടായിരുന്നു. ചിന്തിക്കാനവസരം കിട്ടി, ജിജ്ഞാസ ഉണർന്നു.

അവരുടെ കുടിലുകളിൽ ഞാൻ താമസിച്ചിരുന്നപ്പോൾ രാത്രികാലങ്ങളിൽ ഗ്രാമത്തിലെ പ്രമുഖരായ ആളുകൾ അവിടെ കൂടാറുണ്ടായിരുന്നു. ഒരിടത്ത് ബീഡിയും വലിച്ച് അവർ സൊള്ളിക്കൊണ്ടിരുന്നപ്പോൾ ചിലർ എന്തോ കാര്യമായി ചോദിക്കാനുണ്ടെന്ന ഭാവത്തിൽ മുന്നോട്ടു നീങ്ങിയിരുന്നു. "ഞങ്ങളോട് സത്യം പറയണം... "ഏതോ പ്രധാനപ്പെട്ട ഒരു കാര്യം ചോദിക്കുകയാണെന്ന ഭാവം വരുത്തി അവർ ചോദിച്ചു; "ബായീ, റഷ്യ ആരാണ്? അയാൾ നിങ്ങൾക്ക് പണം തരുന്നുണ്ടോ?" അവരുടെ ചോദ്യം രസമുള്ളതായിരുന്നു. തങ്ങളുടെ ബായിക്ക് പണം കൊടുക്കുന്ന ഈ റഷ്യ എന്ന വിദ്വാൻ ആരാണെന്നവർക്ക് അറിയണം. ഞാൻ ചോദിച്ചു: "ഇത് നിങ്ങളോട് ആരു പറഞ്ഞു?" അവർ മറുപടി നല്കി: "ഭിഡെ മാസ്റ്റർ പറയുന്നു, ജന്മികൾ പറയുന്നു. ചെങ്കൊടി നമ്മുടെയല്ല, റഷ്യയുടേതാണ്, റഷ്യയിൽ നിന്ന് ബായിക്ക് പണം കിട്ടുന്നുണ്ട്, ബായി ഈ പണം വാങ്ങിക്കുന്നു, നിങ്ങൾക്കൊന്നും തരുന്നില്ല."

അവരുടെ ചോദ്യത്തിന്റെ സൂചന എനിക്കു മനസിലായി. റഷ്യയെപ്പറ്റി ഞാനവരോട് സംസാരിച്ചു. റഷ്യയിൽ തൊഴിലാളികളും കർഷകരും ചേർന്ന് ജന്മി-മുതലാളിമാരുടെ ചൂഷണം ഇല്ലാതാക്കിയെന്നും തൊഴിലാളികളുടെ സർവ്വാധിപത്യം സ്ഥാപിച്ചുവെന്നും അതുമാത്രമല്ല സ്വന്തം രാജ്യരക്ഷയ്ക്കുവേണ്ടി നിങ്ങളെപ്പോലുള്ള പാവപ്പെട്ട തൊഴിലാളികളുടെയും കർഷകരുടെയും അജയ്യമായസൈന്യത്തെ തയ്യാറാക്കിയിട്ടുണ്ടെന്നും തുടങ്ങി ഒരുപാട് കാര്യങ്ങൾ ലളിതമായ ഭാഷയിൽ അവരെ പറഞ്ഞു മനസിലാക്കി. ഞാൻ പറഞ്ഞത് അക്ഷരംപ്രതി മനസിലാക്കുന്നതിനുവേണ്ടി അവർ കാതുകൂർപ്പിച്ചു, അത്യധികം ശ്രദ്ധയോടെ കേട്ടുകൊണ്ടിരുന്നു. രാത്രിയുടെ നിശ്ശബ്ദയാമങ്ങളിൽ ഈ പാവങ്ങൾ ഒരു നൂറായിരം ചോദ്യങ്ങൾ ചോദിച്ച് എന്നെ കുഴക്കിയിട്ടുണ്ട്. അവർക്ക് മനസിലാകുന്ന ഭാഷയിൽ എല്ലാ ചോദ്യങ്ങൾക്കും മറുപടി പറഞ്ഞ് പറഞ്ഞ് ഞാൻ തളർന്നുപോയിട്ടുണ്ട്. ഇപ്രകാരം അനേകവിഷയങ്ങളെപ്പറ്റി ചർച്ചകൾ നടന്നിരുന്ന യോഗങ്ങൾ നേരം വെളുക്കുവോളം നീണ്ടുപോകും. ഞാൻ ക്ഷീണിച്ചവശയാകും. വെളുപ്പാൻകാലത്തെ കുളിർകാറ്റു വീശുമ്പോൾ ഞാൻ പറയും: "കൂട്ടരേ, എനിക്കുറക്കം വരുന്നു, നേരം പുലർന്നാൽ ജോലിയുണ്ട്. ഞാൻ ഉറങ്ങട്ടെ. നിങ്ങളും ഉറങ്ങു." അഞ്ചുമിനിട്ടിനുള്ളിൽ ഞാനുറങ്ങിപ്പോകും. ചിലർ ഉറങ്ങും മറ്റു ചിലർ പ്രഭാതംവരെ സംസാരിച്ചുകൊണ്ടിരിക്കും. ഉംബർഗാവ്, ഡഹാണു, പാൽഘർ, ജവാർ, വാഡ എന്നീ താലൂക്കുകളിലെ എത്രയോ ഗ്രാമങ്ങളിൽ ഞാൻ പാവങ്ങളായ കൃഷിക്കാരുടെ കുടിലുകളിൽ അവരുമായി സംസാരിച്ചിരുന്നിട്ടുണ്ട്. അവരെ പഠിപ്പിക്കുന്നതിനായി എത്രയോ രാത്രികളിൽ ഉറക്കമിളച്ചിരുന്നിട്ടുണ്ട്.

ഞങ്ങളുടെ ശത്രുക്കൾ ഞങ്ങളുടെ പ്രചാരണത്തെ വളരെയേറെ സഹായിച്ചിട്ടുണ്ട്. അവർ പ്രത്യേക ഉദ്ദേശ്യത്തോടെ എന്തെങ്കിലുമൊക്കെ പറയും. ആദിവാസികൾ അവയെക്കുറിച്ച് കൗതുകത്തോടെ അനേകം ചോദ്യങ്ങൾ ചോദിച്ചു തുടങ്ങും. ഞങ്ങൾ അവരുടെ സംശയങ്ങൾ തീർത്തുകൊടുക്കും. ഞങ്ങളുടെ രാഷ്ട്രീയസിദ്ധാന്തങ്ങൾ പലരുടെയും കാതുകളിൽ ചെന്നെത്തി. അവരുടെയൊക്കെ രാഷ്ട്രീയബോധം നന്നായി വളരുകയും ചെയ്തു.

ഒരു നിശാസമ്മേളനത്തിൽവെച്ച് ആദിവാസികൾ അവരുടെ ജിജ്ഞാസയും ഉത്സാഹവും പ്രദർശിപ്പിക്കുന്ന ഒരു ചോദ്യം ചോദിക്കുകയുണ്ടായി. പാട്ടം വെട്ടിക്കുറയ്ക്കണമെന്ന ആവശ്യത്തിന്റെ പേരിൽ ബോംബെയിൽ നിയമസഭയ്ക്കു മുമ്പിൽ ഒരു പ്രകടനം നടത്താൻ കിസാൻസഭ തീരുമാനിച്ചിരുന്നു. ഏകദേശം ഇരുപതിനായിരം ആദിവാസികളുടെ 'മോർച്ച' ബോംബെയിലേക്കു നയിക്കണമെന്നായിരുന്നു ഞങ്ങളുടെ ഉദ്ദേശ്യം. ഞാൻ ക്യാമ്പുചെയ്തിരുന്നിടത്തു വെച്ച് നടത്തിയ

ഒരു യോഗത്തിൽ അഞ്ചാറ് പ്രമുഖ വർളികൾ എന്റെ സമീപം വന്നു ചോദിച്ചു; "വഴിയിൽ താൽക്കാലിക താവളങ്ങളിൽ തങ്ങി കാൽനടയായിട്ടാണ് നമ്മൾ ബോംബെയിലേക്കു പോകുന്നത്. അവിടെനിന്നു റഷ്യയിലേക്ക് എത്ര ദൂരമുണ്ട്? അവിടെ നിന്നുതന്നെ നേരെ റഷ്യയിലേക്കു പോകാൻ കഴിയില്ലേ?" ബോംബെയിൽ നിന്ന് റഷ്യയിൽ പോകുന്നതിനെപ്പറ്റി അവരുടെ ഇടയിൽ കുറച്ചു ദിവസങ്ങളായി ചർച്ചകൾ നടന്നിരിക്കണം. റഷ്യയിലേക്കു പോകാൻ കഴിയില്ലെന്നറിഞ്ഞപ്പോൾ അവർ നിരാശരായി. അതിനുശേഷം ഞാനെവിടെപ്പോയാലും വർളികൾ ചോദിച്ചിരുന്നു: "ബായീ, റഷ്യയെപ്പറ്റി ഞങ്ങൾക്കെല്ലാം പറഞ്ഞു തരൂ."

ജയിൽവാസക്കാലത്ത് നൂറുകണക്കിന് ആദിവാസികൾ പ്രകടിപ്പിച്ച ആത്മാഭിമാനത്തിൽ നിന്ന്, അവരുടെ രാഷ്ട്രീയ പ്രബുദ്ധത സ്പഷ്ടമാകുന്നുണ്ട്. 1947 ആഗസ്ത് 15 ന് ശതക്കണക്കിന് ആദിവാസികൾ ഠാണാ, നാസിക്, യെർവാദാ, വിസാപൂർ മുതലായ ജയിലുകളിൽ കിടക്കുകയായിരുന്നു. ജയിലിലെ തടവുകാർക്ക് ആഗസ്ത് 15-ന് സ്വാതന്ത്ര്യദിനം പ്രമാണിച്ച് 'ശിരാ' പലഹാരമടങ്ങിയ സദ്യനല്കിയിരുന്നു. ആദിവാസികൾ 'ശിരാ' കൈകൊണ്ട് തൊട്ടതേയില്ല. അവരുടെ പങ്ക് ജയിലിലെ മൃഗങ്ങൾക്ക് കൊടുക്കേണ്ടി വന്നു. 1952 ൽ ഠാണാ ജയിലിലെ ചില ഉദ്യോഗസ്ഥന്മാർ തന്നെയാണ് എന്നോട് ഈ വിവരം പറഞ്ഞത്. ജയിലധികൃതർ അവരെ പറഞ്ഞു മനസിലാക്കാൻ പലവിധത്തിൽ ശ്രമിച്ചുനോക്കി. പക്ഷേ, ആദിവാസികൾ പറഞ്ഞു: "ഞങ്ങൾ കള്ളന്മാരോ കൊലയാളികളോ കുറ്റവാളികളോ അല്ല" നീതി ലഭിക്കാൻ വേണ്ടി മുറവിളികൂട്ടിയപ്പോൾ സർക്കാർ അവരെ ജയിലിലടച്ചു. അവരുടെ സ്വാതന്ത്ര്യം പിടിച്ചെടുത്തു. അവർക്ക് 'ശിരാ' ആവശ്യമില്ലായിരുന്നു. കുറച്ചുകാലത്തിനുശേഷം ഈ ആദിവാസികൾ അവരുടെ മോചനത്തിനു വേണ്ടി നിരാഹാരവ്രതം അനുഷ്ഠിക്കുകയുണ്ടായി. സർക്കാർ വിഷമത്തിലായി; അവസാനം ചില ആനുകൂല്യങ്ങളെല്ലാം അനുവദിച്ച് അവരെ ഉപവാസത്തിൽനിന്ന് പിൻതിരിപ്പിക്കേണ്ടി വന്നു.

ജയിലിൽ ആദിവാസികൾ നടത്തിയ നിരാഹാരസമരത്തെക്കുറിച്ച് വളരെ നാളുകൾക്കു ശേഷമാണ് ഞാൻ അറിഞ്ഞത്— എന്നോട് ഓടി വന്നു പറയാൻ തക്ക പ്രാധാന്യമുള്ള ഒരു കാര്യമായി അവരിതിനെ കണക്കാക്കിയില്ല. അതേപ്പറ്റി ചോദിച്ചപ്പോൾ അവർ പറഞ്ഞു: "ഞങ്ങളെ വെറുതേ അടച്ചിട്ടതിനാൽ ഞങ്ങൾ സമരം ചെയ്യാൻ തീരുമാനിച്ചു, ചെയ്യുകയും ചെയ്തു. അത് ചെയ്യേണ്ടതുതന്നെയായിരുന്നു. അല്ലെങ്കിൽ സർക്കാരുണ്ടോ വിട്ടയക്കാൻ തയ്യാറാവുന്നു?"

അറുക്കാൻ കൊണ്ടുപോകുന്ന ആട് പ്രതികാരം ചെയ്യാത്തതുപോലെ ഈ ആദിവാസികളും ജന്മികൾക്കു മുമ്പിൽ മാനം നഷ്ടപ്പെട്ട് ജീവിക്കുകയായിരുന്നു. പ്രതികാരം ചെയ്യുന്നതിനവർക്ക് ശേഷിയുണ്ടാ

യിരുന്നില്ല. ഈ നിരാഹാരസമരത്തിന്റെ മാർഗ്ഗം അവരെ പഠിപ്പിച്ചതാരാണ്? ഈ രാഷ്ട്രീയപാഠങ്ങൾ ഈ കാടുകളിലെ വർളികളെ അഭ്യസിപ്പിച്ചതാരാണ്? അവരുടെ അനുഭവങ്ങളിലൂടെ അവർ ഉണർന്നെണീറ്റു. അവർ രാഷ്ട്രീയം പഠിച്ചതോടെ കൊച്ചുകുട്ടികളുടേതുപോലെയായിരുന്ന അവരുടെ അറിവ് പെട്ടെന്ന് വികസിച്ച് പാകത വന്ന രാഷ്ട്രീയ വ്യക്തിത്വമായി രൂപാന്തരപ്പെട്ടു. രാഷ്ട്രീയപുരോഗതിയുടെ പാതയിൽ ബഹുദൂരം സഞ്ചരിച്ച് പുരോഗമിച്ചെന്നു പറയപ്പെടുന്ന കർഷകരുടെ മുൻനിരയിൽത്തന്നെ അവർ സ്ഥാനം പിടിച്ചിരിക്കുന്നു.

സാമ്പത്തികാവശ്യങ്ങൾ നേടിയെടുത്തതോടുകൂടി അവരുടെ ധനസ്ഥിതിയിൽ ചെറിയവ്യത്യാസം വന്നു. അതുപോലെ തന്നെ സാമൂഹ്യബന്ധങ്ങളിലും സാമൂഹ്യജീവിതത്തിലും അകത്തും പുറത്തും മാറ്റങ്ങളുണ്ടായിട്ടുണ്ട്. ജയിൽ വിമോചിതരായി വന്ന ആദിവാസികളുടെ മനഃസാക്ഷി നീറിനീറിയുണർന്നു. അവരുടെ അന്തഃപ്രകൃതി പാടെ മാറി.

അവരുടെ വസ്ത്രധാരണത്തിലും ബാഹ്യജീവിതത്തിലും മാറ്റങ്ങളുണ്ടായി. അനേകം വർളികളുടെ ശേംണ്ടി(പിൻകുടുമ) അപ്രത്യക്ഷമായി. അവർ മുടി വളർത്തി ചീകിവെക്കാൻ തുടങ്ങി. ചെറുപ്പക്കാരും വയസന്മാരും അവരുടെ ലംങ്കോട്ടി ഉപേക്ഷിച്ചു, അവർ ഹാഫ് ട്രൗസറും ഷർട്ടും കോട്ടുമൊക്കെ ധരിച്ചു തുടങ്ങി. ചിലർ പൈജാമ, പാന്റ്സ് തുടങ്ങിയവ ഉപയോഗിച്ചു. സ്ത്രീകൾ വീതിയുള്ള ചേലകൾ ധരിച്ചുതുടങ്ങി. വീടുകളിൽ ഒന്നോ രണ്ടോ നല്ല പാത്രങ്ങളായി. പിത്തളഗ്ലാസുകളും കളിമണ്ണുകൊണ്ടുണ്ടാക്കിയ കപ്പ്, സോസർ തുടങ്ങിയവയും വന്നു. ചില സ്ഥലങ്ങളിൽ ചിരട്ടകയിലുകൾക്കു പകരം സ്പൂണുകൾ പ്രത്യക്ഷപ്പെട്ടു.

എഴുതാനും വായിക്കാനും അറിയാത്തതിൽ വർളികൾക്ക് വിഷമം തോന്നി. രാഷ്ട്രീയവിവരങ്ങൾ അറിയാനുള്ള ദാഹമായി. ഞങ്ങൾ പറയുന്നതെല്ലാം അപ്പാടെ മനസിലാക്കാനായി അവർ പരിശ്രമിച്ചു. എത്രയും പഠിക്കണം എന്തും പഠിക്കണം എന്നവർക്കു തോന്നി. എവിടെച്ചെന്നാലും കണ്ണും കാതും തുറന്നുവെച്ച് കാര്യങ്ങൾ ശ്രദ്ധിച്ചു തുടങ്ങി. ആത്മാഭിമാനത്തോടെ ജീവിക്കാൻ തുടങ്ങി.

ഇപ്രകാരം ഇരുളടഞ്ഞവയും സങ്കീർണ്ണവുമായ പർവ്വതഗഹ്വരങ്ങളിൽനിന്നു പുറത്തു വരുമ്പോൾ കരയ്ക്കിട്ട മീനിനെപ്പോലെ പിടഞ്ഞിരുന്ന, എണ്ണയോ പാലോ മോരോ ഉപയോഗിക്കാനറിയാതിരുന്ന, ചെങ്കൊടിയുടെ പേരുപോലും കേട്ടിട്ടില്ലാത്ത അവർ ചെങ്കൊടി കൈയിലേന്തി ലോകരാഷ്ട്രീയത്തിന്റെ ഗതിവിഗതികൾ അറിയാൻ ഉൽക്കടാവേശം പൂണ്ട ഒരു ജനതയായി മാറി.

ആദിവാസികളുടെ ഇടയിൽ ഉണ്ടായ പുരോഗതി അവർ പൊങ്ങച്ചം കൂടാതെതന്നെ പ്രകടിപ്പിക്കാറുണ്ട്. അവർ പറയും: “ബായി” മുമ്പ് ഞങ്ങൾ എങ്ങനെയായിരുന്നു. ജന്മി, മർദ്ദനം, കടം, കല്യാണം ജനന മരണങ്ങൾ വയൽ— ഇത്രയും കാര്യങ്ങളേ അറിയാമായിരുന്നുള്ളൂ. ലോക

മെന്താണെന്ന് ഞങ്ങളറിഞ്ഞിരുന്നില്ല. ഇപ്പോഴാകട്ടെ ഞങ്ങൾ കമ്യൂണിസ്റ്റ് പാർട്ടി, ചെങ്കൊടിയുടെ യോഗം പാർട്ടി മീറ്റിങ്. കോൺഗ്രസ് എന്തു ചെയ്തു, ചെങ്കൊടി എന്തുചെയ്തു, കോൺഗ്രസിലെ ഏത് നേതാവ് എന്തൊക്കെ പറയുന്നു, നമ്മുടെ ആളുകളെന്തു പറയുന്നു, ഞാൻ ദരിദ്രനായതെന്തുകൊണ്ട്, നമ്മുടെ കാര്യങ്ങൾ എങ്ങനെ മുന്നോട്ടുകൊണ്ടുപോകണം, നമ്മുടെ പഠനക്ലാസ് എന്നാണുണ്ടാവുക, ആളുകളോടെന്തുപറയണം തുടങ്ങിയകാര്യങ്ങളെപ്പറ്റി സംസാരിക്കുന്നു. പട്ടണത്തിൽ ചെന്നാൽ സേട്ടും പീടികക്കാരനുമൊക്കെ പറയുന്നു: "വരൂ ഇരിക്കൂ" അവർ വിശേഷങ്ങൾ പറയുന്നു. ഇതിനൊക്കെ പുറമേ റഷ്യയെപ്പറ്റിയും അമേരിക്കയെപ്പറ്റിയും ചൈനയെക്കുറിച്ചുമൊക്കെ ധാരാളം ചർച്ചകൾ നടത്തുന്നു. ഇപ്പോൾ ലോകകവാടം ഞങ്ങളുടെ മുമ്പിൽ തുറന്നിട്ടിരിക്കുന്നതായി ഞങ്ങൾക്കു തോന്നുന്നു."

ആദിവാസികളുടെ ഇന്നത്തെ സ്ഥിതി

ആദിവാസികൾ വർദ്ധിച്ച കൂലിക്കു വേണ്ടിയും സാമ്പത്തിക പ്രശ്നങ്ങളുടെ പേരിലും സമരം നടത്തിയതിനു ശേഷം ഇന്ന് അവരുടെ സാമ്പത്തികസ്ഥിതി മെച്ചപ്പെട്ടിട്ടുണ്ടെന്നോ പട്ടിണി ഇല്ലാതായിട്ടുണ്ടെന്നോ ധരിക്കുന്നത് തെറ്റായിരിക്കും. ആദിവാസികളുടെ സാമ്പത്തിക സ്ഥിതിയിൽ പറയത്തക്കമാറ്റമൊന്നും ഉണ്ടായിട്ടില്ല. ഇന്നും കൊല്ലത്തിൽ നാലുമാസം അവർക്ക് അരപ്പട്ടിണി കിടക്കേണ്ടി വരുന്നു. കിഴങ്ങുകളും വേരുകളും മരങ്ങളുടെ ഇലകളും തിന്ന് ദിവസം കഴിക്കേണ്ടി വരുന്നുണ്ട്. ചിലപ്പോൾ ശരിക്കും പട്ടിണി കിടക്കേണ്ടതായും വരാറുണ്ട്. ഈ സ്ഥിതിക്ക് പ്രധാന കാരണം ഭൂപ്രശ്നം തന്നെയാണ്. അതിനൊരു പരിഹാരം കണ്ടെത്തുന്നതുവരെ ഇവരുടെ സാമ്പത്തികസ്ഥിതി മെച്ചപ്പെടുകയില്ല. കുടിയാൻ നിയമങ്ങൾ പ്രാബല്യത്തിൽ വന്നതോടെ പാട്ടകൃഷിയുടെ പാട്ടം കുറഞ്ഞിട്ടുണ്ട്. ചില ആദിവാസികൾ ഭൂമിയുടെ വില തവണകളായി അടച്ച് പാട്ടക്കാരല്ലാതായി തീർന്നിട്ടുണ്ട്. പേരിന് അവർ ഭൂവുടമകളായിരിക്കുന്നു. പക്ഷേ അവരുടെ കൈവശമുള്ള ഭൂമി വളരെ തുച്ഛമായതിനാൽ അതിൽ നിന്നുള്ള ഉല്പന്നങ്ങൾ കൊണ്ട് അവരുടെയും കുടുംബത്തിന്റെയും ഉപജീവനം സാദ്ധ്യമാവുകയില്ല.

ആദിവാസികളുടെ സാമ്പത്തിക സ്ഥിതി മെച്ചപ്പെടണമെങ്കിൽ ജന്മികളുടെ അധീനതയിലുള്ള ഭൂമിയെടുത്ത് ആദിവാസികൾക്ക് വിതരണം ചെയ്യുക തന്നെ വേണം. കുടിയാൻ നിയമങ്ങളിൽ സ്വയം കൃഷിനടത്തുക എന്നതിന്റെ നിർവ്വചനമനുസരിച്ച് ജന്മികൾ കൂലിക്ക് ആളുകളെവെച്ച് കൃഷിനടത്തിയാലും സ്വയം കൃഷിനടക്കലാവും. കുടിയാൻ നിയമത്തിലെ ഈ നിർവ്വചനത്തെ വ്യാഖ്യാനിച്ച് ജന്മികൾ

ആയിരക്കണക്കിന് ഏക്കർ ഭൂമി കൈവശം വച്ചു വരുന്നുണ്ട്. പട്ടണങ്ങളിൽ ഉദ്യോഗവും തൊഴിലും ഉള്ള അനേകം ജന്മികൾ ഉണ്ട്. അവർ കൂലിക്കാരെ വച്ചാണ് കൃഷിനടത്തിക്കുന്നത്. വാസ്തവത്തിൽ ഭൂമിയിൽ കാലെടുത്തുവെക്കാത്ത ഈ ജന്മികൾക്ക് ആ വയലിൽ ഉണ്ടാക്കുന്ന ഉല്പന്നങ്ങളുടെ ആവശ്യമില്ല. ഉത്തരം ഭൂമി അതിന്റെ ഉടമസ്ഥന്റേതാക്കി വയ്ക്കുന്നത് അന്യായമാണ്. അതിനാൽ ശരിക്കും 'കൃഷിചെയ്യുക' എന്നതിന്റെ അർത്ഥത്തിൽ തന്നെ കൃഷി നടത്തുന്ന ജന്മികൾക്ക് അവരുടെ ഉപജീവനത്തിനാവശ്യമുള്ള ഭൂമി മാത്രം വിട്ടുകൊടുത്ത് ബാക്കി വരുന്ന ആയിരക്കണക്കിനേക്കർ കൃഷിഭൂമി വിലകൂടാതെ ആദിവാസികൾക്ക് കൊടുക്കാതെ അവരുടെ സാമ്പത്തികപ്രശ്നം പരിഹൃതമാകുന്നതല്ല.

കഴിഞ്ഞ പത്തു കൊല്ലങ്ങളിൽ ഫലവൃക്ഷത്തോട്ടങ്ങൾ വളരെയധികം വർദ്ധിച്ചിട്ടുണ്ട്. ആദിവാസികളുടെ കൈവശമുള്ള തുച്ഛമായ ഭൂമികൊണ്ട് അവർക്ക് ജീവിക്കാൻ കഴിയുകയില്ല. കൃഷിയിറക്കുന്നതിനാവശ്യമായ സാധനസാമഗ്രികളും അവരുടെ കൈവശമുണ്ടാവുകയില്ല. ഇങ്ങനെയുള്ള കൃഷിക്കാർക്ക് ഏക്കറിന് അഞ്ഞൂറും എഴുന്നൂറും ഉറുപ്പിക വിലകൊടുത്ത് തോട്ടമുടമകൾ അവരുടെ ഭൂമി വാങ്ങി, പാവപ്പെട്ട ഈ കൃഷിക്കാർക്ക് തുച്ഛമായ തങ്ങളുടെ ഭൂമികൊണ്ട് ജീവിക്കാൻ കഴിഞ്ഞിരുന്നില്ല. അതിനാൽ മാർക്കറ്റ് നിരക്കനുസരിച്ച് ഭൂമിക്കെന്ത് വിലയുണ്ടെങ്കിലും ഒരുമിച്ചു കിട്ടുന്ന അഞ്ഞൂറോ എഴുന്നൂറോ ഉറുപ്പികയിൽ അവർ ആകൃഷ്ടരായി. ദീർഘദർശിത്വമില്ലാതെ, ഭൂമിയുടെ മാർക്കറ്റ് വില അന്വേഷിക്കാതെ ജന്മിയുടെ ചക്കര വാക്കുകളിൽ കുടുങ്ങി അനേകം കൃഷിക്കാർ തൽക്കാലലാഭം മാത്രം നോക്കി തങ്ങളുടെ ഭൂമി വിറ്റുകളഞ്ഞു. അവർ കർഷകത്തൊഴിലാളിയായി മാറി. ആദിവാസികളുടെ ഭൂമി ആദിവാസികളല്ലാത്ത മറ്റാരും വാങ്ങിക്കൂടെന്ന് നിയമം വഴി നിരോധിച്ച് ആദിവാസികളെ സംരക്ഷിക്കുക മാത്രമാണ് ഇതിനുള്ള പോംവഴി.

ആദിവാസികളുടെ സാമ്പത്തികസ്ഥിതി മെച്ചപ്പെടുത്തുന്നതിന് രണ്ടാമതൊരു മാർഗ്ഗം ഈ പ്രദേശങ്ങളിൽ ചെറിയതും വലിയതും ആയ വ്യവസായങ്ങളും മറ്റ് തൊഴിൽദാന പദ്ധതികളും ആരംഭിച്ച് അവിടെയുള്ള ആദിവാസികൾക്ക് ജോലി നല്കുക എന്നതാണ്. ഉപജീവനത്തിന് മതിയാകുന്നത്ര ഭൂമി സ്വന്തമായി കൃഷിചെയ്യാനില്ലാത്തതിനാലും മറ്റുതൊഴിലുകൾ ലഭിക്കാൻ സാദ്ധ്യതയില്ലാത്തതിനാലും ആദിവാസികൾ കൂലിവേലക്കാരാകേണ്ടി വരുന്നു. എന്നാൽ അവർക്ക് വർഷം മുഴുവനും പണി കിട്ടുന്നില്ല, മാത്രവുമല്ല പണിയുള്ള കാലങ്ങളിൽ കിട്ടുന്ന കൂലി വളരെ തുച്ഛവുമാണ്. കൊല്ലംതോറും പുല്ലരിയുന്ന പണിക്കുമാത്രം സാമാന്യം ഭേദപ്പെട്ട കൂലി ലഭിക്കുന്നുണ്ട്. പക്ഷേ, ഈ പണി രണ്ടുമാസ

ത്തിൽ കൂടുതൽ ഉണ്ടാവുകയില്ല. പുല്ലരിയുന്ന ജോലിയുടെ സ്വഭാവവും ആദിവാസികളുടെ സംഘടനയും മൂലം അതിന് ഭേദപ്പെട്ട കൂലി ലഭിക്കുന്നുണ്ട്. എല്ലാ കൊല്ലവും കച്ചവടക്കാർ, "പുല്പാടങ്ങളുടെ ഉടമകൾ, കിസാൻസഭയുടെയും മറ്റു കക്ഷികളുടെയും പ്രതിനിധികൾ എന്നിവരുമായി സംസാരിച്ചശേഷം സർക്കാർ കൂലിനിരക്ക് നിശ്ചയിക്കുന്നു. എന്നാൽ ഈ കൂലി കൊടുത്തുകൊള്ളണമെന്നതിന് നിയമപരമായ നിർബ്ബന്ധമൊന്നുമില്ലാത്തതിനാൽ സർക്കാർ നിശ്ചയിച്ച കൂലിനിരക്ക് അവഗണിച്ച് കുറഞ്ഞ കൂലി കൊടുക്കാൻ ഉടമകൾ ശ്രമിക്കാറുണ്ട്. അപ്പോൾ ലഹളയും വഴക്കുമൊക്കെ ഉണ്ടാകുന്നു. ഇതൊഴിവാക്കാനായി എല്ലാക്കൊല്ലവും ന്യായമായ കൂലി ക്ലിപ്തപ്പെടുത്തിക്കഴിഞ്ഞാൽ അതനുസരിച്ച് കൂലികൊടുക്കണമെന്ന് നിയമപരമായി ഉടമകളെ നിർബ്ബന്ധിക്കേണ്ടതുണ്ട്.

ന്യായമായ കൂലി കൊടുക്കാതിരിക്കാനായി പുതിയൊരു പദ്ധതി ഇപ്പോൾ പ്രചാരത്തിലുണ്ട്. ആദിവാസികളുടെ കൈവശമുള്ള ധാന്യം തീർന്നുപോയാൽ അവർക്ക് പണത്തിന്റെ ആവശ്യം വരും. ആ സമയത്ത് ഇന്ന കൂലിക്ക് പുല്ലരിഞ്ഞു കൊടുക്കാമെന്ന കരാറുണ്ടാക്കി പത്തോ അമ്പതോ രൂപ ഉടമ അവർക്ക് നല്കുന്നു. പുല്ലരിയുന്ന കാലത്ത് എന്ത് കൂലി നിശ്ചയിച്ചാലും "നിനക്ക് പണം തന്നതാണ്, നീ സമ്മതിച്ചപോലെ പുല്ലരിഞ്ഞു തരിക തന്നെ വേണം" എന്ന് പറഞ്ഞ് ഉടമ കുറഞ്ഞകൂലിക്ക് പുല്ലരിയിക്കുന്നു. കരാറിൽ കുടുങ്ങിയ കൃഷിക്കാർ നിശ്ശബ്ദരായി അതിന് തയ്യാറാകുന്നു.

കൂലികൊടുത്ത് ചെയ്യിക്കേണ്ട മറ്റൊരു ജോലി കൃഷിപ്പണിയാണ്. മിനിമം വേജസ് ആക്ട് പ്രകാരം സർക്കാർ പ്രസിദ്ധപ്പെടുത്തിയിട്ടുള്ള കൂലിനിരക്ക് വളരെ തുച്ഛമാണ്. അതനുസരിച്ച് കൂലി കിട്ടിയാൽത്തന്നെ പട്ടിണി തീരുകയില്ല. വിവിധതരത്തില്പെട്ട കൃഷിപ്പണികൾക്ക് സർക്കാർ അവശ്യാധിഷ്ഠിത കൂലി നിശ്ചയിക്കുകയും, അത് കൊടുക്കാത്തവർ ശിക്ഷാർഹരാണെന്ന് പ്രഖ്യാപിക്കുകയും, ശിക്ഷാർഹമായ ഒരു കുറ്റമായി അതിനെ കണക്കാക്കുകയും വേണം. എങ്കിൽ മാത്രമേ കർഷകത്തൊഴിലാളികൾക്ക് അവരുടെ അദ്ധ്വാനത്തിനെന്തെങ്കിലും പ്രതിഫലം കിട്ടി അവരുടെ നില മെച്ചപ്പെടുകയുള്ളൂ.

ഫലവൃക്ഷത്തോട്ടങ്ങളിൽ നിന്നു കിട്ടുന്ന കൂലി 1945–ൽ രണ്ടണയോ നാലണയോ ആയിരുന്നു. ഇപ്പോൾ അത് ഏറ്റവും കൂടിയാൽ രണ്ട് രൂപയോ രണ്ടര രൂപയോ ആയിട്ടുണ്ട്. ഈ കൂലി ജോലിയുടെ സ്വഭാവവും ആവശ്യവും പരിഗണിക്കുമ്പോൾ കുറവുതന്നെയാണ്. കൊല്ലം മുഴുവൻ ജോലി ലഭിക്കുന്ന കുറച്ച് തൊഴിലാളികൾ ഒഴിച്ചാൽ ഈ ജോലിയും താൽക്കാലികം മാത്രമാണ്.

മരം മുറിക്കുന്നതാണ് കൂലി ലഭിക്കുന്ന മൂന്നാമത്തെ ജോലി. ഈ

ജോലി ഒരു തൊഴിലാളിക്ക് ഏറിയാൽ പതിനഞ്ചു ദിവസം മുതൽ മുന്നാഴ്ചവരെ ലഭിക്കും. വളരെ ദേഹാദ്ധ്വാനം ആവശ്യപ്പെടുന്ന ഒരു ജോലിയാണിത്. 1947 ൽ ഈ പണിക്ക് കൂടിയ കൂലിനിരക്ക് നാലണ മുതൽ എട്ടണ വരെയായിരുന്നു. കൂടിയ കൂലിക്കുവേണ്ടി തൊഴിലാളികൾ സമരം ചെയ്യുകയും പണിമുടക്കുകയും ചെയ്തതിന്റെ ഫലമായി ഒന്നേകാൽ രൂപ കൂലി ലഭിച്ചുതുടങ്ങി. കഴിഞ്ഞ ഇരുപത് കൊല്ലങ്ങളിൽ വിലകൾ പത്തിരട്ടി വർദ്ധിച്ചപ്പോൾ കൂലി മൂന്നിരറി പോലും കൂടിയിട്ടില്ല. മരം വെട്ടുന്നതിന്റെ ഒരുപാടു ജോലികൾ സഹകരണസംഘങ്ങൾ വഴിയാണ് നടക്കുന്നത്. വിവിധ സംഘങ്ങളിൽ പന്ത്രണ്ടണ മുതൽ ഒന്നര രൂപവരെ കൂലി ലഭിക്കുന്നു. തൊഴിലാളികൾ ഉണരുകയും സംഘടിക്കുകയും ചെയ്ത സ്ഥലങ്ങളിൽ ഒന്നര രൂപ വീതം കിട്ടുന്നുണ്ട്. മറ്റിടങ്ങളിൽ പന്ത്രണ്ടണയിലും ഒരു ഉറുപ്പികയിലും കാര്യങ്ങൾ അവസാനിക്കുന്നു. വനം കോൺട്രാക്ടർമാരും സൊസൈറ്റികളും കഴിയുന്നതും ദിവസക്കൂലി കൊടുക്കാതെ പണി കരാറേല്പിക്കുന്നു.

ഇങ്ങനെ ഒന്നോ രണ്ടോ മാസത്തെ താൽക്കാലികമായ ജോലികൾക്ക് ലഭിക്കുന്ന തുച്ഛമായ കൂലിയുടെ വരുമാനംകൊണ്ട് ആദിവാസികളുടെ സാമ്പത്തികസ്ഥിതി എങ്ങനെ മെച്ചപ്പെടുത്താനാണ്? കൊല്ലത്തിൽ എട്ടും പത്തും മാസം പട്ടിണി കിടക്കേണ്ടതിനു പകരം ഇപ്പോൾ നാലോ അഞ്ചോ മാസം പട്ടിണി കിടന്നാൽ മതി എന്നായിട്ടുണ്ട്. ഇതു മാത്രമാണ് ഉണ്ടായിട്ടുള്ള പുരോഗതി. ഭൂമി വിലകൊടുക്കാതെ ആദിവാസികൾക്ക് പതിച്ച് കിട്ടുന്നതുവരെ, ആവശ്യാനുസരണമുള്ള വേതനം അവർക്ക് ലഭിക്കുന്നതുവരെ, അവരുടെ സാമ്പത്തികനില മെച്ചപ്പെടുത്താൻ ഒരു സാദ്ധ്യതയുമില്ല.

ആദിവാസികളുടെ ജീവിതത്തിൽ നൃത്തം, നായാട്ട്, മദ്യപാനം എന്നിവയ്ക്ക് പരമ്പരാഗതമായ പ്രാധാന്യം തന്നെയുണ്ട്. നെല്ല് വിളഞ്ഞ് കൊയ്തെടുത്തതിനുശേഷം ദീപാവലിക്കാലത്തോടടുത്ത് ഇവർ വലിയ ഉത്സാഹത്തോടെ നൃത്തം തുടങ്ങും. പാഡകൾതോറും രാത്രികാലങ്ങളിൽ സ്ത്രീപുരുഷന്മാർ സംഘം ചേർന്ന് നൃത്തം ചെയ്യുന്നു. മഹാലക്ഷ്മി ഗ്രാമം ഡഹാണുവിൽനിന്ന് ഏകദേശം പതിനാറ്-പതിനേഴ് മൈൽ ദൂരെയാണ്. അവിടെ മഹാലക്ഷ്മി ദേവിയുടെ മുമ്പിൽ ദീപാവലിക്കാലത്ത് ഹോമം ഉണ്ടാകാറുണ്ട്. ഒരു ചെറിയ മേള തന്നെ അവിടെ നടക്കും. മഹാലക്ഷ്മിക്ഷേത്രത്തിനു ചുറ്റുമുള്ള മുറ്റങ്ങളിൽ നൂറുകണക്കിന് ആദിവാസി യുവതീയുവാക്കൾ ഹോമദിവസം മനം മറന്ന് നൃത്തം ചെയ്യും. അനേകം യുവതിയുവാക്കൾ ഭാവിജീവിതത്തിലെ പങ്കാളികളെ ആ സമയത്താണ് കണ്ടെത്തുന്നത്.

ദീപാവലി ഉത്സവകാലത്ത് പുതിയ വസ്ത്രങ്ങളും മറ്റും വാങ്ങുന്നതിനായി നൂറുകണക്കിന് വർളികൾ വാദ്യമേളങ്ങളുടെ താളലയ

ങ്ങൾക്കൊപ്പം നൃത്തം ചെയ്തുകൊണ്ട് അവരുടെ ഗ്രാമങ്ങളിൽ നിന്ന് പത്തും ഇരുപതും നാഴിക ദൂരെ പശ്ചിമറയിൽവെച്ച് സമീപമുള്ള പട്ടണത്തിലെത്തും. ഗ്രാമത്തിലെ ബസാറുകൾ അവരുടെ തിരക്കുകൊണ്ട് നിറയും. ചുവപ്പ്, പച്ച, നീല എന്നീ നിറങ്ങളിലുള്ള വർണ്ണശബളമായ ചേലകളുടുത്ത്, മഞ്ഞയും, ചുവപ്പും മറ്റും നിറങ്ങളിലുള്ള പുഷ്പങ്ങൾ തലയിൽ ചൂടിയ യുവതികളും യുവാക്കളും രാത്രികൾ തോറും തുകിൽ വാദ്യത്തിന്റെയും 'ഘംഗുരു' (ഇലത്താളത്തിന്റെ ശബ്ദമുണ്ടാക്കുന്ന ഒരാദിവാസി വാദ്യം)വിന്റെയും താളമൊപ്പിച്ച് നൃത്തം ചവിട്ടിക്കൊണ്ടിരിക്കും— അതിമനോഹരമായ ഒരു കാഴ്ചയാണിത്. സ്ത്രീകളും പുരുഷന്മാരും ഒന്നിച്ചു തന്നെയാണ് നൃത്തംചെയ്യുക. അമ്പിളിക്കലപോലെ പുരുഷന്മാരുടെയും സ്ത്രീകളുടെയും രണ്ട് അർദ്ധവൃത്തങ്ങൾ ചമയ്ക്കും. തുകിലടിക്കുന്നവരും ഘംഗുരു കൊട്ടുന്നവരും നടുവിൽ നില്ക്കും. യുവതികളും യുവാക്കളും അടയാളം കാണിച്ച ഉടൻ നൃത്തം തുടങ്ങും. ഈ നൃത്തത്തിൽ കാണത്തക്കതായി കാര്യമായിട്ടൊന്നുമില്ല. കാണാനും കേൾക്കാനും ഒന്നുമില്ലാത്തതിനാൽ മുഷിപ്പുതോന്നിയെന്നും വരും. ഈ നൃത്തം കാണാനുള്ളതല്ല, ചെയ്യാനുള്ളതാണ്. അവർ ഉന്മത്തരായവരെപ്പോലെ നൃത്തം ചെയ്യും. ചെയ്യുന്നവർക്ക് മുഷിപ്പോ ക്ഷീണമോ തോന്നുകയില്ല.

വർളികളുടെ വീടുകളിൽ, ഉന്നതവർഗ്ഗക്കാരുടെ രാമ–സീത, വിഷ്ണു–ലക്ഷ്മി, ശിവ–പാർവതി, ഗണപതി തുടങ്ങിയ ദൈവങ്ങളൊന്നുമില്ല. ഈ ദൈവങ്ങളെ അവർ ആരാധിക്കാറില്ല. അവരുടെ ദൈവം നാരായണദേവനാണ്, ദേവീപ്രതിഷ്ഠയും ഉണ്ടാകും. മയില്പീലി കൂട്ടിവെച്ചതിനെ ദൈവമായി ആരാധിക്കുന്നു. ചാണകം തേച്ച ഒരു കുട്ടയിൽ അരിനിറച്ച് അതിലാണ് ദേവനെ പ്രതിഷ്ഠിക്കുന്നത്. ഈ കുട്ട കുടിലിന്റെ തൂണിൽ കെട്ടിത്തൂക്കി ഇട്ടിരിക്കും. എല്ലാ ആദിവാസികളുടെ വീടുകളിലും ഈ ദൈവത്തെ കാണുകയില്ല. പരമ്പരാഗതമായി ചിലരുടെ വീടുകളിൽ ഉണ്ടാകും. ആർക്കെങ്കിലും ദൈവത്തിന് നിവേദ്യമർപ്പിക്കാനുണ്ടെങ്കിൽ അവർ അതിനായി അവരുടെ വീടുകളിലേക്ക് ദൈവത്തെ കൊണ്ടുവരുന്നു. അതുകഴിഞ്ഞാൽ ഉടനെ തിരിച്ചെത്തിക്കുകയും ചെയ്യുന്നു.

വിള കൊയ്തുകഴിഞ്ഞാൽ, വർളികൾ നെല്ലുകൊണ്ട് 'രാശീചക്രം' ഉണ്ടാക്കും. അവിടെ കോഴിയെ അറുത്ത പൂജനടത്തും, ആ ദിവസം മത്തങ്ങക്കറിയും മറ്റും ഉണ്ടാക്കും. അന്നുമുതലാണ് പുന്നെല്ലരിച്ചോറും പച്ചക്കറികളുമൊക്കെ ഭക്ഷിക്കാൻ തുടങ്ങുന്നത്. പയറ് തുടങ്ങിയ മറ്റു ധാന്യങ്ങൾ ഭക്ഷിക്കാൻ തുടങ്ങുന്നതിനുമുമ്പും 'പുത്തരി' നിവേദ്യമുണ്ട്. ധാന്യം കൊണ്ടുണ്ടാക്കിയ 'രാശീചക്ര'ത്തിനു മുമ്പിൽ ചെറിയ മൺപാത്രങ്ങൾ വെക്കും. അതിനെ പൂജാരി പൂജിക്കും. വിവാഹമൊഴിച്ചുള്ള എല്ലാ ചടങ്ങുകളിലും പൂജാരി ആവശ്യമാണ്. എല്ലാ ക്രിയകളും നടത്തു

ന്നത് പൂജാരിയായിരിക്കും— അയാൾ പറയുന്നത് എന്താണെന്ന് ആർക്കും മനസിലാവുകയില്ല– പക്ഷേ, ഓരോ പ്രാവശ്യവും അയാൾ ഒരു തരം ശബ്ദമുണ്ടാക്കും. വർളി സ്ത്രീകളുടെ വിവാഹങ്ങളിൽ വിവാഹഗാനങ്ങൾ പാടുന്നതും പ്രധാനകർമ്മങ്ങൾ നടത്തുന്നതും വർളി സ്ത്രീകളാണ്. അവരെ 'ധവലേരി' എന്നു വിളിക്കുന്നു. വർളികളുടെ ആചാരങ്ങളെയും ജീവിത രീതികളെയും പറ്റി പലരും സവിസ്തരം പ്ര തിപാദിച്ചിട്ടുണ്ട്. ഇവിടെ അതേപ്പറ്റി ദീർഘമായി എഴുതേണ്ട ആവശ്യമില്ല.

1945 ൽ ഞങ്ങൾ ഈ പ്രദേശങ്ങളിൽ പോയിരുന്നപ്പോൾ ആദിവാസികൾക്ക് ഭൂതപ്രേതാദികളിൽ വലിയ വിശ്വാസമായിരുന്നു. പ്രേതങ്ങളെ പൂജിക്കുന്ന അവരിൽ ഭക്തിയുള്ള സ്ത്രീകൾ ഉണ്ടാകും. അവരെ 'ഭൂതാളി' (മന്ത്രവാദിനികൾ) എന്നു വിളിക്കുന്നു. ഭൂതാളികൾ പ്രേതങ്ങളുടെ പ്രീതിക്കുവേണ്ടി നരബലി നടത്തുന്നു എന്നാണ് വിശ്വാസം. ഗ്രാമങ്ങളിൽ കോളറ മുതലായ രോഗങ്ങൾ പടർന്നുപിടിച്ചാൽ ഭൂതാളികൾ മനുഷ്യരെ കൊല്ലുന്നു എന്ന വിശ്വാസത്തിൽ ഗ്രാമങ്ങളിലെ സ്ത്രീകളെ മുഴുവൻ അടിക്കുന്നു. 'ഭൂതാളി'യെ അവരിൽനിന്ന് കണ്ടുപിടിച്ചതിനുശേഷം അവരെ അടിച്ചടിച്ച് കൊല്ലും. അവരുടെ ഇടയിലുള്ള ചില വിശ്വാസങ്ങൾ വളരെ രസകരം തന്നെയാണ്. കറുത്ത ഇലകളുള്ള ഒരു മരമുണ്ടത്രെ. അതിനെ അവർ 'കാളിമോഹിനി' എന്നാണ് വിളിക്കുന്നത്. ഈ മരം തേടിപ്പിടിച്ച് അതിന്റെ ഇല കൈയിൽവെച്ചാൽ പണം കിട്ടും എന്നാണ് വിശ്വാസം. ഞാൻ പലരോടും അന്വേഷിച്ചിട്ടുണ്ട്; പക്ഷേ, ഈ മരം നേരിൽ കണ്ടവർ ആരുമില്ല. തലമുറകളായി വിശ്വസിച്ചു പോരുന്ന ഒരു ഐതിഹ്യം മാത്രമാണിത്. ചില വർളികൾ ഈ മരം കണ്ടെത്തുന്നതിനായി വെറുതെ അലഞ്ഞുതിരിയാറുണ്ട്. മറ്റൊരു വിശ്വാസം ഇങ്ങനെയാണ്: ഒരു പ്രത്യേകമരത്തിന്റെ ഇല വായിലിട്ടു കൊണ്ടിരുന്നാൽ എതിരാളികൾക്ക് പറയേണ്ടുന്നതൊന്നും മനസിൽ തോന്നുകയില്ല; ഓർമ്മ വരികയുമില്ല. അതിനാൽ ചില വർളികൾ ഈ ഇല വായിലിട്ട് കോടതിയിൽ പോകുന്നു.

കഴിഞ്ഞ ഇരുപത് കൊല്ലത്തെ ഞങ്ങളുടെ പരിശ്രമഫലമായി ഭൂതാളിയെക്കുറിച്ചുള്ള അന്ധവിശ്വാസം വളരെ കുറഞ്ഞിട്ടുണ്ട്. ഒരു സ്ത്രീയെ അടിച്ചടിച്ച് ദാരുണമാംവിധം കൊലപ്പെടുത്തുന്ന ഈ സമ്പ്രദായം ഏറെക്കുറെ അവസാനിച്ചിട്ടുണ്ട്. ഒരിക്കൽ ഞങ്ങളുടെ പാർട്ടി അംഗത്തെ 'ഭൂതാളിയെ' കൊല്ലുന്ന പരിപാടിയിൽ പങ്കെടുത്തതിന് പാർട്ടിയിൽ നിന്ന് കുറച്ചു ദിവസത്തേക്ക് സസ്പെൻഡ് ചെയ്യേണ്ടി വന്നിട്ടുണ്ട്. അതിനുശേഷം പാർട്ടിമെമ്പർമാർ ഇതിൽ ഒരിക്കലും പങ്കുചേർന്നിട്ടില്ല.

ഇങ്ങനെയൊക്കെയായാലും ഈ പൈശാചിക സമ്പ്രദായം പരിപൂർണ്ണമായി അവസാനിച്ചു എന്ന് ഇപ്പോഴും പറയാറായിട്ടില്ല. വളരെ

വിരളമായിട്ടെങ്കിലും 'ഭൂതാളി' എന്ന പേരിൽ ഒരു സ്ത്രീയെ ജീവനോടെ കൊല്ലുന്ന സമ്പ്രദായം ഇന്നും നിലവിലുണ്ട്.

ഏകദേശം അമ്പത്തിയഞ്ചു ശതമാനം ആദിവാസികൾ ഔഷധങ്ങൾ ഉപയോഗിച്ചുതുടങ്ങിയിട്ടുണ്ട്. വസൂരിക്കും കോളറക്കും എതിരായി കുത്തിവെപ്പിക്കാൻ തുടങ്ങിയിട്ടുണ്ട്. പലരും ഇപ്പോൾ ഔഷധങ്ങൾ ഉപയോഗിക്കാൻ ആഭിമുഖ്യം കാണിക്കുന്നുമുണ്ട്. കാളിമോഹിനി തുടങ്ങിയ ഐതിഹ്യങ്ങളിലുള്ള വിശ്വാസം കുറഞ്ഞു തുടങ്ങിയിരിക്കുന്നു. അതുപോലെതന്നെ പുജാരികളിലും പുരോഹിതരിലും ഉള്ള വിശ്വാസം കുറഞ്ഞിട്ടുള്ളതിനാൽ പൗരോഹിത്യവും കുറഞ്ഞു വന്നിട്ടുണ്ട്.

'ഞങ്ങൾക്ക് ദൈവത്തിലും പിശാചിലും ഒന്നും വിശ്വാസമില്ല' എന്ന് ഞങ്ങൾ തുറന്നുപറഞ്ഞപ്പോൾ ആദിവാസികൾ ആദ്യമൊക്കെ അമ്പരന്നു പോയിരുന്നു. പക്ഷേ, പിന്നീട് അവരിലും മാറ്റങ്ങൾ കണ്ടുതുടങ്ങിയിട്ടുണ്ട്. ഗതാനുഗതികത്വം കൊണ്ടും അന്ധവിശ്വാസം കൊണ്ടും ആചരിച്ചു പോന്നിരുന്ന പലതും പതുക്കെപ്പതുക്കെ ഇല്ലാതായിത്തുടങ്ങിയിട്ടുണ്ട്. ഇതിന്റെ ബഹുമതി ഞങ്ങളേക്കാൾ കൂടുതൽ ആദിവാസികളിൽ നിന്നു തന്നെ വന്നിട്ടുള്ള പ്രവർത്തകരാണ് അർഹിക്കുന്നത്. അവർ പൊള്ളയായ ഇത്തരം വിശ്വാസങ്ങൾക്കെതിരായി നിരന്തരം പ്രചാരണങ്ങൾ നടത്തുന്നുണ്ട്.

വിദ്യാഭ്യാസരംഗത്ത് പറയത്തക്ക പുരോഗതിയൊന്നുമുണ്ടായിട്ടില്ല. 1947 നു ശേഷം വാംന്ദ്രേക്കർ പദ്ധതിയനുസരിച്ച് കെട്ടിയിരുന്ന കുടിലുകൾ പോലെയുള്ള സ്കൂളുകൾ പലതും ഇപ്പോൾ പൊട്ടിവീണിരിക്കുന്നു. പുതിയ ചില സ്കൂളുകൾ—കുടിലുകൾ പോലെയുള്ളവതന്നെ—കെട്ടിയിട്ടുണ്ട്. പഴയവ ചിലതു നന്നാക്കുകയും ചെയ്തിട്ടുണ്ട്. പക്ഷേ, ഈ ഗ്രാമങ്ങളിൽ സ്കൂളുകൾ ശരിക്കു പ്രവർത്തിക്കുകയില്ല. അദ്ധ്യാപകർക്ക് കാടുകളിൽ ജീവിക്കുക പ്രയാസമായി തോന്നുന്നു. അവർക്ക് അവിടെ വർത്തമാനപ്രതം, ചായക്കു വേണ്ട പാൽ എന്നിവപോലും കിട്ടാൻ വലിയ ബുദ്ധിമുട്ടാണ്. ഏതെങ്കിലും കുടിലിലോ സ്കൂളിൽത്തന്നെ ഒരു താൽക്കാലിക മുറിയിലോ അവർക്ക് താമസിക്കേണ്ടി വരുന്നു. അവിടെ സകുടുംബം ജീവിക്കാൻ അവർ ഇഷ്ടപ്പെടുന്നില്ല. അവരുടെ കുട്ടികളുടെ വിദ്യാഭ്യാസത്തിനുള്ള സൗകര്യമില്ല. ഇക്കാരണങ്ങളാൽ അവരുടെ കണ്ണ് എപ്പോഴും പട്ടണങ്ങളിലേക്കുതന്നെയായിരിക്കും. മാസങ്ങളോളം കുടിലുകൾ അടഞ്ഞു കിടന്നാലും അവർക്കാർക്കും യാതൊരു ആക്ഷേപവുമില്ല. ഈ പ്രദേശങ്ങളിലേക്ക് സ്ഥലംമാറി വരുന്ന അദ്ധ്യാപകൻ അതൊരു ശിക്ഷയായിട്ടാണ് കണക്കാക്കുന്നത്. ഇവിടെനിന്ന് മറ്റു സ്ഥലങ്ങളിലേക്ക് മാറ്റം കിട്ടിയാൽ അവർ രക്ഷപ്പെട്ടുവെന്ന് ആശ്വസിക്കുന്നു. ഈ പരിതഃസ്ഥിതിയിൽ ഈ സ്കൂളിൽ

എന്തു പഠനമാണ് നടക്കുക? ആശ്രമങ്ങൾ നടത്തുന്ന സ്കൂളുകളിൽ നിന്നാണ് ആദിവാസികൾക്ക് കുറച്ചെങ്കിലും പ്രയോജനം സിദ്ധിക്കുന്നത്. ഇവ വളരെക്കുറച്ചേയുള്ളു. അതിനാൽ ഇവമൂലം വിദ്യാഭ്യാസപുരോഗതി ഉണ്ടായി എന്നു പറയുക സാദ്ധ്യമല്ല. ഈ സ്കൂളുകളിലെ സ്ഥിതിയും, മെച്ചപ്പെട്ടതൊന്നുമല്ല. ഇവിടെ ഏഴ് ക്ളാസുവരെ പഠിച്ച കുട്ടികൾക്ക് മറാഠിപോലും ശരിക്ക് എഴുതാനും വായിക്കാനും കഴിയുന്നില്ല. ഇത്തരത്തില്പെട്ട ചില കുട്ടികളെ അവർ സ്കൂളിൽ നിന്ന് പാസായി പുറത്തുവന്നതിനുശേഷം ഞങ്ങൾ അഞ്ചാറുമാസം ദിനംപ്രതി എഴുതാൻ പഠിപ്പിച്ചിരുന്നു. അത്രത്തോളം അവർ നന്നായി എഴുതുന്നുമുണ്ട്. സാധാരണയായി സ്കൂളിൽ പോകുന്ന കുട്ടികൾ ഫോറസ്റ്റർ, ബീറ്റ്ഗാഡ്, പ്രൈമറിസ്കൂൾ അദ്ധ്യാപകൻ, ഗ്രാമസേവകൻ തുടങ്ങി പിന്നീട് ലഭിക്കാവുന്ന ഒരു ചെറിയ ജോലികൾക്കുള്ള ഒരു മാർഗ്ഗമായിട്ടാണ് വിദ്യാഭ്യാസത്തെക്കാണുന്നത്. ആശ്രമങ്ങൾ നടത്തുന്ന എല്ലാ സ്കൂളുകളിലും സ്ഥാനത്തും അസ്ഥാനത്തും കമ്യൂണിസ്റ്റ് വിരുദ്ധപ്രചാരണം എപ്പോഴും നടക്കുന്നു. അതിനാൽ സാധാരണ ജനങ്ങൾക്ക് ഈ സ്കൂളിനോട് ആദരവോ ആഭിമുഖ്യമോ ഇല്ല. പഠിക്കാൻ മറ്റു സൗകര്യമില്ലാത്തതുകൊണ്ടു മാത്രം അവർ ഈ സ്കൂളുകളിൽ പോകുന്നു. ഈ പരിതഃസ്ഥിതി മൂലവും വർളികളുടെ സാമ്പത്തിക പരാധീനതകൾ കൊണ്ടും വിദ്യാഭ്യാസരംഗത്ത് കഴിഞ്ഞ ഇരുപത് കൊല്ലമായി പറയത്തക്ക പുരോഗതിയൊന്നുമുണ്ടായിട്ടില്ല.

പിന്നെ കഴിഞ്ഞ ഇരുപത് വർഷമായി എന്തുനേടി എന്ന ചോദ്യം ഉദ്ഭവിക്കുന്നു. കൂലിയിൽ അല്പം വർദ്ധനവുണ്ടായതിനാൽ വർളി സ്ത്രീ–പുരുഷന്മാരുടെ വസ്ത്രധാരണരീതിയിൽ പുരോഗതിയുണ്ടായിട്ടുണ്ട്. ലങ്കോട്ടിയുടെയും മുട്ടുമറയാത്ത സാരിയുടെയും സ്ഥാനത്ത് ഹാഫ്പാന്റും ചിലപ്പോൾ പൈജാമയും ഫുൾപാന്റും വീതിയുള്ള സാരികളും പ്രത്യക്ഷപ്പെട്ടു. ചെറുപ്പക്കാർ 'ശോംണ്ടി' മുറിച്ചുകളുഞ്ഞ് തല ചീകി വക്കാൻ തുടങ്ങി: സ്ത്രീകൾ തലമുടി എണ്ണ പുരട്ടി ചീകിയൊതുക്കി പൂക്കളും മറ്റും വെച്ച് അലങ്കരിച്ചു തുടങ്ങി. വർളികളുടെ വീടുകളിൽ പിത്തളപ്പാത്രങ്ങളും ചെമ്പുപാത്രങ്ങളും കപ്പും സോസറും ഒക്കെ കണ്ടുതുടങ്ങി. ഇതാണോ ഉണ്ടായ പരിവർത്തനം? ഇതാണോ കൈവന്ന പുരോഗതി? അല്ല!

അവരുടെ ആത്മാവ് ഉണർന്നു കഴിഞ്ഞിരിക്കുന്നു എന്നതാണ് വർളികളിൽ വന്ന പ്രധാന മാറ്റം. സംഘടനാശക്തികൊണ്ട് അവരിൽ ഉണ്ടായിട്ടുള്ള ആത്മവിശ്വാസം അവരുടെ നിത്യജീവിതത്തിലും പ്രതിബിംബിക്കുന്നുണ്ട്. അവരിൽ ഉണ്ടായിരുന്ന ഭീരുത്വവും അപകർഷതാബോധവും ഇല്ലാതായിരിക്കുന്നു. മഹത്വകാംക്ഷ വർദ്ധിച്ചിരിക്കുന്നു. ലോകരാഷ്ട്രീയത്തിലെ സംഭവവികാസങ്ങൾ അറിയാനുള്ള ജിജ്ഞാസ വളർന്നിരിക്കുന്നു. തനിക്കും ചിലതൊക്കെ ചെയ്യുവാൻ കഴിയും,

മനുഷ്യനായി ജീവിക്കാൻ തനിക്കും അവകാശമുണ്ട് എന്ന വിശ്വാസം കൈവന്നിരിക്കുന്നു.–തങ്ങളെ ചൂഷണം ചെയ്തുകൊണ്ടിരിക്കുന്നു എന്ന ചിന്ത അവരെ ശല്യപ്പെടുത്തിത്തുടങ്ങിയിരിക്കുന്നു. സ്വന്തം പരിതഃസ്ഥിതി മെച്ചപ്പെടുത്തേണ്ടിയിരിക്കുന്നു എന്ന തീവ്രാഭിലാഷം ഉണ്ടായിത്തുടങ്ങിയിരിക്കുന്നു. അത് സാക്ഷാൽക്കരിക്കുന്നതിന് കഠിനാദ്ധ്വാനം ചെയ്യാൻ അവർ സന്നദ്ധരായിത്തീർന്നിരിക്കുന്നു. അവരുടെ ഭാഷ തന്നെ മാറിയിട്ടുണ്ട്. മുറിവാക്കുകൾപോലും പറയാൻ പേടിച്ചിരുന്ന ആദിവാസി, ഇന്ന് ഫ്ളാറ്റ്ഫോമിൽ കയറിനിന്ന് രാഷ്ട്രീയ പ്രസംഗങ്ങൾ ചെയ്യാൻ തുടങ്ങിയിരിക്കുന്നു. ഈ സ്ഥിതി തികച്ചും ആശാവഹമാണ്. അനീതിയെ ചെറുക്കാൻ തയ്യാറായിരിക്കുന്ന ഈ വർളികൾ അടുത്ത ചുവടു വെക്കാതെ അടങ്ങിയിരിക്കുകയില്ല. കഴിഞ്ഞ അനേകം വർഷങ്ങളിലൂടെ, പ്രക്ഷോഭങ്ങളുടെ പ്രവാഹത്തിലൂടെ ഉണ്ടായിട്ടുള്ള ഈ തയ്യാറെടുപ്പ് മാത്രമാണ് അവരുടെയും ഞങ്ങളുടെയും ഇന്നത്തെ നേട്ടം.

www.ingramcontent.com/pod-product-compliance
Lightning Source LLC
LaVergne TN
LVHW100224051026
849517LV00006B/1800